आंबेडकरवादी कविता

आकलन व अर्थमीमांसा

संदेश ढोले

INDIA • SINGAPORE • MALAYSIA

ISBN 979-8-88805-362-1

दास्यमुक्तीचे अग्रदूत

भगवान बुद्ध आणि डॉ. बाबासाहेब आंबेडकर

यांच्या समाजक्रांतिकारक लढ्यास...

आंबेडकरवादी कविता आकलन व अर्थमीमांसा
समीक्षा खंड १

लेखक : संदेश ढोले
उमरसरा जुना, यवतमाळ - ४४५००१
९३०९९६५४४७

प्रकाशक : Notion Press.com

यशोधरा संदेश ढोले
उमरसरा जुना, यवतमाळ - ४४५००१

प्रथमावृत्ती : ऑक्टोबर २०२२

मुद्रित शोधन : विजयकुमार गाडगे

मूल्य : रु ५९०

International Price : $18.99

Ambedkarvadi Kavita Akalan Va Arthamimansa

ISBN 979-8-88805-362-1

अनुक्रम

अभिप्राय

"आंबेडकरवादी कविता आकलन व अर्थमीमांसा" हा आंबेडकरवादी कवितांचा चिकित्सक अभ्यास केलेला संदेश ढोले यांचा समीक्षाग्रंथ होय. आंबेडकरी कवितेत नवे प्रतीक आणि नव्या प्रतिमा, कवितेतील भाषा, शब्दकडा त्याचा अर्थ व आशय समजून घेऊन ती शब्दबद्ध करणे ही आंबेडकरी कवितेची बलस्थाने आहेत. ही बलस्थाने कवितेला सौंदर्याबरोबर सामर्थ्यही प्राप्त करून देताना दिसतात.

आंबेडकरवादी कवितेत आलेले दाहक अनुभव आंबेडकरी माणसाचे प्रत्यक्ष जीवनानुभव आहेत. आंबेडकरी माणसाने अडचण, दारिद्रय, विषमता, दास्य, अंधविश्वास यावर केलेली मात व त्यातून घडविलेले स्वतःचे, समाजाचे जीवन व त्यातून आलेला प्रस्फुटीत आविष्कार म्हणजे आंबेडकरी कविता होय. अभिव्यक्तीच्या नितांत गरजेतून त्याची निर्मिती होत असते, ही बाब लक्षात घेऊन लेखक संदेश ढोले यांनी लक्ष्मीकांत घुमे यांचा 'भाकरीच्या शोधात', संध्या रंगारी यांचा 'संध्यारंग', आनंद गायकवाड यांचा 'इस्तो', केतन पिंपळापुरे यांचा 'डेमोफून' आणि संजय गोडघाटे यांचा 'हे असेच होत राहिले तर' या आंबेडकरवादी कवींच्या कविता संग्रहावर एक प्रदीर्घ विश्लेषणात्मक वैचारिक आकलन व त्याची मीमांसा सादर केलेली आहे. ही मीमांसा सादर करताना त्यांनी भगवान बुद्धाचा प्रतीत्यसमुत्पाद व डॉ. बाबासाहेब आंबेडकरांचे तत्त्वज्ञान यांच्या दृष्टीने चिकित्सा केली आहे. ही चिकित्सा कवितेला एका निर्णायक टप्प्यावर नेऊन ठेवण्यात ते यशस्वी झाल्याचे दिसते.

आंबेडकरवादी कविता प्रखर राष्ट्रवाद, समाजवाद व लोकशाहीवाद या जीवन मूल्यांना स्वीकारणारी आहे. या पुरोगामी कवींच्या कवितेतील

आशय काय आहे व त्या आशया मागची कवीची काय भूमिका आहे, ती भूमिका विश्लेषित करण्याचे कार्य या समीक्षाग्रंथाच्या माध्यमातून झालेले दिसते. स्वातंत्र्य, समता, बंधुत्व, न्याय, करुणा व विद्रोह या मूल्यांनी युक्त असलेल्या आंबेडकरवादी कवितांचे उत्कट मूलगामी व चिंतनशील विश्लेषण या माध्यमातून झालेले आहे. या कवितेमध्ये जीवनदर्शनाप्रमाणे सौंदर्यदृष्टीही साकार झाली पाहिजे, तेच तत्त्व केंद्रस्थानी मानले गेले आहे. आधुनिक भारतीय आंबेडकरी कवितांचे निरीक्षण, परीक्षण आणि मूल्यमापन संदेश ढोले यांनी वस्तुनिष्ठ पातळीवर केले आहे. त्यामुळे त्यांनी केलेले समीक्षण अधिक योग्य व न्याय्य झाले आहे.

आंबेडकरी कवितेतील सर्जनशीलतेला संदेश ढोले यांच्या वस्तुनिष्ठ समीक्षेने अधिक संपन्न केले आहे. आपल्या समीक्षेत एक नवी वाट त्यांनी चोखाळली आहे. दारिद्र्य, दास्य आणि शोषण मुक्त माणूस निर्माण करणे हे आंबेडकरी तत्त्वज्ञानाचे सार आहे. याच तत्त्वज्ञानाच्या अनुषंगाने तार्किक मांडणी करण्यात आली आहे. भुतकाळात भोगाव्या लागणाऱ्या यातना, वर्तमानाचे भान व भविष्यकाळाचा वेध घेणारी ही मीमांसा निश्चितच आंबेडकरवादी वैचारिक व चिकित्सक साहित्याच्या क्षेत्रात आपला ठसा उमटवल्याशिवाय राहणार नाही.

डॉ. बाबासाहेब आंबेडकरांनी वंचित घटकांचा इतिहास पुनर्लेखित केला. तीच पार्श्वभूमी लक्षात घेऊन आधुनिक आंबेडकरवादी साहित्यात अनेक प्रकार यशस्वीरीत्या हाताळले गेले, त्यात कविता हा प्रकार अत्यंत महत्त्वाचा मानला जातो. या कवितेची चिकित्सा करण्याचे व त्याच्या प्रयोजनामागचे कारण विश्लेषित करण्याचे मोलाचे कार्य संदेश ढोले यांनी केले आहे. कवितेत आलेल्या आंबेडकरी विचारांचे स्फुल्लिंग पेटविणाऱ्या या कवितेच्या प्रेरणेला चिंतनगर्भ आशय देण्याचे काम या समीक्षाग्रंथाच्या माध्यमातून करण्यात आलेले आहे. यातील पाचही कवींच्या कविता सामाजिक वास्तवावर भाष्य करणाऱ्या आहेत. संदेश ढोले यांनी या कवींच्या पूर्ण कवितासंग्रहावर सर्जनशील आत्मभानाचे संगोपन व संवर्धन करून त्यांच्या अनुभवाचे मूल्यबोध

म्हणजेच जाणिवा अधिक प्रकटपणे विश्लेषित केल्या आहेत. या कवितेच्या निर्मिती मागची भावना जाणून घेणे, ती विश्लेषित करणे आणि त्याचा तौलनिक अभ्यास करून त्याचे साधर्म्य व वैधर्म्य लक्षात घेतल्याचे दिसते.

समीक्षेचे उद्दिष्ट म्हणजे सम्यक आकलन हे असते. त्यात त्या साहित्यकृतीचे अर्थग्रहण हे प्रथम येते. त्यानंतर तिचे गुणग्रहण, रसग्रहण, मर्मग्रहण, सौंदर्यग्रहण ह्या गोष्टी येतात. परंतु संदेश ढोले हे एवढ्यावरच थांबत नाही तर तिचे श्रेष्ठत्व कशात आहे, हे सांगण्याचा त्यांनी प्रयत्न केला आहे. त्यांनी या पाचही कवितासंग्रहातील प्रत्येक कवितेचे रसग्रहण करून त्याचा आस्वाद घेतला असून रसिकतेने घेतलेल्या ह्या आस्वादाचे त्यांच्या मनावर झालेले परिणामही या समीक्षेत नोंदविले आहेत. त्यांनी केलेली ही समीक्षा कोरडेपणाने न करता त्यांनी ती आपुलकीने केली आहे. तद्वतच ही समीक्षा आंबेडकरवादी समीक्षेच्या तत्त्वाला एका अत्युच्च पातळीवर नेणारी आहे. प्रस्थापित समीक्षेच्या काटेकोर नियमांना व मूल्यमापनाला छेद देत त्यांनी स्वतःची मतेही नोंदवली आहेत. आंबेडकरवादी कवितांचे सौंदर्य कशात असते हे त्यांनी शोधून नमूद केले आहे. हा ग्रंथ वाचताना वाचकास त्याचे प्रत्यंतर आल्याशिवाय राहत नाही. आंबेडकरी कविता ही कुणाच्या उपकाराच्या ओझ्यात गडप होणारी नसून, ती एक चिंतनिका व कुसमुस व्यक्त करणारी तसेच राष्ट्रवादाच्या उभारणीस हातभार लावणारी आहे. ही कविता नवविचारधारा व्यक्त करणारी असून त्याची गुणज्ञ चिकित्सा संदेश ढोले यांनी केली आहे. आण्विक युद्धाच्या काळात ती दिशादर्शक व पथप्रदर्शक व्हावी अशा प्रकारचा आशावाद व्यक्त करण्यास हरकत नाही.

- जयंत साठे

दि. ८ ऑगस्ट २०२२ मंडल आयोग दिन.
अभ्यासक, डॉ. बाबासाहेब आंबेडकर विचारधारा विभाग,
राष्ट्रसंत तुकडोजी महाराज, नागपूर विद्यापीठ, नागपूर.

प्रस्तावना

अर्थ, आशय, तत्त्वज्ञान आणि तर्क या चार चतु:सूत्रीचा उपयोग करून 'आंबेडकरवादी कविता आकलन व अर्थमीमांसा' या समीक्षाग्रंथात पाच पुरोगामी कवी आणि त्यांच्या कवितांची वस्तुनिष्ठ समीक्षा, कवितांचे वर्णन, विश्लेषण आणि मूल्यमापन आहे. लक्ष्मीकांत घुमे यांचा 'भाकरीच्या शोधात', संध्या रंगारी यांचा 'संध्यारंग', आनंद गायकवाड यांचा 'इस्तो', केतन पिंपळापुरे यांचा 'डेमोफून' आणि संजय गोडघाटे यांचा 'हे असेच होत राहिले तर...' अशा एकूण पाच कवितासंग्रहातील कवितांची समीक्षा या ग्रंथात आहे. हे पाचही कवी महाराष्ट्रातील नामवंत कवी होते/आहेत. लक्ष्मीकांत घुमे यांच्या 'भाकरीच्या शोधात' या काव्यसंग्रहाला महाराष्ट्र राज्याचा यशवंतराव चव्हाण वाङ्मय पुरस्कार मिळाला होता. संध्या रंगारी यांच्या कविता अनेक विद्यापीठातील अभ्यासक्रमात होत्या. अनेक प्रतिष्ठेचे पुरस्कार त्यांच्या कवितासंग्रहांना मिळाले आहेत. आनंद गायकवाड यांची 'रापी' ही कविता इयत्ता नववीच्या मराठी अभ्यासक्रमात होती. केतन पिंपळापुरे आणि संजय गोडघाटे हे चळवळीचे धुरकरी होते/ आहेत. एकूणच भारतीय समाजाचे भले व्हावे, कल्याण व्हावे, समाज पुढे जावा, समाजात आमूलाग्र बदल घडून यावा यासाठी अहोरात्र झटणारे, काव्यनिर्मितीचे साधन वापरणारे हे दोनही व्यक्तिमत्त्व होते/ आहे. समाजातील वंचित घटकांचे वैचारिक उद्बोधन, प्रबोधन व्हावे असा मानस या ग्रंथ निर्मितीमागे आहे. मराठी साहित्यातील समीक्षाप्रांत या ग्रंथाने अधिक समृद्ध व्हावा, असाही साहित्यविषयक दृष्टिकोन या सृजनशील मूल्यमापनामागे आहे. मराठी कविता आणि सर्वच साहित्यप्रकारांची प्रचारकी नव्हे तर सखोल समीक्षा करण्याची वहिवाट या ग्रंथातून विकसित व्हावी, असाही उघड उद्देश यामागे

आहे. समाजाची साहित्याशी, साहित्याची समाजाशी असलेली नाळ निश्चितच या नवनिर्मितीतून जुळून राहणार आहे. समाज आणि साहित्याची फारकत 'समाज आणि साहित्य' या दोहोंचीही हानी करते. दर्जेदार कलाकृती समाजाला साहित्याशी सतत बांधून ठेवत असतात. 'आंबेडकरवादी कविता आकलन व अर्थमीमांसा' या समीक्षा ग्रंथातील पाचही कलाकृती दर्जेदार आहेत. रसिक वाचकांची वाङ्मयीन अभिरुची निश्चितच हा ग्रंथ उंचावणार, यात शंका नाही. मराठी साहित्यविश्वाला अधिक जबाबदारीने पुरोगामी साहित्यनिर्मिती करण्याची प्रेरणा या ग्रंथातून नक्कीच मिळेल, अशी आशा व्यक्त केली तर ते वावगे होणार नाही. काव्यरसिक व वाचकांना प्रस्तुत ग्रंथातील 'कविता व कवितांची अर्थमीमांसा' आवडेल, असे धाडसी मत व्यक्त केले तर ते अतिशयोक्त होणार नाही.

समीक्षा हे एक शास्त्र आहे. 'वाङ्मयाचा अभ्यास हेच समीक्षाशास्त्राचे मूळ रूप आहे. ती एक ज्ञानशाखा आहे', असे डॉ. सुधीर रसाळ महाराष्ट्र साहित्य परिषदेच्या डोंबिवली येथे झालेल्या समीक्षा संमेलनाच्या अध्यक्षीय भाषणात म्हणतात. (महाराष्ट्र साहित्य पत्रिका/ जाने ते मार्च २०२२, पृ. २४) साहित्याच्या सौंदर्यशास्त्राचा पाया समीक्षेतूनचं रचला जातो. म्हणून समीक्षा ही व्यक्तिनिष्ठ नव्हे तर वस्तुनिष्ठ असावी लागते. व्यक्तिनिष्ठ समीक्षेत कलावंत आणि कलाकृती यांचे उदात्तीकरण असते. वस्तुनिष्ठ समीक्षेत कलावंत आणि कलाकृतीला योग्य न्याय दिला जातो. हा योग्य न्यायचं कलावंताच्या भविष्यातील कलाकृतींची प्रेरणा ठरतो. कलावंताला जिवंत ठेवतो.

कवीने कवितेत व्यक्त केलेले विचार आणि मांडलेली भूमिका याच्याशी समीक्षक सहमत असतोच असे नाही. परंतु कवीच्या विचार स्वातंत्र्याची आणि अभिव्यक्ती स्वातंत्र्याची गळचेपी करण्याचा अधिकार समीक्षकाला पोचत नाही. म्हणून कवीने कवितेत व्यक्त केलेल्या विचारांची आणि मांडलेल्या भूमिकेची निरपेक्षपणे समीक्षा करणे हीच समीक्षकांची जबाबदारी ठरते. कोणत्याही कलाकृतीची समीक्षकाने

आपल्या वैचारिक दृष्टिकोनातून केलेली समीक्षा व्यक्तिनिष्ठ ठरते तर समीक्षकाने काही निकष लावून केलेली समीक्षा ही वस्तुनिष्ठ ठरते. समीक्षक व वैज्ञानिक यांच्यातील साम्यवैषम्य सांगताना रा. भा. पाटणकर आपल्या 'साहित्य विचार आणि सौंदर्यशास्त्र' या ग्रंथात पुढील विधान करतात. ते म्हणतात, "असे म्हणता येईल की समीक्षक व वैज्ञानिक यांच्यातील महत्त्वाचा फरक, एकाचे वर्णन-विश्लेषण मुल्यनाभिमुख असणे व दुसऱ्याचे तसे नसणे, यामध्ये आहे. समीक्षक हा निवाडा करणाऱ्या न्यायाधीशासारखा (आणि न्यायदानात त्याला मदत करणाऱ्या वकिलासारखा) असतो. तो वस्तुस्थितीचा शोध घेणे हा एक स्वायत्त व्यवहार आहे, असे मानीत नाही. न्यायाधीश निवाड्याला प्रस्तुत ठरेल अशाच वस्तुस्थितीच्या भागावर लक्ष केंद्रित करतो. तसेच समीक्षककही वर्णन-विश्लेषणाची मर्यादा आखताना मूल्यमापनात काय प्रस्तुत ठरेल, हे ध्यानात ठेवीत असतो... समीक्षेत व विज्ञानात जे वर्णन विश्लेषण चालते ते निदान अंतिम अर्थाने मुल्याभिमुखच असते. फरक इतकाच की, समीक्षेतील वर्णन विश्लेषणाचा मूल्यनाशी प्रत्यक्ष तत्काळ संबंध येतो. विज्ञानाच्या क्षेत्रात या दोन गोष्टींचा संबंध असा तत्काळ व प्रत्यक्ष नसतो." (संदर्भ : साहित्य विचार आणि सौंदर्यशास्त्र ले. रा. भा. पाटणकर पृ.४,५)

लक्ष्मीकांत घुमे यांचा 'भाकरीच्या शोधात', संध्या रंगारी यांचा 'संध्यारंग', आनंद गायकवाड यांचा 'इस्तो', केतन पिंपळापुरे यांचा 'डेमोफून' आणि संजय गोडघाटे यांचा 'हे असेच होत राहिले तर' या पाच कवितासंग्रहातील कविता मी समीक्षणासाठी घेतल्या आहेत. या पाचही कवितासंग्रहातील कवितांची समीक्षा करतांना मी माझा वैचारिक दृष्टिकोन बाजूला ठेवून कवितांची समीक्षा केली आहे. कवितांची समीक्षा अधिक वस्तुनिष्ठ व्हावी यासाठी मी अर्थ, आशय, तत्त्वज्ञान आणि तर्क हे चार निकष कवितेला लावून समीक्षा केली आहे. त्यामुळे या पाचही कवितासंग्रहांची समीक्षा व्यक्तिनिष्ठ कमी आणि वस्तुनिष्ठ अधिक झाली आहे. या पाचही कवीने आपल्या कवितांतून वर्णजातधर्म व वर्गीय विषमतेने समाजव्यवस्थेत घातलेला धुमाकूळ

चित्रबद्ध केला आहे. या अंधाधुंद परिस्थितीत माणसाला जीवन जगणे कठीण झाले आहे. अमानुष अन्याय, अत्याचाराने परिसीमा गाठली आहे. समाजाला अधोगतीकडे नेणारे वळण लावले जात आहे. तोंड दाबून बुक्क्यांचा मार सुरू आहे. एकूणच परिस्थिती विदारक, दयनीय आहे. भारतीय संविधानातील मूल्यांची जपणूक, अनुकरण व पालन केल्यास ही परिस्थिती सुधारू शकते. परंतु त्यासाठी संवैधानिक लोकशाहीवर, संवैधानिक मूल्यांवर, धर्मनिरपेक्षतेवर विश्वास असणे जरुरी आहे. आंबेडकरवादी माणसांचा संसदीय लोकशाहीवर संविधानावर, संवैधानिक मूल्यांवर विश्वास आहे. म्हणून आंबेडकरवादी माणूस संविधानातील मूल्यविरोधी कृतींचा सर्व आघाड्यांवरून निषेध करतो. कविता आणि इतर कलाकृतीतूनही विरोध प्रकट करतो. आंबेडकरवादी माणसाच्या या विरोधात संवैधानिक मूल्यविषयक पोटतिडीक आहे. मानव्याधारित प्रामाणिक हेतू आहे. स्वातंत्र्य, समता, बंधुता व न्याय या मूल्यांविषयी आदरभाव आहे. संवैधानिक लोकशाही मूल्यांवर राष्ट्राची उभारणी करणे, राष्ट्राला एकमूठ करणे, हा आंबेडकरवादी माणसाचा उदात्त उद्देश आहे. या मानवीय उद्देशाच्या परिपूर्तीसाठी तो मोठमोठाले विरोध पत्करतो. डगमगत नाही. सत्याचा पाठपुरावा करतो. असत्याला ठोकरतो. धर्मनिरपेक्षतेसाठी सार्वजनिक धार्मिक कट्टरतावादाला विरोध करतो.

आता आपण अप्रगत वर्णजातीव्यवस्थेतून प्रगत संसदीय लोकशाही व्यवस्थेत पदार्पण केले आहे. सुज्ञ, कर्तव्यनिष्ठ देशवासी म्हणून या प्रगत लोकशाही व्यवस्थेशी एकरूप होणे, हे आपले राष्ट्रीय कर्तव्य आहे. लोकशाही व्यवस्था प्रथम आणि धर्मव्यवस्था दुय्यम हीच रास्त, राष्ट्रीय, धर्मनिरपेक्ष भूमिका आपली असली पाहिजे. आंबेडकरी कविता हीच रास्त, राष्ट्रीय, धर्मनिरपेक्ष भूमिका घेऊन मराठी साहित्यात आपला आगळावेगळा ठसा उमटवत आहे. मराठी साहित्यही अनेक प्रवाहात, पोटप्रवाहात विभक्त झाले आहे. प्रस्थापित-विस्थापितांच्या साहित्याचा एकजूट लोकशाहीवादी राष्ट्रीय प्रवाह राष्ट्रहितासाठी निर्माण होणे गरजेचे आहे. लोकशाही मूल्यांवर

आधारित समाजाची, राष्ट्राची उभारणी करण्यासाठी एक ना एक दिवस साहित्य विश्वाला ठोस भूमिका घ्यावीच लागणार आहे. किती दिवस आपापसात मोठेपण घेत, लहानपण देत साहित्य विश्व, विशेषतः मराठी साहित्य विश्व लोकशाहीवादी राष्ट्र उभारणीच्या जबाबदारीपासून अलिप्त राहणार आहे? मराठी साहित्यातील अनेक साहित्य प्रवाह या दिशेने साहित्य निर्मिती करीत आहेत. आपले दुःख, दैन्य, व्यथा, मानसिक गुलामी आणि हतबलता लोकशाही मूल्यांचे संदर्भ देत आपल्या साहित्यातून मांडत आहेत. लोकशाहीला पावलोपावली सामाजिक, मानवीय जबाबदारीची जाणीव करून देत आहेत. लोकशाहीला लोकशाही विरोधी वळण लागू नये याची खबरदारी घेत आहेत. एकूणच मराठी साहित्याची लोकशाहीवादी राष्ट्रनिर्मितीची भूमिका अत्यंत मोलाची, ऐतिहासिक ठरणार आहे.

आजकाल वर्ण, जाती, ब्राम्हण्य, सामाजिक विषमतेला विरोध करणे, संविधाननिष्ठ असणे, अतिशूद्रांवर अस्पृश्यता लादणाऱ्या धर्मातील अनिष्ट चालीरीती, रुढी, परंपरा यावर टीका करणे म्हणजे आंबेडकरवाद तर आर्थिक विषमतेवर भाष्य करणे म्हणजे मार्क्सवाद! अशा आंबेडकरवाद, मार्क्सवादाच्या आपापल्या सोयीनुसार व्याख्या करण्यात, स्वीकारण्यात येत आहेत. सामाजिक विषमतेवर बोलणारा आंबेडकरवादी तर आर्थिक विषमतेवर बोलणारा मार्क्सवादी अशी वैचारिक विभागणी पुरोगामी माणसाची आज झालेली आहे. खरे तर, ही काही आंबेडकरवाद, मार्क्सवादाची व्याख्या नाही. परंतु कळप विखुरला जाऊ नये, कळप सोडून कुणी दुसऱ्या कळपात मिसळू नये यासाठी उभारलेली ही तटबंदी आहे. डॉ. बाबासाहेब आंबेडकरांनी तत्कालीन अस्पृश्यांना बौध्द धम्माची दीक्षा दिली. बुध्द तत्त्वज्ञानाचे, मार्गाचे उपासक बनविले. बुद्ध तत्त्वज्ञान सुदृढ समाजाची निर्मिती करणारे तत्त्वज्ञान आहे. समाजातील समस्यांची सोडवणूक करून समाजाला अधिक समृद्ध करणारे तत्त्वज्ञान आहे. अखिल मानवजातीच्या दुःखमुक्तीचे तत्त्वज्ञान आहे. समतेचे तत्त्वज्ञान आहे. माणसामाणसातील भेदभाव नष्ट करणारे तत्त्वज्ञान आहे.

गुलामांच्या पायातील आर्थिक गुलामीच्या बेड्या तोडणारे तत्त्वज्ञान आहे. आदर्श समाजाची निर्मिती करण्यासाठी एक परिपूर्ण तत्त्वज्ञान आहे. सामाजिक, आर्थिक, राजकीय, धार्मिक, सांस्कृतिक विषमतेला समतेत प्रस्थापित करणारे तत्त्वज्ञान आहे. म्हणून बुद्धानुयायांची सामाजिक, आर्थिक व सर्व प्रकारच्या विषमतेला समतेत प्रस्थापित करण्यासाठी केलेली कृती आंबेडकरवादी, बुद्ध तत्त्वज्ञानानुसार केलेली कृती ठरते. सामाजिक, आर्थिक व सर्वांगीण विषमतेवर कविता, कथा, कादंबरी, लेख, नाटक आणि सर्व प्रकारचे साहित्य प्रकार व कलांच्या माध्यमातून केलेले भाष्य आंबेडकरवादी, बुद्ध तत्त्वज्ञानानुसार केलेले भाष्य ठरते.

कवितेतील ओळींना व्यापक अर्थ असतो. उपमा, प्रतिमा आणि प्रतीकांचा कवी कवितेत सर्रास वापर करतो. अशावेळी कवितेचे रसग्रहण सरळ अर्थाने होत नाही. लाक्षणिक अर्थाने कविता समजून घ्यावी लागते. कवितेतील ओळींचा लाक्षणिक अर्थ समीक्षेतून बहुधा ध्वनीत होतो. म्हणून कवितेच्या समीक्षेला महत्त्व आहे. कवितेतील ओळींचा समीक्षेतून ध्वनीत झालेला अर्थ कधी कधी तर कवीलाही अचंभीत करतो. मला हे म्हणायचे नव्हते. माझा म्हणण्याचा अर्थ असा नव्हता, अशा प्रतिक्रिया मग कवीच्या समीक्षेनंतर उमटतात. वस्तुनिष्ठ समीक्षेनंतर कवितेचा योग्य अर्थ वाचकांच्या हाती पडतो आणि कवितेचे आकलन होण्यासाठी आवश्यक ती मदत वाचकाला होते. कवितेचा योग्य अर्थ व आकलनच वाचकांपर्यंत का पोहचावे? समाज परिवर्तनाची अनेक साधने आहेत. साहित्य, कला, कविता ही समाजपरिवर्तनाची प्रभावी साधने आहेत. या साधनांचा योग्य वापर समाजात योग्य बदल घडवून आणतो. अयोग्य अर्थ, आकलनामुळे समाज चुकीच्या दिशेने वाटचाल करू शकतो. म्हणून कवितेचा योग्य अर्थ व आकलन वाचकांपर्यंत पोहचणे महत्त्वाचे आहे. वस्तुनिष्ठ समीक्षेला कवितेचा योग्य अर्थ व आकलन वाचकांपर्यंत पोहचवण्याची महत्त्वपूर्ण जबाबदारी पार पाडायची असते. कवितेचे मूल्यमापन समीक्षेतून होते. समीक्षेचे मूल्यमापन समीक्षेने समाजाला दाखविलेल्या

दिशेवरून निश्चित करता येते. कवीच्या भावना आणि विचारांची गुंफण कवितेत असते. त्यामुळे कविता सरळ वाचकांच्या भावनेला हात घालत असते. वाचकाला विचारप्रवृत्त करीत असते. कवितेच्या रसग्रहणातून व्यक्तीच्या उद्दीपीत झालेल्या भावना आणि विचार यांना आत्मगत (subjective) वळण लागतेच लागते. प्रश्न आहे कवितेच्या रसग्रहणातून व्यक्तीच्या उद्दीपीत झालेल्या भावना व विचार यांना वस्तुनिष्ठ (objective) वळण लावण्याचा. आणि व्यक्तीच्या भावना व विचार यांना समाजहितैषी वळण लावण्याची क्षमता वस्तुनिष्ठ समीक्षेत निश्चित असते. म्हणून कवितेच्या वस्तुनिष्ठ समीक्षेची नितांत आवश्यकता आहे. कवितेत व्यक्त झालेला व्यापक अर्थ वाचकांपर्यंत पोहचवणे व वाचकात पर्यायाने समाजात व्यापक गुणात्मक बदल घडवून आणणे, वाचकाला विचारप्रवृत्त करणे, हेच वस्तुनिष्ठ समीक्षेचे साध्य आहे. या साध्यापर्यंत मी केलेली समीक्षा कितपत पोहचू शकली हे सुज्ञ वाचक ठरवतील, यात शंका नाही. मी केलेल्या समीक्षेच्या मूल्यमापनाची जबाबदारी सुज्ञ वाचकांवर सोपवतो.

'आंबेडकरवादी कविता आकलन व अर्थमीमांसा' हा समीक्षाग्रंथ मी अतिशय जिद्दीने, चिकाटीने, लिखाणात सातत्य ठेवून परिपूर्ण केला आहे. पत्नी यशोधरा आणि मुलगी भूमी या दोघींनी शब्दातीत सहकार्य केले, त्यामुळे हा ग्रंथ मी पूर्ण करू शकलो. विजयकुमार गाडगे यांनी या ग्रंथाचे मुद्रितशोधन करून ग्रंथ भाषाशुद्ध केला त्याबद्दल त्यांचे खूप खूप आभार मानतो. हा समीक्षाग्रंथ जास्तीत जास्त व्याकरणदृष्ट्या भाषाशुद्ध करण्याचा प्रयत्न केला आहे. तरीही काही चुका राहिल्यास त्याची सर्वस्वी जबाबदारी माझीच आहे. Notion Press च्या सर्जनशील टीमने हा ग्रंथ अधिकाधिक दर्जेदार करण्यासाठी भरपूर परिश्रम घेतले आहेत. Notion Press च्या संपूर्ण टीमचे मनापासून आभार! कवी लक्ष्मीकांत घुमे, कवी केतन पिंपळापुरे आज आपल्यात नाहीत, त्यांच्या परिवर्तनवादी, क्रांतिकारी

स्मृतींना भावपूर्ण आदरांजली अर्पण करतो. कवी आनंद गायकवाड, कवयित्री संध्या रंगारी, कवी संजय गोडघाटे यांनी अशीच दर्जेदार काव्यनिर्मिती उत्तरोत्तर करीत राहावी, अशा शुभेच्छा त्यांना देतो आणि थांबतो!

सर्वांचे आभार!

- संदेश ढोले

स्नेहाधार

जयंत साठे, प्रेमदीप पाटील, विजयकुमार गाडगे, राजेंद्र कांबळे, गुणवंत गणवीर, प्रा. कवडू नगराळे, संजय ढोले, प्रमोद कांबळे, गीत घोष, डॉ. अशोक नामदेव पळवेकर, लोकनाथ यशवंत, देवकांत वंजारे, प्रशांत वंजारे, अरुण आळणे, पवन भगत, शेषरावजी वनकर, गोकुळदास वंजारे, मित्र डॉ. बोधी अशोक, प्रा. अरुण कांबळे, डॉ. सुदर्शन कांबळे, डॉ. रजनी कांबळे, डॉ. राजेंद्र तायडे, संजय वा. ढोले, प्रा. रवी मेंढे, आनंद उमरे, दिलीप गायकवाड, सतिष राणा, धर्मपाल माने, बाळासाहेब जीवने, प्रा. विलास भवरे, प्रा. डॉ. अशोक कांबळे, डॉ. अशोक राणा, प्रा. माधव सरकुंडे, प्रा. अनिता कांबळे, शालीक जील्हेकर, अशोक बुरबुरे, खेमराज भोयर, डॉ. प्रेम हनवते, सुनंदा बोदिले, सुषमा योगेंद्र मेश्राम, सुगंधाबाई मेंढे, रमेश बुरबुरे, जनार्धन मोहिते, संतोष अरसोड, सिंधुताई धवणे, ॲड. हिंमत चव्हाण प्रा. यादव गायकवाड, आनंद डोंगरे, ॲड. जयसिंग चव्हाण, अरुण विघ्ने, गोपीचंद कांबळे, विलास काळे, महेंद्र ढेपे, सुनील पुनवटकर, संजय बोरकर, विनोद फुलमाळी, नवनीत देशभ्रतार, धनंजय गायकवाड, अशोक शेंडे, प्रा. सत्यवान देठे, भारत मनवर, जितेंद्र ढाणके, सुनील नगराळे, सुनील वासनिक, भास्कर चव्हाण, अरविंद खोब्रागडे, यशवंत चंदनखेडे, ॲड. राहुल पाटील, विनय मिरासे 'अशांत', डॉ. साहेबराव कदम, डॉ. सुभाष जमदाडे, डॉ. सुभाष डोंगरे, साहेबराव पाटील, राजेश जुनघरे, राजरतन भालेराव, ज्ञानेश्वर मेश्राम, सिद्धार्थ भवरे, आनंद भगत, सुनील भेले, किशोर बनारसे, सतीश चहांदे, दिलीप वासेकर, देवेंद्र लोटे, ॲड. मनोज मेश्राम, अशोक मेश्राम, निळकंठ शेलारे, महेंद्र शेलारे, विश्वास अंभोरे, दिलीप बेलसरे, भूषण मेश्राम, कृष्णा परिपगार, हर्षवर्धन ठमके, अनिल कोशे, विजय कशीद, भानुदास केळझरकर,

सुदाम वनकर, पंजाबराव मेश्राम, सुनील पाटील, आनंद डोंगरे, सुनील मालके, धनपाल आंडे, भूषण भस्मे, पंजाब कांबळे, कवीश्वर भगत, अवी शिंदे, रोनाल फुलझेले, निलेश सोनटक्के, संदीप गायकवाड, भगवान भितकर, राजाभाऊ देशमुख, रविता भोवते, प्रभाताई तलवारे, विजय वानखेडे, डॉ. गोवर्धन वानखेडे, ॲड. सुनील घोडेस्वार, शिवा राऊत, बाबू धवणे, ॲड. अमोल गणवीर, बाबासाहेब तागडे, विजय वानखेडे, ॲड. प्रशांत इंगोले, उत्तम ताकसांडे, दिलीप कांबळे, वसंतराव जगताप, रत्नदीप शंभरकर, बळवंत अंबुलकर, नानाभाऊ, दीपक ढोले, भीमराव ढोले, नंदू चित्ते, अजय ढोले, पवन ढोले, नितीन वानखेडे, सुरेंद्र गोडघाटे, भूपेंद्र कांबळे, विजय झामरे, वैभव बाराहाते.

भाकरीच्या शोधात

- लक्ष्मीकांत घुमे

कवी लक्ष्मीकांत घुमे यांचे 'भाकरीच्या शोधात' आणि 'संचारबंदी' असे दोन कवितासंग्रह प्रकाशित झाले आहेत. भाकरीच्या शोधात या कवितासंग्रहाची द्वितीय आवृत्ती अर्नेस्टो प्रकाशन वणीचे गीत घोष यांनी प्रकाशित केली आहे. प्रथम आवृत्ती महाराष्ट्र राज्य साहित्य आणि संस्कृती मंडळाच्या अनुदानातून प्रकाशित करण्यात आली होती. कवी लक्ष्मीकांत घुमे आंबेडकरी चळवळीत, आंबेडकरी वस्तीत, समाजात वावरत असत. त्यामुळे शोषित, पीडितांचे हलाखीचे जीवन कवीने अत्यंत जवळून पाहिले, अनुभवले. तेच कवीने आपल्या कवितेत उतरविले. भिकाऱ्यांचे, फिरस्ती मुसाफिरांचे भिकारी जीवन त्यांनी धर्मशाळेत, मंदिरात जवळून अनुभवले. "जे जगतो ते लिहितो, जे लिहितो ते जगतो", असे कवीचे काव्यजीवन होते. भाकरीच्या शोधात हा त्यांचा पहिला दीर्घ काव्यसंग्रह आहे. या कविता संग्रहाला महाराष्ट्र शासनाचा प्रतिष्ठेचा यशवंतराव चव्हाण वाङ्मय पुरस्कार मिळाला होता. कवी लक्ष्मीकांत घुमे सदोदित आंबेडकरी चळवळीच्या सानिध्यात राहिले. आंबेडकरी चळवळीने त्यांच्या कवितेचा योग्य तो सन्मान केला. कवीलाही सन्मानित केले.

कवी लक्ष्मीकांत घुमे यांचा जन्म अत्यंत गरीब कुटुंबात झाला. दोन वेळच्या भाकरीचीही टंचाई आपल्या कुटुंबात होती हे ते मानवतावाद्यांच्या निदर्शनास आणून देतात. ते म्हणतात -

तर
तमाम मानवतावादी माणसातल्या माणसांनो
माझी आई सांगत होती

मी तिच्या पोटात होतो
तेव्हापासून माझ्या घरी
भाकरीसाठी तमाशे होत होते
आणि घरातले सारेच जण
भाकरीचे तुकडे मोजून खात होते
मी पैदा झालो
अन् भाकर म्हणजे काय
एवढा अर्थ
मलाही हळूहळू कळला
तेव्हापासून भाकरीच्या तुकड्यासाठी
माझाही
घेराव सुरू झाला

(पृ. १)

कवीने आपल्या कुटुंबातील दारिद्र्य मानवतावाद्यांच्याच निदर्शनास का आणून दिले? देशातील गरिबी दूर करण्यात राज्यकर्ते अपयशी ठरलेत, हे कवीला सांगायचे आहे का? मानवतेवर आधारित समाजाची निर्मिती राज्यकर्ते करू शकले नाहीत, याची जाणीव मानवतावाद्यांना करून द्यायची आहे का? आपले कुटुंब अठरा विश्व दारिद्र्यात जीवन जगत असताना एकही मानवतावादी मदतीला धावून आला नाही, हे समाजाला सांगायचे आहे का? मानवतावाद्यांचा केवळ उपहास कवीला करायचा आहे का? असे एक ना अनेक प्रश्न वरील ओळीतून उपस्थित होतात. परंतु एक गोष्ट स्पष्ट आहे, कवी देशातील गरिबीला प्रत्यक्ष अप्रत्यक्षरीत्या मानवतावाद्यांना जबाबदार धरतो, आंशिक दोष देतो. कवी लक्ष्मीकांत घुमे यांच्या वाट्याला बालपणापासूनच कष्टाचे जीवन आले. कष्ट केले तरच दोन घास पोटात जात होते. बालपणी आपल्या वाट्याला आलेल्या कष्टाचे स्वरूप ते पुढील ओळीतून सांगतात. ते म्हणतात -

चिमुकल्या हातात
न पेलणाऱ्या काड्या
उचलून उचलून
मी रक्तबंबाळ होत होतो
तेव्हा कुठे संध्याकाळी
दोन घास
पोटात टाकीत होतो

(पृ. १)

भुकेचा आगडोंब सुप्त ज्वालामुखीसारखा असतो. भुकेले आतडेही भाकरीच्या तुकड्यासाठी लालायीत असतात. वस्त्यांचे जीवन भरकटून टाकण्याची क्षमता भुकेत आहे. भरकटलेल्या वस्त्यातील भूक लक्ष्मीकांत घुमे यांच्या कविमनाला सतावत आहे. भुकेने व्याकूळ असलेल्या वस्त्यांशी त्यांचे श्वास जुळलेले आहेत. ते म्हणतात -

अजूनही माझे श्वास
कसे बंदिस्त होऊन भटकतात
या भरकटलेल्या वस्तीत
पोटाच्या आतड्याला छेदीत जाणारी
चतकोर तुकड्याची आग
एक सुप्त ज्वालामुखी
होऊन पेटत असते
सोडीत असते एक
विषारी फुत्कार

(पृ. १,२)

कफल्लकांच्या वस्त्यांमध्ये भूक कफल्लकांचा सतत पाठलाग करीत असते. भूक कफल्लक जीवनाला अस्तित्वहीन बनवीत असते. अगणित कफल्लकांचा जीव भुकेने घेतला आहे. भाकरीपायी मातीत

मिसळलेल्यांचे सांगाडे भुकेचा इतिहास ओरडून ओरडून सांगत आहेत. आयुष्याला चिकटलेली भूक आयुष्यभर भाकरीच्या शोधात असते. भुकेचे संदर्भ देत लक्ष्मीकांत घुमे पुढील ओळीत म्हणतात -

जेव्हापासून या भुकेचे आयुष्य
पाठलाग करीत सुटलेत
माझ्या रिकामी पोटाचे इंटरव्ह्यू घेत
भाकरीच्या आयुष्याचे
चिरकाल टिकणारे संदर्भ देत
तेव्हापासून बघतोय मी
या कफल्लकांच्या उघड्या नागड्या वस्त्यांमधून
भाकरीपायी मातीत दफन होणारे
अस्तित्वहीन माणसांचे सांगाडे

(पृ. २)

कवी लक्ष्मीकांत घुमे यांनी फुटपाथवर जीवन जगणाऱ्या अतिदरिद्री माणसांचे भणंग आयुष्य आपल्या कवितेत चित्रित केले आहे. भूक या एकमेव गरजेभोवतीच फुटपाथवरील माणसाचे जीवन भटकत आहे. ही भूकही कष्टाच्या भाकरीने नाही तर भिकेत मिळालेल्या शिळ्या अन्नाने भागवावी लागत आहे. शिळ्या अन्नाच्या वाटणीवरून फुटपाथवरील माणसे एकमेकांवर तुटून पडत आहेत, भांडत आहेत. भुकेच्या आगीचे हे रौद्र रूप मानवी जीवनाचा अत्यंत खालावलेला स्तर प्रकट करीत आहे. हे भिकारडे जीवन स्वतःवर ओढवून घेणारा तर दोषी आहेच, सोबत समाज आणि राज्यव्यवस्था सुद्धा अधिक जबाबदार आहे. फुटपाथवरील जीवन सामाजिक, आर्थिक आणि कौटुंबिक शोषणाचा परिणाम आहे. शोषणामुळे माणसाचे जीवन किती खालावू शकते, याची प्रचिती कवितेतील पुढील ओळीतून येते. कवी म्हणतो -

अन् कधी कधी
जेव्हा डोळ्यात साठवतोय

भटकलेल्या मुसफिरांची
फुटपाथवरची वस्ती
तेव्हा...
चैन भागवून टाकणाऱ्या तुकड्याचे
आपसात हिशोब होत असताना
कुणाचे कुणी दोन चार घास
हिसकावून खातो म्हटले तर
फूटपाथ रंगतेय इथे
कित्येकांच्या भेदरलेल्या आक्रोशांनी
आणि फूटपाथ पेटते
एखाद्या सुरुंगासारखे
एखादा धाडकन कोसळताना
सावरणाऱ्यांच्या यादीची पाने
फाटली जातात चराचर फुटपाथवर
आणि घोंगावत येतो
माशांचा थवाच्या थवा
तुटून पडण्यासाठी
इतकी वाढून गेली असते
त्यांच्याही पोटातली भुकेची आग

(पृ. २,३)

लक्ष्मीकांत घुमे पुढे म्हणतात, 'फुटपाथवर मरणाऱ्यांचा मरणसोहळा होत नाही. पांढरे वस्त्रही त्यांच्या वाट्याला येत नाही. प्रेताला खांदा देणारेही नसतात. म्हणून दफनविधीपूर्वींच त्यांची तेरवीही आटोपली असते. फुटपाथवरील जीवन प्रवासी उद्याच्या जीवनाचा हिशोब करीत असतात आणि मरणाची वाट पाहत जगत असतात.' कवीने फुटपाथवरील माणसाचे जीवन प्रत्यक्ष अनुभवले आहे. त्यामुळे कवीला फुटपाथवरील जीवनाची वास्तवदर्शी मांडणी पुढील ओळीतून करता आली. ते म्हणतात -

इथे मेलेल्यांच्या कफनासाठी

मिळत नाही पांढरे शुभ्र कपडे

अन् खांदा देणारे

झोपेचे सोंग घेऊन

पडतात मेल्यासारखे

म्हणून मरणाऱ्या कफल्लकांचे

घडवून आणता येत नाही

तेरा दिवस

पंचपक्वांनांचा त्यांच्यासाठी

आधीच झाला असतो

त्यांना स्मशानात नेण्याआधीच दफनविधी

म्हणून इथे उद्याच्या जगण्याचा

हिशोब करीत असतात

इथले जीवन प्रवासी

आणि मरणाची वाट पाहत असते

रोजची संध्याकाळ

पेटलेल्या चितेसारखी

(पृ. ३)

वरील ओळीत शोषणाने मानवी जीवनाची केलेली घोर विटंबना, केलेला घोर अपमान आहे. सगळे काही लुटल्या गेले की माणसाचे जीवन भिकारी बनते. लुटणारी माणसंच असतात. निसर्गही लुटत असतो. लक्ष्मीकांत घुमे म्हणतात,' भिकाऱ्यांजवळ केवळ त्यांचे श्वास उरलेले असतात. शहरात, चौकात, गल्ली बोळात, मिळेल त्या जागी हे चालते फिरते श्वास मुक्काम ठोकत असतात. अल्ला, ईश्वराच्या नावावर मिळालेल्या भिकेत भुकेची आग शांत करतात. उद्या भीक कुठे मागायची हा एक मोठाच प्रश्न भिकाऱ्यांपुढे असतो. दिवसभरात मिळालेल्या भाकरींची विल्हेवाट लावून हे भिकारी या प्रश्नावर चिंतन,

मनन करतात. चर्चेतून उद्यासाठी शहरातील नवीन चौक, नवीन गल्ली भीक मागण्यासाठी शोधून काढतात. आणि दुसऱ्या दिवशी भीक मागून पुन्हा आपल्या राहुटीत परत येतात.' भिकाऱ्यांचा हा दिनक्रम, जीवनक्रम कवीने कवितेतील पुढील ओळीतून सांगितला आहे. कवी म्हणतो -

इथल्या रात्रीत श्वासांचे मुक्काम
उद्याच्या भाकरीवर
जे अल्ला/ईश्वराच्या नावावर मिळवून आणलेली
दिवसभराच्या भाकरीची विल्हेवाट लावून
चिंतन करून शोधून काढतात
शहरातला एक नवा चौक/गल्ली
आणि दुसऱ्या दिवशी फिरून फिरून
पडतात रोजच्या सारखेच

(पृ. ३,४)

कवी लक्ष्मीकांत घुमे यांनी भिकाऱ्यांच्या जीवनाचे सूक्ष्म निरीक्षण केले आहे. त्यांनी त्यांच्या कवितेत कथन केलेली भिकाऱ्यांच्या जीवनातील ससेहोलपट जणूकाही सत्य घटनांवर आधारित आहे, असेच वाटते. मानवी जीवनातील सर्वच समस्या भिकाऱ्यांच्या वाट्याला आल्यात की काय, असेही कधी कधी घुमे यांची कविता वाचत असताना वाटते. समाजात राहू न देण्याइतपत भिकाऱ्यांची दुर्दशा शोषणाने केलेली आहे. ही शोषित दुर्दशाच भिकाऱ्यांना फुटपाथवरून देखील हाकलून लावते. पोलीसही भिकाऱ्यांना जेव्हा जमावबंदी करतात, पांगवितात तेव्हा भिकारी भारतमातेला हाक मारीत या वस्तीतून त्या वस्तीत, या शहरातून त्या शहरात, या चौकातून त्या चौकात, या गल्लीतून त्या गल्लीत चालू लागतात असे कवी पुढील ओळीतून सांगतो. कवी म्हणतो -

एखाद्या वेळी भिकाऱ्यांची संख्या
वाढत गेल्याचे पाहून
पोलिसांनाही मोठा जोर येतो
फुटपाथवर तुटून पडण्याचा
साले बाप की जगह है? म्हणून
पोलीस लांबलचक डंडा उगारतो तेव्हा
सगळेच भिकारी बापाच्या नावाने बोटे मोडीत
'हे भारतमाते' - म्हणून
आईला जोराने हाक मारीत
चालू लागतात या वस्तीतून त्या वस्तीत
या शहरातून त्या शहरात
एका शहरातून तर व्हाया असंख्य चौक/गल्ली

(पृ. ४)

भिकाऱ्यांच्या जीवनाचे अवलोकन करण्यासाठी लक्ष्मीकांत घुमे भिकाऱ्यांबरोबर चौकातून, शहरातून आणि गल्लीबोळातून फिरत असतात. भूकबळी सुद्धा शहीदच असतो असे कवीचे मत आहे. विदेशातील भिकारी श्रीमंत झाल्याच्या अफवातून, भिकाऱ्यांच्या मनात श्रीमंत होण्याच्या बेगडी आशा पल्लवित होत आहेत. भिकारीही खोट्या अफवांना बळी पडत आहेत असे प्रतिपादन कवी पुढील ओळीतून करतो. कवी म्हणतो -

माणसांनो, म्हणून मी फिरतोय
भिकाऱ्यांच्या चौकातून/शहरातून/गल्लीबोळातून
कुठलाही चौक भूकबळी म्हणून
शहीद झालेल्या माणसाच्या नावे लागला
असे कोणत्याच शहरात आढळले नाही
आणि विदेशातील भिकारी
श्रीमंत झाल्याच्या वार्ता

वर्तमानपत्रात छापून येत आहेत
काय कमाल आहे -
आजकाल भिकारीही अफवेचे बळी ठरताहेत

(पृ. ४)

लक्ष्मीकांत घुमे म्हणतात, 'जीवन उभे ठेवण्यासाठी अन्नाची मूलभूत गरज पूर्ण झालेली असावी लागते. परंतु ही गरजही ज्यांची पूर्ण होत नाही त्यांना भीक मागण्याशिवाय पर्याय उरत नाही. सुशिक्षित बेकारांची जशी संख्या वाढत आहे तशीच भिकाऱ्यांची सुद्धा संख्या वाढत आहे. समस्यांचा डोंगरच ज्यांच्या वाट्याला आला आहे त्यांच्या मुलांना भीक मागण्याचे शिक्षण घ्यावे लागत आहे. भिकारी मायबापांना आपल्या मुलांसाठी भिकेची जागा निश्चित करावी लागत आहे. या भिकारी मुलांना मिळणारी भीक त्यांच्या केविलवाण्या लाचार परिश्रमावर अवलंबून आहे. भिकेतही त्यांना उष्टे अन्न आणि शिळे तुकडेच आयुष्यभर मिळतात. 'मानवाचा खुंटलेला विकास खऱ्या अर्थाने या भिकारी मुलांच्या अंतःकरणात नांदत आहे'. मानवी समाजाच्या या शोषणाधारित शोकांतिकेला प्रतिमातून शब्दबध्द करताना कवी म्हणतो -

ज्यांना आधीच मिळत नाही
जीवाच्या पायव्याला उभी करण्यासाठी
भाकरीची भक्कम जागा
एम्प्लॉयमेंटच्या यादीत भरावेत
सुशिक्षित बेकारांच्या
नावाचे ऑफिसतोड फिगर
तसे चौकात/गल्लीत दिसून येताहेत
नव्या नव्या चेहऱ्यांचे भिकेच्या नोकरीसाठी
वस्तीत दारोदार भटकून केलेले विनवणी अर्ज
ज्या शिळ्या तुकड्यावर जगतात ते

त्यांना कुठलेही व्याज न फेडता येण्याइतपत
वाढून गेलेल्या समस्यांच कर्ज
पेलवता पेलवता जे झिजून जातात आयुष्यभर
त्यांची पोरं अ ब क ड ऐवजी शिकतात
बालपणापासून 'अल्ला के नाम पे दे
भगवान के नाम पे दे.'
आयुष्याच्या शाळेत शिरल्यापासून
त्यांचे मायबाप घेतात त्यांचे इंटरव्ह्यू
आणि अनुभव कथन केल्यानंतर
वाटून देतात त्यांना एकेक चौक/गल्ली
त्यांच्या लाचारीच्या परिश्रमावर ठरला असतो
त्यांच्या रोजच्या पोटापाण्याचा पगार
आणि उभ्या आयुष्यात त्यांना
ह्या वस्तीत शहरात चौकात गल्लीत
उष्टे अन्न अन् शिळ्या तुकड्याशिवाय
मिळत नाही कुठलीही पगारवाढ अथवा बोनस
हीच पोटतिडीक मला त्रस्त करते

(पृ. ४,५)

कवी लक्ष्मीकांत घुमे यांच्या कविता कालसापेक्ष आहेत. कवी लहान असतानाही कुटुंबात प्रश्न भाकरीचाच होता, मोठे झाल्यानंतरही कुटुंबात प्रश्न भाकरीचाच आहे. लहानपणापासूनच भाकरीचा प्रश्न कवीचा पाठलाग करीत आहे. हा प्रश्न सुटता सुटत नाही आहे. कवी सांगतो, "लहानपणी मी भूक लागली असे म्हणताच आई थापड दाखवायची आणि वयाने मोठा झाल्यावर मी म्हाताऱ्या आईने ज्वारीला पैसे मागताच तिच्यावर तुटून पडायचो." या दोनही प्रसंगातून कवीने कवितेत प्रश्न भाकरीचाच चितारला आहे. बदल निसर्गाचा नियम आहे म्हणतात. कवी तरुण झाला. आई म्हातारी झाली. निसर्ग नियमाने

दोघांचेही वय बदलले. परंतु दारिद्र्याचे वय तेवढ्याने तेवढेच आहे. दारिद्र्याला निसर्गनियम लागू नाही का? कवी म्हणतो -

आणि मला आठवते
मी लहानपणी आईला
भूक लागली म्हणताच
आई थापड घेवून माझ्यावर
चालून यायची
आता किती बदलले?
मी घरी आल्यावर
म्हाताऱ्या आईने
घरातल्या ज्वारीसाठी पैसे मागताच
मीच तिच्यावर तुटून पडतो

(पृ. ६)

कवी लक्ष्मीकांत घुमे म्हणतात, "पक्षी पंखाच्या जोरावर विपरीत परिस्थितीत स्थलांतर, देशांतर करू शकतात. भूक लागल्यावर एखाद्या बहरलेल्या शेतातील हिरवे पिवळे दाणे टिपून खाऊ शकतात. हवे तिथे स्वतःसाठी घरटे बांधू शकतात." निसर्गाच्या सानिध्यात पक्षी निसर्ग नियमाचे पालन करून स्वतंत्रपणे जगत आहेत. पंखच पाखरांचे कर्मबळ आहे. ते पुढे म्हणतात, "हे कर्मबळ माणसाजवळ असते तर त्याने संसदेच्या भिंतीलाच धडक दिली असती. कुठलीही स्टेनगन/ मशिनगन त्यांना रोखू शकली नसती." कवीचा संसदीय लोकशाहीला विरोध आहे. हा विरोध कवीने कवितेतील पुढील ओळीतून स्पष्टपणे मांडला आहे. कवी म्हणतो -

मी पाखरांचा प्रश्न मांडणार नाही
त्यांच्या पंखात जोर असेस्तोवर
त्यांना दुसऱ्या देशातही उडून जाता येते
लागलीच भूक तर...

एखाद्या बहरलेल्या शेतातील
हिरव्या पिवळ्या कणसाचे
दाणे टिपून खाता येते
अन् चोचीत काड्या घेत घेत
घराचे ठिकाण शोधता येते.
माणसाला पक्ष्यासारखे उडता
आले असते तर...
कुठली स्टेनगन/मशिनगन
रोखू शकली नसती
पार्लमेंटच्या भिंतीला बसणारी धडक?

(पृ. ६)

कवी लक्ष्मीकांत घुमे भुकेने व्याकूळ आहेत. भाकरीच्या शोधात आहेत. व्यवस्थेवर चिडूनही आहेत. समाजवादी विचारधारेचा अंगीकार करूनही माणसांचे मूलभूत प्रश्न सुटत नाहीत हे पाहून त्यांचे कविमन उदासीन आहे. आपले पूर्वज भाकरीचा प्रश्न घेवून जन्माला आलेत, भाकरीचा प्रश्न न सोडवताच निघून गेलेत. भावी पिढीला हा वारसा देऊन गेलेत. या समाजव्यवस्थेत आपल्या पूर्वजांचे अस्तित्व होते की नव्हते, असा प्रश्न कवीला पडतो. आपल्या शिलकी आयुष्याच्या तक्रारी पूर्वजांजवळ मांडण्याची इच्छा कवी व्यक्त करतो. "चूल पेटविण्याइतपत असंख्य घरी दानापाणी नाही. चुलीवर भाकरही शिजू नये, इतकी दैनावस्था कुणी निर्माण केली?" असे कवी विचारतो व म्हणतो -

म्हणून माझे दातावर दात आदळतात
संध्याकाळच्या 'लाल' उदासिनतेत
अन् पोटाची भूक
विचारीत असते
भाकरीच्या राहण्याचे मुक्काम पोस्ट

अन् मी शोधतोय/विचारतोय
भाकरीच्या पूर्वजांचे अस्तित्व कुठे आहे?
मला माझ्या शिलकी आयुष्याच्या
तक्रारी मांडावयाच्या आहेत
असंख्य घराघरातून चुलीला लाथ मारून
नामानिराळी झालेली
भाकरीची ही वर्तणूक
कुणाच्या दबावाखाली येऊन फरार झाली?

(पृ. ६,७)

पुरोगामी, विद्रोही आणि क्रांतिकारी कवींनी आपल्या कवितांमधून स्वातंत्र्याविषयी प्रश्न उपस्थित केले आहेत. 'स्वातंत्र्य कुठल्या गाढवीचं नाव आहे', असे नामदेव ढसाळही 'गोलपिठा' या कवितासंग्रहातील 'निमित्त १५ ऑगस्ट ७१' या कवितेत म्हणतात. कवी लक्ष्मीकांत घुमे यांनी स्वातंत्र्याला सती गेलेल्या विधवेची उपमा दिली आहे. भाकरीचा प्रश्न तर त्यांना सतावतो आहेच. पण भाकरीपायी मातीमोल झालेल्या आयुष्याचा इतिहास त्यांना भेडसावतो आहे. उपासमारीने ते घायाळ आहेत. भाकरीच्या प्रश्नाच्या विरोधात ते डरकाळी फोडत आहेत, विद्रोह करीत आहेत. परंतु त्यांच्या डरकाळीचा, विद्रोहाचा पाहिजे तसा परिणाम होत नाही आहे. भाकरीचा प्रश्न तसाच कायम आहे. ते म्हणतात -

सगळाच इतिहास स्वातंत्र्यातला
स्वातंत्र्य हे कुठल्या युगात
सती गेलेल्या विधवेचे नाव आहे?
केव्हापासून सतावतो हा प्रश्न
आणि भेडसावीत जातो
मातीमोल झालेल्या आयुष्याचा
एकेक इतिहास

घायाळ झालेल्या वाघासारखा
माझा रक्तबंबाळ जबडा
कित्येक दिवसापासून भाकरीसाठी
तहानला आहे
आणि प्रत्येक डरकाळी
ह्या अस्ताव्यस्त जंगलात
दबून गेली आहे.

(पृ. ७)

भाकरीच्या प्रश्नाने कवी लक्ष्मीकांत घुमे यांना अस्वस्थ केले आहे. न थांबता सतत या प्रश्नाचा पाठपुरावा करायचा निर्धार त्यांनी केला आहे. अधूनमधून वाट्याला आलेल्या उपासमारीने त्यांना बंडखोर केले आहे. त्यांच्या उद्विग्न मनात भूकबळींच्या चिता जळत आहेत. असंख्य लोक भाकरीसाठी आजही वणवण भटकत असल्याचे ते कवितेतील पुढील ओळीतून सांगतात. ते म्हणतात -

मी थांबणार नाही तरीही
माझ्या नसानसातून
एक रक्तप्रवाह सुरू असतो
उद्रेकांनी खवळलेल्या बंडखोरासारखा
भंगून गेलेल्या माझ्या शरीराशी
भाकरीचे सारखे अधूनमधून
नाते तोडल्यापासून
माझ्या मनात
भाकरीवर तुटून पडण्याआधी
ठार झालेल्या भूकबळींची
स्मशान चिता जळत आहे
अन् भाकरीसाठी कित्येकांचे आयुष्य
वाटा शोधत पळत आहे

(पृ. ७,८)

भूक अत्यंत क्रूर आहे. भुकेला भाकरच शांत करू शकते. भुकेचा जीवन जाणिवांशी, दारिद्र्याशी, दारिद्र्याचा रोजगाराशी, रोजगाराचा राज्य व्यवस्थेशी संबंध असतो. ही शृंखला खंडित झाली की भाकरीचा मूलभूत प्रश्न रौद्ररूप धारण करतो. माणसे मुबलक आणि भाकरीचा तुटवडा! असे विसंगत चित्र समाजात निर्माण होते. "भूक माणूसभक्षी झाली तर... काय होईल?" याचा काल्पनिक आढावा कवी लक्ष्मीकांत घुमे कवितेतील पुढील ओळींतून घेतात. ते म्हणतात -

माणसाला माणसे खाता आली

असती तर...

माणसांनी पाडले असते

आपल्याच घरातल्या रक्तांचे खून

आणि भूक लागलेल्या कुटुंबाला

ते ठरले असते एक रिसेप्शन

(पृ. ८)

'भाकरीचा प्रश्न ज्यांच्या जीवनात आहे त्यांना हसत हसत जीवन जगता येत नाही, हसत हसत मरताही येत नाही', असे लक्ष्मीकांत घुमे म्हणतात. म्हणजे जन्मही रडत-रडत आणि मृत्यूही रडत-रडतच! भाकरीचा प्रश्न उपस्थित होण्याला कवीचा प्रखर विरोध आहे. या प्रश्नाच्या विरोधात ते पेटून उठले आहेत. त्यांच्या तोंडचे शब्द आग ओकत आहेत. कवितेतील पुढील ओळीत ते म्हणतात -

या भाकरीच्या चौकटीत सापडलेले

जगू शकणार नाहीत हसत हसत

आणि मरताही येणार नाही हसत हसत

म्हणून

मी कसा पेटून उठलो आहे

माझ्या तोंडातून होत आहे अग्निवर्षाव

धुंवाधार कोसळणाऱ्या पावसासारखे

(पृ. ८)

कवी लक्ष्मीकांत घुमे यांची कविता माणसाच्या मूलभूत गरजांच्या प्रश्नाला वाचा फोडणारी कविता आहे. स्वातंत्र्यानंतरही माणसाच्या मूलभूत गरजांनी किती विद्रूप रूप धारण केले आहे, हे त्यांनी आपल्या कवितेतून उघड केले आहे. आईच्या लुगड्यावरील ठिगळ पाहून कवीचे डोळे पाणावतात. 'राष्ट्रध्वज आणि आईच्या लुगड्यावरील ठिगळ' या दोन प्रतीकातून कवीने 'वस्त्र' ह्या मूलभूत गरजेचे लाजिरवाणे रूप कवितेतील पुढील ओळीतून प्रकट केले आहे. ते म्हणतात -

कधी डोळेही पाणावतात

तीन रंगी कापडाचे आपलेपण स्वीकारताना

जेव्हा मी बघतोय

माझ्याच आईच्या लुगड्यावर

तीन रंगी कापडाचे ठिगळ लावून

घरीच राष्ट्रध्वज फडकलेले पाहताना

(पृ. ९)

लक्ष्मीकांत घुमे शोषित इतिहासाची दखल घेत म्हणतात, "माणसाचा खरा इतिहास शोषितांच्या रक्ताने लाल झालेल्या मातीत दफन आहे. पण हा खरा इतिहास आज विसरला जात आहे. अन्न, वस्त्र, निवारा, आरोग्य आणि शिक्षण या मूलभूत गरजवंचितांचा 'इतिहास आणि वर्तमान', स्वातंत्र्याचे चटके देणाऱ्या पावसात भिजत आहे. या विरोधात आक्रोश करणाऱ्याला जाणीवपूर्वक सैतान, राक्षस, राक्षसीन, खलनायक, खलनायिका, नक्षलवादी, देशद्रोही ठरविले जाते. परंतु आपला आक्रोश कत्तलखोर सैतानाचा नसून शोषणविरहित समाज निर्मितीसाठी झटणाऱ्या सृजनशील माणसाचा आहे, असे ते सांगतात. या रक्तरंजित इतिहासाच्या जाणिवेतून एखादा तरुण नवीन इतिहास घडविण्यासाठी पुढे आला तर त्यालाही भगतसिंगासारखे फासावर लटकविले जाईल, अशी भीती कवीला वाटते." गरजवंचितांवर आजही वर्चस्व कायम केले जात आहे.

कालही हेच होत होते. आजही हेच होत आहे. उद्याही हेच होणार आहे? कवी लक्ष्मीकांत घुमे यांनी मूलभूत गरजांच्या झालेल्या, होत असलेल्या शोषणातून माणसाच्या वाट्याला आलेले हलाखीचे जीवन आपल्या कवितांमधून कथन केले आहे. अन्न, वस्त्र, निवारा या गरजांच्या शोषणातून शोषणाने या पृथ्वीतलावर नरकाची निर्मिती केली आहे. शोषितांना जिवंतपणी नरकमय यातनांचा अनुभव दिला आहे. अन्न नाही, वस्त्र नाही, निवारा नाही, फक्त शोषणाची चालती आहे! कवितेतील पुढील ओळीत कवीने निवाऱ्याच्या प्रश्नाला हात घातला आहे. कवी म्हणतो -

माझे एवढे निरोप
इतिहासाला कळले तर
पुन्हा एकदा भगतसिंगासारखा
कुणी चढवला जाईल फासावर
आणि चोवीस वर्षाच्या पोराचे बलिदान
म्हणून वृत्तपत्रांना लिहिता येईल अग्रलेख
माझा हा आक्रोश
कत्तलखोर सैतानाचा नाही, माणसांनो!
पण इतिहास पारखा होत
चाललाय त्यांच्यासाठी
इतिहासाची लाल माती झालीय
तोंडावर सुवासिक पावडर समजून
लावणाऱ्यांना एक मॉडर्न शौक
अशावेळी वर्षामागून वर्ष
भिजत आहे
स्वातंत्र्याचे चटके देणाऱ्या पावसात
आणि निवाऱ्याला छप्पर नाही

(पृ. ९,१०)

एकीकडे माणसाच्या दारिद्र्यात वाढ होत आहे. रोजगार नाही. राशनसाठी माणसा-बायकांच्या रांगा वाढत आहेत. कत्तलखान्यातील ढोरात आणि माणसात फारसे अंतर राहिले नाही. ढोरांना मारण्यासाठी कत्तलखाने आहेत आणि माणसांना खंगून मरण्यासाठी झोपडपट्ट्या आहेत, राशनची दुकाने आहेत. तर दुसरीकडे राज्यकर्ते भोगविलासात निमग्न आहेत. लक्ष्मीकांत घुमे यांनी समाजातील या विषम दृश्यावर बोट ठेवले आहे. झोपडीतल्या माणसाचे डोळे उघडे आहे, डोके बंद आहे, म्हणून हे सगळे राजरोस सुरू आहे असे प्रतिपादन कवी कवितेतील पुढील ओळीत करतो व म्हणतो -

जिथे घर एक कत्तलखाना झालाय
खंगलेल्या ढोरांना बांधून ठेवावे
कत्तलीच्या उद्घाटनासाठी
तशा वाढत आहेत राशनसाठी
माणसा-बायकांच्या रांगा
राज्यकर्त्यांच्या बिल्डिंगमध्ये शिरतात
कॉलगर्लच्या उघड्या टांगा
इथे झोपडीतला अंधार
अद्याप शहाणा झाला नाही

(पृ. १०)

कवी लक्ष्मीकांत घुमे यांच्या कुटुंबाला दारिद्र्याने वेढले आहे. बहिणीला भीक मागताना पाहून कवी क्रोधित आहे. नाईलाजाने तिने आणलेल्या भिकेच्या भाकरीवर आसवे गाळत कवीला स्वतःची भूक भागवावी लागत आहे. कवीच्या अंतर्मनातील हा रोष शेवटी मायबापांवर तुटून पडतो. "दोन वेळच्या सांजेची सोय केल्याशिवाय या वस्तीतल्या एकाही मायबापाने निष्पाप लेकरांना भीक मागण्यासाठी जन्म देऊ नये, भिकारी वारसा पुढे चालवू नये," असे आवाहन कवितेतील पुढील ओळीत ते करतात. ते म्हणतात -

माझी बहीण भीक मागायला
घराबाहेर पडली की
माझे डोळे क्रोधाने लालबुंद होतात
मात्र तिच्या भिकेच्या भाकरी खाताना
माझ्या डोळ्यातले रक्त
आसवांचे थेंब बनून
ताटात ओघळताना पाणी होते
मी माझ्या बापाची शपथ घेऊन सांगतो
या वस्तीतल्या कोणत्याही बापाने
लेकराच्या दोन सांजेची सोय केल्याशिवाय
उगाच निष्पाप लेकरांना जन्म देऊ नये
अन् आयुष्यभर मागण्यासाठी
वारसदार म्हणून ठेवू नये
इथे जन्म घेऊन धन्य झालो म्हणणाऱ्या
वीस टक्के हुकमी हिजड्यांचे नाच पाहायला
माझ्या डोळ्यांना सहन होणार नाही रे बाप्पा!

(पृ. ११)

महाभयंकर दारिद्र्याच्या महाभयंकर शोकांतिकेचा लेखाजोखा कवी लक्ष्मीकांत घुमे यांच्या कवितेत आहे. दरिद्री वस्तीतील दरिद्री माणसाचे जीवन कवडीमोल आहे. उकिरड्यावर दाणे टिपून फेकलेल्या कणसात आणि वस्तीतील दरिद्री माणसात काहीच फरक नाही. राज्यकर्त्या जमातीला वेठीस धरत, कवितेतील पुढील ओळीत वरील आशय व्यक्त करत, ते म्हणतात -

या वस्तीतला मी आणि माझ्या असंख्य बहिणी
म्हणजे दाणे टोचून
उकिरड्यावर फेकलेली कणसे
तुम्ही साले,

कुणाच्या अवलादीची माणसे
भयानक शोकांतिका आहे मित्रहो!

(पृ. ११,१२)

कवी लक्ष्मीकांत घुमे यांच्या मनमस्तिष्कात भाकरीचा प्रश्न भिनलेला आहे. परंतु हा प्रश्न आता कवीपुरता मर्यादित राहिला नसून, वस्तीतल्या रस्त्यारस्त्यावर ह्या प्रश्नाची प्रलयंकारी जाणीव जागृती होत आहे. कवीला दारिद्र्याचा वीट आला आहे. दारिद्र्याच्या चटक्यांनी कवीचे कविमन व्यवस्थेच्या विरोधात आसूड उभारण्यास सिद्ध झाले आहे. व्यवस्थेवर ते तुटून पडत आहेत. व्यवस्थेच्या विरोधात विषारी फुत्कार त्यांच्या तोंडून बाहेर पडत आहेत. धरती आणि आकाशाची छत्रछाया कवीला नकोशी झाली आहे. उद्ध्वस्ततेची भावना कवीच्या मनात घर करत आहे. विषमतेविषयीची प्रलयंकारी चीड व्यक्त करीत कवी म्हणतो-

आता माझ्या मेंदूत भिनलेले
ह्या भाकरीचे महाप्रलयंकारी धबधबे
धाडधाड कोसळताहेत
या वस्तीतल्या रस्त्यारस्त्यावर
केव्हापासून एक सुराग मिळत नाही
या पृथ्वीच्या उघड्या अंगावर
धावून जातो एखाद्या
चवताळलेल्या विषारी नागासारखा
माझे अंगच कसे
विषारी झाल्यासारखे वाटते मला
माझ्या रोमारोमातून
एक एक ठिणगी शिलगते
ही धरती अन् आकाश
एकसाथ पेटवून टाकण्यासाठी

माझ्या दाहकत्या अंगाला झोंबू नका रे

माझ्या प्रत्येक सुस्काऱ्यातून

विषाचे श्वास बाहेर पडू लागतील एकाएकी

एखादा भयानक स्फोट झाल्यावर

घडणाऱ्या उत्पातासारखे

(पृ. १२)

वस्तीतील थोरामोठ्यांना, चिल्यापिल्यांना भूक आणि भाकरीची चिंता आहे. उद्या तर सोडाच, आज संध्याकाळी भाकर मिळेल की नाही याची शाश्वती नाही. भूक आणि भाकरीच्या विदारक सत्याची जाणीव वस्तीतील सर्वांनाच आहे. उघडी नागडी मुलंही भूक आणि भाकरीची तोंडमिळवणी करायला शिकले आहेत. आपला भुकेचा अनुभव ऐकल्यावर, संध्याकाळची भूक भागविण्यासाठी कोरकुटका तेही जतन करीत आहेत, असे लक्ष्मीकांत घुमे सांगतात. ते म्हणतात -

अलीकडे जेव्हा कधी

माझ्या भुकेचे विदारक सत्य

या वस्तीतली उघडी नागडी मुलं ऐकतात

तेव्हा ती सैरावैरा

पळत सुटतात घराच्या दिशेने

अन् जेवढे पोटात टाकता येईल

तेवढे पोटात टाकून घेतात

अन् दोन चार घास उरलेच तर

संध्याकाळची सोय म्हणून

खिशाच्या कोपऱ्यात लपवून ठेवतात

(पृ. १२,१३)

कवी लक्ष्मीकांत घुमे यांच्या जीवनात लहानपणापासूनच भुकेचे अग्नितांडव सुरू आहे. भुकेच्या वलयांनी ते पुरते वेढून आहेत. भुकेचे

फास त्यांच्या भुकेल्या शरीराचा गळा आवळत आहे. भुकेने त्यांचे श्वासही जखमी केले आहेत. रोजगारविहीन भुकेने भाकरीसाठी धारण केलेले हे रौद्र रूप पाहून कवीचे अंतर्मन व्यवस्थेविरोधात खदखदत आहे, चीड व्यक्त करीत आहे. भाकर माणसाच्या जगण्यामरण्याचे साधन आहे. भूक आणि भाकर यांचे अतूट नाते आहे. भाकरीसाठी लागणारे धान्य पिकविता येते, माती पिकविता येत नाही. कवी मातीच्या भाकरीची कल्पना करतो. परंतु भाकर ज्वारीची असो की मातीची परिस्थिती बिकटच राहील असे कवी कवितेतील पुढील ओळीत सांगतो आणि म्हणतो -

इथल्या काळ्या मातीच्या भाकरी करता आल्या
असत्या तर...
ह्या देशातल्या लोकांनी
घराच्या भिंतीच फोडून फोडून
उद्ध्वस्त केल्या असत्या
अन् कुंभारांनी मडक्या ऐवजी
भाकरी घडविल्या असत्या विकण्यासाठी
जेव्हा लहानपणी खेळत होतो
मातीच्या भाकरी करून
बाहुला-बाहुलीचे लग्न
तेव्हापासून
अवचित जळत येणारे
हे भुकेचे अग्निप्रलय
फुफुस्साच्या पडद्याला फाडत जाणारे
महाभयानक वलय
चिमूटभर तोंडातून जाणारे
माझे जखमी श्वास
अन् गळ्याभोवती आवळत येणारे
विषारी फास
इथूनच खदखदत जाणारा

एक दीर्घ सुस्कारा शोधत असतो
भाकरीच्या शरीराला
खुडून खुडून टाकण्यासाठी

(पृ. १३)

कवी लक्ष्मीकांत घुमे यांचे हृदय भुकेने विदीर्ण आहे, काळवंडले आहे. चूल घरात शांत आहे. चुलीवर शिजवावे असे काहीच घरात नाही. कवी उद्ध्वस्त जीवनातील शांत चुलीलाही ध्वस्त करतो आणि म्हणतो-

माणसांनो!
माझ्या अंत:करणावर
कित्येक दिवसापासून भुकेचे
काळे डाग पडले आहेत
म्हणूनच घरातल्या चुलीलाही मी
आपल्याच हाताने फोडून टाकले आहे

(पृ. १३,१४)

कवी लक्ष्मीकांत घुमे यांच्याबरोबर व्यवस्था 'भूक-भाकरीचा' जालीम खेळ खेळत आहे. रोज उजाडणाऱ्या दिवसागणिक कवीच्या आयुष्याची त्यामुळे राखरांगोळी होत आहे. व्यवस्थाच शोषक आणि शोषितांच्या जीवनाला आकार देत असते. शोषकांना व्यवस्था हवीहवीशी असते, शोषितांना ती नकोशी असते. गरीब श्रीमंत असा भेदही व्यवस्थाच निर्माण करीत असते. कवी शोषित असल्यामुळे, कवीला ही व्यवस्था आणि व्यवस्थेचे शोषक समर्थक नकोसे झाले आहेत. व्यवस्थेने आपले आयुष्य जर्जर केले नसते तर... आपणही अज्ञान, अंधकारात जगत असलेल्या शोषितांना जागृत करण्यासाठी, समाजाला शोषणमुक्त करण्यासाठी हातभार लावला असता, अशी इच्छा कवी कवितेतील पुढील ओळीतून व्यक्त करतो आणि म्हणतो -

रोज उगवणाऱ्या सूर्याने
हे जालीम खेळ खेळत खेळत
माझे आयुष्यच जाळून टाकले आहे रे
नाहीतर मीही झालो असतो
एखाद्या सूक्ष्म अणुसारखा
इथल्या पाषाणी षंढांना
फाडत नेणारा भयानक द्रव
आणि पेटविले असते
या वस्तीतले विझलेले सगळेच चिराग

(पृ. १४)

कवी लक्ष्मीकांत घुमे यांना सत्य अनाकलनीय वाटते. इथे लक्ष्मीकांत घुमे यांच्या मताशी सहमत होता येत नाही. सत्य कुठेही असो, सत्याचे क्षितिज-टोकही आकलनियच असते, गाठता येते. Everything is knowable. सत्य उलगडण्याचा अथवा व्यवस्थेच्या विरोधात जाण्याचा याआधी ज्यांनी प्रयत्न केला, आक्रोश केला त्यांचे आयुष्य मातीमोल झाले असे कवी कवितेतील पुढील ओळीत सांगतो आणि म्हणतो -

हृदय फाडून टाकले तरी
आकांत करून सत्याचे
गाठता येत नाही क्षितिज-टोक
त्या आधी कित्येकांचे आयुष्य
आक्रोश करीत कफन झालेत
अन् या रस्त्याच्या मातीतच
देह त्यांचे दफन झालेत.

(पृ. १४)

कवी लक्ष्मीकांत घुमे यांनी आपल्या कवितेचा मोर्चा आता शोषक आणि शोषकांच्या वस्तीकडे वळविला आहे. आतापर्यंत अन्न, वस्त्र आणि निवाऱ्याची दाहकता त्यांनी आपल्या कवितेतून कथन केली होती. शोषण हा शोषकांचा जीवन जगण्याचा मार्ग असतो. शोषित असेल तरच शोषक असतो. सगळेच शोषक किंवा सगळेच शोषित नसतात. शोषित संख्येने अधिक तर शोषक कमी असतात. विदर्भात एक म्हण आहे, 'पाठीवर मार पण पोटावर मारू नको.' परंतु शोषणाने शोषितांच्या सर्वांगावरच वार केलेत. पोट-पाठ काहीच सोडले नाही. शोषणाचा जलील मार्ग अगोदर शोषितांचे पोट गहाण ठेवतो आणि मग शोषितांच्या आयुष्याचा काळाबाजार सुरू होतो, असे कवी म्हणतो. शोषणाच्या विरोधात लढण्याऐवजी शोषित ज्याक्षणी शोषणवाट मान्य करतात, शोषणाच्या छावणीत शोषित म्हणून दाखल होतात त्याक्षणीच त्यांचे मृत्युपत्र लिहिले जातात, असेही कवी म्हणतो. ह्या शोषणवाटेची वर्तणूक बेइमान आहे. सुईच्या टोकाईतकेही सुख हा शोषणमार्ग शोषितांना देऊ शकत नाही असे कवी कवितेतील पुढील ओळीत सांगतो आणि म्हणतो -

हेच ते पोट गहाण ठेवणारे जलील रस्ते
आयुष्याची स्मगलिंग करणारे
आपल्याच प्रदेशात वार करणारे
या मार्गावरून चालण्याची
ज्यांनी स्वीकारली वाट
त्यांच्या आयुष्याचे मृत्युपत्र
लिहून घेणारी ही वस्ती
या रस्त्याच्या बेइमान वागणुकीशी
मागता येत नाही
सुईच्या टोकाईतके सुखाचे क्षण

(पृ. १४,१५)

कवी लक्ष्मीकांत घुमे पुढे म्हणतात, "घामाच्या मोबदल्यात जगण्यापुरते देणाऱ्या, शोषितांच्या पोटाचे एका एका घासाचे हिशेब ठेवणाऱ्या शोषणव्यवस्थेवर वार करता येत नाही'. कवी पुढे म्हणतो, "शोषणव्यवस्था शस्त्रसज्ज आहे. शोषणव्यवस्थेच्या छावणीत शोषित म्हणून जगण्याची सवय ज्या शोषितांना झाली आहे, त्यांच्या जीवनाला ओहटी लागली आहे, त्यांचा जीवनप्रवास वरून राख झालेल्या निखाऱ्यासारखा आहे, जो अधूनमधून शोषित जाणिवांनी आतल्या आत खदखदत असतो". "शोषण छावणीतील शोषित शोषणाच्या विरोधात अधूनमधून पेटून उठत असतात, आपला शोषणविरोधी रोष व्यक्त करीत असतात", असे कवी सांगतो. "परंतु त्यांचे जगणे-मरणे शोषण व्यवस्थेच्या दावणीला बांधले असल्यामुळे त्यांचे शोषणाच्या विरोधात पेटून उठणे, रोष व्यक्त करणे निरर्थक आहे, कुचकामी आहे," असे कवी म्हणतो. शोषण व्यवस्थेच्या गाड्याला जुंपलेल्या शोषितांचा जन्म भाकरीचा तुटवडा असताना झाला आहे. उपासमारीने आईच्या स्तनातील दूधही आटलेले आहे. भाकर नाही, आईच्या स्तनात दूध नाही, अर्ध मृत्यूचा वारसा घेऊनच ही मुले जन्माला आलीत, असे कवी कवितेतील पुढील ओळीत सांगतो आणि म्हणतो -

ज्यांनी ठेवलेत या रस्त्यावर
जगणाऱ्या माणसांच्या पोटाचे
एका एका घासाचे हिशोब
त्यांच्यावर वार करता येत नाही
हातच उगारले तर
छाटण्याच्या तलवारी त्यांच्या
हैवानखान्यात मौजूद आहेत
पागल कुत्र्यांची फौज लागली आहे
गिधाडखानाही सज्ज आहे
या रस्त्यावर झालीय ज्यांना
जगण्याची विधवा सवय
त्यांचे आयुष्य म्हणजे

एखाद्या फाटक्या छपरासारखे
कधी गळणारे कधी पेटणारे
त्यांचा आयुष्यप्रवास
एखाद्या निखाऱ्यासारखा
वरून राख झाल्यागत
खदखदत असतो अधूनमधून
आतल्या आत
त्यांच्या आग लागलेल्या पोटात
वणवे भडकत असतात
एका मागून एक
ज्वालांच्या ठिणग्या ठिणग्या उडतात
त्यांना जाळूनही जळता येत नाही इथे
त्यांना मरूनही मरता येत नाही इथे
भाकरी नसलेल्या वेळापत्रकात
त्यांचा जन्म झाला
तेव्हाच अर्ध-मृत्यूचा वारसा
आईच्या स्तनावर
फडकत होता त्यांचा

(पृ. १५,१६)

कवी लक्ष्मीकांत घुमे यांना शोषितांना आणि स्वतःला शोषण व्यवस्थेच्या शोषणातून मुक्त करण्यासाठी रणमैदानात उतरावे असे वाटते. या शोषण व्यवस्थेने शोषणासाठी उभारलेल्या सर्वच यंत्रणा ध्वस्त करून टाकाव्यात, दूरवर पसरलेले शोषणाचे जाळे जाळून टाकावे असेही कवीला वाटते. समाज शोषणमुक्त झाल्यावर विजयी जुलूस सुद्धा काढण्याची कवी इच्छा व्यक्त करतो. शोषकांना हैवानाची उपमा देतो. आणि शोषकांच्या हाती शोषितांचे लगाम कुणी दिले? असा प्रश्न कवितेतील पुढील ओळीत उपस्थित करतो आणि म्हणतो -

वाटते घोड्यासारखे व्हावे आपणही
त्यांच्या माझ्या आयुष्यासाठी
तुडवावेसे वाटते इथल्या प्रत्येक यंत्रणेला
करावासा वाटतो त्यांचा चेंदामेंदा
जाळावासा वाटतो त्यांच्याही वस्तीतला
लांबच लांब प्रदेश
आणि खूप थाटात काढावासा वाटतो
विजयाचा जुलूस
या हैवानांच्या हाती
आमचे लगाम कुणी दिले?

(पृ. १६)

कवी लक्ष्मीकांत घुमे समाजाच्या होत असलेल्या अधोगतीला शोषण व्यवस्था आणि शोषक यांना जबाबदार धरतात. विशेषतः शोषकांवर पराकोटीचा राग व्यक्त करतात. निष्पाप आयुष्यांना जायबंदी करण्याचा शौक शोषक जोपासतात, असा आरोपही ते शोषकांवर करतात. शोषणाच्या स्लो पॉइझनमुळे शोषित जिवंत असूनही मेल्यासारखे आहेत, काहीतर अवेळीच मृत्युमुखी पडत आहेत. शोषितांच्या अनैसर्गिक, कुपोषित मृत्यूला शोषक आणि शोषण व्यवस्था कारणीभूत असल्याचे ते घोषित करतात. शोषितांच्या शोषणाला काळाबाजार संबोधतात. शोषकांना शोषितांचे शोषण करण्याचा वारसा लाभल्याचे प्रतिपादन कवितेतील पुढील ओळीत करतात आणि म्हणतात -

कित्येकांच्या निष्पाप आयुष्याला
जायबंदी करण्याचा त्यांचा शौक
त्यांनी दिलेल्या स्लो पॉइझनचे
या धरतीवर कोसळताहेत मृतदेह
स्मगलिंगचे वारसे लाभले आहेत त्यांना
विना परवाना

(पृ. १६)

कवी लक्ष्मीकांत घुमे यांनी आपल्या कवितेत शोषकांवर आरोपामागून आरोप केले आहेत. शोषितांना शोषित ठेवण्यासाठी प्रसंगी शोषक हिंसेचाही वापर करतात, शोषितांचे रक्तही सांडवितात. शोषकांना शोषितांच्या शोषणाची चटक लागल्यामुळे त्यांचे मेंदू रक्तपिपासू झाले आहेत, असा गंभीर आरोप कवी शोषकांवर करतो. कवीला आपल्या लुबाडलेल्या आयुष्याचा हिशोब शोषकांना मागावासा वाटतो. भयानक सुरुंगाचा शोध घ्यावासा वाटतो. शोषकांना पराजीत केले जावू शकते का? याची चाचपणी कवी करतो. आणि कवितेतील पुढील ओळीत म्हणतो -

माणसांच्या रक्ताचे घोट घेणारे
त्यांचे रक्तपिपासू मेंदू
त्यांच्या मेंदूतून काढावासा वाटतो
आपल्या आयुष्याचा पै-पै हिसाब
हुडकून काढावासा वाटतो
एखादा भयानक सुरुंग आणि
त्यांचाही एक भयानक पराजय होऊ शकतो?

(पृ. १६,१७)

कवी लक्ष्मीकांत घुमे ह्या शोषणाधारित व्यवस्थेच्या जागेवर नवीन व्यवस्था आणायची इच्छा व्यक्त करतात, शोषितांना तसे आवाहनही करतात. ही शोषणाधारित व्यवस्था अशीच कायम राहिली तर इथे उपाशी मरणाऱ्यांच्या संख्येत वाढ होईल, मृतदेह पुरायलाही जागा शिल्लक राहणार नाही, अशी भीती कवी कवितेतील पुढील ओळीत व्यक्त करतो आणि म्हणतो -

आकाशाला फाडून भाकरीच्या
विशाल सिद्धांताचे
नवे आकाश घडवावे लागेल आता
अन्यथा इथे उपाशी मरणाऱ्या

लोकांना दफन करायला
ह्या धरतीवरती जागा
बंड पुकारून उठेल

(पृ. १७)

कवी लक्ष्मीकांत घुमे यांना शोषित माणसाचे शोषण असह्य झाले आहे. शोषणाचा आधार घेऊन कवीला शोषणव्यवस्थेलाच सुरुंग लावायचा आहे. इथे कवीने शोषणाचा आधार म्हणून 'भाकरीचा फोटो' ही शोषण प्रतिमा वापरली आहे. कवी उपाशी राहून मेलेल्यांच्या खऱ्या आकडेवारीचा प्रश्न कवितेत उपस्थित करतो. व्यवस्थेशी एकाकी झगडतो. "रस्त्यावर उपाशीपोटी बेहोश पडणाऱ्या शोषित पोटाचा हिशोब कोण चोरून नेतो?" असे कवी विचारतो आणि म्हणतो -

मला भाकरीचा एक फोटो घेऊन
सुरुंग पेटवायचा आहे
कुणी उपाशी राहून मेलेल्यांचा
खरा आकडा देता काय?
या बेफाम झालेल्या
असह्य कळांचे दुखणे घेऊन
मी झगडतोय इथल्या व्यवस्थेशी
माझ्या भुकेतून निसटत जाणारे
शब्दांचे थवेच्या थवे विचारताहेत
'कधी कधी वर्दळ चाललेल्या रस्त्यावर
एखादा उपासमार पडून बेहोश होतो
तेव्हा कुणालाच कसे कळत नाही
त्याच्या पोटाचा हिशोब
कोण चोरून नेतो?'

(पृ. १७)

माणसाचे जीवन सुखदुःखमय आहे. कोणाच्याच वाट्याला पूर्ण दुःख अथवा पूर्ण सुख येत नाही. फक्त सुखदुःखात व्यक्तिपरत्वे असमतोल असतो. कवी लक्ष्मीकांत घुमे यांच्या जीवनात भौतिक सुखाचा वाटा कमी आणि दुःखाचा वाटा अधिक आहे. कवी स्वतःच्या जीवनातील अतृप्त सुखाची नोंद कवितेत करतो. आणि भुकेच्या ओझ्याने दबलेले आपले अंतःकरण कवितेतील पुढील ओळीत उघड करतो आणि म्हणतो-

मी साऱ्याच सुखाच्या अतृप्त रेषा
ओरबाडून ठेवल्यात वाटेवाटेवर
अन् अंतःकरणावरून
भुकेचे ओझे वाहत नेतोय
पेशी-पेशीतल्या रक्ताकडे

(पृ. १७,१८)

भटके, गोर-गरीब, निराधार, भिकारी साऱ्यांची गर्दी शहरातील चौकात उसळली होती. सारेच भुकेने व्याकूळ, भाकरीच्या शोधात! जणू भाकरीच्या प्रश्नाचे ते केविलवाणे प्रदर्शनचं होते. भुकेचा कल्लोळ पाहून, सैरावैरा झालेली भूक पाहून गर्दी थोपविणारे पोलीसही जेवायला निघून गेलेत, असे कवी सांगतो. भुकेने गजबजलेल्या या चौकात भूकजर्जर काहीच ऐकण्याच्या मनस्थितीत नाहीत. सांगणाऱ्यावरच, उपदेश करणाऱ्यांवरच ते तुटून पडतील, अशी भीती कवी कवितेतील पुढील ओळीत व्यक्त करतो आणि म्हणतो -

कधीतरी
या शहराच्या चौकात
भाकरीचे प्रदर्शन भरले होते
मी गेलो तर लक्षात आले
गर्दी थोपविणारे सारेच पोलीस
जेवायला गेले होते

मी इथल्या चौकात
एक भाषण दिले तर
सारेच लोक माझ्यावर
तुटून पडतील अन्
मलाच भाकरीसारखे
खुडून खातील

(पृ. १८)

भूक सापेक्ष आहे. भूक हिंसक, खुनशी पण आहे. निसर्गाने प्रत्येकाला भूक वाटून दिली आहे. भूक आणि भाकरीचा बिघडलेला तोल कवी लक्ष्मीकांत घुमे यांनी आपल्या कवितेत शब्दबध्द केला आहे. 'माणसाची भूक चिमणीएवढी असती, माणसाने चिमणीसारखी भाकर खुडून खाल्ली असती तर भुकेपायी खून झाले नसते, माणसाचे मरण सुसह्य झाले असते, काही उपासाने तर काही पोट भरून मृत्युमुखी पडले असते,' अशी मानवी जीवन-मरणाची काल्पनिक तद्वतच उपहासात्मक भविष्यवाणी कवी कवितेतील पुढील ओळीत करतो आणि म्हणतो -

चिमणीच्या दाताने खुडून खाण्याचा
रिवाज पडला असता तर...
भुकेपायी एकमेकांचा खून झाला नसता
एक उपासाने मेला असता
अन् दुसरा पोट भरून गेला असता!

(पृ. १८)

कवी लक्ष्मीकांत घुमे यांना आतापर्यंत आपण कवितेत कथन केलेला 'भूक-भाकरीचा' प्रश्न कदाचित तत्त्वज्ञानापलीकडचा असावा असे वाटते. परंतु कवी म्हणतो तसे तत्त्वज्ञानापलीकडे काही नसते. सगळे काही तत्त्वज्ञानचं असते. मग तो भूक भाकरीचा प्रश्न असो की

आणखी कोणताही! आतापर्यंत शोषक आणि त्यांच्या शोषणव्यवस्थेला उघड (expose) करण्यात त्यांच्या कवितेने मजल मारली आहे. 'बाळाचे पाय पाळण्यात दिसतात' अशी मराठी भाषेत एक म्हण आहे. भाकरीचा संदर्भ घेऊन कवीने ही म्हण आपल्या कवितेत वापरली आहे. भाकरीचा प्रश्न भविष्यात गंभीर रूप धारण करेल, हे वेळीच कसे ओळखता येत नाही? असा प्रश्न कवितेतील पुढील ओळीत ते विचारतात, ज्योतिषांवर बोट ठेवतात आणि म्हणतात -

मज कफल्लकाच्या ह्या चार दोन गोष्टी
तत्त्वज्ञानाच्या पलीकडच्या
असतीलही कदाचित पण
या भाकरीचे गोजीरवाणे पाय
पाळण्यात कसे दिसत नाहीत?
एक दोन ज्योतिष्यी आणतो म्हटले
तर ज्योतिष्यी कसे भेटत नाहीत?

(पृ. १९)

कवी लक्ष्मीकांत घुमे यांना उपाशी असताना एकाकी वाटते. सगळी नाती बेगळी वाटतात. अशावेळी त्यांचे उपाशी एकाकीपण भूक भागविण्यासाठी भीक मागण्याऐवजी हिंसा, चोरीचा मार्ग पत्करते. इथे भूक भागविण्यासाठी कवीला भीक मागणे कमीपणाचे वाटते. भगवान बुध्दांनी भिक्षाटनावर भिक्षू संघाचा पाया रचला हे कवीने विचारात घेतले असते तर... कवीला शीलभंग टाळता आला असता. परंतु भूक विचारी नसते, हे कवीला इथे सांगायचे आहे. भूक भागल्यावर का होईना कवीला हिंसा, चोरीच्या मार्गाचा पश्चाताप होतो. अहिंसेच्या मार्गाने भीक मागणाऱ्या भिकाऱ्यांच्या पोरी आपल्यापेक्षा बऱ्या, असे मत कवी कवितेतील पुढील ओळीत व्यक्त करतो आणि म्हणतो -

जेव्हा कधी मी उपाशी असतो तेव्हा
कुणाचेच कुणी नसल्यासारखे वाटते

अशावेळी मी
भिकेचे ताट घेऊन फिरण्यापेक्षा
सर्रास करतो हाणामारी
किंवा चोरी
आणि भूक मिटल्यावर वाटते
माझ्यापेक्षा तर बऱ्या
ह्या भिकाऱ्याच्या पोरी

(पृ. १९)

कवी लक्ष्मीकांत घुमे यांनी भिकारी जीवनाकडे पाहण्याची सामाजिक दृष्टी कशी असते याचे वास्तववादी शब्दांकन आपल्या कवितेत केले आहे. भाकरीची ओळख झाली तेव्हापासून वस्तीतील उघडी नागडी मुले आपल्या हतबल, लाचार जीवनावर हसतात. शिव्या देतात. आपली दृष्ट लागू नये म्हणून आपल्या जवळचा भाकरीचा कोर कुटका लपवून ठेवतात, असे कडवट सामाजिक अनुभव कवी कवितेत कथन करतो. प्रसंगी या अमानुष वागणुकीचा निषेध म्हणून हाणामारी सुद्धा करतो. आपण केलेली हाणामारी अन्याय्य, अप्रासंगिक कशी? असा प्रश्न कवी कवितेत उपस्थित करतो आणि कवितेतील पुढील ओळीत म्हणतो-

भाकरी तोडायला शिकल्यापासून
या वस्तीतली उघडी नागडी पोरे
माझ्याकडे पाहून हसतात
मला शिव्या देण्याचं धाडस करतात
मध्येच कुणीतरी भाकरीचा तुकडा
दृष्ट लागू नये म्हणून लपवतात
म्हणून एखादेवेळी मी
दोन चार जणांशी हाणामारी केलीच
तर अशी कोणती ना-इन्साफी केली?

(पृ. २०)

कवी लक्ष्मीकांत घुमे यांच्या कवितांना प्रतिमा, प्रतीकातून बोलण्याची मोठीचं सवय आहे. दोन वेळच्या भाकरीची हातमिळवणी करणाऱ्यांचे, उपाशी पोटी निजणाऱ्यांचे फार मोठे जग आहे. देह बदलून हे जग वर्षानुवर्षांपासून आहे तसेच आहे. उपाशी राहणाऱ्या लोकांची दखल का घेतली जात नाही? अशी प्रश्नरूपी तक्रार कवी कवितेतील पुढील ओळीत हिमालय, नकाशा या प्रतिमा-प्रतीकातून लाक्षणीक अर्थाने करतो आणि म्हणतो -

> ह्या देशाच्या नकाशात
> मास्तरांनी मला हिमालय दाखविल्याचे आठवते
> तेव्हापासून मी सारखी
> नजर रोखून शोधतोहे इथे
> राजेहो, उपाशी राहणाऱ्या
> लोकांचा प्रदेश का दिसत नाही?

(पृ. २०)

कवी लक्ष्मीकांत घुमे यांच्या आईचा मृत्यू तीन दिवस उपाशी राहिल्याने झाला. कवीच्या मदतहीन जीवनातील ही अत्यंत दुर्दैवी घटना आहे. इथे समाजानेच समाज जीवनाला काळिमा फासली आहे. चहूबाजूंनी नाकेबंदी झालेल्या जीवनाची ही वाताहत आहे. भारतमातेच्या उदरात माझी आई चिरनिद्रा घेत आहे, असे कवी दुःखी मनाने कवितेतील पुढील ओळीत नमूद करतो आणि म्हणतो -

> गेल्या तीन दिवसापासून
> माझी आई उपाशी होती
> म्हणून मी वस्तीत गेलो
> परतून आल्यावर बघितले
> माझी आई
> शृंखलामुक्त भारतमातेच्या

उरात घुसलेल्या काचा कवटाळून
चिरनिद्रा घेत होती

(पृ. २०)

कवी लक्ष्मीकांत घुमे यांचे जीवन आणि त्यांच्या आजूबाजूचे जीवन भुकेने गजबजलेले आहे. कशाचीच पर्वा न करता या भूकवाटेतून निघून जाण्याची इच्छा कवी व्यक्त करतो. या भूकवाटेवरून चालत असताना एखाद्याचा खून जरी आपल्या हातून झाला तरी त्याच्या रक्ताने भाकरीचे चित्र काढू, त्याला फ्रेम करू व भरचौकात एखाद्या महापुरूषाच्या चित्रासारखे लावू, असे कवी निर्भीडपणे सांगतो. चौकात लावलेल्या भाकरीच्या रक्तरंग चित्रातून भाकरीची समस्या आता रक्तरंजित, हिंसक झाली आहे, हे व्यवस्थेला कवीला सांगायचे आहे. केलेल्या गुन्ह्याची शिक्षा भोगण्यासाठी आपण आनंदाने तुरुंगात जाऊ, कमीत कमी भुकेच्या जंजाळातून आपली सुटका होईल, असे जरतरचे वक्तव्य कवी कवितेतील पुढील ओळीत करतो आणि म्हणतो -

आता मी सुद्धा बेधडकपणे
निघून जाईन
या गजबजलेल्या भूकवाटेतून
झालाच एखाद्याचा खून तर
रक्ताने भाकरीचे चित्र काढून
त्याला फ्रेम करीन भरचौकातल्या
कोणत्या तरी चौकोनी वाटेवर
एखाद्या महापुरूषासारखे
मग खूप आनंदाने स्वीकारीन
जेलच्या सळाखांना
भाकरीच्या शापातून मुक्त झाल्याची
आरोळी ठोकत

(पृ. २०,२१)

कवी लक्ष्मीकांत घुमे यांच्या मानसिकतेला व वैचारिकतेला भूक-भाकरीच्या प्रश्नाने हिंसक, खुनशी वळण लावले आहे. कवीच्या भाषेत कवीची वैचारिक अवलाद बंडखोर झाली आहे. या बंडखोर वैचारिकतेला सामाजिक पाठबळ मिळत नसल्यामुळे कवीच्या मनात अनाथत्वाच्या भावनेने शिरकाव केला आहे. कवीचे कविमन अनाथालयाचे दरवाजे ठोठावत आहे. बंडखोर वैचारिक अवलादीला अनाथालयात ठेवावे, की स्वतःच अनाथालयात जावे? असे प्रश्न कवीच्या मनात घोळत आहेत. कवीची ही द्विधा मन:स्थिती कवितेतील पुढील ओळीतून दिसून येते. कवी म्हणतो -

> इतकी सैतान झाली
> माझी वैचारिक अवलाद
> तिला कुठल्या अनाथालयात ठेवू?
> की मीच अनाथालयात जाऊ?

(पृ. २१)

कवी लक्ष्मीकांत घुमे यांनी आपल्या कवितेतून आर्थिक विषमतेवर ताशेरे ओढले आहेत. देशात माजलेला आर्थिक आकांत त्यांनी प्रश्नांकित केला आहे. एकीकडे पराकोटीची श्रीमंती आहे तर दुसरीकडे जीवघेणे दारिद्रय आहे. राष्ट्राशी, इथल्या मातीशी इमान राखणाऱ्या फाटक्या माणसाचे शोषण कोण करीत आहे? देशाच्या कानाकोपऱ्यात माणसाला लाचार, गुलाम करण्याचे कटकारस्थान रचले जात आहे का? असे एक ना अनेक प्रश्न कवीने आपल्या कवितेत उपस्थित केले आहेत. शोषकांच्या तावडीतून, कटकारस्थातून एखादा वाचलाच तर तो सैरावैरा पळूही शकत नाही. कारण भाकरीने त्याचे हात बांधले आहेत, असे वक्तव्य कवी करतो आणि म्हणतो -

> हा कोणता आकांत माजलाय इथे
> ह्या कुणाच्या माय बहिणी, बायका पोरे
> अँबेसिडर कारच्या स्टिअरिंगवर खेळताहेत?

त्या कुणाच्या माय बहिणी आहेत
ज्या राशनसाठी जिथे तिथे सुळी चढताहेत?
या राष्ट्राच्या काळ्या मातीशी
इमान राखता राखता
हे कुणाचे हात फाटक्या माणसांच्या
गळ्याभोवती आवळून सज्ज झाले आहेत
त्यांनी मांत्रिकांचे मंत्र बांधून टाकले आहेत?
की देशाच्या कोपऱ्या कोपऱ्यात
माणसाला लाचार करण्याचे
कारस्थान रचले आहे?
वाचणारा पळू शकत नाही सैरावैरा
अन् भाकरीने त्याचे हात
बांधून टाकले आहेत

(पृ. २१,२२)

माणसाचे जीवन सुकर करण्यासाठी व्यवस्था असते, असा गोड समज असतो. काहीअंशी हा गोड समज खराही असतो. कारण व्यवस्था तिच्या प्रारंभिक अवस्थेत प्रगतशील असते, नंतर ती प्रतिगामी (reactionary) बनते. ज्या प्रतिगामी व्यवस्थेने शोषित माणसाची भाकरीसाठी दाणादाण उडविली, शोषितांना अघोषित गुलाम केले, भीक मागण्याइतपत लाचार केले, ती खरोखर व्यवस्था आहे की एखादा बिझिनेस आहे? असा प्रश्न कवी लक्ष्मीकांत घुमे विचारतात. वेश्याव्यवसायाशी व्यवस्थेची तुलना करतात. माणसा-माणसात भेद करण्याची शर्यत व्यवस्थेने लावली, असा गंभीर आरोप व्यवस्थेवर करतात. चाळीस टक्के उपाशी + चाळीस टक्के अर्धपोटी + वीस टक्के भांडवलदार असे व्यवस्थेचे अधिकृत स्वरूप असल्याचे प्रतिपादन कवितेतील पुढील ओळीत करतात आणि म्हणतात -

ही व्यवस्था आहे की बिझिनेस
जी वेश्येच्या धंद्यासारखी
नटून थटून दारात आली आहे
अन् माणसा-माणसात
गणित करण्याची पैज लावली आहे?
चाळीस टक्के उपाशी + चाळीस टक्के अर्धपोटी
+ वीस टक्के भांडवलदार
किती झाले?
अशी गणिताची रीत
पास झालीय इथल्या शिक्षण संस्थेत
अन् सर्व निकाल
बोर्डाच्या मार्फत लागत असल्याची सूचना
रस्त्या रस्त्यात वाचावयास मिळते

(पृ. २२)

कवी लक्ष्मीकांत घुमे यांनी लोकशाहीवर आरोपाची झोड उठविली आहे. लोकशाही या संकल्पनेवर सुद्धा कवीने आक्षेप नोंदविला आहे.

"लोकशाही हे कुठल्या घाणेरड्या गटारात
तोंड खुपसून बाहेर पडलेल्या घाणेरड्या डुकराचे
नाव ठेवलेय या व्यवस्थेने?"

(पृ. २२)

कवितेतील या ओळी वाचल्यानंतर पुन्हा एकदा नामदेव ढसाळ यांच्या 'गोलपिठा' या कवितासंग्रहातील 'निमित्त १५ ऑगस्ट ७१' या कवितेतील -"स्वातंत्र्य कुठल्या गाढवीचं नाव आहे", या ओळीची आठवण होते. कवी लक्ष्मीकांत घुमे यांच्या कवितेवर नामदेव ढसाळ यांच्या कवितेचा आंशिक प्रभाव दिसून येतो. अन्न, वस्त्र, निवारा

या मूलभूत गरजाही जिथे पूर्ण होत नाहीत तिथे 'भारत माझा देश आहे' असे म्हणावे लागते, पण कंठातून आवाज निघत नाही, असा नाराजीचा सूर कवी कवितेतील पुढील ओळीत काढतो आणि म्हणतो -

लोकशाही हे कुठल्या घाणेरड्या गटारात
तोंड खुपसून बाहेर पडलेल्या घाणेरड्या डुकराचे
नाव ठेवलेय या व्यवस्थेने?
फाटक्या अंगाला ठिगळ लावून
ढुंगण झाकणारी ही लोकशाही
जिथे अंगाला कपडा नाही
खायला भाकर नाही अन्
कित्येकांच्या घरावर
छपराचा आधार नाही
तरीही 'भारत माझा देश आहे' एवढे म्हणावेच लागते
पण कंठातून आवाज निघत नाही

(पृ. २२,२३)

आजपर्यंत शोषित, पीडितांवर दडपणुकीचा इतिहास लादला गेला, चुकीचा इतिहास त्यांना शिकविला गेला, त्यामुळे शोषित, पीडितांची अधोगती झाली. शोषित, पीडित सर्वकाही गमावून बसले. रसातळाला गेले. आता हा दडपणुकीचा, चुकीचा इतिहास शिकणे-वाचणे पुरे झाले, असे मत कवी लक्ष्मीकांत घुमे आपल्या कवितेत व्यक्त करतात. "ज्याला इतिहासाचा विसर पडतो, तो इतिहास घडवू शकत नाही", असा डॉ. बाबासाहेब आंबेडकरांचा एक सुविचार आहे. शोषित, पीडितांना जर खरोखर आपला इतिहास घडवायचा असेल तर त्यांना आपला खरा इतिहास माहीत असणे नितांत आवश्यक आहे. "इतिहासातील खोट्या कथा कहाण्या सांगून ज्यांनी आपल्याला या देशाच्या पठारावर शोषित, पीडित ठेवून वाढविले,

त्यांचा खरा इतिहास कोणता?" असा शोधक प्रश्न कवी आपल्या कवितेत विचारतो आणि म्हणतो -

नकली इतिहासाची टरफले
उडवीत उडवीत आपण कुठपर्यंत
येऊन पोहचलोत?
आता नकली इतिहासाची पाने वाचून
शिकून पुरे झाले
आतापर्यंत आम्ही काय नाही गमाविले?
मी
ज्यांनी वाढविले मला बेवारश्यासारखे
या देशाच्या पठारावर
इतिहासाच्या नकली कहाण्या सांगून
त्यांचा खरा इतिहास कोणता?

(पृ. २३)

कवी लक्ष्मीकांत घुमे यांनी आपल्या कवितेत शहीद भगतसिंग यांच्या क्रांतिकारी स्मृती जागृत केल्या आहेत. भगतसिंग यांच्या प्रती आपल्या दुःखद संवेदना व्यक्त केल्या आहेत. स्वातंत्र्याची इतकी वर्ष लोटूनही शोषित, पीडितांच्या मूलभूत समस्या आजही कायम आहेत. भगतसिंग यांच्या स्वप्नातील भारत निर्माण झाला असता तर, शोषणविरहित समाजाची निर्मिती झाली असती. शोषित, पीडित राहिले नसते, असा आशावाद भगतसिंग यांच्या प्रती निष्ठा असणाऱ्यांच्या मनात असतो. नेमका हाच आशावाद कवी जोपासतो. दुःखाश्रू ढाळतो. आणि म्हणतो -

स्वातंत्र्य युगाचा जयघोष सुरू झाला
तेव्हापासून
किती वर्ष लोटलीत स्वातंत्र्याची?
मला भगतसिंग फासावर लटकला

याचीच खंत वाटते
अन् डोळ्यात पाणी दाटून येते!

(पृ. २३)

कवी लक्ष्मीकांत घुमे यांची कविता माणसाच्या मूलभूत गरजांभोवती फिरत राहते. विशेषतः अन्न, वस्त्र, निवारा या मूलभूत गरजांचे लाजिरवाणे रूप त्यांनी आपल्या कवितेत चित्रित केले आहे. प्रस्थापित व्यवस्थेला उघड (expose) करणे हा यामागचा व्यवस्था परिवर्तनवाद्यांचा उद्देश असतो. सोबत माणसाच्या मूलभूत गरजांची पूर्तता करण्यासाठी व्यवस्थेने, यंत्रणेने पाऊल उचलावे, असाही उद्देश यामागे असतो. आजही देशातील जनतेच्या अन्न, वस्त्र, निवारा या मूलभूत गरजा अपूर्ण आहेत, हे कवीला देशाच्या स्वातंत्र्यासाठी बलिदान देणाऱ्या महापुरुषांना सांगायचे आहे. उपाशीपोटी मृत्युमुखी पडलेल्यांचा, ठिगळ लावलेले कपडे घालणाऱ्यांचा अहवाल कवीला सादर करायचा आहे. जनजागृतीसाठी यावर प्रबंध लिहिण्याची इच्छा कवी कवितेतील पुढील ओळीत व्यक्त करतो आणि म्हणतो -

ज्यांनी दिले बलिदान
या देशाच्या पवित्र मातीसाठी
त्यांच्या हुतात्मा झालेल्या रक्ताला सांगण्यासाठी
'भारत माता की जय' म्हणणाऱ्या
पोरांचे पर्सेंटेज काढून
एक तपशील बनवायचाय मला
पोरांनो,
तुम्ही खात्रीलायक सांगू शकता
आपापल्या मोहल्ल्यातला निश्चित आकडा
आणि ठिगळ लावलेल्या कपड्यांची यादी
किंवा उपासाने तडफडून मेलेल्यांचा
खास अहवाल?

त्यांच्या मृत्युमुखी पडलेल्या
पोस्टमार्टेम रिपोर्टवर
मला प्रबंध लिहायचा आहे
अन् एक नवा संदेश सांगायचा आहे

(पृ. २३,२४)

कवी लक्ष्मीकांत घुमे कधीकधी आपल्या कवितेत कथनात्मक मांडणी करतात. परंतु ही कथनात्मक मांडणी सुद्धा लाक्षणीक अर्थाने समजून घ्यावी लागते. कवी म्हणतो -

एक दिवस मी
एका पोस्टर जवळ उभा होतो
पोस्टरमधला पोरगा भाकरीला
पोटाशी धरून उभा होता
आणि त्याच पोस्टरवरचा
दुसरा इसम त्याच्याकडे
पिस्तूल रोखून उभा होता

(पृ. २४)

वरील ओळीतील, भाकरीला पोटाशी धरून असलेला पोरगा शोषितांचे प्रतिनिधित्व करतो तर पिस्तूलधारी इसम शोषकांचे, शोषण व्यवस्थेचे प्रतिनिधित्व करतो. शोषित, शोषकांनी हा समाज विभाजित आहे. शोषित भाकरीच्या विवंचनेत आहे तर शोषक, शोषणव्यवस्था शस्त्रसज्ज आहे, असे कवीला इथे सांगायचे आहे. वरील चित्रणाद्वारे कवीने कल्पनिकतेतून वास्तविकता उजागर केली आहे. आणि हेच लक्ष्मीकांत घुमे यांच्या कवितेचे वैशिष्ट्य आहे.

शोषितांवर होत असलेले चौफेर हल्ले पाहून कवी लक्ष्मीकांत घुमे यांचे मनमस्तिष्क शोषण व्यवस्थेच्या विरोधात पेटून उठते,

आग ओकते. कवीच्या डोळ्यात शोषणविरोधी राग एकवटतो. कवीचे हवालदिल श्वास शोषितांच्या होत असलेल्या शोषणाचा शोध घेत फिरत असतात. शोषित जीवनाचे असह्य दृश्य पाहून कवी अंतर्बाह्य जळत असतो. हे शोषित जीवन अस्तित्वशून्य आहे, बदनाम झाले आहे, असे कवी सांगतो. समाजाच्या अनैतिक जखमेवर मलमपट्टी करणाऱ्या अनाथालयातील समाजधुरिणांचा भुकेकंगालांकडे पाहण्याचा तुच्छ दृष्टिकोन कवी कवितेतील पुढील ओळीत विशद करतो आणि म्हणतो -

बारुदीचे ढेर लागतात

माझ्या मेंदूच्या अंतिम टोकापर्यंत

स्फोट होतोय त्यांचा क्षणार्धात

माझे हवालदिल झालेले श्वास

रोखतात नजरा अशा चित्राचित्रांवर

अशा वेळी पागल होतात माझे डोळे

आग ओकतो मी

जळतो भराभर साराच प्रदेश

माझ्या अस्तित्वशून्य आयुष्याचा

एक एक तुकडा बदनाम होतो

अशातच भिकार भोजन चाललेल्या

अनाथालयाच्या आवारातून

कुणाचे तरी स्वर

माझ्या कानी पडतात

'स्साला... भुखा है'

(पृ. २४,२५)

वस्तीत, झोपडपट्टीत उपाशी पोटी जीवन जगणाऱ्यांचा प्रश्न घेऊन कवी लक्ष्मीकांत घुमे यांची कविता आता शासन दरबारात दाखल झाली आहे. ही कविता शासनाला उपाशी पोटी राहून जीवन

जगणाऱ्यांचे निवेदन सादर करीत आहे. वस्ती, झोपडपट्टीतील उपाशी पोटाला उपासाच्या व्रताची धार्मिक जोड द्यावी, अशी मागणी त्यांची कविता करीत आहे. वस्तीत, झोपडपट्टीत खरोखर लोकं उपाशी आहेत की नाही? याची शासनाने सशस्त्र चौकशी करावी, अशी मागणी त्याची कविता करते. परंतु चौकशीसाठी गेलेल्या सशस्त्र तुकडीवर वस्ती, झोपडपट्टीतील भुकेल्यांनी दगडफेक केली अथवा चौकशीला हिंसक वळण लागले किंवा चौकशी दरम्यान कोणतेही विध्वंसक कृत्य घडले तर त्याची सर्वस्वी जबाबदारी शासनाची राहील, असे कवीने कवितेतील पुढील ओळीत नमूद केले आहे. कवी म्हणतो -

मुक्काम हिवाळी अधिवेशन
मी सभापती सायबाला ठणकावून सांगतो की
महोदय,
वर्षाअखेर प्रसिद्ध होणाऱ्या कॅलेंडरात
एकादशीच्या दिवसाच्या तारखा
वाढविण्यात याव्या
कारण उपासमार भोगणाऱ्यांचे अहवाल
माझ्याकडे आले आहेत
मी त्यांचा एक नेता असून
सभागृहास यापूर्वीच एक निवेदन दिले आहे
सभागृहास याबाबत काही बनावट
वाटत असल्यास त्यांनी
आपली एक सशस्त्र तुकडी पाठवून
झोपड्यांच्या वस्तीत चौकशी करावी
चौकशीच्या वेळी सभागृहाने पाठविलेल्या
सशस्त्र तुकडीवर झोपडीतल्या भुकेलेल्यांनी
दगडफेक अथवा भयानक हिंसक वळण किंवा
अन्य विध्वंसक कृत्य घडल्यास
मी व माझे झोपडवासी मित्र

जबाबदार राहणार नाही
सभापती सायबांनी याची नोंद घ्यावी
करिता,
उपाशी राहून लिहिलेले निवेदन सादर!

(पृ. २५)

कामगार चळवळ आपल्या न्याय्य हक्कासाठी, शोषणमुक्तीसाठी आंदोलन करीत असते, मोर्चे काढत असते. अशाच एका वस्तीतील कामगारांच्या मोर्चाचे वर्णन कवी लक्ष्मीकांत घुमे यांनी आपल्या कवितेत केले आहे. कामगारांच्या मोर्चानंतर कर्फ्यू लागतो, एकत्र जमलेल्या जमावावर गोळीबार होतो. यात भुकेल्यांचाच हकनाक बळी जातो. त्यांच्या घरांना स्मशानाचे स्वरूप प्राप्त होते. गुप्त चौकशी होते. असा मोर्चाचा व मोर्चाच्या परिणामाचा इतिवृत्तांत कवी कवितेत कथन करतो. दारिद्र्याच्या चटक्यांनी वस्ती, झोपडीत घडवून आणलेला विपरीत बदल विशद करतो. आता सांजेच्या पिठासाठी छपरावराचे कवेलू, पत्रे विकले जात आहेत, जवान पोरींवर बिल्डिंगमध्ये नाईटला जाण्याची वेळ दारिद्र्याने आणली आहे, असे आर्थिक, लैंगिक शोषणाचे ज्वलंत उदाहरणे कवी आपल्या कवितेत देतो. ही दयनीय परिस्थिती पाहून कवी भावनिक होतो, अश्रू ढाळतो. वस्तीतील भुकेचा आगडोंब शोषणाबरोबर वाढतच असल्याचे सांगतो. अशा शोषणशासित दाहक परिस्थितीतही सरकारचा मात्र जयजयकार होत आहे, असे कवी कवितेतील पुढील ओळीत नमूद करतो आणि म्हणतो -

आणि
एक प्रचंड मोर्चा वस्तीतल्या कामगारांचा
घोषणा देत संपला
मोर्चानंतर कर्फ्यू जारी करण्यात आला
एकत्र जमलेल्या जमावावर

गोळीबार करण्यात आला
भूकबळी शहीद होतात
त्यांचे घरे स्मशाने होतात
कुणीतरी गुप्तचर विभागाला
चौकशीचे आदेश देतात
झाले
नंतर वस्तीतल्या चौकशीत आढळून येते
वस्तीत आमूलाग्र बदल होत आहे
एका सांजेच्या पिठासाठी
छपरावरचे कवेलू/पत्रे विकल्या जात आहेत
जवान पोरी बिल्डिंगमध्ये नाईटला जात आहे
सरकारचा जयजयकार होत आहे
ऊर दाटून येतो ऊर फाटून येतो माझा
आसवे डोळ्यात येतात
पावसासारखी निघून जातात
या वस्तीत भुकेचा डोंब
एकशे अठरा फॅरेनहिटसारखा तापतच जातो
समोरच्या स्टेपवर

(पृ. २६)

कवी लक्ष्मीकांत घुमे यांनी आपल्या कवितेत लोकशाहीची पावलोपावली निंदा केली आहे. अनौरस बाळाला जन्म देणाऱ्या अविवाहित मातेची उपमा कवीने लोकशाहीला दिली आहे. संसदेतील लोकप्रतिनिधी आणि राज्यकर्ती जमात लोकशाहीला जनविरोधी प्रशिक्षण देत आहेत आणि याचा कोणाला थांगपत्ता पण लागत नाही, असा गंभीर आरोप कवीने केला आहे. लोकशाहीचा होत असलेला गैरवापर पाहून कवीचा राग अनावर, स्फोटक झाला आहे. कवी म्हणतो -

एखाद्या कुंवाऱ्या जवान पोरीने
जन्म दिलेल्या बाळाला
बाइज्जत अनाथालयात नेऊन टाकावे
तशी ही लोकशाही माय आता
पार्लमेंटमध्ये बसलेले तिचे बाप/आजोबा
आणखी कुणी
कुठल्या ट्रेनिंगखाली तिला
धूर्त प्रशिक्षण देत आहेत
याचा थांगपत्ता लागत नाही
आणि माझ्या मेंदूतच
हायड्रोजन बॉम्ब तयार होतात

(पृ. २६,२७)

कवी लक्ष्मीकांत घुमे यांनी शहरातील वस्ती, झोपडपट्टीला विधवेची उपमा दिली आहे. नझूल/अतिक्रमणावरील वस्ती, झोपडपट्टीची नेहमीच ऊठबस चालू असते. उत्पन्न होणे, नष्ट होणे, पुन्हा उत्पन्न होणे... हा निसर्गनियम तंतोतंत या अतिक्रमित झोपडपट्ट्यांना लागू होतो. नझूल/अतिक्रमण या दोन शब्दांना कवी माणसाच्या मरणाशी/सरणाशी जोडतो. शोषित, पीडित माणसाची किंमत आता पार घसरली आहे, सत्तर पैशाच्या सुती बंडला इतकी स्वस्त झाली आहे, असेही कवी सांगतो. संचारबंदीत फुटपाथवर झोपलेल्या एका मुसाफिर कुटुंबाची भूकव्यथा 'बाप आणि पोराच्या' संवादातून कवी कवितेत कथन करतो आणि म्हणतो -

या फॅशनेबल शहरातली ही विधवा वस्ती
किती स्वस्त झालीय!
एखाद्या बेमुर्वतखोराने बलात्कार केल्यानंतर
उद्ध्वस्त होऊन
पुन्हा जन्माला आलेली ही तुटकी फुटकी घरे

ज्याला नझूल/अतिक्रमण म्हणतात
मी त्याला मरण/सरण संबोधतो
तिथल्या प्रत्येक माणसाची किंमत
सत्तर पैशात मिळणाऱ्या
फुसक्या सुती बंडला इतकी
मला आठवते अजूनही
फुटपाथवर झोपलेल्या मुसाफिरांच्या
चिमुकल्या पोराचे स्वर
'माँ, मुझे बहोत भूक लगी है'
बापाचे उत्तर
साले, कुछ नही... भूखा ही सो जा...
कफर्यू जारी है!

(पृ. २७)

कवी लक्ष्मीकांत घुमे यांनी आपल्या कवितेत 'बहीण' हे प्रतीक व्यापक अर्थाने वापरले आहे. "हातावर आणून, पानावर खाणे", ही मराठी भाषेत एक म्हण आहे. या म्हणीप्रमाणे कवीची बहीण दहा-दहा पैशात हार विकून, एका सांजेचे एक पाव पीठ दुकानातून विकत आणीत असते. हार बनवितांना हाताला झालेली जखम झोपडीत विसावा घेत न्याहाळीत असते. कुपोषणामुळे बहीण हडकुळी झाली आहे, तिच्या रक्तवाहिन्यातील रक्त आटले आहे, असे कवी संतप्त होऊन सांगतो. नाजूकपण हरविलेल्या बहिणीच्या वाट्याला आलेल्या आर्थिक जखमा कवीला अस्वस्थ करतात. हा अस्वस्थ असंतोष गिळून कवी घरी येतो तर छपराचे तुटलेले बांबू आणि फुटलेले कवेलू भूकव्याकूळ कवीला डिवचतात, हिणवतात, भुकेच्या घोषणा देतात. कवी निरीश्वरवादी आहे. परंतु धार्मिक भावनेला धक्का न लावता कवीने देवाच्या, भक्तीच्या नावावर होत असलेल्या शोषणावर प्रकाश टाकला आहे. कवी वीस टक्के पांढरपेशी लोकांच्या नेटकेपणावरही

कवितेत ताशेरे ओढतो. नामदेव ढसाळ यांच्या कवितेचा कवीवर असलेला प्रभाव पुन्हा एकदा कवितेतील खालील ओळीतून प्रकट होतो.

> "मी कुठल्या गटारात सडवू मग
> या देशातल्या
> वीस टक्के सोफिस्टिकेटेड लोकांचा नेटकेपणा"

(पृ. २९)

कवी लक्ष्मीकांत घुमे यांच्या कवितेतील या ओळीसुद्धा नामदेव ढसाळ यांच्या 'गोलपिठा' या कवितासंग्रहातील 'माणसाने' या कवितेतील पुढील ओळींची पुन्हा एकदा आठवण करून देतात.

> "माणसाने प्लेटो आइनस्टाईन आर्किमिडीज सॉक्रेटिस
> मार्क्स अशोक हिटलर बिटलर कामू सार्त्र काफ्फा
> बोदलेअर रेम्बो इझरा पाउंड हाफकिन्स गटे
> दोस्तोव्हस्की मायकोव्हस्की मॅक्झिम गॉर्की
> एडिसन मेडिसन कालिदास तुकाराम व्यास शेक्सपिअर
> ज्ञानेश्वर वगैरे वगैरेंना त्यांच्या शब्दांसकट गटाराचे
> मेनहोल उघडून त्यात सलंग सडत ठेवावे"

(माणसाने, गोलपठिा, ना. ढ. पृ. ३१)

"कंगाल माणसाच्या प्रदेशात भाकरीची वसाहत होत नसते", अर्थात अन्न धान्याचा सुकाळ नसतो, असे एका झोपडपट्टीवासियाचे मत कवी कवितेतील पुढील ओळीत नमूद करतो आणि म्हणतो

> माझी बहीण दहा पैशात
> फुलांचे हार विकतांना
> सोबत आणीत असते
> एका लहानशा दुकानातून
> एका सांजेचे एक पाव पीठ

मग फाटक्या झोपडीतल्या एका कुशीत विसावून
गालबोट लागलेल्या रक्ताचे
सुकलेले थेंब मोजीत न्याहाळत असते
आपल्याच हाताच्या बेदर्दी तळव्याला नीट
एक हार किती थेंब रक्ताचे?
छे! एक हार दहा पैशात एका भक्ताचा... थु:!
मंदिरातील घंटानाद वाघाच्या डरकाळीसारखा
भासतोय
तिच्या हडकुळ्या अंगातून
पसार होत चाललेल्या रक्तवाहिन्या
माझ्या डोळ्यातून आगीच्या लपेटासारखे
उष्ण रूप धारण करतात
तिच्या फुलासारख्या आयुष्याचे
नाजूकपण शोधताना
विचारावासा वाटतो
क्रॉसवर लटकविलेल्या येशूच्या जखमांचा आकडा
तिचा आक्रोश
चर्चच्या आवारात किंकाळ्या ऐकू येत आहेत मला
माझ्या नसानसातला
खवळलेला तप्त प्रवाह
पागल अवस्थेत घरात दाखल होतो तेव्हा
फाटक्या छपरावरचे तुटलेले बांबू
अन् फुटलेले कवेलू
भुकेने व्याकूळ झाल्याच्या घोषणा देतात
लोक कसे माझ्या बहिणीच्या रक्तात
साजरा करताहेत दगडाच्या देवांचा फाटकेपणा
मी कुठल्या गटारात सडवू मग
या देशातल्या
वीस टक्के सोफिस्टिकेटेड लोकांचा नेटकेपणा

माझी बहिण दहा पैशात फुलांचे हार विकताना
झोपडपट्टीतला एक इसम म्हणाला -
कंगाल माणसांच्या प्रदेशात
भाकरीची वसाहत होत नाही म्हणून

(पृ. २७,२८,२९)

शोषित, पीडित आपल्या न्याय्य हक्कासाठी आंदोलने करीत असतात, मोर्चे काढत असतात. अशाच एका मोर्चाचे कवी लक्ष्मीकांत घुमे यांनी आपल्या कवितेत वर्णन केले आहे. आपल्या मागण्या शासनाकडे घेऊन जाणाऱ्या मोर्चावर गोळीबार होतो. काही जखमी होतात तर काही मृत्युमुखी पडतात. जखमींच्या इलाजासाठी रक्ताचा तुटवडा तर मृतांचा आकडा पाहून स्मशानाला आनंदाच्या उकळ्या फुटतात? असे कवी नमूद करतो. बंदुकीतून निघणाऱ्या गोळ्याही व्यवस्थेच्या गुलाम असतात, असे कवी. कवितेतील पुढील ओळीत सांगतो आणि म्हणतो -

जेव्हा जेव्हा इथले मोर्चे
शर्यत लावलेल्या घोड्यांच्या बेधुंद टापांसारखे
रस्ते उधळत
सरकारी कोंडवाड्याच्या दिशेने वळतात
तेव्हा तेव्हा
निर्लज्ज झालेल्या स्टेनगनच्या गोळ्या
आपल्याच गुलामगिरीवर हसतात
माणसांनी माणसांच्या सांडलेल्या रक्ताच्या
इतिहासावर त्या लिहू लागतात
ब्लड स्टॉक शॉर्टेजचे अनेक तपशील
त्यांना गुन्हेगार करणारी इथली यंत्रणा
शिखंडी झाली म्हणून
गोळ्यांचा आक्रोश एखाद्या सुरूंगासारखा

खदखदत पेटत असतो
त्या आपसातच मोजमाप करीत असतात
स्टेनगनच्या लांबलचक छाताडातून निसटून
आपणच पाडलेल्या निष्पाप खुनांच्या
आवाक्याबाहेर गेलेल्या आकडेवारीचे गणित
तरीही त्या स्टेनगनच्या छाताडातून
वॉक आऊट करू लागतात
सलामी देणाऱ्या सैनिकासारख्या
मग स्मशानाने आपले आनंदोत्सव
का साजरे करू नये?

(पृ. २९,३०)

शोषित, पीडित हा समूहात, गटात विभागला आहे. शोषणाविषयी तो कमीजास्त जागृत आहे पण संघटित नाही. समूहाने, गटाने आपल्या हक्कासाठी लढतो. गटातटाचे मोर्चे काढतो, आंदोलने करतो. कवी लक्ष्मीकांत घुमे यांनी या गटमोर्चांवर आणि तटआंदोलनावर प्रश्नचिन्ह लावले आहे. 'इथे शोषित, पीडितांचा आवाज, आक्रोश दडपला जात आहे. शासन यंत्रणेच्या दडपशाही धोरणाचा हा परिणाम आहे', असे कवी सांगतो. मानवी मूल्यांचे नवीन सिद्धांत शोधण्याची गरज कवी व्यक्त करतो. सत्य आपल्याला माहीत आहे, योग्य दिशेने जर आपण संघर्ष केला तर भावी पिढ्यांना नेस्तनाबूत होण्यापासून वाचवू शकतो, असा आशावाद कवी कवितेत व्यक्त करतो. शोषित, पीडितांच्या डोक्यात ज्यांनी चुकीचा इतिहास बिंबविला त्या इतिहासचोर लबाडांपासून शोषितांनी सावध असले पाहिजे. अन्यथा आपल्या शोषित घरट्यातील चिल्यापिल्यांना बंदुकीची गोळी खाताना उघड्या डोळ्यांनी पाहावे लागेल, अशी आगाऊ सूचना कवी देतो. आपणही भविष्याचा वेध घेऊन संघर्षासाठी, लढण्यासाठी तयार असले पाहिजे, असे कवी कवितेतील पुढील ओळीतून आवाहन करतो आणि म्हणतो -

मी त्याला म्हटलं -
किती काढायचे आपण मोर्चाचे जत्थे
वेगवेगळे समूह घेऊन
अन् पाडून घ्यायचे आपलेच सर्रास खून?
शासनयंत्रणा गरोदर असल्यापासून
दडपशाही चाललीय राजरोसपणे
दडपून टाकला जातोय इथला
प्रत्येक बुलंद आवाज
आक्रोश करून घशांचे होत आहे खोकलेपण
इथे मानवी मूल्यांचे सिद्धांत शोधले गेले पाहिजेत
सत्य आपल्या डोळ्यासमोर आहे
आपली पिढी बर्बादीतून
सहिसलामत वाचवू शकतो आपण
आपल्या नसानसातून संघर्षाच्या
लाटा उफाळून यायला हव्यात
आपला इतिहास आपल्याच मेंदूतून
हिसकावून नेणारा समूह दिसताच
पुन्हा एकदा रेड कलरची भयानक सूचना
आपल्या हातात असायला पाहिजे
अन्यथा, आपल्या शोषित केलेल्या
घरट्यातील चिमुकल्या पिलांना
उडता येण्याआधीच
हवेतील गोळीबाराची शिकार होताना
उघड्या डोळ्यांनी पाहावे लागतील
जिवंत मृत्यूच्या उत्सवाचे एकत्रीकरण
एखाद्या निष्पाप पाखराचा जीव
बेछुटपणे होऊ नये वारसदार
म्हणून आधीच असायला पाहिजेत
आपल्या तयारीच्या फौजा

(पृ. ३०,३१)

कवी लक्ष्मीकांत घुमे शोषित, पीडितांना पण स्वतःच्या उद्ध्वस्ततेसाठी जबाबदार धरतात. शोषित, पीडितांनी शोषणाची वादळे वेळीच का थोपविली नाहीत? असा प्रश्न ते कवितेत उपस्थित करतात. शोषित, पीडितांनी आपल्या मुक्तीचे रस्ते स्वतःच बांधले पाहिजेत. शोषित, पीडितांनी स्वतःच स्वतःला स्वतंत्र केले पाहिजे, असे मत ते व्यक्त करतात. ऐतिहासिक शिल्पाकृती घडविणाऱ्या आपल्या भावंडांचे हात ज्यांनी छाटले त्यांच्या विरोधात आपण पेटून का उठत नाही? असा प्रश्न ते विचारतात आणि कवितेतील पुढील ओळीत म्हणतात -

आपण कुठल्या दुनियेत येऊन पोचलोत
गफलती सुसाट वाऱ्यासारखे
उद्ध्वस्त करीत आपलेच घरटे?
का थोपाविली नाहीत वादळे?
आपण मुक्तीचे रस्ते बांधले पाहिजेत
आपण असायला हवेत
आपल्या स्वतंत्र आयुष्याचे वारसदार
आपल्या भावंडांनी खोल कष्टातून
उभ्या केलेल्या इथल्या शिल्पाकृती
त्यांचेच हात छाटून टाकल्याच्या
वार्ता माझ्या कानावर आदळतात
आपण पेटून का उठत नाही?

(पृ. ३१)

हे जग कायम शोषणशासित राहणार नाही. सतत बदलत राहणार आहे. असे असले तरी, शोषित, पीडितांना स्वतःच शोषणमुक्तीची साधने हस्तगत करावी लागतील, फाटक्या वस्ती, झोपडपट्टीतील तल्लख मेंदू शोषणमुक्तीच्या जाणिवेने प्रशिक्षित करावे लागतील, असे कवी लक्ष्मीकांत घुमे म्हणतात. साधनांचे समान वाटप करून

आपण समतेचा इतिहास घडवू शकतो, असे कवीला वाटते. कवी म्हणतो-

कुठलीही दुनिया बसू शकत नाही
सुईच्या सूक्ष्म टोकावर
आपणच हस्तगत करायची असते सुई
अन् धाग्यांचे ढिगारे
आणि सुईने शिवायचे असतात
आपल्या फाटक्या झोपड्यातील
बालकांचे तल्लख मेंदू
एक घास तुझा - एक घास माझा म्हणून
आपण घडवू शकतो समानतेचा इतिहास!

(पृ. ३१,३२)

कवी लक्ष्मीकांत घुमे आपल्या कवितेत राज्यकर्त्यांना इशारा देतात. शोषित, पीडितांवर होत असलेल्या अन्याय, अत्याचाराचा त्यांनी अंत पाहू नये, शोषित, पीडित पेटून उठतील असे वागू नये, असे कवी कळकळीने सांगतो. शोषित, पीडितांच्या सहनशक्तीचा अंत झाला तर ते विद्रोह करतील, बंडखोरी करतील, क्रांतीचे वारे सुसाट वेगाने वाहतील आणि मग व्यवस्थेच्या स्टेनगन, मशिनगन हतबल होतील, शहीद क्रांतिकारकांच्या क्रांतिकारी घोषणांनी हा सगळा प्रदेश दुमदुमून जाईल, असे कवी सांगतो. शोषित, पीडितांच्या शोषणविरोधी लढाईचा इतिहास तसा भयानक आहे, असे देखील कवी सांगतो. धुमसत असलेल्या शोषित जाणिवा क्षणार्धात पेट घेतात, उत्पात घडवून आणतात, क्रांतीच्या वादळाचे रूप धारण करतात, असे प्रतिपादन कवी करतो. कोण उठवीत असतात ही वादळं? असा प्रश्नही कवीला पडतो. इतिहासात झालेल्या अन्याय, अत्याचारातून हे मुक्तिवीर प्रेरित असतात, अग्निप्रलयाचे रूप धारण करतात, शोषणावर शोषणमुक्तीसाठी तुटून पडतात, अशी मांडणी कवी लाक्षणिक अर्थाने कवितेतील पुढील ओळीत करतो आणि म्हणतो-

अरे,
कुठल्याही सांभाळ करणाऱ्या कत्यार्नं पाहू नये
वादळ पेटून उठेपर्यंत त्याचा अंत
आणि
वादळ येण्यासारखं कुणीही वागू नये
वादळं येतात तेव्हा धुळीचे कणही
बंडखोरीची भाषा बोलू लागतात अन्
सुसाट वेगाने उडू लागतात
उद्ध्वस्त करीत मोठमोठे प्रदेश सुद्धा
त्यांच्या विद्रोहाला अडविणारी
मशिनगन/स्टेनगनची ताकद सुद्धा
टांगेत माना खुपसून
पोलीस स्टेशनमधल्या खुंट्यावर
बसून वाचत असते
इतिहासातील शहिदांच्या तोंडून
वदल्या गेलेल्या क्रांतिकारी वाक्य घोषणा
अरे, वादळाचा इतिहास वादळापेक्षाही
भयानक असतो!
एखादा कोसळावा भयानक विषारी बॉम्ब
तसा घडून येत असतो क्षणात उत्पात
कोण उठवीत असतात ही वादळं?
की, मोसमावर अत्याचार झाल्यानंतर
ते झाले असतात इतिहासाच्या रक्तातून
जन्म घेणारे मुक्तिवीर
किंवा त्यांच्या पापुद्र्यातून पेटला असता
एखाद्या पहाडालाही पेटवून टाकणारा अग्निप्रलय

(पृ. ३२,३३)

भाकरीसाठी भटकणारी माणसे जिथे अश्रू पीत जगत आहेत तिथे राष्ट्रीय प्रतीकाचे, राष्ट्रध्वजाचे उपाशी पोटी कसे गुणगान गावे? "झेंडा ऊँचा रहे हमारा"' असे कुठवर म्हणावे? दोन वेळच्या भाकरीसाठी तडफडणाऱ्या माणसाच्या देशभक्तीला तडा जात आहे, देशप्रेम लुप्त होत आहे, असे कवी लक्ष्मीकांत घुमे यांना अप्रत्यक्षरीत्या सांगायचे आहे. भाकरीसाठी वणवण भटकणाऱ्यांच्या जीवनव्यथा कवीला देशाला अर्थात देशबांधवांना सांगायच्या आहेत. कवी म्हणतो -

"झेंडा उंचा रहे हमारा!"
माझ्या मायबाप राष्ट्रध्वजा
तुझे/माझे हे राष्ट्रगीत
कुठवर बसणार मी आळवीत
भाकरीसाठी भटकणारी माणसं
जगतात इथ अश्रू पीत!

(पृ. ३३)

कवी लक्ष्मीकांत घुमे यांची लढाई सर्व प्रकारच्या शोषणाच्या विरोधातील लढाई आहे. भाकरीची मूलभूत समस्या त्यांच्या लढाईचा केंद्रबिंदू आहे. शोषणमुक्तीसाठी लढत असताना आपण तुरुंगात जरी असलो तरी भाकरीच्या लढाई सोबतचे आपले नाते अतूट राहील, असे कवी सांगतो. भाकरीशी थेट संवाद साधतो. वस्ती, झोपडपट्टीतील भुकेची विटंबना करू नकोस, असा गर्भित इशारा कवी भाकरीला देतो. तुरुंगाची भिंत फोडून भाकरीला कुरतडण्याची धमकीवजा प्रतीकात्मक भाषा कवितेतील पुढील ओळीत वापरतो आणि म्हणतो -

भाकरी, आमच्या वस्तीतल्या
भुकेची विटंबना करू नकोस
याद राख!

जिथे दिसशील तिथे
कुरतडून टाकीन
तुरुंगाची दिवार फोडून

(पृ. ३३)

कवी लक्ष्मीकांत घुमे यांनी शासन यंत्रणेच्या मदत पथकाच्या लवाजम्यावर आपल्या कवितेत रोष व्यक्त केला आहे. वस्ती, झोपडपट्टीसाठी मदतीचा हात आखूड आणि यंत्रणेचा लवाजमा हवाई! असा विरोधाभास कवीने आपल्या कवितेत रेखांकित केला आहे. आपल्या हातून एखाद्याचा खून झाला तर ३०२ ची कलम स्वतःच स्वतःवर, स्वतःच्या आतड्यांवर लावीन असे कवी म्हणतो, लोकशाहीला नकार देतो. जिथे माणसाच्या मूलभूत गरजांची पूर्तता होत नाही तिथे देशाच्या खजान्यात सोन्याचा पेव फुटला, अशा अफवांना कवी कवितेतील पुढील ओळीत प्रश्नांकित करतो आणि म्हणतो -

युद्धपातळीवर शिल्ल्या तुकड्याची
मदत पाठविणाऱ्या अधिकाऱ्याचे
हेलिकॉप्टर माझ्या मेंदूच्या
पेशीत उतरत आहे
मी एखाद्याचा खून केला तर
३०२ ची कलम लावीन
पोटातल्या जालीम आतड्यावर
आणि सगळीच लोकशाही ठेवीन
कमरेखालच्या कंडात जमा
मी उपाशी असतो पण हुशार राहतो
एवढेच तू ध्यानात ठेव
हा कोणता घुबड ओरडतोय रे?
देशाच्या खजान्यात सोन्याचा पेव!

(पृ. ३३,३४)

कवी लक्ष्मीकांत घुमे यांची कविता शेवटी थोडीशी भावनिक आणि विचारी झाली आहे. भाकर हा कवीसाठी जिव्हाळ्याचा, मन पिळवटून टाकणारा, अंतःकरणाला छेद देणारा विषय आहे. "माणसांनो, भूक हा जीवनाचा विषय आहे, आणि मी भाकरीच्या शोधात आहे", असे कवी कवितेतील पुढील ओळीत सांगतो आणि म्हणतो -

भाकर हा माझ्या अंतःकरणाला
छेदून गेलेला विषय आहे, माणसांनो
भूक हा जीवनाचा विषय आहे, माणसांनो
आणि मी 'भाकरीच्या शोधात'

(पृ. ३४)

कवी लक्ष्मीकांत घुमे यांनी 'बहीण' या प्रतीकातून तरुण मुलींचे होत असलेले लैंगिक व श्रम शोषण आपल्या कवितेत चित्रित केले आहे. रोज मजुरी करून कुटुंबाचा भार आपल्या अंगाखांद्यावर घेणाऱ्या बहिणीचे दुःख, कष्ट पाहून कवी विव्हळतो, भावनिक होतो. आपली असमर्थता कवितेतील पुढील ओळीत व्यक्त करतो आणि म्हणतो -

जिथे...
नुकत्याच मजुरीस लागलेल्या
माझ्या जवान बहिणी
गिरण सुटल्यानंतर सांभाळू लागल्यात
मला प्राणवायू देणारे
छप्पर फाटलेल्या घरातील
चुलीतून फडफडत जाणारे धूर
तेव्हापासून मला थोपवता येत नाहीत
माझ्या बहिणीच्या डोळ्यातून
वाहत जाणारे महापूर
आणि दाटून येतोय ऊर

(पृ. ३४)

कवी लक्ष्मीकांत घुमे यांच्या कवितेत जागोजागी व्यवस्था विरोध आहे. कवितेच्या माध्यमातून का होईना, आपली व्यवस्थेसोबत स्पर्धा सुरू आहे, असे कवी सांगतो. कवी आणि संसदेतील खादीधारी पुढारी यांच्यातील आंतरिक विरोध कवितेत व्यक्त झाला आहे. कवी पुढाऱ्यांना दोष देतो, पुढारी कवीला तुरुंगात डांबण्याची धमकी देतात. न्याय मागण्यासाठी आपण कोणत्या कोर्टात जावे? असा प्रश्न कवीला पडतो. कवी सुखी पुढाऱ्यांना विषारी नागाची उपमा लावतो आणि भूक भाकरीच्या समस्येला त्यांनाही कवितेतील पुढील ओळीत जबाबदार धरतो आणि म्हणतो -

मी कसा नुस्ता भाकरीची
कविता लिहून
कॉम्पिटिशन खेळतोय
इथल्या व्यवस्थेवर थुकत
इथल्या भाकरी खाऊन तयार झालेले
पार्लमेंटातील खादीच्या सदऱ्यातले
न्यायाधीश
माझ्या भाकर बोधचिन्हाच्या उमेदवारीवर
निर्लज्जतेने हमखास स्टे लादतात
अन् मलाच तुरुंगात फेकण्याची
धमकी देतात
साला मी कुठल्या कोर्टात जाऊ?
सगळेच सुखी लीडर म्हणजे
भाकरीचं मुबलक दूध पिऊन
मस्तावलेले विषारी नाग
आमच्या पोटात पेटवताहेत
भुकेची जळती आग

(पृ. ३४,३५)

कवी लक्ष्मीकांत घुमे यांच्या कवितेत भाकर केंद्रस्थानी आहे. कधी ही भाकर ज्वारीची असते तर कधी विद्रोहाचे, बंडखोरीचे रूप धारण करते. भूक, भाकर, व्यवस्था या त्रयीत भाकर मध्यस्थानी आहे. भाकर भूकसापेक्ष आहे. भूक भागली तर व्यवस्था चांगली, नाही भागली तर वाईट! वस्ती, झोपडपट्टीतील भाकरीची समस्या, कौटुंबिक उपासमारी, भिकाऱ्यांची भाकरभटकंती, शोषित, पीडितांचे सर्वांगीण शोषण पाहून कवीने विद्रोहाचा, बंडखोरीचा मार्ग स्वीकारला आहे. कवीने भाकरीलाच शोषणमुक्तीचे, विद्रोहाचे, बंडखोरीचे प्रतीक बनविले आहे. भाकरीचे फोटो अर्थात शोषणमुक्तीचे, विद्रोहाचे, बंडखोरीचे प्रतीक कवी चौकाचौकात लावू इच्छितो. भाकरीच्या समस्येचा अर्थात शोषणाचा अंत करण्यासाठी सर्वच भूकग्रस्त, शोषित, पीडित भाकरीच्या फोटोभोवती चौकाचौकात एकवटतील, अशी आशा कवी बाळगतो. या एकीकृत शोषितांनी रणशिंग फुंकले तर आपण भाकरीचे चित्र संसदेवर लावल्याशिवाय राहणार नाही, अर्थात शोषण मुक्तीचा लढा यशस्वी झाल्याशिवाय राहणार नाही, असा कविताधारित आशावाद कवी कवितेच्या शेवटच्या ओळीत व्यक्त करतो आणि म्हणतो -

आता मी सुद्धा एक गोष्ट
केल्याशिवाय राहणार नाही
एखाद्या राष्ट्रपुरुषासारखे
भाकरीचे फोटो फ्रेम करून
लावीन चौकाचौकात
मग ज्यांना मिळत नाही भाकर
ते येतील चौकाचौकात
एकदाची दंगल तेवढी उसळायला हवी
मी पार्लमेंटच्या छाताडावर भाकरीचे चित्र
लावल्याशिवाय सोडणार नाही!!!

(पृ. ३५)

कवी लक्ष्मीकांत घुमे यांचा 'भाकरीच्या शोधात' हा दीर्घ कवितासंग्रह पूर्णतः मुक्तछंदात आहे. 'भाकरीच्या शोधात' या दीर्घ काव्याने शोषितांचे, पीडितांचे, भिकाऱ्यांचे, वंचितांचे, दारिद्र्याचे, गरिबीचे, वस्तीचे, झोपडपट्टीचे मराठी साहित्य जगतात प्रतिनिधित्व केले आहे, त्यांच्या समस्यांना वाचा फोडली आहे, संसदेपर्यंत पोहचविले आहे. मानवी जीवनाला अज्ञान, अंधकारात लोटणाऱ्या, अमानवीय जीवन बहाल करणाऱ्या शोषणाचा या दीर्घ काव्याने निषेध नोंदविला आहे, व्यवस्थेवर बोट ठेवले आहे. शोषित, पीडितांची बाजू कवीने भक्कमपणे कवितेत मांडली आहे. वस्ती, झोपडपट्टीतील जीवनाची दाहक वास्तविकता कवीने कवितेत कथन केली आहे. कवितेतील ओळी वाचल्यानंतर त्या दृष्यरुपाने नजरेसमोर प्रकट होतात, ही कवितेची जमेची बाजू आहे. भाकरीच्या शोधात हे दीर्घकाव्य आहे. परंतु कवितेतील कडवे सलगअर्थी नाहीत. आशय विखुरलेला आहे. प्रतिमा, प्रतीकांची कवितेत भरमार आहे. लाक्षणिक अर्थाने कवितेचा अर्थ समजून घ्यावा लागतो. या दीर्घ काव्यात विद्रोह आहे, बंडखोरी आहे, व्यवस्थाविरोध आहे. कवितेत कवीने शोषितांचे नायकत्व स्वतःकडे ठेवले आहे. तसेच शोषक आणि शोषणव्यवस्थेला कवीने कवितेत आरोपीच्या पिंजऱ्यात उभे केले आहे. कवितेत शोषक आणि शोषणव्यवस्थेला कवीने पावलोपावली उघड (expose) केले आहे. कवितेत फक्त शहीद भगतसिंग यांचा उल्लेख आहे. कवी लक्ष्मीकांत घुमे यांची कविता एका धर्माची नाही, एका जातीची नाही, एका वर्णाची नाही, एका पंथाची नाही, तर ती आर्थिक विषमतेची कविता आहे. श्रीमंत-गरीब, शोषक-शोषित भेदाची कविता आहे. ती जेवढी मार्क्सवादाच्या जवळ आहे तेवढीच आंबेडकरवादाच्या पण जवळ आहे. आंबेडकरवादही आर्थिक समतेचा पुरस्कार करतो. 'भाकरीच्या शोधात' या कवितासंग्रहाने मराठी कवितेचे दालन समृद्ध केले आहे. मराठी मायमाऊलीची भाषासेवा केली आहे. हाच 'भाकरीच्या शोधात' या दीर्घकाव्याचा यथोचित गुणगौरव आहे.

संध्यारंग

- संध्या रंगारी

संध्या रंगारी आंबेडकरी चळवळीतील नामवंत कवयित्री आहेत. त्यांचे संध्यारंग, चांदणचुरा, कवडसे आणि आघात हे कवितासंग्रह प्रकाशित झाले आहेत. त्यांच्या कवितासंग्रहांना अनेक प्रतिष्ठेचे पुरस्कार मिळाले आहेत. त्यांच्या कवितांचा स्वामी रामानंद तीर्थ मराठवाडा विद्यापीठ, मुंबई विद्यापीठ, डॉ. बाबासाहेब आंबेडकर मराठवाडा विद्यापीठाच्या अभ्यासक्रमात समावेश करण्यात आला. स्नेहवर्धन पब्लिशिंग हाऊस, पुणे यांनी 'संध्यारंग' हा कवितासंग्रह प्रकाशित केला आहे. मुखपृष्ठ व सजावट प्रा. महेश महामुने यांची आहे. 'संध्यारंग' या कवितासंग्रहात कविता बाईच्या, कविता दंगलीच्या, कविता चळवळीच्या, कविता तुझ्या-माझ्या, कविता कवितेच्या अशी विभागणी कवितांची करण्यात आली आहे. 'संध्यारंग' या कविता संग्रहातील कवितांचे समीक्षण सुज्ञ, रसिक वाचकांपुढे सहृदय ठेवत आहे. आवडेल अशी अपेक्षा बाळगतो.

कविता बाईच्या

प्रत्येक व्यक्तीला स्वतःसाठी जगण्याची इच्छा असते. परंतु सांसारिक, सामाजिक ओझ्याखाली व्यक्तीच्या भावभावना दबून जातात. स्वतःसाठी जगणारे स्वार्थी अपवादही समाजात असतात. कवयित्री संध्या रंगारी यांची पण स्वतःसाठी जगण्याची सुप्त इच्छा आहे. परंतु स्त्रीत्व, कौटुंबिक नातीगोती आड येतात. अशा परिस्थितीत आपण आपले राहत नाही. स्त्रीत्व, नातीगोती जपत जगण्यात बराच काळ निघून गेला, असे कवयित्री आपल्या कवितेत नमूद करते.

आपल्या अंतर्बाह्य जगतातील विरोध कवयित्री कवितेतील ओळीतून प्रकट करते. आपले हरवलेले स्वत्त्व आपल्याला आपल्या कवितेत गवसले, असा उल्लेख कवयित्री कवितेतील पुढील ओळीत करते आणि म्हणते -

स्त्रीत्वाचे जोखड फेकता येत नाही
मला माझ्यासाठी जगता येत नाही
मी सतत
कोणाची तरी कोणीतरी असते
मी माझी कधीच का नसते
किती काळ लोटला स्वतःला असं हरवून
किती वर्षं झाली
एकदाच चुकून
कवितेत सापडलेल्या
माझ्यातल्या 'मी' ला भेटून

(पृ. १९)

कवयित्री संध्या रंगारी यांनी स्त्रीच्या संसारी जीवनाचा अत्यंत बारकाईने अभ्यास केला आहे. घरातील पिठपाण्याचा अभाव दूर झाला की, स्त्रीला समाधान लाभते. अभावाच्या विवंचनेतून, सवयीतून ती बाहेर पडते. अतीव दुःखात थोडेसे सुखही तिचे जीवन आनंदी बनविते, असे कवयित्रीला वाटते. स्त्रीच्या भौतिक जीवनातील सुखदुःखाच्या संकल्पना अगदी साध्या-सोप्या असतात, असे कवयित्री कवितेतील पुढील ओळीत सांगते आणि म्हणते -

पाणी नाही
भांड्याचा ठणठणाट
पीठ नाही
मीठ नाही
विवंचनेत जगते बाई

अभावाच्या जगण्याची होत जाते सवय
अन्
सगळं मिळालं की वाटतं
किती सुखी आहोत आपण
बाईच्या सुखाच्या संकल्पना
किती साध्या... किती सोप्या...

(पृ. २०)

विवाह संस्थेची निर्मिती सामाजिक आहे. समूहात राहूनच आपण स्वतःला नैसर्गिक आपत्तीपासून वाचवू शकतो, हे मानवाच्या लक्षात आले तेव्हा तो समूहाने जगू लागला, हळूहळू समूहाने समाजाचे रूप धारण केले. समाजातील स्त्री-पुरुषांची अनिर्बंध वर्तणूक नियंत्रित करण्याचे अनेक उपाय तत्कालीन समाजाने आपल्या बौद्धिक कुवतीप्रमाणे योजले. ते काही चूक तर काही बरोबर असू शकतात. पुरुषसत्तेच्या स्त्रीसत्तेवरील विजयाने विवाह संस्थेला बळकटी आणली. आता ही विवाहसंस्था आपल्या बऱ्यावाईट रूपासहित जिवंत आहे. कवयित्री संध्या रंगारी यांचा विवाह संस्थेला विरोध आहे. विवाह संस्थेमुळे बाईच्या आणि पाळीव प्राण्याच्या जीवनात काहीच फरक राहत नाही, असे कवयित्रीला वाटते. विकसित गुलामीचे जीवन स्त्रीच्या वाट्याला येते. विवाहसंस्था स्त्री-जीवनाचा कणाच मोडून टाकते, अशा शब्दात कवयित्री कवितेतील पुढील ओळीत विवाहसंस्थेवर टीका करते आणि म्हणते -

विवाहसंस्थेवर विश्वास नाही माझा
कणाच मोडते ती बाईचा
कापून टाकते नखं अन् शिंगसुद्धा
हक्काच्या घरात आपण
पाळीव पोसलेले

(पृ. २४)

कवयित्री संध्या रंगारी यांनी आपल्या कवितेत स्त्री-जीवनाच्या विविध पैलूंचा उलगडा आपल्या कवितेत केला आहे. कौटुंबिक स्त्रीचे यंत्रवत जीवन कवयित्रीने कवितेतील पुढील ओळीत प्रभावीपणे रेखांकित केले आहे. कवयित्री म्हणते -

एक यंत्र आहे घरात
हाडामासाचं
रक्तानात्याचं
एक यंत्र आहे घरात
दोन हातांचं
दोन पायांचं
एक यंत्र आहे घरात
तन असलेलं
मन मेलेलं
एक यंत्र आहे घरात
कणा मोडताना
आत तडकलेलं
एक यंत्र आहे घरात
सदोदित सेवेत
तत्पर असलेलं
एक यंत्र आहे घरात

(पृ. २५)

पुरुष सापेक्षतेने स्त्री संसारातील सर्वात सुंदर वस्तू आहे. स्त्रीसौंदर्य स्त्रीसौंदर्य स्पर्धातून स्त्रियांचे बाजारीकरण होत असल्याचे कवयित्री संध्या रंगारी यांनी उघडकीस आणले आहे. वस्तू विकण्यासाठी वस्तुसारखाच सौंदर्यवर्तींचा वापर होत आहे, असे प्रतिपादन कवयित्री कवितेतील पुढील ओळीत करते आणि म्हणते -

ती सौंदर्यस्पर्धेत उतरली
जिंकली
अन् मग वस्तू विकण्यासाठी
वस्तुसारखीच वापरली गेली

(पृ. २७)

स्त्री-जीवनाचा विविध कारणांसाठी वापर होतो. कधी फुकट तर कधी विकत! आजकाल स्त्री गर्भाशयाचा सुद्धा अपत्य प्राप्तीसाठी विकत वापर होत आहे. कवयित्री संध्या रंगारी यांनी आपल्या कवितेत हा विषय अतिशय सामंजस्याने प्रतिपादित केला आहे. स्त्री वापराचे बदलते स्वरूप कवितेतील पुढील ओळीत व्यक्त केले आहे. कवयित्री म्हणते -

नऊ महिन्यांसाठी खोली द्यावी किरायाने
नवख्या माणसाला
तसं गर्भाशय दिलं तिनं किरायाने
तेव्हापासून फॅक्ट्रीचं रूप आलं तिला
आता
माणसांसाठी कच्चा माल तयार करणारी
ती एक बाजारपेठ
उत्पादन क्षमतेवर ठरते तिची किंमत
मातृत्वाचं मोल केवढं अनमोल
पण यात विशेष काय...?
जागतिकीकरणाचं हे देणं नव्या रुपात आलंय
जुनंच बेणं
आधीही, वस्तूच होती की बाई
कधी फुकट, कधी विकत घेता येणारी
आता मात्र
तिची बोली लावतेय तीच, इतकंच!

(पृ. २८)

कवयित्री संध्या रंगारी यांनी लैंगिक शोषणाचे बिभत्स रूप आपल्या कवितेत चितारले आहे. हिराबायच्या अनाथ मनोगतातून, स्त्री देहाचा उपभोग किती स्वस्त आहे, हे कवयित्रीने कवितेत कथन केले आहे. पोरीला जन्म देण्याची आईची अनाहूत भीती कवयित्रीने हिराबायच्या तोंडून कवितेत विशद केली आहे. या जालीम दुनियेत आपल्यासारखे आपल्या पोरीच्या जीवनाचे वाटोळे होऊ नये, असे हिराबायला मनोमन वाटते. मुलीचे सुरक्षित संगोपन आपण करू शकणार नाही, अशी भीती हिराबायच्या मातृत्वमनात आहे. मुलीचा 'जन्म, संगोपन आणि भविष्य' याबाबतची हिराबायच्या मनातील घालमेल कवयित्रीने कवितेत शब्दबध्द केली आहे. जग बदलत आहे. वाईट अधिक चांगले होण्याऐवजी वाईट अधिक वाईट होत आहे. शहराचे यांत्रिकीकरण झाले आहे. शहरी जीवन यंत्रवत झाले आहे. पूर्वीचा जिव्हाळा आता आटला आहे. माणसाच्या जीवनशैलीचे धुरांडे झाले आहे. माणसं जनावर झाली आहेत. धर्मांध झाली आहेत. दंगली, माणसाची दुभंगलेली मनं, जाळलेल्या वस्त्या, माणसाची आत्यंतिक स्वार्थांधता, सुडाचे राजकारण पाहत स्वातंत्र्य जगत आहे. माणसाची विश्वसनीयता हरवली आहे. धर्महो हतबल आहेत. जीवन जगणे अवघड झाले आहे. दंगाधोप्याचा नेम नाही. मुलीचे जीवन असुरक्षित आहे. कोणताच रस्ता, गल्लीबोळ सुरक्षित नाही. मुलीच्या अब्रूवर कधी, कोण, कसा घाला घालेल काहीच सांगता येत नाही. स्वप्न नाही. स्वप्न जाळत जगणे, हेच मुलीचे जीवन आहे. सामाजिक विपरीत परिस्थिती आणि अनौरस मुलीचे भवितव्य हिराबायला गर्भपात करण्यास प्रवृत्त करते. कवयित्रीचे हे जग आकलन हिराबायच्या माध्यमातून कवितेतील पुढील ओळीत प्रकट झाले आहे. कवयित्री म्हणते -

हिराबाय म्हणतात मला
जात धरम माहीत नाही, माय बापाचा पत्त्या नाही
मला कुणाचं वावडं नाही
अन् सगळ्यांना मी चालते पन्नास रुपयांसाठीही
माझ्या फडताळातली खाट करकरते

पण पोरी, पोटचा देठ तू, तुला नाही सडू द्यायची
दुनिया जालीम, ती बी नाही जगू द्यायची
म्हणूनच माय हारणे, तुला जन्म देताना भीती वाटते
चिऊकाऊची गोष्ट सांगायची हिंमत नाही माझ्यात
पूर्वी पाखरं कशी गोळ्यामोळ्याने झाडावर नांदायची
आता चिमण्या झाडं सोडून गेल्यात
चिमणीच्या धुरांड्यात धुरकटलंय शहर
जंगलं संपलीत, वाघ-सिंह दिसत नाहीत
माणसं मातर जनावर झालीत
मोप वाटतं ग
तुला वाढवावं, शिकवावं, साळंत पाठवावं
पण मन म्हंतं, उगाच वझ्यानं वाकशील
नेकीचा धडा गिरवशील, फुका मरशील
'भारत माझा देश आहे...'
प्रतिज्ञा म्हणशील
'एक रुपया चांदीका, देश सिर्फ गांधी का' नारा लावशील
विखार रुजलाय ग मातीत अन् धर्मानं बाटलीत माणसं
प्रश्न पडतो मला, भारतीयत्व कुठे आहे?
विचारलंस तर काय सांगू
स्वातंत्र्य मिळालंय तेव्हापासून उसळल्यात दंगली
रक्ताळलीत पानं, मनामनात दरी
अयोध्येतल्या रामाला बसवून धाब्यावर
रंग खेळतो हरी
वस्त्या जळतात अन् कोण पोळी शेकतं
कळायचं न्हाय तुला
टाळूवरचं लोणी कोण खातं
मतदार याद्या घेऊन शोधून वेचून वेचून माणसं
टिपतात
गोध्रा हत्याकांडांचा बदला असाच घेतात

गुजरात असो की जळगाव, सुडानं सूड उगवलेला
पिंपळपार कोसळलेला, गावच्या गाव उठलेला
भरोसा ठेवावा असा राहिला नाही माणूस
किती उठवावं अल्लाला, बांग देऊन मशीद थकली
धूप-दीप जळालं, भूपाळी विरली
जगणं झालं अवघड पोरी
वाटतं, पाळणा म्हणावा, तुला शारदा म्हणून वाढवावं
पण दंगा झाला, मारो तोडो म्हणत तलवारी नाचवत
पाचसात जणांनी झाडपाल्यावानी ओरबाडलं
वाटतं काय करावं...?
सायबा नाव ठेवावं
पण
पाकदामनवर कधी कोणाचे हात पडतील
काय सांगावं
कधी वाटतं ज्युलियट म्हणून वाढवावं
पण कुणा टाळभैरवानं चर्चमध्ये जाताना
तुलाच क्रूसावर चढवलं तर काय घ्यावं...?
कुठलाच रस्ता गल्लीबोळ सुरक्षित नाही
घारीवानी कशी नजर ठेवू?
पदराआड पणती कशी जपू?
हल्लेखोरांची नजर पडलीच तर
तनामनावरचे घाव कसे भरू
तेवढं बळ नाही ग माये कुडीत
इथल्या पोरींचे उदास भकास डोळे बघते
स्वप्न जळतात अन् शेज सजते
म्हणूनच पोरी मन मानत नाही
पण वाटतं काळीज घट्ट करावं, दवाखान्यात जावं
शेपाचशे देऊन पाडून घ्यावं

(पृ. २९-३३)

कवयित्री संध्या रंगारी यांनी विधवा स्त्रीचे गावगाड्यातील जीवन आपल्या कवितेत चित्रित केले आहे. कवितेतील ओळीच इतक्या बोलक्या, अर्थपूर्ण आहेत की, त्यावर भाष्य करण्याची गरज नाही. कवयित्री म्हणते -

ती विधवा झाली तेव्हा
पांढरं कपाळ
धवल वस्त्र
अन् स्वच्छ मन घेऊन
गावात आली
ती विधवा झाली तेव्हा
शिळी भाकर
ठेचा खाऊन
कितीतरी दिवस
वळचणीला पडून राहिली
ती विधवा झाली तेव्हा
सरवा वेचून
मजुरी करून
चिल्यापिल्यांना
भरवत राहिली
ती विधवा झाली तेव्हा
पुसलेल्या कुंकवात
फोडलेल्या चुड्यात
रित्या रित्या मनात
खोल खोल डोळ्यांत
त्याच्या आठवणीशिवाय
कुण्णी कुण्णी नव्हतं
पण

ती विधवा झाली तेव्हा
गावाच्या मनात ती होती
ती विधवा झाली तेव्हा

(पृ. ४१)

घरातली भांडणं घरातच राहिली पाहिजेत. ती बाहेर जाता कामा नयेत. असा एक कौटुंबिक पायंडा आहे. काही हा पायंडा पाळतात, काही पाळत नाहीत. चूक-बरोबरच्या पारड्यात हा पायंडा सापेक्षपणे हेलकावत राहतो. या पायंड्यात मात्र स्त्रीच्या वाट्याला शारीरिक आणि मानसिक छळ येतो. हा पायंडा पाळणाऱ्या एका पत्नीची मनोदशा आणि शारीरिक छळ कवयित्री संध्या रंगारी यांनी आपल्या कवितेत कथन केला आहे. आपल्या आईच्या मुक्या भूतकाळातून स्वतःच्या पोरीचे भविष्य बोलके करायचे असे कवयित्री कवितेतील पुढील ओळीत ठरविते आणि म्हणते-

तो फाड फाड मुस्काटात मारतो
शिव्या देतो
उभं आडवं सोलून काढतो
कधी वाक्बाणांनी, कधी हातांनी
ती घायाळ
पण शब्द उच्चारत नाही
शिकलेली बायको करण्याचा हा एक फायदा
संघर्ष वगैरे शब्द माहीत असतात तिला
फक्त ते रक्तात भिनवून घेता येत नाहीत
प्रतिष्ठेपायी ओठांच्या बाहेर पडत नाही
साधा हुंकार
दुसऱ्या दिवशी सकाळी ती दिसते
अंगण झाडताना, सडारांगोळी टाकताना
चेहरा सुजलेला, कपाळाला टेंगूळ

अंगभर ठणका

मी विचारते

माहीत असूनही अगदी साळसूदपणे

काय झालं?

ती सांगते

बाथरूममध्ये पाय घसरून पडले काल

मला कळतं पण रेटत नाही जीभ

फुटत नाहीत शब्द

आता ती भरत असते रांगोळीत रंग

मी सल्ला देतो तिला

आंबेहळद लावून शेक बाई

बरं वाटेल तुला

तिच्या डोळ्यातून ओघळतात थेंब

मिसळून जातात मातीत

ओठ मात्र अधिकच गच्च आवळलेले

मला आठवते माझी माय

भूतकाळ चांगला नव्हताच

पण भविष्य...

मी ठरवून टाकते

माझ्या पोरीला बोलायला शिकवेन

(पृ. ४५-४६)

कवयित्री संध्या रंगारी यांनी मुलींचा होत असलेला कोंडमारा आपल्या कवितेत उघड केला आहे. मुलींना हिणवू नये, त्यांना बंधनात बांधू नये, असे आवाहन कवयित्री कवितेत करते. माहेर आणि सासर यात स्त्रीची मानसिक विभागणी झाली असते. माहेर आणि सासर यातील आंतरिक विरोधात स्त्रीला मिलनाची भूमिका वठवावी लागते. मिलनाचे यशापयश परिस्थिती आणि काळ ठरवितो. घराला घरपण स्त्रीमुळे येते. मुलगी दोन्ही घरचा प्रकाश असते. स्त्री स्वतःची पर्वा न

करता भावी पिढी घडविते, अशा शब्दात कवयित्रीने मुलींची, स्त्रियांची वाखाणणी कवितेतील पुढील ओळीत केली आहे. कवयित्री म्हणते-

बयो
लेकमातीला नको हिणवू
पोरीची जात
नको अशी ठेवू बांधून घरात
पोरीचे कोवळे हात घर सावरती
रातीला दिवा, दिवसाला सूर्याची वात
पोरीची जात
आणि घरी दोन्ही घरी प्रकाश
पोरी अंगणात, पोरी घरट्यात
पोरीमुळेच घराचे घरपण घरात
पोरी स्वतःच स्वतःची सजवतात जिवंत मढी
पण म्हणतात पाळणा अन् घडवतात पिढी

(पृ. ४७)

स्त्री ही पुरुषसत्तेची व व्यवस्थेची गुलाम आहे. अगोदर पुरुषसत्तेच्या गुलामीतून मुक्त व्हायचे की व्यवस्थेच्या? व्यवस्थेच्या गुलामगिरीतून स्त्री-पुरुष दोघांनाही अगोदर मुक्त व्हावे लागेल. कवयित्री संध्या रंगारी यांनी पुरुषसत्तेचा स्त्रियांवरील अत्याचार दाखले देत देत आपल्या कवितेत उघड (expose) केला आहे. बाप आणि पतीच्या मायलेकीवरील सौम्य आणि प्रखर अत्याचाराची मांडणी कवयित्रीने मायलेकीच्या संवादातून कवितेत केली आहे. पुरुषी अत्याचार निमुटपणे सहन करीत जगण्याचा आईचा वारसा आपल्याकडे आला की काय? असा प्रश्नही कवितेत उपस्थित केला आहे. कवितेत कवयित्रीने पुरुषसत्तेच्या गुलामीतून मुक्त होण्यासाठी पुरुषसत्तेला उघड (expose) केले आहे. मायलेकी या प्रतीकांतून कवयित्री सुशिक्षित व अडाणी पुरुषसत्तेची स्त्रियांवरील शाब्दिक आणि शारीरिक हिंसा कवितेतील पुढील ओळीतून विशद करते आणि म्हणते -

तो सुशिक्षित, उच्चपदस्थ
भाषेवर त्याचं कमांड
म्हणूनच की काय
बाहेर पार्टीत जेवढं चांगलं बोलतो
तितक्याच घाणेरड्या
अगदी खालच्या थराच्या शिव्या देतो घरात
पावलोपावली अपमान गिळून ती शांत
शिकलेली समंजस
तिच्या मौनाला तो दुबळेपणा मानतो
एकदा हा ओला घाव तिने आईजवळ उघडा केला
तेव्हा आईने दाखवले पाठीवरचे ताजे वळ
म्हणाली, गुराढोरासारखं बडवत नाही ना?
अन् बायाही नाचवत नाही उरावर
मग सोस,
शिव्यांनी भोकं पडतात का अंगाला?
ती कळवळली
तेलाची वाटी घेऊन
मोरपिसागत हात फिरवत राहिली
पाठीवरून हलका हलका
अन् दचकलीच
आईला सुख ना दुःख
उलट निर्जीव प्रेतातला थंडगार स्पर्श
पोहचला तिच्या हाडापर्यंत
गारठल्या पेशी, ताठरलं शरीर
शंका आली तिला
स्वतःच्या अन् आईच्या जिवंतपणाबद्दल
झिरपत झिरपत शवागारातला
हाच वारसा आला की काय आपल्यापर्यंत?

(पृ. ४८-४९)

कवयित्री संध्या रंगारी बोन्साय झाडाच्या खुंटलेल्या वाढीत आणि छाटलेल्या विकासात स्वतःला बघतात. स्त्रियांची स्वप्न, आशा, आकांक्षा बोन्साय झालेल्या पाहतात. घराघरात दागदागिन्यांनी नटलेल्या पोरी बोन्साय करून सजवलेल्या असतात, असे प्रतिपादन कवयित्री कवितेतील पुढील ओळीत करते आणि म्हणते -

तो रानातलं रोपटं आणून कुंडीत लावतो

वाढायला लागलं की छाटत जातो

जळायला लागलं की बुडाशी पाणी टाकतो

तो झाडाला जगूही देत नाही, मरुही देत नाही

झाडाला फुटल्यात असंख्य डहाळ्या

डहाळ्यांना डोळे

डोळ्यांत दहशत जगण्याची

तरीही पडते भूल डोळ्यांना स्वप्नांची

स्वप्नांत झाडाच्या फांद्या उंचच उंच जातात

आभाळाला भिडतात

जाग आली की झाडाच्या डोळ्यांतून स्वप्नंच वाहतात

हळूहळू झाडाच्या जागी दिसू लागले मला मीच

नाकात नथ, हातात कडे

पायांत तोडे, बोटांत जोडवे

घराघरात पोरी

बोन्साय करून सजवलेल्या

(पृ. ५०-५१)

मानवी जीवन सजीव, निर्जीव साधनांशी जुळलेलं आहे. व्यक्तिपरत्वे साधने बदललेली असतात. पुरुष स्त्रीला तिच्या स्वातंत्र्याच्या मोबदल्यात काळेमणी, मोती, बांगड्या, जोडवी, घरदार, नाव आणि पोरं अशी साधने बहाल करतो. आणि मग स्त्री आयुष्यभर या साधनांसोबत खेळत राहते, स्वातंत्र्यहीन जीवन जगत राहते, असे कवयित्री कवितेतील पुढील ओळीत सांगते आणि म्हणते -

त्याने तिला
काळेमणी मोती बांगड्या जोडवी
घर दार नाव अन् पोरं दिली
बदल्यात तिचं स्वातंत्र्य घेऊन
अन् मग खेळत राहिली ती त्यांच्याशी आयुष्यभर

(पृ. ५२)

स्त्रिया कितीही समाजात वावरत असल्या, सार्वजनिक जीवनात आपली मतं मांडत असल्या, भाषणं देत असल्या, लेखन करीत असल्या तरी कुटुंबात या ना त्या कारणाने स्त्रियांवर पुरुषी अत्याचार होत असतो, असे कवयित्री संध्या रंगारी आपल्या कवितेत विशद करतात. स्त्रियांवरील पुरुषी अत्याचार काळवेळ, प्रसंग पाहत नाही, असे कवयित्री कवितेतील पुढील ओळीत नमूद करते आणि म्हणते -

आठ मार्चला आवेशात
पोटतिडीकीने तिने भाषण दिलं
संध्याकाळी भाजी खारट का...?
म्हणून
त्याने सणसणीत कानाखाली वाजवलं
अन् महिला-दिन दीनपणे मावळला

(पृ. ५४)

पुरुषसत्ताक जीवन पद्धतीत स्त्री जीवनाची कशी कोंडी होत जाते, प्रेमात पाहिलेल्या स्वप्नाचा प्रत्यक्ष संसारी जीवनात कसा चुराडा होतो, याची कवयित्री संध्या रंगारी यांनी आपल्या कवितेत अत्यंत प्रभावीपणे मांडणी केली आहे. पुरुष उजळ माथ्याने जीवन जगतो तर स्त्रीच्या वाट्याला नीरस जीवनप्रवास येतो, असे कवयित्री कवितेतील पुढील ओळीत सांगते आणि म्हणते -

ती करिअरिस्ट हुशार चुणचुणीत
तो देखणा रुबाबदार कर्तबगार
तिला वाटलं

हातात हात घालून चालताना
सूर कसे छान जुळून येतील
पावलांनाच वाटा फुटतील
पण झालं उलटंच
त्याचं गाणं बहरत गेलं, तिचे सूर हरवत गेले
एखादी मैफल असायची
छोट्याच्या अंगात ताप
ती मनातल्या मनात म्हणायची मारवा
तो भैरवीने करी सुरुवात
तिचं गाणं संपत गेलं, त्याचं आभाळ उजळत गेलं
जाणता अजाणता केवढं अंतर पडत गेलं
ती माती झाली, शेण झाली, खत झाली
स्वतःला कुजवून घेत त्याच्या वाढीसाठी झटत राहिली
आता कधीतरी अचानक
आतलं आभाळ भरून येताना
एखादी उदासवाणी धून छेडताना
आठवतं तिला
पूर्वी ती त्याची छान मैत्रीण होती
तासंतास तो तिच्याशी गप्पा मारायचा
तिच्यासाठी झुरायचा, रागदारीवर बोलायचा
आता ती त्याची बायको कम असिस्टंट झालीय
तो दौऱ्यावर असतो, ती त्याचं घर सांभाळते
त्याचं फोन अटेंड करते, त्याच्या परतण्याची वाट पाहते
तो येतो
तासभर मित्रमैत्रिणीशी फोनवर बोलतो
सोफ्यावर पडून पेपर चाळतो

मधूनच कांदेपोहे, गरमागरम भजी अशी ऑर्डर देतो
ती त्याच्यासाठी मन लावून स्वयंपाक करते
पानावरून उठताना, ढेकर देताना
आमटीत मीठ कमी पडलंय, एवढंच सांगतो
आता त्या दोघात असाच संवाद घडतो
सगळं जीवनच तिला आळणी वाटायला लागलं
संसारात गाणं पार हरवून गेलं

(पृ. ६१-६३)

कवयित्री संध्या रंगारी यांनी आरक्षणाच्या माध्यमातून महिलांचा गावगाड्यातील राजकारणात झालेला शिरकाव आपल्या कवितेत सांगितला आहे. गावगढीच्या पारंपारिक वर्चस्वाला, सरंजामी राजकारणाला बसलेला धक्का कवयित्रीने कवितेत नमूद केला आहे. संधी मिळाली तर महिला देखील सक्षमपणे बचत गट चालवू शकतात, चावडीच्या राजकारणाला प्रभावित करू शकतात, असे कवयित्री कवितेतील पुढील ओळीतून सांगते आणि म्हणते -

गावातली सीट रिझर्व्हेशनला गेली
अन् गढी हादरली
ती पहिल्यांदाच बाहेर पडली
बचत गटात आली
चावडीवर गेली
अन् तिनं चावडीलाच धक्का दिला

(पृ. ६४)

सृष्टीतील सजीव स्वाभाविक दुःख-वेदना ग्रस्त आहेत. दुःख, वेदना अनुवंशिक, स्वनिर्मित व मानवनिर्मित आहेत. पुरुषसत्ताक, व्यवस्थाक गुलामीचं दुःख झेलत जगणाऱ्या आईच्या पोटी जन्माला येणारं बाळही स्वाभाविक दुःख, वेदना घेऊनच जन्माला येणार, असे

कवयित्री संध्या रंगारी यांना वाटते. हतबल आई दुःख, वेदनेचं हे गोंडस रूप पाळण्यात जोजवते, असे कवयित्री कवितेतील पुढील ओळीत सांगते आणि म्हणते -

दुःखाच्या देठाला आलंय फूल
जगाला पडलीय भूल
वेदनेनं दिलाय जन्म वेदनेला
ती जोजावतेय पाळण्यात दुःखाला

(पृ. ६५)

सत्ताधारी जमात व्यवस्थेचा गाडा हाकत असते. कवयित्री संध्या रंगारी संसारी जीवनाचा परीघ ओलांडून पुरुषांप्रमाणे व्यवस्थेच्या केंद्रस्थानी येऊ इच्छितात. संसाराच्या रहाटगाडग्यातून बाहेर पडण्याची इच्छा कवितेत व्यक्त करतात. व्यवस्थेचा गाडा हाताळण्यात, हाकण्यात आपलाही सहभाग असावा, असे कवयित्रीला वाटते. कवयित्री कवितेतील पुढील ओळीत स्त्री-पुरुष समानतेचा पुरस्कार करते आणि म्हणते -

हे माझं घर, हा माझा संसार
हा माझा व्याप, मलाच ताप
तुझ्या हाती सत्ता
तू केंद्र, मी परीघ
माझी मलाच ओलांडता येऊ नये मर्यादा
हे कसलं रे गणित
मला संपवायचीय ही कातरीतली अवस्था
व्हायचंय केंद्र
हाताळायचीय व्यवस्था

(पृ. ६६)

कवयित्री संध्या रंगारी यांनी आपला स्वाभिमानी बाणा आणि पतीच्या कुटुंबातील सदस्यांची मानसिक जडणघडण यातील आंतरिक विरोध आपल्या कवितेत चित्रित केला आहे. स्त्री-सापेक्षतेने गृहिणीच्या कौटुंबिक भावभावनांचा कवयित्रीने आपल्या कवितेत उलगडा केला आहे. संसार टिकविण्यासाठी स्त्रिया अस्तित्वहीन, मूक-बधीर, विचारहीन जीवन जगत आहेत. नवऱ्याच्या नावाची माळ जपत चुलीबरोबर जळत आहेत, कुटुंबाच्या सेवाचाकरीत आपले जीवन व्यतीत करीत आहेत, असे कवयित्री कवितेतील पुढील ओळीत सरळसरळ सांगते आणि म्हणते -

तुला खरंच सांगते
मला अगदी सहजपणे सामावून जायचं होतं
तुझ्या घरात
पण तेवढी लवचिक नव्हतीच तुझ्या घराची चौकट
अन् थोडासा ताठ होता माझा कणा
किती जीवाची फरफट
त्या कशा सांगू वेणा
पाठीवरून फिरवत होतास तू हात
मायेने रोज रात्री
पण मला जाणवत होती फक्त तुझी गरज
पाठीला येत गेला पोक
वाकताना कडकडून मोडत गेली हाडं
गळत गेला एकेक मनका
जाणवत होता असह्य ठणका
आतून फुटायचा हुंकार
पण ठरवलं
गरम उकळतं शिसं घालावं कानात
ऐकूच नयेत अगदी स्वतःच्या आतल्या हाका
देऊ नये प्रतिसाद
मूकबधिरासारखं जगावं

विचार करू नये
मतिमंदासारखं राहावं
आत्मभानाचा का जडतोय रोग...?
स्वतःलाच विचारावं
अफू पाजवावी स्वतःला
गुंगीत ठेवावं अस्तित्वाला
बाई ऊठ, गोंदून घे नवऱ्याचं नाव
कुंकवासाठी कोर भाळ
पेटव चूल
ढणढणा लाव जाळ
शीज शिजव पण
सगळ्यांच्या ताटात वाढत रहा
थोडा त्याग थोडा भोग
संसार टिकविण्यासाठी हेच तर करत आल्यात बायका

(पृ. ६८-६९)

मुलगी माहेरी सुखी आणि सासरी दुःखी असते, असा मुलीच्या सुखदुःखाचा ढोबळ हिशेब आहे. पण मुलगी माहेरी दुःखी आणि सासरी सुखी असू शकते? मुलीचे सुखदुःख माहेर-सासर सापेक्ष आहे. कवयित्री संध्या रंगारी यांना मुलीच्या पाठीवरचे माहेरचे ओझे उतरवणे हलके आणि मुलीच्या मनावरचे सासरचे दुःख झेलणे जड वाटते. माहेरपणासाठी आलेल्या मुलीचा दुःखभार आपण हलका करू शकू का? असा प्रश्न कवयित्री कवितेतील पुढील ओळीत उपस्थित करते आणि म्हणते -

माझी पाच-सहा वर्षाची पोरगी
भलं मोठं दप्तराचं ओझं सांभाळत येते घरी
उतरवून घेते मी ते ओझं
पण भीतीच वाटते मला

उद्या सासरी नांदताना
आलीच ती चार दिवस
माहेरपणासाठी
तर तिच्या पाठीवरचं दुःखाचं ओझं
उतरवून घेता येईल का मला...?

(पृ. ७१)

कवयित्री संध्या रंगारी यांच्या कवितेत स्त्रियांचे मनोजगत आणि स्त्रियांची गुलामी याचं विचित्र मिश्रण आहे. सोबत स्त्री-मुक्तीचे वादळी विचार आहेत. स्त्रियांना कौटुंबिक यांत्रिकपणाचा अधेमधे कंटाळा येत असतो, परंतु मनाला सावली देईल असा दुसरा पर्याय स्त्रियांजवळ उपलब्ध नसतो, असे कवयित्री आपल्या कवितेत सांगते. घरोघरी स्त्रियांची अवस्था थोड्याफार फरकाने सारखीच असते. स्वतःची समजूत स्त्रियांना स्वतःच काढावी लागते. कधीकधी जीवनाचा अर्थ अंधूक होतो, वाटाही चुकतात, स्त्रीनं मर्यादा ओलांडली की, तिच्या जीवनात संकटं ओढवतात, असे मत कवयित्री कवितेत व्यक्त करते. स्त्री स्वतंत्र असल्याचे देखावे वावटुळीसारखे आहेत. मुळात स्त्री-जीवन खोलवर गुलामीत रुतलेले आहे. पुरुषसत्तेच्या आणि व्यवस्थेच्या दावणीला ते बांधलेले आहे, असा आशय कवयित्री कवितेतील पुढील ओळीत विशद करते आणि म्हणते -

एखाद्या वेळेस किती किती कंटाळा येतो
बाईला घराचा
पण म्हणून आपल्याला समजून घेईल
असं चित्रातल्यासारखं छान छान वाटणारं
दुसरं घर कुठे उभं करता येतं...?
अन् सगळीच घरं कुठे सावली देतात...?
आच लागून होरपळलेल्या किती सावल्या भेटतात
घरोघरी मातीच्या चुली म्हणावं

आपल्या जीवाला आपणच समजवावं

धुकं पसरतं, वाटा हरवतात

लक्ष्मणरेषा ओलांडल्यावर रामायणच घडतात

उधळतात गायी तेवढीच धूळ

मातीखाली जळतं मूळ

वैरीण होते वैरण

दाणा पाणी टाकलं की मुकी होते दावण

(पृ. ७२)

कवयित्री संध्या रंगारी यांची कविता स्त्री-जीवनातील वाईटांवर बोट ठेवते, स्त्री-मुक्तीची बाजू भक्कम करते. शहरातील स्त्रियांचे धकाधकीचे जीवन आणि त्यांचा दैनंदिन जीवनक्रम कवयित्रीने कवितेत कथन केला आहे. सुरक्षितता नाही, सारखी धावपळ, जगण्यात जिवंतपणा नाही, असे शहरी स्त्री-जीवनाचे चित्रण कवयित्री कवितेत करते. कृत्रिम, यंत्रवत स्त्री-जीवनाची शहरगाथा पण कवितेत आहे. "मला मुखवट्यातली बाई नाही तर जिवंत बाई हवी आहे", अशी मागणी कवयित्री कवितेतील पुढील ओळीत करते आणि म्हणते -

आंबलेल शहर

दिवस कामांचा कहर

रात्र ओसरलेला बहर

डोळ्यांत स्वप्नांचं जहर

जडावलेल्या पापण्या

५.४० ची लोकल

शरीराची मोळी बांधून

ठणकणारी हाडं सांधून

आपल्याच दोन पायावर चालत येतं मढं घरी

कुकर लावतं, वरणभात करतं

आळणी जीवनासोबत जेवण करतं

धास्तावलेल्या शहरात सुरक्षितता शोधत
चार भिंतीत झोपतात मुडदे
करतात संग मुडद्यांशी
सकाळ होताच जित्याजागत्या स्वप्नांचे दंश घेऊन
जगण्याचे उरलेले अंश घेऊन उठतात मुडदे
फ्रेश होतात, ब्रेकफास्ट करतात
मेकअप करून, चेहरा लपवून
मुखवटा चढवून, लिपस्टिक लावून
लोकल पकडण्यासाठी वेळेवर पोहचण्यासाठी
धावतात मुडदे
ट्रेनमध्ये इकडे तिकडे आजूबाजूला धक्केबुक्के खात
उभे असलेले दिसतात मुडदेच मुडदे
मला जिवंत बाई हवी होती

(पृ. ७३-७४)

कवयित्री संध्या रंगारी यांची कविता स्त्रियांच्या स्वातंत्र्याचा शोध घेते. स्त्री जीवनाची व्यस्तता कवयित्रीने कवितेत सविस्तर सांगितली आहे. स्वतःसाठी जगण्याचे क्षण स्त्री जीवनात फारच कमी असतात. स्त्रियांचे दिवसरात्रीचे प्रहरही मुलांत, कामात, पतीत वाटलेले असतात. स्त्री स्वातंत्र्यभ्रमात जगते. तुकड्या तुकड्यात ती वाटलेली असते. माणूसपण हरवलेली असते, असे कवयित्री कवितेतील पुढील ओळीत सांगते आणि म्हणते -

वाटतं मला
सकाळ दुपार अन् संध्याकाळ
माझीच असावी फक्त
पण असं होत नाही
सकाळ असते लेकरांची
दुपार असते उरल्यासुरल्या कामांची

संध्याकाळ नवऱ्याची
स्वातंत्र्य स्वातंत्र्य म्हणत आपण भ्रमात दंग
जगण्याला किती पारंपरिक रंग
बाई वाटली जाते कामांत...
माणसांत... तुकड्या तुकड्यात...
हेही खरं आहे
बाई कुठं असते माणूस...?

(पृ. ७५)

स्त्रियांची स्वप्न; स्वप्नंच असतात, छोटमोठं संकट आलं की नष्ट होतात. स्त्री जीवनाला संसाराने वेढले आहे. हा वेढा जीवनभराचा आहे. आप्तस्वकियांचा हा वेढा आहे. हा वेढा प्रेम, वात्सल्य, ओलावा, दुरावा या साधनांनी युक्त आहे. स्त्री-जीवन या वेढ्यात पुरतं अडकून आहे. हे वेढाग्रस्त स्त्री-जीवन स्त्रियांच्या स्वप्नांचा सदोदित चुराडा करीत असते, असे संध्या रंगारी कवितेतील पुढील ओळीत सांगतात आणि म्हणतात -

उद्या रविवार सुट्टी
दिवसभर छानपैकी लोळायचे
उशिरा उठून
गरम वाफाळत्या चहासोबत पेपर चाळायचा
जमलं तर जरासं शॉपिंग
कितीतरी बेत आखत
पापण्या मिटत ती स्वप्नांच्या कुशीत शिरली
दुसऱ्या दिवशी उठली, सात वाजले होते
उन्हं दारात आलेली, नवरा अजूनही घोरत पडलेला
अंथरूण पांघरूण उचलली
लेकराने ताप काढला होता
कामवाल्या बाईने दांडी मारली होती

भांड्याचा ढीग वाट पाहत होता
अनाहूतपणे पाहुणे आले होते
आठवडाभराचे कपडे धुवायचे होते
इस्त्री करायचे होते, दळणं करायची होती,
बाजार आणायचा होता, भाज्या निवडून ठेवायच्या होत्या
पोरीचा होमवर्क घ्यायचा होता
पाहुण्यांची सरबराई करण्यात
चुलीला झटता झटता, पोरीचा अभ्यास घेण्यात
पोराच्या कपाळावरच्या थंड पाण्याच्या
पट्ट्या बदलण्यात
कधी मावळला दिवस अन् निसटून गेली सुट्टी हातातून
कळलंच नाही
अशी किती स्वप्न ओघळून जातात
बाईच्या डोळ्यातून सहजपणे

(पृ. ७६-७७)

कवयित्री संध्या रंगारी यांनी पतिपत्नीच्या जीवनातील चढउतार आपल्या कवितेत टिपलेले आहेत. आपलं मन पतीजवळ मोकळे केलं आहे. आपण पतीसाठी जगतो, पतीच्या आवडीनिवडी जपतो, पतीला जगण्याचा आधार मानतो; पण पती आपल्यासाठी जगत नसल्याची खंत कवयित्री कवितेत व्यक्त करते. आपल्या वरचढ मिळकतीचाही उल्लेख कवयित्री कवितेत करते. बाईची मिळकत बाईला पुरुषसत्तेच्या, व्यवस्थेच्या गुलामीतून मुक्त करू शकते? शिक्षण, व्यवहारज्ञानाने पुरुषांचा सामना करण्याइतपत आपण धीट आहोत, स्वावलंबी आहोत, शीलवान आहोत, असेही कवयित्री कवितेत सांगते. पुरुषी संशयी वृत्तीचा कवयित्री कवितेत आवर्जून उल्लेख करते. पतीमोह आणि स्त्री-मुक्ती या दोहोतील आंतरिक विरोधात कवयित्री पतीची, मुलाबाळांची, घरादाराची, भांड्याकुंड्याची, अंगणातल्या फुलझाडांची निवड करते. काळज्यांनी आपले आयुष्य

पोखरून टाकल्याचे दुःख कवयित्री कवितेत विशद करते. एकाकी स्वातंत्र्य नको तर सहजीवनातील स्वातंत्र्य हवे आहे, असे प्रतिपादन कवयित्री कवितेत करते. पतिपत्नीचे नाते स्वीकारते पण स्वदेहावर स्वमालकीचा पुरस्कार करते. योनिशुचिता, पातिव्रत्य, सतित्व असे शब्द स्त्रियांवर वर्चस्व गाजविण्यासाठी, पुरुषी अहंकार जपण्यासाठी वापरले जातात, असे कवयित्री सांगते. पुरुषांना घरात राबणारी बाई जिवंत यंत्र तर पैसे कमवणारी बाई एटीएम यंत्र वाटते. आपण पतीला माणूस म्हणून स्वीकारले आणि पतीने आपले वस्तूकरण केले, असा आरोप कवयित्री पतीवर करते. पतीची नकारात्मकता घालविण्यातच आपली ऊर्जा नष्ट होत असल्याचे कवयित्री सांगते. आपली लढाई पुरुषांशी नाही तर पुरुषसत्तेशी आहे, असे कवयित्री कवितेत सांगते. संसार टिकवत, एकमेकांचा आधार घेत उर्वरित आयुष्य घालवायचे, अशी समंजस भूमिका कवयित्री कवितेतील पुढील ओळीत घेते आणि म्हणते -

माझ्या जगण्याचं केंद्र असतोस तू
तुझ्या भोवतीच फिरतात माझे श्वास, उच्छ्वास
पण तुझ्या जगण्याचं केंद्र मी नसते कधीच
तुझ्या साध्या साध्या आवडी निवडीही जपते मी
जीवाच्या पलीकडे
भाजीपासून हिरव्या देठापर्यंत
साडीपासून मधाळ ओठांपर्यंत
रंगापासून टिकली गंधापर्यंत
तुझे मूड सांभाळतचं जगते मी
माझ्या गरजा मात्र तुला गरजा वाटल्या नाहीत कधीच
ओळखताही आल्या नाहीत तुला त्या नीटपणे
अन् सांगता आल्या नाहीत मला धीटपणे
दोन वेळच्या राशनपाण्याची सोय केलीस तू
उपकार केल्यागत
अन् शिजत राहिले मीच

तू माझ्या जगण्याचा आधार हे मानलं मी सहजपणे
पण तुझ्या जगण्याचा आधार मी झाले नाही कधीच
क्वचित जाणवलं तुला कधी तसं
तरी ते कबूल करण्यात
कायम कमीपणाच वाटत आलाय तुला
तसं तर स्वयंपाकघरातच शिकले मी
बिझिनेस, मॅनेजमेंट, अॅडजेस्टमेंट
केवळ गरज म्हणून ओलांडला उंबरठा
कमवतेय तुझ्यापेक्षा जास्तच तेही गुणवत्तेवर
भ्रष्टाचार न करता
मांडते ताळेबंद जमाखर्चाचा
कळतो मला
चढता उतरता उसळता सेन्सेक्स शेअर मार्केटचा
लक्ष्मणरेषा ओलांडली की रोजच पडते गाठ रावणाशी
दहा तोंडाशी लढण्याचं बळ आलंय
भीती वाटत नाही ऐऱ्यागैऱ्या धोब्याची
माझा विश्वास नाही रामावर
हाकही मारत नाही मी लक्ष्मणाला
माझा विश्वास आहे स्वतःवर
इतकी चमक धमक अन् प्रलोभनं
अवतीभोवती असतानाही
सीमा, मर्यादा, शील अन् चारित्र्याचे बंध जपलेत मीच
नाही घसरू दिला पाय
पण एवढी तारेवरची कसरत करून
दमून भागून आल्यावर घर घेत नाही कुशीत मला
जाब विचारतं, हिशेब ठेवतं तासांचा, मिनिटांचा, कामांचा
संशयाची पाल चुकचुकताना दिसते तुझ्या डोळ्यात
तेव्हा प्रश्न पडतो
माझ्याभोवती आवळलेले हे व्याप, ताप

मायेचे की सक्तीच्या नात्यांचे...?

वाजू लागतात पडघम कानात मुक्तीचे

पण तरीही तुटता तुटत नाहीत पाश आसक्तीचे

जीव गुंतलाय रे तुझ्यात, लेकराबाळांत, घरादारात

भांड्याकुंड्यात, अंगणातल्या फुलझाडात

संसार बांधताना, चैतन्याचे झरे जपताना

माझ्यातल्या हिरव्या पोरीचं

कधी झालं वठलेल्या झाडात रूपांतर

कळलं नाही मला

काळज्यांनी पोखरून काढलंय आयुष्य

पण तरीही तुला समजून घेत आलेय मी नेहमीच

समजून घेतच चालायचंय अंतापर्यंत

माझ्याशिवाय तू तुझ्याशिवाय मी अपूर्णच

हे जाणते मी

मला स्वातंत्र्य हवंय, हे खरं आहे

पण मला एकटं राहायचं नाही, हे ही खरं आहे

सहजीवनाचा अर्थ कळलाय मला

तू माझा नवरा हे स्वीकारलं मी नातीचरामी म्हणत

पण माझ्या देहावर मला माझं स्वामित्व हवं आहे

तुझा मालकी हक्क नको, हे ही खरं आहे

योनिशुचिता, पातिव्रत्य, सतीत्च

असले कसले कसले शब्द वापरतोस तू

तेव्हा हसू येतं मला

माझ्या सन्मानासाठी नाही पण तुझ्या अहंकारासाठी

कवटाळतोस तू या कल्पना तुझ्यासाठी

घरी राहणारी बाई म्हणजे

चोवीस तास सेवेत राबणारं यंत्र

कमावती बायको म्हणजे एटीएमची मशीन

तुझं माणूसपण स्वीकारलं मी

अन् तू केलंस माझं वस्तूकरण

तुला सोबत घेऊन चालण्याचा प्रयत्न करतेय मी

अन् प्रत्येक टप्प्यावर तुझा हा नकार

तुला समजावून सांगण्यातच नष्ट होतेय माझी ऊर्जा

अन् समाज करतोय माझ्याकडून नवनिर्माणाची अपेक्षा

मला हवाय फक्त माझा मानवीय चेहरा

माझी लढाई तुझ्याशी नव्हतीच रे कधीच

तुझ्यातल्या पुरुषसत्तेशी होती

तुझ्या विरोधात उभं राहत नाही मी

अन् हो, संसारही मोडायचा नाही मला

रक्त आटवून उभा केलाय हा घराचा डोलारा

पंख फुटले की पिल्लं उडून जातीलच उद्या

तेव्हा आयुष्य मावळताना

तू कबूल कर ना कर

पण मीच असेन आधार तुझ्या जगण्याचा

(पृ. ८१-८५)

कवयित्री संध्या रंगारी यांची आई कवयित्रीला शिक्षण घेण्यासाठी, मोठं होण्यासाठी प्रेरित करते. मुलींनी शिकावं, मोठं व्हावं अशी प्रत्येक आईची इच्छा असते. पण शिकून मोठं होणं म्हणजे नेमकं काय? असा प्रश्न कवयित्रीला पडतो. नोकरी, पगार, मोठं घरदार एवढाच मर्यादित उद्देश शिक्षणाचा आहे का? "शिक्षणाने मुलींच्या जीवनात आलेला गुणात्मक बदल म्हणजे मुलींच मोठं होणं होय". परंतु 'मोठं होणं' ही संकल्पना भौतिक सुखसोयींशी जेव्हा जोडली जाते तेव्हा जीवनाचा अर्थ बदलत जातो. जीवनात बेगडीपणाचा अंगीकार होतो. प्रत्यक्ष जीवन आणि अवतीभोवतीची वस्तुस्थिती यात फरक पडतो. शिक्षणाचे बाजारीकरण, संस्थांची धंदेवाईक वृत्ती, विद्यापीठातील प्रतिभाहनन माणसाला स्फोटक बनवत आहे, असे कवयित्री कवितेत विशद करते. आईचे कष्टाळू, भाकरी थापणारे, जनावरांना लळा लावणारे अनुभवी

जीवन एक शाळाच आहे, याच शाळेत शिकण्याची कवयित्री इच्छा व्यक्त करते. मातीशी जुळलेले मुक्त जीवन कवयित्री जगू इच्छिते. नुसत्या डिग्र्यांनी माणसे मोठी होत नसतात, असे कवितेतील पुढील ओळीत प्रतिपादन करते आणि म्हणते-

आई म्हणते तू शिकून मोठी हो

मोठं व्हायचं म्हणजे नेमकं काय...?

कळत नाही मला

चांगली नोकरी, चांगला पगार की चांगलं घरदार...?

आई, तुझ्या डोळ्यांत दिसतात मला

मी मोठं झाल्याची स्वप्नं

अन् सत्य पेलवत नाही मला

कसं सांगू तुला

मोठं व्हायचं म्हणजे विकावं लागतं स्वतःला

मिसळावा लागतो इतरांच्या आवाजात आवाज

पाळावे लागतात शिष्टाचार

जाहिरात करावी लागते असणाऱ्या नसणाऱ्या स्कीलची

शिक्षणाचं झालंय बाजारीकरण

शाळा करताहेत धंदा

संस्था म्हणजे दुकानं

विद्यापीठं प्रतिभावंतांसाठीची स्मशानभूमी

मानवाच्या प्रयोगशाळेत तयार होताहेत मानवी बाँब

आई, तुझे उन्हातान्हात दगडाधोंड्यांत राबणारे हात

माणसांना वाचणारे डोळे

भाकरीच्या पिठावर भूक लिहिणारी बोटं

गोठ्यातल्या गायी वासरांना लळा लावणारी माया

पाणवठ्यावर मन उकलणाऱ्या पोरीसोरींची

डागलेली काया

आई, तुझे अनुभव हीच केवढी मोठी शाळा

इथंच मला शिकू दे

पायांना माती लागू दे
अवघं आभाळ पांघरू दे
नुसत्या डिग्ग्या घेऊन मोठी होत नाहीत ग माणसं

(पृ. ८६-८७)

कवयित्री संध्या रंगारी ग्रामीण स्त्रीचं उन्हातानात करपलेलं, मोळीच्या भाराने वाकलेलं, गवऱ्या-शेणी वेचत, गवताचे भारे विकत जगणारं जीवन आणि मजरूह सुलतानपूरी यांच्या गीतातील जीवन परस्परविरोधी असल्याचे आपल्या कवितेत सांगतात. जीवन चालीत बांधता येते का? उपाशी पोटी गळा भरून गाता येते का? असे प्रश्न कवयित्री कवितेत उपस्थित करते. ग्रामीण स्त्रीचं खुरुपलेलं, काटेरी जीवन कवयित्री कवितेत चित्रित करते. नशिबावर ताशेरे ओढते. आईचा संसार सांभाळत, ठिगळयुक्त गरिबी लपवत, शिळंपाकं अन्न खात मुलगी बारा वर्षाची होताच तिचं लग्न आटोपल्याचा दाखला कवयित्री कवितेत देते. जगणे जिथून सुरू होते तिथेचं बालविवाह मुलीचे जीवन संपवून टाकते, असे कवयित्री कवितेत नमूद करते. बालविवाहाचे दूरगामी दुष्परिणाम कवितेतील पुढील ओळीत कथन करते आणि म्हणते -

"लडकपण खेल मे खोया
जवानी निंदभर सोया
बुढापा देखकर रोया...
........................."
दूर कुठेतरी रेडीओवर मजरूह सुलतानपूरी
अन् हसू येतं तिला
गवऱ्या-शेणी वेचताना, गवताचे भारे विकताना
मानेचा काटा ढिला होईपर्यंत
लाकडाच्या मोळ्या वाहताना
तापलेली उन्हं झेलताना

प्रश्न छेडतोच
अशी चालीत बांधता येते का जिंदगी...?
पोटात ढवळत असताना गाता येतं गळा भरून...?
माळावर पसरलेले बाईचे उसासे
पायांत बोरीबाभळीचे काटे
खुरपं झालेल्या मनाला रूचकीच्या दुधाचे भरोसे
जखमजुडीनेच भरल्या हिरव्या जखमा
नात्यांची वीण उसवत असतानाही काढला जन्म जाळात
कोण्या सटवीनं लिहिलं हे भाळात
ठिगळात लपवली कुडी अन् गरिबीही
शरीराची केली ढाल अन् तलवारही
औजार अन् हत्यारही
ती झाली साध्य अन् कधी साधनही
लडकपण, हट्ट, खेळ, बाहुलाबाहुली,
आट्यापाट्या, सागरगोटे
आठवत नाहीत तिला
शिळंपाकं खात बालपण सरलं
लहानपणी आईचा संसार सांभाळला
बाराव्या वर्षी बोहल्यावर चढली
जिथून सुरू व्हावं जगणं तिथंच ती संपली
काय सजवावा संसार
संसारातच झेलला बलात्कार
दोन वर्षातच वैधव्य आलं
सक्तीची विरक्ती, नकोसं मातृत्व
आयुष्य क्षणिक, तीही क्षणदा
तरीही घेतो समाज तिच्या सहनशक्तीची परीक्षा
कसल्या, असतात तरी कसल्या
पोरींच्या उमलायच्या-फुलायच्या अवस्था...?

(पृ. ८८-९०)

कवयित्री संध्या रंगारी यांनी दारोदार भटकून मणेरीचा किरकोळ व्यवसाय करणाऱ्या भटक्या जमातीतील स्त्रियांचे जीवन आपल्या कवितेत उद्धृत केले आहे. एका भटक्या जमातीतील स्त्रीचे मनोगत संवादातून उकलून दाखविले आहे. भटक्या जमातीतील स्त्रियांच्या जीवनातील फरफट, दारिद्र्य, दुःख, कवितेत कथन केले आहे. आपली मध्यमवर्गीय मानसिकता आणि भटक्या जमातीतील स्त्रियांच्या जीवनातील जीवघेणी वास्तविकता यातील विरोधाभास कवयित्रीने कवितेत व्यक्त केला आहे. दोन दिवस नळाला पाणी आले नाही तर मध्यमवर्गीय स्त्रियांची ओरड सुरू होते. परंतु भटक्या जमातीतील स्त्रियांना एक हंडा पाण्यासाठी दोन दोन कोस पायपीट करावी लागते. थेंब थेंब पाण्यासाठी भटके जीव तरसतात. भटके जीवन उन्हाने करपलेले, तडकलेले असते. भटक्या जीवनात सुख जवळ भटकत नाही, दुःख सोबत सोबत चालत राहते. अन्न नाही, वस्त्र नाही, बोटभर चिंधकाने स्त्रियांना आपली लाज झाकावी लागते. नाव नाही, गाव नाही, देश नाही, विचवाचे बिऱ्हाड पाठीवर अशी दयनीय स्थिती भटक्या जमातीतील जीवनाची आहे. मध्यमवर्गीयांच्या रडारवर भटक्या जमातीचे प्रश्न नाहीत. मध्यमवर्गीय स्त्रियांची मध्यमवर्गीय इभ्रत भटक्या जमातीतील स्त्रियांच्या प्रश्नापासून पळ काढते, स्वतःला इतरत्र, टीव्हीत गुंतविते, असे कवयित्री कवितेत नमूद करते. दारावर आलेल्या भटक्या जमातीतील स्त्रीचं दाहक मनोगत आपल्या मध्यमवर्गीय मनात डोकावत आहे, असे कवयित्री कवितेतील पुढील ओळीत सांगते आणि म्हणते -

सुया घे

मनी घे

दाबन घे

फणी घे

घे ग माय म्हणत ती दारावर आली

पाणी आलं नाही... किती बेजार झाली

म्हणून मी शेजारणीशी गप्पा मारत होते

मला तोडत ती मध्येच म्हणाली,

दोन दिवस नळाला पाणी आलं नाही

तर किती वरडायलीस लेकी

आमचा उभा जन्म उन्हानं तडकला

थेंब थेंब पाण्यासाठी जीव तरसला

सुख घावंना दुक मावंना

विचवाचं बिऱ्हाड पाठीवर म्हणत उठावं

वाट फुटंल तिकडं निघावं

घर नाही, नाव नाही, गाव नाही, देश नाही

दुःखाला भाव नाही

फुटपाथवरचे प्रश्न तुम्हाला डसत नाहीत

अन् आमच्या अंगात भिनलेलं विष उतरत नाही

चार दिवस जरा बिना आंघोळीचं राहून बघ

एका हंड्यासाठी दोन दोन कोस चालून बघ

बिनतेलाची भाजीला फोडणी देऊन बघ

बोटभर चिंधकात लाज झाकून बघ

जात्यात जीव भरडून बघ

उखळात मुंडकं घालून बघ...

ती बडबडत राहिली

माझ्यातली मध्यमवर्गीय स्त्री इभ्रतीला घाबरली

शिळं पाकं काही नाही बाई

पुढं जा पुढं म्हणत मी तिला हुसकावलं

मनाची... कवाडं बंद करून घेतली

टीव्ही लावला

फॅशन शो मध्ये जीव अडकला

तरी किलकिल्या डोळ्यांनी ती आत डोकावतच राहिली

माझ्या स्टेटसला न जुमानता

(पृ. ९५-९६)

स्त्री-पुरुष संबंध गुंतागुंतीचे आहेत. पतिपत्नी संबंधही परिस्थितीसापेक्ष गुंतागुंतीचे होत असतात. पुरुषसापेक्षतेने स्त्री कुठे ना कुठे दोषी असते तर स्त्रीसापेक्षतेने पुरुष कुठे ना कुठे दोषी असतो. हे सापेक्ष दोषारोपण स्त्री-पुरुषांच्या, पतिपत्नीच्या जीवनाचे वैशिष्ट्य आहे. चाकोरीबद्ध स्त्री पुरुषांना घरात चालते तर चाकोरीबाहेर जीवन जगणारी स्त्री राजकारणात, समाजकारणात, चित्रपटात बरी वाटते, असे स्त्रीसापेक्ष मत कवयित्री कवितेतील पुढील ओळीत विशद करते आणि म्हणते -

<blockquote>

महत्त्वाकांक्षी स्त्री
राजकारणात, समाजकारणात
चित्रपटात, फ्लॅटफॉर्मवरच बरी वाटते
घरात चालत नाही घरातल्या पुरुषाला

</blockquote>

(पृ. ९७)

कविता दंगलीच्या

एक दुसऱ्याचा उच्छेद करण्याची सुप्त प्रवृत्ती अधूनमधून डोकं वर काढत असते. इतिहासातही ही उच्छेद प्रवृत्ती अधूनमधून डोकं वर काढत होती. वर्तमानातही ही उच्छेद प्रवृत्ती अधूनमधून डोकं वर काढत असते. ही उच्छेद प्रवृत्ती दंगल, युद्ध, उठाव, कटकारस्थान, हिंसा, हाणामारी, अन्याय, अत्याचार, शोषण, पिळवणूक अशा वेगवेगळ्या रूपातून अभिव्यक्त होत असते. खांडववनाचे ऐतिहासिक संदर्भ घेऊन आलेल्या जात-धर्मीय दंगलीचे विध्वंसक रूप कवयित्री संध्या रंगारी यांनी आपल्या कवितेतील पुढील ओळीत टिपले आहे. कवयित्री म्हणते -

<blockquote>

दोन पिल्लं पोटाशी घेऊन
ती झोपलेली
अचानक झोपडी पेटलेली
मी शोधत राहिले

</blockquote>

पिल्लांचे श्वास का होरपळले
खांडववन विझलं नाहीच की अजून...

(पृ. ९९)

असं म्हणतात की, भारतातील एक गाव म्हणजे एक देश आहे. भारत विविधतेने नटलेला आहे, परंतु भारतातील गावं मात्र विविधतेत विभक्त झालेली आहेत. गावात जात-वर्णीय उच्चनीचता आहे, धर्मभेद आहे, आर्थिक शोषण आहे, सामाजिक उत्पिडन आहे, स्त्रियांचे लैंगिक शोषण आहे, गुन्हेगारी आहे, दडपणूक आहे, अज्ञान आहे, राजकीय शत्रूता आहे आणि या भयावह स्थितीत गावगाडा लोभ, लुबाडणूक, द्वेष, मत्सर, हेवेदावे आणि आपापसातील शत्रुत्व जोजवत जिवंत आहे. कवयित्री संध्या रंगारी यांनी गावात उसळलेल्या जातीय दंगलीचे वर्णन आपल्या कवितेत केले आहे. दंगलीचे दुष्परिणाम कवितेत विशद केले आहेत. बाहेरून सुंदर, सुबक, नेटकी दिसणारी गावं आतून सडून आहेत, असे प्रतिपादन कवयित्री कवितेतील पुढील ओळीत करते आणि म्हणते -

डोळ्यांत उजाडण्याची स्वप्नं सजवून
अंधार पांघरूण
वस्ती निद्रेच्या अधीन
अन् अचानक दबा धरून बसलेलं गाव
अर्ध्यारात्री जागं होतं
अंधारात भाले, बरच्या, सुरे चमकतात
रक्ताला चटावलेली श्वापदे हल्ला करतात
अंधाराला भेदणारा आकांत
दंगलीचा दंश, खुडलेले वंश
उजाडण्याची स्वप्नं डोळ्यांतच थिजलेली
वरून सुंदर, सुबक, नेटकी दिसणारी गावं
आतून किती सडलेली

(पृ. १००)

कवयित्री संध्या रंगारी यांनी जातीय दंगलींचा ऊहापोह आपल्या कवितेत केला आहे. तसे दंगलीचे आधार वेगवेगळे असतात, परंतु जास्तीत जास्त दंगलींचा आधार जाती राहिल्या आहेत. जाती आहेत तोपर्यंत दंगली आहेत. जातीव्यवस्था नष्ट व्हावी, जातीवर्णभेद नष्ट व्हावा अशी कवयित्रीची इच्छा आहे. समाजातील असंतोषाचे जातीवर्णधर्मभेद हेही एक कारण आहे. कारण दूर केले की परिणाम लुप्त होतो. दंगलीत सर्वसामान्य माणूसच होरपळला जातो, उद्ध्वस्त होतो. राजकीय स्वार्थ साध्य करण्यासाठी सुद्धा दंगली पेटविल्या जातात. दंगलीनंतर सांत्वनांचे नाटक केले जाते. हिशेबी आर्थिक मदत केली जाते, असे कवयित्री कवितेत नमूद करते. दंगलीत सर्वात जास्त हानी स्त्रियांची होते. एकतर स्त्रियांवर बलात्कार होतो नाहीतर त्यांचे कुंकू पुसले जाते अथवा अपंग होते. लाखाच्या मदतीने पोरगा हुरळतो; स्वार्थाला बळी पडतो, बापाच्या मृत्यूचे दुःख विसरतो, असे कवयित्री कवितेतील पुढील ओळीत सांगते आणि म्हणते -

जाती मरत नाहीत
भेदाच्या अभेद्य भिंती कोसळत नाहीत
असंतोषच उगवतो पुन:पुन्हा
दलित म्हणून जन्म घेणं हाच गुन्हा
गुदमरून जातो तिचा जीव
धर्म-जाती-पंथ त्यांच्या हातातल्या कळसूत्री बाहुल्या
पाहिजे तेव्हा वापरता येतात त्यांच्या काळ्या सावल्या
टिपून टिपून मारतात ते माणसं
अन् नाटकंही छान करतात सांत्वनाचं
राजकारण रंगात येतं सत्तेचं
दंगलीत बंदुकीच्या गोळ्यांचा पाऊस...
दंगलीनंतर मदतीचा पाऊस...
निवडणुकीत मतांचा पाऊस...
हात तुटला - दहा हजार...
पाय तुटला - वीस हजार...

जबर जखमी - पन्नास हजार...
जीव गेला - एक लाख...
कुंकू पुसलं या दंगलीनं तिचं
हातात एक लाखाची थैली
मुख्यमंत्र्यांसोबत फोटो
पेपरमध्ये बातमी
तिच्या पोराचे हात थरथरतात मोजताना नोटा
साला आपलाच जलम खोटा
उभा जन्म बाप सालगडी म्हणून राबला असता
तरी एवढा पैका गावला नसता
सहज बोलून जातो पोरगा
कळवळते ती
अन् उभा राहतो तिच्या डोळ्यांत वेदनेचा पाऊस...
दंगलीत बंदुकीच्या गोळ्यांचा पाऊस
दंगलीनंतर मदतीचा पाऊस
निवडणुकीत मतांचा पाऊस...

(पृ. १०१-१०२)

कवयित्री संध्या रंगारी यांनी जातीय दंगलीचे रक्तरंजित रूप-स्वरूप आपल्या कवितेत मांडले आहे. दंगलीतील नरसंहार पाहून एखाद्यातून पश्चातापदग्ध राजा अशोक निर्माण होईल, असे चित्र कवयित्रीला समाजात दिसत नाही. "भारत बौद्धमय करीन", हे डॉ. बाबासाहेब आंबेडकरांचे स्वप्न साकार होण्यासाठी सामाजिक मन:स्थिती प्रतिकूल आहे, असे कवयित्रीला वाटते. प्रस्थापितांच्या बंदिस्त वाड्यातून त्रिशरण, पंचशीलाचा जयघोष होईल अशी प्राप्त परिस्थिती नसल्याची नोंद कवयित्री कवितेतील पुढील ओळीत करते आणि म्हणते -

असतात दंगलींना कितीतरी संदर्भ
पाण्यासारख्या वाहणाऱ्या अनिवार रक्ताचे वेग-आवेग...

एकमेकांना कापून काढण्याचा जोश
कानावर आदळणारा आक्रोश
अशावेळी माझ्या मनातून स्त्रवतात चंदनधारा
स्पर्शून जातो दीक्षाभूमीवरचा वारा
तथागता
या रणकंदणातून एखादा राजा अशोक निर्माण व्हावा
असे कुठे राहिलेत दिवस
सारा भारत बौद्धमय करीन म्हणणाऱ्या महामानवा
प्रस्थापितांच्या बंदिस्त वाड्यातून
त्रिसरण पंचशीलाचा घुमावा जयघोष
असे कुठे राहिलेत कोणाचे मानस...

(पृ. १०३)

कवयित्री संध्या रंगारी यांनी जातीय दंगलीच्या निमित्ताने जाणीवपूर्वक वंचितवर्गातील स्त्रियांवर केलेले सामूहिक लैंगिक अत्याचार आपल्या कवितेत उघडकीस आणले आहेत. न्यायालयीन प्रकियेवर कवयित्रीने कवितेत ताशेरे ओढले आहेत. बलात्कारी गुन्हेगार निर्दोष सुटतात, राजरोसपणे उजळ माथ्याने फिरतात, असे कवयित्री कवितेत कथन करते. महाभारतात द्रौपदीच्या विनयभंगापासून सुरू झालेले हे चक्र सारखे फिरत आहे. स्त्रियांच्या अब्रूवर विकृत घाला घालत आहे. अहमदनगर जिल्ह्यातील कोठेवाडी (पाथर्डी) येथील सामूहिक बलात्काराचा संदर्भ कवयित्री कवितेत देते. स्त्री असणे हा पहिला गुन्हा आहे, वंचितवर्गातील असणे हा दुसरा गुन्हा आहे, आणि अस्मितेसाठी संघर्ष करणे हा तिसरा गुन्हा असल्याचे प्रतिपादन कवयित्री कवितेत करते. अस्मितेसाठी झुंजणाऱ्या पीडित स्त्रियांना गुन्हेगारांकडून धमकावले जाते, त्यांना मिटविण्याचा प्रयत्न केला जातो, असे कवयित्री सांगते. न्यायालयात न्याय मागणाऱ्या पीडित स्त्रियांची दखल कवयित्री कवितेतील पुढील ओळीत घेते आणि म्हणते -

अनाम वासनेचा सर्प दडून बसलेला त्यांच्या मनात

फणा काढून उतरला रणात

दंगलीचं निमित्त

सये ठरवून तुझी शिकार झालेली

तू सावज अन् ती जमात पारधी झालेली

न्यायालयात प्रश्नावर प्रश्न

काय झालं...?

कसं झालं...?

कुठे झालं...?

कुणी कुणी कुठे कुठे काय केलं...?

तू बावरलेली हरिणी

अंगभर पदर लपेटून घेतेस

तरी वकिलाच्या शब्दांतून विवस्त्र होतेस

पुराव्याअभावी ते निर्दोष सुटतात

पुन्हा उजळ माथ्याने फिरतात

तुझं बाई असणं हाच तुझा पहिला गुन्हा

तुझं दलित असणं हा दुसरा गुन्हा

अस्मितेसाठी संघर्ष करणं हा तिसरा गुन्हा

मनूचे वारसदार तुला बजावून सांगतात

कारणमीमांसा ऐकताना तू मात्र पेटत जातेस

इतिहासाला चूड लावताना

महाभारत ते कोठेवाडी संदर्भ तुझ्या डोळ्यांत

अन् तू धमण्यांतूनच उसळतेस

सये तुझ्या असंतोषाच्या वेणा आभाळभर होतात

ते तुला मिटवण्याचा प्रयत्न करतात

तो तो तुझ्या अस्तित्वाच्या खुणा

किती ग ठळक होत जातात

(पृ. १०४-१०५)

दंगल भावनिक असते. दंगलीला विचार नसतो. जातधर्मीय कट्टरता हा बहुतेक दंगलींचा आधार असतो. कवयित्री संध्या रंगारी यांनी प्रत्यक्ष दंगल अनुभवलेल्या आईची धीरोदात्त वृत्ती आपल्या कवितेत स्पष्ट केली आहे. दंगलीत वस्ती राख झाली. घरेदारे उद्‌ध्वस्त झाली. उद्‌ध्वस्ततेने खचून न जाता पुन्हा नव्याने मोडकातोडका संसार उभा करण्यासाठी आई नव्या जोमाने पुढे धजावते, पदर खोचून कामाला लागते, इतरांनाही धीर देते, मदतीचा हात देते, राखेतून जिवंत होणाऱ्या फिनिक्स पक्षाप्रमाणे वस्तीला जिवंत करण्याची प्रेरणा देते, असे कवयित्री कवितेतील पुढील ओळीत विशद करते आणि म्हणते -

दंगल अशी उसळली सपासप झाले वार
धगधगते अग्निकुंड तुझ्या माझ्या डोळ्यांपार
तुझ्या डोळ्यांत वस्तीची राख
अन् तू विमनस्क
वाटलं, तू ठार वेडी होणार
संतुलन हरवून बसणार
पण तू तर पदर खोचून कामाला जुंपलीस
थिजलेल्या, गोठलेल्या हाताला हात देऊ लागलीस
त्या दिवशी माये
तुझे ओबडधोबड हात केवढे कणखर भासले
तुझ्या डोळ्यांतल्या राखेतून
किती फिनिक्स उभे राहिले

(पृ. १०६)

डॉ. बाबासाहेब आंबेडकरांचे नाव मराठवाडा विद्‍यापीठाला द्यावे यासाठी लाँगमार्च काढण्यात आला होता. महाराष्ट्रभर जातीय तणाव निर्माण झाला होता. गावागावात जातीय दंगली उसळल्या होत्या. नामांतराच्या दंगलीत शहीद झालेल्या एका तरुण मुलाच्या आईची मनोगाथा कवयित्री संध्या रंगारी आपल्या कवितेत व्यक्त करतात. डॉ.

बाबासाहेब आंबेडकरांच्या चळवळीसाठी, समाजासाठी आपला मुलगा कामी आल्याची आईची दुःखमिश्रित प्रतिक्रिया कवयित्री कवितेतील पुढील ओळीत नोंदविते आणि म्हणते

नामांतराच्या दंगलीत
तिचा तरणाताठा पोरगा गेला
डोळ्यांतलं पाणी रोखून धरत
ती म्हणते
वाघाचा बच्चा कामी आला

(पृ. १०७)

दंगलीत घरे आणि माणसांची मने दुभंगतात. नामांतराच्या दंगलीत बेचिराख झालेले एका बाईचे घरं शासकीय मदतीतून उभे केले जाते. परंतु दंगलीच्या आघाताने करपलेल्या तिच्या मनाचा आणि ओसरलेल्या जीवनइच्छेचा विचार होत नाही. दंगलीने पाडलेली घरे तर उभी केली, खचलेली माणसे कशी उभी करणार? असा प्रश्न कवयित्री संध्या रंगारी कवितेतील पुढील ओळीत उपस्थित करतात आणि म्हणतात -

नामांतराच्या दंगलीत तिचं जळालं म्हणे घर
कुणीतरी अहवाल दिला
मदत जाहीर झाली
कंबरडं मोडलेली घरं पुन्हा उभी राहिली
लाखांची मदत शेकडो वाटले गेले
झिरपत झिरपत हजार हाताला लागले
मलिदा खाणारे रंगात रंगले
रंगीबेरंगी पक्षी पक्षात दंगले
जळालेल्या घरांचे त्यांनी फक्त अवशेष पाहिले
कुणीच पाहिलं नाही तिचं करपून गेलेलं मन
संपून गेलेली जीवनइच्छा

प्रश्न पडतो तिला
त्यांनी घरं उभी केली
माणसं कशी उभी करायची...?

(पृ. १०८)

कवयित्री संध्या रंगारी यांनी संत तुकारामाच्या अभंगातील पुढील दोन ओळी आपल्या कवितेत उद्धृत केल्या आहेत -

तुका म्हणे होय मनासी संवाद
आपुलाची वाद आपल्यासी!

आपले मन शुद्ध करण्यासाठी आपल्याला आपल्या मनात शिरावे लागते, मनाशी संवाद साधावा लागतो, मनातील आंतरिक विरोधाला समतेत स्थापित करावे लागते, असे संत तुकाराम आपल्याला अभंगातून सांगत आहेत. संत तुकाराम, संत चोखामेळा आता पुस्तकात बंद आहेत. त्यांचे विचार आता लोकांच्या डोक्यात शिरत नाहीत. जुनेच जातीचे विषाणू नव्याने नवीन पिढीत शिरत आहेत. दंगली उसळत आहेत. जातीय समीकरणावर आधारित राजकारण होत आहे. एवढीशी पोरं रामराम...जयभीम...जय जिजाऊ... जय शिवाजी...वालेकूम सलाम...जय सेवा अशी जातधर्माधारित अभिवादनं करीत आहेत. पिढ्या बरबाद होत आहेत. पुरोगामी, परिवर्तनवादी, समतावादी विचार थिटे पडत आहेत. डाव्या चळवळीही भेटत नाहीत. विचार करता करता या निराशाजनक परिस्थितीत आपणच थिजून जातो, बधीर होतो, कोलमडून पडतो की काय, असे कवयित्रीला वाटते. 'भेदाभेद सर्व अमंगळ' असे आदर्श विचार आपले असताना आपण उलट भेदाभेद पाळतो. बिकट सामाजिक परिस्थिती निर्माण करतो. आता जात-धर्म-पंथ-वर्ण-वंशाच्या भेदभिंती इतक्या टणक, उंच झाल्या आहेत की, त्या ओलांडून रानाशी ... वनासी ... मनाशी ... मातीशी ... माणसांशी ... आणि स्वतःशी देखील संवाद साधता येत नसल्याची खंत कवयित्री कवितेतील पुढील ओळीत व्यक्त करते आणि म्हणते -

वर्गात शिकवते मी

तुका म्हणे होय मनासी संवाद

आपुलाची वाद आपल्यासी

शिकवताच येत नाही नीटपणे अभंग

जाणवत राहतं भणंगपण

विद्रोही तुका चोखा पुस्तकात बंद

डोक्याला वाळवीनं पोखरलेले

जुनेच जातीचे व्हायरस नव्यानं नव्या पिढीत शिरलेले

एखादी दंगल काय उसळते समीकरणं बदलतात

लोकशाहीतल्या निवडणुका जातीयवादीच असतात

एवढीशी पोरं

रामराम... जयभीम... जय जिजाऊ... जय शिवाजी...

वालेकूम सलाम...

म्हणायला शिकलेली असतात

पिढ्याच्या पिढ्या बरबाद होतात

लढताना आपले हात किती किती थिटे पडतात

नवे विचार, समता, परीवर्तन काही काही

इनस्टॉल होत नाही

कॉम्रेडचा लाल सलाम कुठंच भेटत नाही

सगळी सिस्टीम हँग होते

बघता बघता आपणच क्रॅश व्हायची वेळ येते

भेदाभेद सर्व अमंगळ म्हणतानाही कळतं

या भिंती ओलांडून साधताच येत नाहीये संवाद

रानाशी... वनाशी... मनाशी... मातीशी...

माणसांशी अन् हो अगदी स्वतःशीही

(पृ. ११०-१११)

जातीय दंगलींचे परिणाम कधीच चांगले नसतात. दंगलीतून काहींचे हित साधले जाते तर काहींचे अहित होत असते. आजपर्यंत

दंगलीने मानवतेला कलंकितच केले आहे. दंगली मानवतेच्या चेहऱ्याला काळिमा फासतात. माणसाचे माणूसपण आणि जगण्याची इच्छा उद्ध्वस्त करतात. दंगलीने माणसे कोसळतात, जीवनातून उठतात. दंगलीत कोसळलेल्या, जीवनातून उठलेल्या माणसांचे जीवन पुन्हा पूर्ववत होत नाही, असे कवयित्री संध्या रंगारी कवितेतील पुढील ओळीत सांगतात आणि म्हणतात -

दंगल उद्ध्वस्त करते माणसातलं माणूसपण
अन् हो जगण्याची इच्छासुद्धा
दंगल उसळते तेव्हा माणसं कोसळतात
दंगल मावळते तेव्हा
कोसळलेली माणसं उठत नाहीत

(पृ. ११५-११६)

कवयित्री संध्या रंगारी यांनी मुस्लीम महिलांचे प्रतिनिधित्व करण्यासाठी बानो हे मैत्रीचे प्रतीक आपल्या कवितेत वापरले आहे. दोघी मैत्रिणी शेजारधर्म पुरेपूर पाळतात. धर्मभेद असला तरी दोघीत अन्नभेद नाही, असे कवयित्री कवितेत सांगते. बानो तिची आणि कवयित्री आपली संस्कृती जपते. धर्मविरोध शत्रुभावी झाल्यामुळे बानोला असुरक्षित वाटते. दोघी मैत्रिणीत एकमेकींच्या धर्माबद्दल अज्ञान आहे. दोघींनाही राजकारण कळत नाही. पण दोघींची भावनिक नाळ जुळून आहे. बानोचा पती दूर गोधा येथे आहे. गोधात दंगल उसळली आहे. बेबस स्त्रियांच्या किंकाळ्या, जळणाऱ्या वस्त्या आणि माणसांच्या हत्या प्रसारमाध्यमात पाहून/ऐकून बानो अस्वस्थ आहे. माणसांवरचा तिचा विश्वास उडाला आहे. अशी कशी वागू शकतात माणसं? असा प्रश्न ती कवयित्रीला विचारते. परंतु कवयित्रीजवळ या प्रश्नाचे उत्तर नसते. आता कवयित्री बानोसमोर मोठ्याने बातम्या वाचत/ऐकत नाही. दोघींनाही अपराध्यासारखे वाटते. दोघीही एकमेकींपासून नजरा चोरतात. कवयित्री गरोदर आहे. चांगले ऐकावे, चांगले बोलावे, चांगले

पाहावे, चांगले वाचावे असे डॉक्टरांचे कवयित्रीला सांगणे आहे. परंतु दंगलीचं मन:पटलावरील प्रतिबिंब कवयित्रीला स्वप्नात दिसते. दंगल उसळली आहे. आपल्याला कळा येत आहेत. बाळाला जन्म देण्यासाठी दवाखान्यात जायचे आहे. परंतु एकही वाहन नाही. रस्त्यात प्रेतांचा खच पडलेला आहे, असे स्वप्न कवयित्रीला पडते. दोन-चार दंगलखोर घरात घुसलेत आणि बानोचा व आपला गळा दाबत आहेत, असे दुसरे स्वप्न कवयित्रीला पडते. स्वप्नातून जागे होताच कवयित्री पोटावरून हात फिरवते तर बाळाची हालचाल जाणवत नाही. परिस्थितीचा सामना करणारी पिढी आपल्याला जन्माला घालायची आहे, नपुंसक पिढी नाही, असा निर्धार कवयित्री कवितेत व्यक्त करते. जातीधर्माच्या कुरुक्षेत्रात आपल्या बाळाचा अभिमन्यू सुद्धा कवयित्रीला होऊ द्यायचा नाही आहे. कवयित्रीच्या मनातील ही चलबिचल बानो ओळखते. सुंदर स्त्रीत सुंदर आईचे चित्र पाहणाऱ्या छत्रपती शिवाजी महाराजांचा आदर्श बानो कवयित्रीपुढे ठेवते. आईच दंगलींना थांबवू शकते, थोपवू शकते, असे ठाम प्रतिपादन कवयित्री कवितेत करते. धार्मिक सलोख्याचे तत्त्व अंगिकारते. आणि स्वप्नात जातीधर्माला नाही तर माणसाला जन्म दिल्याचे आणखी एक स्वप्न कवितेतील पुढील ओळीत पाहते आणि म्हणते -

मी अन् बानो सखी सहेली
समाजासाठी पहेली
आम्ही शेजारी शेजारी, जिवलग मैत्रिणी
तिच्या घरचा शिरखुरमा, बिर्याणी येते माझ्या घरी
अन् माझ्या घरची पुरणपोळी खाते ती चवीने
बानो करते परदा, घालते बुरखा
पण तरी कळतं तिला, सुरक्षित नाहीच ती
बानोने बघितलं नाही कधी मंदिर, स्तूप, विहार
अन् मीही पाहिलं नाही कधी मस्जिद
माहीत नाही तिला गीता, श्लोक, तत्त्वज्ञान
येत नाही मला उर्दू, कळत नाही इस्लाम

वाचलं नाही मी कुराण

कशी असते इबादत, पैगंबराचा पैगाम

रोजे... हज... मक्का... मदिना... माहीत नाही मला

आम्हा दोघींनाही कळत नाही राजकारण

पण म्हणून आमचं अडलं नाही कधी

तिला कळते माझी जबान अन् मला कळते तिची बोली

आम्ही दोघी सखी सहेली, हमजोली

दूरदेशी गेलाय तिचा शौहर तिला टाकून

माझ्या जीवावर बिनधास्त

तसं तर खूपच लांब आहे इथून गोधा

पण तरी पेटलंय शहर, अफवांनी उठवलंय रान

झालीत माणसं बेभान, बानोच्या डोळ्यांत खौफ

आता पडत नाहीत तिला स्वप्न

ऐकू येतात झोपेतही बेबस बायकांच्या किंकाळ्या

दिसतात जळणाऱ्या वस्त्या

विश्वासच उठला बानोचा माणसांवरून

अशी कशी वागू शकतात माणसं

विचारते ती मला, माझ्याजवळ नाही उत्तर

मी वाचत नाही पेपर तिच्यासमोर मोठ्याने

पूर्वीसारखा बघत नाही टीव्ही

ऐकत नाही रेडिओवरच्या बातम्या

नजर चोरतो आम्ही एकमेकींपासून

उगाचच अपराध्यागत

पुन:पुन्हा येऊन थांबतात गप्पागोष्टी जाळपोळीवरच

डॉक्टरनं सांगितलंय मला

चांगली चित्र बघा, चांगल्या गोष्टी वाचा

छान प्रसन्न हसत खेळत रहा

म्हणजे हसरं गुटगुटीत जन्मेल बाळ

भरत आहेत दिवस, संपत आलाय नववा महिना

अन् कसं दहशतीनं मरून गेलेत रस्ते
भीतीनं गारठून टाकलंय माझ्या पेशींना
स्वप्न पडतात मला, वाटतंय उसळलीय दंगल
येतायेत कळा
मी निघालेय दवाखान्यात
जिवंत बाळाला जन्म देण्यासाठी
भेटत नाही एकही वाहन अन् रस्त्यात प्रेतांचा खच
नाहीतर वाटतंय, घुसलेत दोघंचौघं घरात
त्यांना नाहीत चेहरे, आहेत फक्त दात, हात
ते येतायेत पुढेपुढेच
दाबून टाकलंय माझं अन् बानोचं नरडं
निघत नाही आवाज प्रयत्न करूनही
मी दचकून उठते झोपेतून, पोटावर ठेवते हात
काहीच हालचाल जाणवत नाही आत
अलीकडे अशा उसळून लाथा मारत नाही
फिरत नाही गर्भ
इतकं कसं शांत...?
नपुंसक पिढी जन्माला घालायची नाही मला
अन् हो, होऊही द्यायचा नाही त्याचा अभिमन्यू
या जातीधर्माच्या कुरुक्षेत्रात
कशी कोणास ठाऊक
बानोला कळतं माझ्या आतली चलबिचल
ती मंत्रून आणलेलं पाणी मारते माझ्या तोंडावर
बसते जवळ
हलकेच ओढणीनं पुसते माझ्या कपाळावरचा घाम
कुठूनसं उसनं बळ गोळा करत सांगते गोष्ट
शिवाजी महाराजांची
"अशीच आमुची आई असती सुंदर
आम्हीही सुंदर झालो असतो..." वदले छत्रपती

चमकतात माझे डोळे, कसा विसरले मी इतिहास...?
खरं आहे बानो
तुझ्यातली माँ अन् माझ्यातली आईच
विझवू शकते ही दंगल
बानो दोन्ही हात खुदाकडे उंचावून म्हणते, "आमिन"
खूप खूप दिवसांनी मला शांत झोप लागते
बानो मला थोपटत असते अन् मला पुन्हा स्वप्न पडतं
स्वप्नात मी जातीधर्मांला नाही, माणसाला जन्म देते

(पृ. ११७-१२१)

कविता चळवळीच्या

कवयित्री संध्या रंगारी यांनी चळवळीत आलेल्या क्षणिक आवर्तांची वेळीच आपल्या कवितेत दखल घेतली आहे. चळवळ आवर्तात पडून राहू नये, ती लवकरात लवकर आवर्तातून बाहेर यावी, असे कवयित्रीला कवितेतून सूचित करावयाचे आहे. शोषित, पीडितांच्या चळवळीचा आवेग कमी झाल्याची तक्रार कवयित्री कवितेत करते. सोलापुरात वंचितवर्गातील महिलेची धिंड निघते तेव्हा चळवळ शांत असते, मौन धारण करते. कुणीही पेटून उठत नाही. चीड व्यक्त करीत नाही. चळवळीचा हा थंडपणा नि षंढपणा कवयित्रीला कासावीस करतो. पांढरपेशी जेवताना शांतपणे बातम्या ऐकतात, कंटाळा आला की चॅनल बदलतात, असा आरोप घरबंद पांढरपेशांवर कवयित्री कवितेतील पुढील ओळीत करते आणि म्हणते -

चळवळीची वळवळ थांबली
मनं मरून गेली
हा थंडपणा कासावीस करतो
चीड येत नाही
पेटून उठावसं वाटत नाही
सोलापुरात दलित महिलेची धिंड निघते

जेवताना मी शांतपणे बातम्या ऐकते
कंटाळा आला की चॅनल बदलते

(पृ. १२३)

डॉ. बाबासाहेब आंबेडकरांनी आपल्याला १४ ऑक्टोबर १९५६ ला बौध्द धम्माची दीक्षा दिली. बौध्द धम्माचे यथायोग्य पालन भिक्खू आणि उपासकांकडून होत नसल्याची खंत कवयित्री संध्या रंगारी आपल्या कवितेत व्यक्त करतात. अलीकडे धम्मपरिषदांना जत्रेचे रूप आले आहे, धम्माचा धर्म होत आहे. समाज चळवळीपासून दूर जात आहे. चळवळीचे मातेरे होत आहे. भाषणे आणि मानधनापुरताच तथागताचा धम्म मर्यादित झाला आहे, असे कवयित्री कवितेतील पुढील ओळीत विशद करते आणि म्हणते -

धम्मपरिषदेचा भरलाय उरुस
उधळताहेत नीळ चुरमुरे फुटाणे बत्ताशात चळवळ
भिक्खू बडव्यांच प्रतिरूप
धम्म होतोय धर्म
जाणून मर्म आपण मख्ख
कारण आपण प्रकांड पंडित
आरवलेलं कोंबडं घरात डालून आपल्याच धुंदीत
कुठल्याही सभेत आपण गर्जून सांगतो
तथागत अन् धम्म मानधनाइतकाच

(पृ. १२४)

कवयित्री संध्या रंगारी आंबेडकरी चळवळीतील अप्रामाणिक पुढाऱ्यांवर आणि कार्यकर्त्यांवर आपल्या कवितेत रोष व्यक्त करतात. चळवळीच्या नावावर धंदा होत असल्याचे कवितेत सांगतात. घरभरू पुढारी आणि कार्यकर्ते आपली घरे भरत आहेत, अशी टीका कवितेत करतात. चळवळीचा अर्थ न समजणाऱ्या या खोगिरांवर कवयित्री

कवितेत ताशेरे ओढते. धरणे, मोर्चे, निदर्शने म्हणजे चळवळ आहे. आतल्या गोटात तडजोड करणे म्हणजे चळवळ आहे, असे चळवळीचे सोयीचे अर्थ लावले जात आहेत. चळवळीला तिच्या उद्देशापासून दूर नेले जात आहे, असे कवयित्री कवितेतील पुढील ओळीत विशद करते आणि म्हणते -

तू नेता म्हणवून घेतोस स्वतःला
उचापत्यांना म्हणतोस चळवळ धंद्यासाठी
बाबासाहेबांच्या नावावर किती मठ उभे केलेस रे...
मी कार्यकर्ता म्हणवून घेते स्वतःला
अन् ओढते तुझीच री
कळत नाही
चळवळ म्हणजे नेमकं काय करतो आपण
धरणं... मोर्चे... निदर्शनं की
आतल्या गोटात केलेली सेटलमेंट

(पृ. १२५)

कवयित्री संध्या रंगारी दलित पँथर या चळवळीचा उद्गम, विकास, स्थिरता आणि लय यावर आपल्या कवितेत भाष्य करतात. पँथर्स सत्तेत रमले, तडजोडीचे राजकारण करीत राहिले, त्यामुळे चळवळ रोडावली, नामशेष झाली, असे कवयित्रीला वाटते. सत्तेमुळे पँथर्सची गती मंदावली, पँथर्सचे प्रज्ञेचे उन्मेष गळून पडलेत, असे मत कवयित्री कवितेतील पुढील ओळीत व्यक्त करते आणि म्हणते -

चळवळ रुजली
चळवळ वाढली
चळवळ स्थिरावली
तू बसलास खुर्चीत अन् चळवळ रोडावली
तू पँथर
गल्लीपासून दिल्लीपर्यंत लढताना पडतच गेलं अंतर

कृतीला तुझ्या जडत्व येत गेलं
मन तुझं सत्तेत रमत गेलं
कॉम्प्रमाईज करता करता चळवळ झाली नामशेष
सांग ना गेले कुठे प्रजेचे उन्मेष?

(पृ. १३२)

कवयित्री संध्या रंगारी नवबौद्धांच्या सर्वधर्मीय ईश्वरभक्तीवर आपल्या कवितेत आक्षेप नोंदवितात. जुन्या-नव्या धर्मसंस्कारांचे विचित्र मिश्रण करण्याची नवबौद्धांची मानसिकता कवितेत उघड (expose) करतात. सगळेचं आपापल्या धर्माचे पालन करतात. नवबौद्धांनी सुद्धा बौध्द धम्माचे पालन करावे असे कवयित्री कवितेतील पुढील ओळीत अप्रत्यक्षरीत्या सुचविते आणि म्हणते -

मुस्लीम मशिदीत जातात
हिंदू मंदिरात
ख्रिश्चन चर्चमध्ये
बौध्द झालो तरी आम्ही मात्र महारच
जातो मंदिर-मस्जिद अन् गिरिजाघरांमध्ये
कधी पोचेमाय, कधी पंढरपूर
कधी माहूर, शनी शिंगणापूर
कधी यल्लमा, कधी खंडोबा
इथं झुलवा तिथं बी झुलवा
कधी दीक्षाभूमी, कधी बौद्धगया
कहाँसे आया, कहाँपे पाया
सब उसकी माया
जिथं जाईल तिथं टेकतो माथा
बोलतो नवस, करतो मावंद
वाटतो प्रसाद, घेतो शिरणी
देवाची करणी नारळात पाणी...

(पृ. १३३)

धार्मिक मूलतत्त्ववाद लोकशाहीला सोयीनुसार स्वीकारतो, सोयीनुसार नाकारतो. कवयित्री संध्या रंगारी यांनी जातधर्मीय संघर्ष आणि सलोखा आपल्या कवितेत चित्रित केला आहे. जातधर्मीय हिंसाचारात हत्या, जाळपोळ आणि बलात्कार होत असतात. जातधर्मीय संघर्ष घडवून आणणाऱ्यांना कवयित्री गारुड्याची उपमा देते. लोकशाहीचे धिंडवडे निघत आहेत, 'फोडा, झोडा राज्य करा' या ब्रिटिश नीतीचा अवलंब होत आहे, असे कवयित्री कवितेतील पुढील ओळीत कथन करते आणि म्हणते -

> झुंडीझुंडीने मैदानात गुंड पुन्हा थांबले
>
> यांचे भगवे त्यांचे निळे झेंडे पुन्हा भांडले
>
> सांडून रक्ताचा सडा हिशेब त्यांनी ठेवला
>
> प्रचारात घेऊन दिवे घरेदारे जाळळे
>
> भारत उदय यात्रेत असे मिरवले ते
>
> माणसांना कळले नाही गारुडीच जिंकले
>
> शिवशक्ती भीमशक्ती नारा त्यांनी असा दिला
>
> झाले गेले विसरून मढे पुन्हा धावले
>
> कशी बुडाली कळेना या देशाची नौका
>
> लोकशाहीचे धिंडवडे कितीदा काढळे
>
> फोडा झोडा राज्य करा तंत्र हेच मंत्र खरे
>
> गल्लोगल्ली दारोदारी खडे पहारे थांबले

(पृ. १३४)

कवयित्री संध्या रंगारी यांनी गावगाडा आणि गावगाड्यातील राजकारणाची रणधुमाळी याचे वर्णन आपल्या कवितेत केले आहे. निवडणुका आल्या की गाव राजकारणाच्या रंगात रंगते. गावाला गावाच्या मूलभूत समस्यांचा विसर पडतो. पुढारी गावाला देशीत गुंगवतो, शंभराच्या नोटीत भुलवतो, असे कवयित्री कवितेत कथन करते. गल्लीतला दादा गावपुढारी असतो. निवडणुका संपल्या की,

निर्वाचित लोकप्रतिनिधी संसदेत डुलक्या घेतात. निवडणुका येतात, जातात, पुढारी बदलतात, पण गाव बदलत नाही. गावगाडा अंधारातच झुरतो, जगतो आणि मरतो, असे मत कवयित्री कवितेतील पुढील ओळीत विशद करते आणि म्हणते -

निवडणुका येताच सभांनी गाव दणाणून जातो
फिलगुडच्या वातावरणात शायनिंग इंडिया चमकून जातो
नळ नाही, लाईट नाही, दुष्काळानं शेत खाल्लेलं
नांदतं गाव कसं, जगण्यातून उठलेलं
गाव आभाळाकडं हात पसरून पाणी मागतो
नेता गावाच्या हातात देशी बाटली ठेवून जातो
निवडणुका होईपर्यंत गाव रोज झुलत असतं
शंभराची नोट घेऊन मत आपलं फुकत असतं
घराघरावर कमळ उगवतं, भिंतिभिंतीवर पंजा असतो
गल्लीतला दादा गावातला पुढारी असतो
निवडणूक संपते, घोषणा भिंतीवरच राहतात
लोकशाहीचे शिलेदार संसदेत डुलक्या घेतात
नेते बदलतात, नाही बदलत गाव
चुलीतली गवरी चुलीत धुपते, अंधारात झुरतं माझं गाव

(पृ. १३५-१३६)

कवयित्री संध्या रंगारी यांनी आंबेडकरी चळवळीतील घडामोडींवर, पुढाऱ्यांवर आणि कार्यकर्त्यांवर आपल्या कवितेत मधूनमधून टीका केली आहे. आंबेडकरी चळवळीत स्वतःला पँथर म्हणवून घेणारे कसे सोयी, सवलतीच्या दरात स्वतःला विकतात, डॉ. बाबासाहेब आंबेडकरांच्या विचारांपासून कसे दूर जातात, याचे मर्मस्पर्शी चित्रण कवयित्रीने आपल्या कवितेत केले आहे. अर्ध्या हळकुंडात पिवळे होण्याची पँथरची प्रवृत्ती कवयित्री कवितेतील पुढील ओळीत उघड (expose) करते आणि म्हणते-

काय पँथर
अखेर
गवत खाल्लंस तर
ऐकलंय
पोट दुखत असेल तर
प्राणी गवत खातात
तुला काय झालं होतं... अजीर्ण?
खरं आहे
पचत नाहीत बाबासाहेब
अन् पेलवतही नाहीत बुद्धीला
म्हणूनच की काय
फॅसिलिटीज मिळाल्यावर
तुझ्यातून तूच केला भीम उणा
म्हणतात ना
म्हाराला सापडला एक आणा
अन् म्हार चाले उताणा

(पृ. १३७)

कवयित्री संध्या रंगारी यांनी देशातील निराशाजनक, विरोधाभासयुक्त आंतरिक स्थितीचे वर्णन आपल्या कवितेत केले आहे. एकीकडे देश सुजलाम् सुफलाम् आहे तर दुसरीकडे पराकोटीचे दारिद्र्य आहे. नेते समाजाला जातीपोटजातीत विभागत आहेत आणि जनता एकीचे गाणे गात आहे. पुढारी राजकीय रंग बदलतात. देशाच्या सर्वोच्च पदावर स्त्री बसली तरी तिचे चूल आणि मूल सुटत नाही. समतेचे पीक कुठेच उगवत नाही. पोरीचा पोटांतच गळा आवळला जातो. पातिव्रत्यासाठी स्त्रिया सुळी चढतात. स्त्रियांना मंदिर प्रवेश नाकारला जातो. पुण्याच्या नावावर पापं केली जातात, असे विदारक चित्र कवयित्री कवितेतील पुढील ओळीत चित्रित करते आणि म्हणते -

तसं पाहिलं तर माझा देश सुजलाम् सुफलाम्

देशात माझ्या दुधाच्या नद्या वाहतात

अन् माय पिठात पाणी कालवून दूध पाजते

नेते जातीपोटजातीचे करतात कंपार्टमेंट

अन् खुळी जनता एकीचं गाणं गाते

पक्षी रंग बघून खेळतात होळी

बिचाऱ्या, वसंताचा घेतात बळी

शरदाचं चांदणं कुठं कुठं सांडतं

कुणब्याच्या खोपीला कसं ग्रहण लागतं

देशाच्या सर्वोच्च पदावर बसली जरी बाई

चूल अन् मूल काही सुटत नाही

समतेचं पीक कुठं उगवतं?

पोरीचा गळा पोटात कोण आवळतं?

पातिव्रत्यासाठी मायमाऊली जाते सुळी

सरणावर त्यांच्या कोण भाजतं पोळी...?

दगडाला शेंदूर, माणूस बाहेर

चोख्याची महारी हा घरचा आहेर

तरी माझा देश स्वर्गापेक्षा सुंदर

खचलेली मनं पावलापावलांवर

असा हा संस्कृतीचा बाप

पुण्याच्या नावावर करतो पाप

ज्याच्या मेंदूत मनू त्याची ही कमान

माझ्यासाठी माझा देश महान

(पृ. १३८-१३९)

कवयित्री संध्या रंगारी यांनी डॉ. बाबासाहेब आंबेडकरांना आंबेडकरी चळवळीचा, समाजाचा जीवनवृत्तांत, कार्यकर्त्यांसापेक्ष अवलोकन आपल्या कवितेतून सांगितले आहे. डॉ. बाबासाहेब आंबेडकरांच्या शिका! संघटित व्हा! संघर्ष करा! या मूलमंत्रानुसार आपण वागलो

नाही. सत्तेच्या आमिषाला बळी पडलो. शत्रूच्या हातून गारद झालो. व्यक्तिपूजा करीत राहिलो. भक्त, वारकरी झालो. चळवळीचे मारेकरी झालो. आमच्या चळवळी आम्हीच लुटल्या. मतांचे महत्व आम्हाला राखता आले नाही. डॉ. बाबासाहेब आंबेडकरांनी केलेल्या संघर्षाचा, संगराचा आम्हाला विसर पडला. आम्ही उत्सवी झालो. आपला वापर होऊ दिला आणि शेवटी एकटे पडलो, असे कवयित्री कवितेतून स्पष्ट करते आणि म्हणते -

बाबा
तू सांगितलंस, 'शिका! संघटित व्हा! संघर्ष करा!'
आम्ही शिकलो, संघटित झालो नाही
पण करीत राहिलो संघर्ष एकट्या दुकट्याने
त्यांनी वाढली ताटं, ताटात पदं
आम्ही जेवून उठलो
खरकट्या हाताने पाणी पिलं त्यांच्याच ओंजळीनं
एकेकट्याला मग त्यांनी खिंडीत गाठलं
उठूच नये पुन्हा असं गारद केलं
कळ लावण्यासाठी नारदाला उभं केलं
बाबा
तुझे विचार घेऊन चालता आलं नाही आम्हाला
स्वच्छ हाताची माणसं राहिली नाहीत चळवळीत
तू नाकारलीस व्यक्तिपूजा, आम्ही उभारले तुझे पुतळे
आम्ही तुझे भक्त, किती अशक्त
आम्ही तुझे वाटेकरी, आम्ही तुझे वारकरी
आम्ही तुझे मारेकरी, आम्ही तुझे दावेकरी
आम्ही मतिमंद
नवा ब्राम्हणवाद ते पेरत गेले अन् सिंधूचं महत्त्व ते सांगत गेले
सारे हिंदू बंधू बंधू म्हणताना किती बिंदू गाळत गेले
किती किती स्लो पॉयझनिंग झालं

नसानसात विष भिनलं

आवळलेल्या मुठी सुटल्या

आमच्या मूव्हमेंट आम्हीच लुटल्या

घटनेच्या पानावर विस्कटलेला हा आसेतू हिमाचल

तू कणाकणाने एकत्र बांधला

तुला त्यांनी देशद्रोही ठरवलं

लोकशाहीच्या बुरख्यात हुकूमशहाला वर बसवलं

मतांचं मूल्य आम्हाला राखता आलं नाही

चवदार पाण्याशी इमान ठेवता आलं नाही

काळ्यारामाच्या संघर्षाची जाण ठेवता आली नाही

तू पेटलेल्या संघर्षाची ठिणगी धरता आली नाही

चौदा एप्रिल आमच्यासाठी उत्सव

सहा डिसेंबर आमच्यासाठी शोकोत्सव

आंबेडकर बाप्पा मोरया, आमच्यासाठी पुन्हा या

आम्ही तुझी वाट पाहू, तू अवतार घेईपर्यंत स्वस्थ राहू

'यदा यदा ही धर्मस्य ग्लानिर्भवती भारत'

त्यांच्यासाठी कृष्ण, यांच्यासाठी ख्रिस्त

आमच्यासाठी कधी भीम, कधी बुध्द

आम्ही तुझी पूजा बांधतो, झेंड्याजवळ जातो

वंदना म्हणतो, परवडणारा वक्ता आणतो

२२ प्रतिज्ञा म्हणतो

दारू पिऊन मिरवणुकीत बेधुंद नाचतो

बाबा

तू जिवंत असताना त्यांना साधता आला नाही डाव

घालता आला नाही घाव

तू गेल्यावर तुझा विचार उरला

त्याला मारण्यासाठी त्यांनी तुझाच अनुयायी वापरला

कळला नाही आम्हाला युज अँड थ्रो चा जमाना

फेकल्यावर जाग आली

गादी गेली, मादी गेली, माणसं फिरली, बाटली उरली
पुरता देवदास झाला रे
अब तो बस बेहोशी में जीते है!
दात पाडलेल्या सिंहाच्या छाव्यासारखी गत झाली
क्या खाएं, क्या चबाएं, उनकी डकार सुनते है!

(पृ. १४०-१४३)

कवयित्री संध्या रंगारी यांनी आंबेडकरी समाजातील नोकरदार वर्गाचे जीवन आपल्या कवितेत रेखांकित केले आहे. १ ते ३० तारखेच्या फेऱ्यात, चक्रात नोकरदाराचे आयुष्य अडकून पडले आहे. नोकरदाराला हे चक्र भेदता येत नाही. घरात उद्भवलेला संघर्ष सोडवायला, संघर्षावर शोक करायला नोकरदाराला वेळ मिळत नाही. नोकरीमुळे सुबत्ता आली पण कुटुंबात 'कुटुंबपण' उरले नाही. पूर्वी लोकं दारिद्र्यातही खाल्ल्या मिठाला जागायचे, डॉ. बाबासाहेब आंबेडकरांचे नाव घेतले की त्यांच्यात हत्तीचे बळ यायचे, असे कवयित्री कवितेत सांगते. डॉ. बाबासाहेब आंबेडकरांनी आपल्या हाती लेखणी दिली, आपण लेखणीची दलाली केली. समाजवाद सांगत सांगत आपण भांडवलदारी केली, विचारांशी तडजोड केली, अशी सडेतोड टीका कवयित्री कवितेत करते. नोकरदार चळवळीपासून दूर जात आहे, जयंतीच्या वर्गणीपुरती बांधिलकी जपत आहे, असे मत कवयित्री कवितेतील पुढील ओळीत व्यक्त करते आणि म्हणते -

बेसिक, टीए, डीए, भत्ते, मीटिंग, मस्टर, लेटमार्क, मेमो
एक कट चहा, कटकटीच्या गप्पा
१ ते ३० तारखेच्या फेऱ्यात अडकून पडतं आयुष्य
भेदता येत नाही चक्र, अभिमन्यूच होतो आपलाही
घराचं होतं कुरुक्षेत्र अन् शोक करायलाही नसतो वेळ
सुबत्तेची सूज आली रे
पण घरट्यातली ऊब गेली त्याचं काय...?

तेला मिठाला तरसू तरसू मेली खोपटातली माय
अन् आपण बरसातीत, हाच तो फरक काय?
पूर्वी कोरभरच भाकर खायचो पण मिठाला जागायचो
नुसतं बाबासाहेबांचं नाव घेतलं तरी
दहा हत्तीचं बळ संचारायचं
बाबानं हाती लेखणी दिली
आपण लेखणी विकून दलाली केली
समाजवाद सांगत सांगत भांडवलदारी केली
आता कुठं उरलीय चळवळ
अन् काय आपल्याला देणं घेणं
जयंतीला वर्गणी दिली की संपतेच बांधिलकी

(पृ. १४४-१४५)

कवयित्री संध्या रंगारी यांनी शहराचे धकाधकीचे, वादळी जीवन आपल्या कवितेत चित्रित केले आहे. शहरात जाती, धर्म, पंथ, मंदिरे, मस्जिदी, गुरुद्वारे आणि वादळेही भेटतात. परंतु शांतता भेटत नाही, असे कवयित्री कवितेत सांगते. चाकू, सुरे, भाले, रक्ताची थारोळी भेटतात पण माणूस भेटत नसल्याची खंत कवयित्री कवितेत व्यक्त करते. मोर्चे, मोर्चातील घोषणा, मोर्चातील कार्यकर्ते सगळेच शहरात भेटतात. शहर अस्वस्थ, अत्यवस्थ, उदास, हताश, निराश, विवश, भेदरलेले, दहशतीने गोठलेले असल्याचे प्रतिपादन कवयित्री कवितेत करते. शहर सांप्रदायिक रंगात रंगून आहे. रस्ते घायाळ आणि बायपास अवरुद्ध झाले आहेत. अशा कठीण परिस्थितीत 'बुद्धाचा मार्गच अशांत शहराला शांत करू शकतो, शहराला माणूस देऊ शकतो', असे परखड मत कवयित्री कवितेतील पुढील ओळीत व्यक्त करते आणि म्हणते -

केवढं रण माजलंय शांतता कुठंच नाही
शहरात वादळंच वादळं भेटतात
जाती भेटतात, धर्म भेटतात

पंथ भेटतात, मंदिरं भेटतात

मस्जिदी भेटतात, गुरुद्वारे भेटतात

शांतता भेटत नाही

चाकू भेटतात, सुरे भेटतात

भाले भेटतात, रक्ताची थारोळी भेटतात

माणूस भेटत नाही

मोर्चे दिसतात, घोषणा ऐकू येतात

थोडेसे दगड, थोड्याशा काचा

पेटलेल्या गाड्या, सांडलेलं रक्त

सैरावैरा पळणारे कार्यकर्ते?

थोडीशी रग, थोडीशी धग

विझलेली आग अन् दारूत बुडालेले नग

माझं शहर अस्वस्थ शहर

माझं शहर अत्यवस्थ शहर

उदास शहर, हताश शहर

निराश शहर, विवश शहर

शहर भेदरलेलं, दहशतीनं गोठलेलं

नसा दाबलेल्या, धमण्या आवळलेल्या

रसद पळवलेली, मुख्य रस्ते तोडलेले

कधी हिरवे, कधी भगवे फतवेच फतवे निघालेले

सगळे रस्ते घायाळ झालेत

सगळे बायपास अवरुद्ध झालेत

बुद्धाच्या शांतीशिवाय

सांगा ना दुसरा कुठला मार्ग आहे

आता शहराजवळ

(पृ. १४७-१४८)

कवयित्री संध्या रंगारी यांनी भारतातील अंतर्गत परिस्थिती आणि पुस्तकातील समृद्ध भारताची स्थिती यातील विरोधाभास आपल्या

कवितेत उद्धृत केला आहे. लोकशाहीत प्रश्न सोडविण्यासाठी मोर्चे, निदर्शने, निवेदने, उपोषण यासारख्या मार्गांचा अवलंब केला जातो. या मार्गाने प्रश्न सुटतात कमी आणि लोंबकळतात जास्त. कधी कधी मोर्चे, निदर्शने पांगविण्यासाठी अश्रुधूर, लाठीहल्ला, गोळीबार केला जातो; तर उपोषण सोडण्यासाठी संत्री-मोसंबी ज्यूसचा वापर केला जातो. या सगळ्या सोपस्कारात प्रश्न सुटत नाहीत, उलट लांबणीवर पडतात, असे कवयित्री कवितेत कथन करते. भावी पिढीला भारताविषयी पुस्तकी ज्ञान द्यावे की वास्तविक ज्ञान या बाबतीत कवयित्री गोंधळात पडते, स्वतःलाच प्रश्न विचारते आणि कवितेतील पुढील ओळीत म्हणते -

चक्का जाम

आज पुन्हा मोर्चा निघाला

आज पुन्हा अश्रूधुराच्या नळकांड्या फुटल्या

आज पुन्हा लाठीहल्ला झाला

आज पुन्हा जमाव पांगला

गाड्या आल्या, मंत्री आले

निषेध नोंदवले, निवेदनं घेतली, आश्वासनं दिली

उपोषणाला बसलेल्यांना मोसंबीचा ज्यूस दिला

टाळ्या वाजल्या, माणसं उठली, सभा उधळली

प्रश्न लोंबकळत राहिले

या सगळ्या गोंधळात गाडी लेट

खुर्चीत बसलेला साहेबांचा मख्ख चेहरा

मस्टरवर लेटमार्क

पोरं वाट बघत असलेली

गच्च फुललेला वर्ग, माझ्या हातात खडू अन्

समोर नुकतीच मिसरूड फुटत असलेली कोवळी पोरं

काय शिकवू त्यांना

पुस्तकातला समृद्ध भारत की रस्त्यावरचा खरा भारत

(पृ. १४९-१५०)

कवयित्री संध्या रंगारी यांनी संत विचार आणि संत काळातील जीवनाची तुलना भ. बुध्द, महात्मा फुले, डॉ. बाबासाहेब आंबेडकर यांना आदर्श मानून जीवन जगणाऱ्या समाजाशी केली आहे. संत काळातील काव्यजीवन, अध्यात्मिक जीवन आणि आजचे संसदीय जीवन, कवींचे कविजीवन यात फारसे अंतर नाही, उलट थोडे खालावल्याची नोंद कवयित्री कवितेत करते. संतांनी तत्त्वज्ञान सोपे केले, आम्ही तत्त्वज्ञानाला कोइयात टाकले, असे प्रतिपादन कवयित्री करते. संत परंपरेने प्रत्येक जातीत एकेक संत निर्माण केला आणि आम्ही प्रत्येक पोटजातीत एकेक नेता निर्माण केला; आंबेडकरवाद आचरणातून वगळला, असे उपहासात्मक मत कवयित्री कवितेत व्यक्त करते. नेते भ्रष्ट झाले. पक्षाचे तुकडे झाले. चळवळी चवदार तळ्याच्या काठाशी अडून आहेत. अशा परिस्थितीत स्त्रियांनी पुढे यावे. कार्यकर्ते घडवावे. चारित्र्य जपतो तसे चळवळीला जपावे. चळवळ पुढे न्यावी, असे आवाहन कवयित्री कवितेतील पुढील ओळीत करते आणि म्हणते -

संत कसे नामस्मरण करायचे विठ्ठलाचं

पण संत मध्ययुगीन आम्ही आधुनिक सं...थ

आम्ही करतो नामस्मरण बुद्ध फुले आंबेडकरांचं

अभंग जमत नाही म्हणून लिहितो मुक्तछंद

कविता आमच्या आठवत नाहीत आम्हालाच

पण त्यातही आनंद

संत मानायचे अध्यात्मिक लोकशाही

आम्हीही मानतोच की संसदीय लोकशाही

संत म्हणायचे, 'ठेविले अनंते तैसेचि राहावे..'

आम्ही म्हणतो, 'नमो तस्स भगवतो

अरहतो सम्मासंबुद्धस्स...'

न होऊ द्यावे काळजात धस्स

संत घालायचे माळ, आम्हीही करतो वारी

स्थल काल बदलतो पण भावना तीच खरी

संतांची होती का संघटना...?

आम्ही आहोत का संघटित...?
बघितलंस का बाय, विसरलो माय
आरपीआयला फुटलेत पाय
संत म्हणायचे, 'विठ्ठल विठ्ठल, जय हरी विठ्ठल'
पाऊले चालती पंढरीची वाट
आम्ही वाटांची लावली वाट
फोडलेत फाटे, मोजलेत वासे
आता दाही दिशा मोकळ्या, सोबतीला कठाळ्या
जयभीम बोलो किधरभी चलो
खासदार विको का आमदार फुटो
म्होरके आमचे आम्हालाच लुटो
संतांनी देवाला माणसात आणलं
आम्ही माणसाला देवत्व दिलं
पुतळे उभारले, विहारे बांधली
पूजा मांडली घराघरात, देवालये सजवली
संतांनी तत्त्वज्ञान कसं सोपं सोपं केलं
आम्ही सोप्प्यालाच कोड्यात टाकलं
संत म्हणायचे, 'बोले तैसा चाले त्याची वंदावी पाऊले'
आम्ही म्हणतो, 'कुठे शाहू कुठे फुले
राजा बोले दल हाले'
संत शिव्या देताना म्हणायचे, 'मांगाड्या, म्हाराड्या'
आपण तर बये मोक्षाच्या मार्गातली धोंडच
आधुनिक कवी शिव्या देतात, 'बामणा, भटुकड्या'
आपण तर काय बटिकच
कुठं मोडता आल्या कोणाला चाकोऱ्या
संतांनी प्रत्येक जातीत एकेक साधू तयार केला
आपण प्रत्येक पोटजातीत एकेक नेता तयार केला
सांगा ना, आंबेडकर आता कुठे कोणाच्या आचरणात
आंबेडकर फक्त बासनात, एखाद्या लेसनात
कोणाकोणाच्या भाषणात, सगळ्याच इलेक्शनात

ऊठ बयो, उठायलाच हवं

नेते झाले करप्ट, संपल्यात बघ चळवळी

तू अन् मीच तर जपलंय इथं चारित्र्य

चळवळीलाही तसंच जपायला हवं

ओली कच्ची माती अन् मातीसारखीच माणसं

आकार देऊन घडवायला हवं

दिंडी अडलीय बघ चवदार तळ्याच्या काठाशी

समोरच पाणी अन् तहान घशाशी

तिला पुढं न्यायलाच हवं

सगळे गेलेत राहुट्या अन् तंबूत

चल, चल आपण करूया कोर्टमार्शल

बघुया, मिळतोय का एखादा रक्तगट...युनिव्हर्सल

(पृ. १५१-१५५)

कवयित्री संध्या रंगारी यांनी चळवळीत काम करणाऱ्या, स्वतःला आंबेडकरवादी म्हणवून घेणाऱ्या कार्यकर्त्यांचे सार्वजनिक जीवन आणि त्यांचे व्यक्तिगत जीवन यातील आंतरिक विरोध आपल्या कवितेत स्पष्ट केला आहे. मंचावर पुरोगामी आणि घरात प्रतिगामी वर्तन असलेल्या कार्यकर्त्यांवर कवयित्री कवितेतील पुढील ओळीत ताशेरे ओढते आणि म्हणते -

तू आंबेडकरवादी म्हणून मिरवतोस

मंचावर

तेव्हा तेव्हा खोटाच वाटतो

मला तुझा चेहरा

घरी आलं की काढून ठेवतोस

खुंटावर

तुझा परिवर्तनवादी सदरा

(पृ. १५६)

कवयित्री संध्या रंगारी यांनी स्त्रीपुरूष समानतेचा पुरस्कार आपल्या कवितेतून केला आहे. आंबेडकरवादी पुरुष समतावादी असतो. स्त्रीपुरूष समानता मानतो. परंतु व्यावहारिक जीवनात स्त्रीपुरूष समानतेला बगल देतो. पुरुषांनाच झुकते माप मिळते, असे मत कवयित्री कवितेत व्यक्त करते. पुरुषांची स्त्रीपुरूष समानता स्त्रियांपर्यंत, पतीची स्त्रीपुरूष समानता पत्नीपर्यंत पोहचत नसल्याची खंत कवयित्री कवितेतील पुढील ओळीत विशद करते आणि म्हणते -

तू आंबेडकरवादी

तुझ्या दृष्टीला समानता

म्हणूनच भाळले तुझ्यावर

पण तुझी नजर माझ्यापर्यंत येता येता

बदलतच गेली आपोआप

जड होत गेलं पारडं

झुकलं माप तुझ्याकडेच

सावरला नाहीच असमतोल

बुजलीच नाही भेग

हे असं का होत गेलं कळलं नाही

पण हे खरं आहे

तुझ्या दृष्टितली सम्यकता

माझ्यापर्यंत पोहचतच नाही

(पृ. १५७)

कवयित्री संध्या रंगारी यांनी बाबरी मशीद पाडल्यानंतर देशात उद्भवलेल्या तणावग्रस्त स्थितीचे वर्णन आपल्या कवितेत केले आहे. सत्तेच्या राजकारणासाठी सर्वसामान्य जनतेच्या रक्ताचा अभिषेक होतो. कबीराचे दोहे उपयोगी पडत नाहीत. जनता भरडली जाते. फकीर होते, असे मत कवयित्री कवितेतील पुढील ओळीत व्यक्त करते आणि म्हणते-

ते

६ डिसेंबर साधतात

बाबरी मशीद पाडतात

अन् रामाला वाचवल्याचा दावा करतात

हजारो माणसं मारताना

शिरावेगळी धडं कापताना

काळजातला राम कुठं होता...?

सांगता येत नाही त्यांना

मशीद पाडल्यावर राम राहतो

की मंदिर पाडल्यावर रहीम...?

शेवटपर्यंत तुला मला कळत नाही

पण बघ ना

सत्तेसाठी आपल्या रक्ताचा अभिषेक होतो

कबीराचे दोहे म्हणत

त्यांच्यासाठी शेले विणून

आपणच कसे रे फकीर होतो...?

(पृ. १५८)

माणुसकी हाच माणसाचा खरा धर्म आहे. धर्म माणसासाठी आहे. धर्माच्या नावावर माणसे मारणे ही घोर फसवणूक आहे. धर्माची विटंबना आहे. धर्मतत्त्वांची पायमल्ली आहे. माणसे मारल्याने धर्म वाचतो असे मानणे धार्मिक अज्ञान आहे. अतिरेकीपणा आहे, असे कवयित्री संध्या रंगारी आपल्या कवितेत विशद करतात. माणुसकीचा धर्म जपणारी माणसे इथे माथेफिरू ठरवली जात आहेत. भविष्यात मारली सुद्धा जातील, अशी भीती कवयित्री कवितेतील पुढील ओळीत व्यक्त करते आणि म्हणते-

ते धर्माला वाचवण्यासाठी

माणसांना मारतात

माणसं मारल्यानंतर धर्म वाचतो

हे त्यांचं अतिरेकी तत्त्वज्ञान
आपल्या गळी उतरत नाही
आपण म्हणतो
माझा धर्म माणूस
माझा पंथ माणूस
माझी जात माणूस
म्हणून आपणच ठरतो इथं माथेफिरू
सावध अस दोस्ता
आता आपला नंबर कधी लागेल
अन् कुठल्या गोळीवर आपलं नाव असेल
सांगता येत नाही

(पृ. १५९)

कवयित्री संध्या रंगारी यांनी शेती, शेतकऱ्यांचा असंतोष आणि उच्चपदस्थ कृषी मंत्र्याचे कृषीविषयक अज्ञान आपल्या कवितेत चित्रित केले आहे. शेतकऱ्यांच्या आत्महत्यांची दखल कवितेत घेतली आहे. शेतकऱ्यांना तारतील अशी धोरणे आणा, मारतील अशी धोरणे राबवू नका, असा सल्ला कवितेत आहे. शेतकऱ्यांच्या मनात खदखदणाऱ्या असंतोषाने उसळी मारली, तर शेतकरी उठाव करतील, सत्ता उलथवून टाकतील, असा गर्भित इशारा कवयित्री कवितेतील पुढील ओळीत देते आणि म्हणते -

हातात मोबाईल, घरात लॅपटॉप
भोवती इंटरनेटचं जाळं, मन किती काळं
विचारात तुझ्या सोन्याची सुरी
माडीवर माडी दारात गाडी
काल आला बा कडं
म्हणाला, 'मी नेता, पण तुमचा सेवक आहे'
कृषिमंत्री असलो तरी बराच कच्चा आहे

बापू, शेतीचं ग्रामर शिकवा, मला लेकरूच समजा
नांगरणी वखरणी कोळपणी सांगता सांगता
बानं घेतलं रुमणं
सांगितलं मनातलं धुमसणं
तुला वाड्याची शान, जीव आमचा गहाण
नांगराचा फाळ ठरला काळ
रानारानात आलेलं आत्महत्येचं पीक दाखवत हिंडला
शेताशेतात आरडीएक्स पेरलंय म्हणाला
मातीमातीतून इथं सूर्याची पिल्लं निपजली
पातीपातीत पोरं दांडूका घेऊन उभी
'सेझ' ची क्रेझ आणून आमचं सरण रचू नका
खाऊजा खाऊजा म्हणत आम्हालाच खाऊ नका
डावे उजवे म्हणत आमचे हात बांधू नका
हिरव्या पिकांतून उसळलंच रक्त तर उद्या रडू नका
खुर्च्या मोडतील, सिंहासन पडतील, पाय तुटतील
पुन्हा म्हणून सत्तेची पायरी चढता यायची नाय
येणाऱ्या जोमदार पिकावर माझा भरोसा हाय
करप्या पडत आसंल तर औषद फवारावंच लागतंय
एवढी समज तर लेकरा तुला बी हाय

(पृ. १६०-१६१)

कवयित्री संध्या रंगारी यांनी आपल्या कवितेत डाव्यांच्या साम्यवादी आणि उजव्यांच्या हिंदुत्ववादी स्वप्नांवर बोट ठेवले आहे. आंबेडकरवादी विचारधारेवर माणसांची, देशाची उभारणी करण्याचे स्वप्न कवयित्री कवितेतील पुढील ओळीत रंगविते आणि म्हणते -

डाव्यांनी लाल सलाम ठोकत साम्यवादाचं स्वप्न पेरलं
खुरटेलं गवत उगवलं
उजव्यांनी हिंदुत्वाचा हवाला देत भगवं स्वप्न पेरलं

काँग्रेसच माजलं
उजवे तर उजवेच पण डावेही डावीकडून उजवेच
दोघेही धुऱ्यावर उभं राहून म्हणतात,
'आता तुम्हाला कुठे भुई'
बघना, पिसारा झडला तरी नाचतोय मोर थुइथुइ
चल दोस्ता, आशावाद अन् विश्वास घेऊन
ओसाड खडकाळ माळरानच गाठू
तुझ्या माझ्या डोळ्यातलं निळं स्वप्न पेरू
माणसांसाठी नवा वेरूळ अजिंठा कोरू

(पृ. १६२)

कवयित्री संध्या रंगारी यांनी शेतकरी जीवनाची कथा आणि व्यथा आपल्या कवितेत चित्रित केली आहे. एकीकडे भावी पिढी सुंदर जीवनाचे, हिरव्यागार खेड्याचे चित्र रंगवित आहे तर दुसरीकडे शेतकरी आत्महत्या करीत आहे. कवयित्रीने स्वप्नातील जीवन आणि प्रत्यक्ष जीवन यातील विरोधाभास अत्यंत प्रभावीपणे कवितेत चित्रांकित केला आहे. कवयित्री गावातील शेतकऱ्याच्या आत्महत्येने खचलेले मन सावरते. शेतकऱ्याचा आसूड काढून नव्याने महात्मा फुल्यांची पिढी घडविण्याचा निर्धार कवितेतील पुढील ओळीत व्यक्त करते आणि म्हणते -

चित्रकलेचा तास
पोरं काढताहेत वहीवर
पाऊस, पानं, फुलं, कौलारू घरं,
झाडं, स्वप्नातलं हिरवं खेडं
अचानक निरोप आला
गण्याच्या बानं आत्महत्या केली
डोकं धरून मटकन खालीच बसले
अवसान गळालं

कुठं भान/काय करू? गणपाला सावरू...?

शाळा बंद करू...? पोरं सोडून देऊ...?

की दोन मिनिटं स्तब्ध राहून श्रद्धांजली वाहू...?

पोरं दंग

अर्धीमुर्धी चित्र, अपुरेच रंग

पायाखालची जमीन सरकली

पण म्हणून खचून कसं चालेल

नव्यानं सुरुवात करायला हवी

शेतकऱ्याचा आसूड काढून

फुल्यांची पिढी घडवायला हवी

(पृ. १६३)

कवयित्री संध्या रंगारी यांनी आंबेडकरी चळवळीतील कार्यकर्ते, पुढारी आणि भिक्खू यांचेवर आपल्या कवितेत ताशेरे ओढले आहेत. भिक्खूंचा नैतिक प्रभाव ओसरला आहे. चळवळ मृतावस्थेत आहे. पुढारी प्रसंगावधान राखून जागे होत आहेत. भिक्खू बुध्द धम्माची उंची वाढविण्यात आणि उपासक वेठबिगारीतून बाहेर पडण्यात अपयशी ठरत असल्याचे दुःख कवयित्री कवितेतील पुढील ओळीत व्यक्त करते आणि म्हणते -

भदंत

तुम्ही महंतच

कुठं आहे तुमचा नेमका नैतिक प्रभाव

कार्यकर्त्यांनी क्रियाकर्म करत चळवळीला दिला खांदा

आता नाही येणं जाणं म्हणत ते पुढे गेले

नेत्यांनी घातली तेरवी, वर्षाला घालतात ते पितरं

खैरलांजी वा तत्सम एखादी स्फोटक घटना हेरून

अन्यायाचंही राजकारणच होतं इथे

तुम्हाला चिवरदान करतात ते

देखावा उभारून फसतोच आम्ही

वाटतं श्राद्ध जिवंत आहेत की अजून

भदंत

खूप मानतो हो आम्ही तुम्हाला, अगदी मनापासून

पण काषाय वस्त्र असं मलीन होताना तुम्ही कसे निवांत

भदंत

थांबा ना थोडं स्तब्ध अन् शांत

ऐका आतले उसासे

भदंत

बुद्ध रडतोय हो

बलुतेदारीचे नवे जाहीरनामे बघून

तुम्हाला बडव्यांच्या अन्

आम्हाला वेठबिगारांच्या प्रतिरूपात पाहून

(पृ. १६५-१६६)

कवयित्री संध्या रंगारी यांनी कोरड्या दुष्काळाचे वर्णन आपल्या कवितेत केले आहे. दुष्काळामुळे गावाचे डोळे अश्रूंनी भरून आहेत. अश्रूंनी फक्त दुःख व्यक्त करता येते. शेती करता येत नाही, असे मत कवयित्री कवितेत व्यक्त करते. आभाळाला दोष देते. आणि गाव दुष्काळाची गाणी गात असल्याचे कथन कवितेतील पुढील ओळीत करते आणि म्हणते -

वर्षं उलटून गेली

पावसाळलेलं आभाळ पाहिलं नाही गावाने

म्हणूनच हल्ली

गावाच्या डोळ्यांत मुक्कामी असतो पाऊस

पण त्यावर बिया रुजत नाहीत

पिकं तरारून येत नाहीत

कणसात दाणे भरत नाहीत

पाखरं बसत नाहीत
गोफणी फिरत नाहीत
करपून जाताहेत माणसं
माना टाकताहेत जनावरं
खाटीक झालंय आभाळ
पावसाळलेले ढग उतरत नाहीत गावाच्या काठावर
दुष्काळाची गाणी सयीबाईच्या ओठावर

(पृ. १६९)

कवयित्री संध्या रंगारी यांनी शेतकऱ्यांच्या आत्महत्येचे, दयनीय स्थितीचे शेतकरीसापेक्ष वर्णन आपल्या कवितेत केले आहे. जागतिकीकरणात पारंपरिक शेतकरी मागे पडत आहे. शेतकऱ्याचे डोळे पाणावले आहेत. शेतीचे बळ शेतकऱ्याला मिळत नाही, असे कवयित्री कवितेतील पुढील ओळीत विशद करते आणि म्हणते -

ग्लोबल व्हिलेजच्या विरुद्ध लढतंय माझं खेडं
इंडिया विरुद्ध भारत चाललंय एक शीतयुद्ध
नको हरवून जाऊ मॉल संस्कृतीत
इथं खळ्यात हरतोय-रडतोय-पडतोय भारत
जरा शेतकऱ्याच्या डोळ्यांतून बघ ना
मातीसुद्धा बळ देत नाही रे आताशा

(पृ. १७१)

कवयित्री संध्या रंगारी यांनी ओबीसी आरक्षणाच्या विरोधात आपले मत मांडणाऱ्या महिला अँकरवर आपल्या कवितेत ताशेरे ओढले आहेत. ओबीसी आरक्षणाच्या बाजूने कवयित्री उभी आहे. डॉ. बाबासाहेब आंबेडकरांच्या लढ्यामुळे आज स्त्री सर्वच क्षेत्रात स्वतंत्रपणे संचार करीत असल्याचे प्रतिपादन कवयित्री कवितेतील पुढील ओळीत करते आणि म्हणते -

सखे

आरक्षण म्हणजे कृपा वाटते तुला

तू म्हणतेस, 'दान सत्पात्री असावं'

अन् तुझ्या मनात ही केवढी घृणा

परवा टीव्हीवर पाहिलं तुला

ओबीसीच्या विरोधात मत प्रदर्शन करताना

मेरिटविषयी बोलताना

किती लवकर तू

तुझ्या मालकाच्या भाषेत बोलायला लागलीस

खरं आहे, तुला कुठं आहे तुझी भाषा, तुझा आवाज

विसरलीस

नसते मांडले बाबासाहेबांनी हिंदू कोडबिल

तर जळत राहिली असतीस चुलीतच

गेली असतीस सती रुपकुंवरसारखी...

राहिली असतीस पायांची दासी

मानली गेली असतीस फक्त एक भोगवस्तू

वा ठरवली गेली असतीस कुलटा

तू झालीस प्रवाही धारा, तुलाही जडली विषमतेची बाधा

खरंच मीडिया आहे का स्वतंत्र निःपक्ष

अन् देशापेक्षाही जातीचं अस्तित्व महत्त्वाचं असतं का

ग

तुझ्यातल्या आईवर विश्वास ठेवावा

वाटत नाही आता मला

अन् खरं सांगू

तू जरी उच्चवर्णीय असलीस

तरीही माझ्यासाठी तू मागासवर्गीयच

आरक्षणाच्या संरक्षक कवचातून पुढे आलेली

(पृ. १७५-१७६)

कवयित्री संध्या रंगारी यांनी विदर्भ, मराठवाडा आणि खेड्यापाड्यातील शेतकऱ्यांचे मरणदुःख आपल्या कवितेत चित्रित केले आहे. शासनाच्या उदासिनतेवर, शेतकरी धोरणावर बोट ठेवले आहे. शेतकऱ्यांच्या मृत्यूत वाढ होत आहे. जीवन जगणे अवघड झाले आहे, असे मत कवयित्री कवितेतील पुढील ओळीत व्यक्त करते आणि म्हणते-

शेतकरी मरतो इथं

मराठवाड्यात, विदर्भात, खेड्यापाड्यात

अन् त्यांची प्रेते मिळतात संसद भवनात

विधानसभेत, अधिवेशनात

चर्चेच्या गुऱ्हाळात

अन् हो, गायबही होतात अहवालातून हळूहळू

आपल्याला कळतही नाही

अख्खा देश झालाय दफनभूमी

अन् जगण्याला इंचभर जमीन नाही

(पृ. १८१)

कवयित्री संध्या रंगारी यांनी आपल्या कवितेत आंबेडकरी समाजातील प्रस्थापित नेत्यांची मनोवृत्ती, वर्तणूक आणि समाजासोबत नेते करीत असलेली दगलबाजी रेखांकित केली आहे. शोषित, पीडितांच्या समस्यांबाबत नेत्यांत तळमळ दिसून येत नाही. कायद्याने अस्पृश्यता संपली, मानसिक अस्पृश्यतेचे काय...? असा प्रश्न कवयित्री कवितेत उपस्थित करते. सगळीकडेच जातीय कोंडी होत आहे, अन्यायाला पण जात चिकटली आहे. मग लोकशाही कुठे आहे? असा आणखी एक प्रश्न कवयित्री कवितेत विचारते. लोकशाही ही श्रीमंतांची, ठेकेदारांची, मठाधिपतींची असल्याचे प्रतिपादन कवयित्री कवितेत करते. आंबेडकरी समाजातील नेते समाजाचा जाहीर लिलाव करीत आहेत. विकले जात आहेत. परपक्षीय राजकीय गुलामी

पत्करत आहेत. ओठाने आंबेडकरवादी आहेत. आचाराने, विचाराने ते आंबेडकरवादी वाटत नाहीत, असे कवयित्रीचे मत आहे. परिवर्तनाचा अर्थ अनेकांनी ब्राह्मणीकरण असाच घेतला आहे. त्यामुळे शक्तिस्थळं बदललीत, व्यवस्था नाही, असे क्रांतदर्शी मत कवयित्री कवितेतील पुढील ओळीत व्यक्त करते आणि म्हणते -

माझ्या मनातली क्रांती गारठते
तुझ्या वातानुकूलित दालनात
प्रश्न थंडच पडतात तिथे
तू म्हणतोसही तसाच त्यांच्यासारखा राजेशाही थाटात
बघुयात, पाहुयात, करूयात, बोलतो
हायकमांडपुढे ठेवतो वगैरे...वगैरे
अन् ऐरणीवर आलेल्या समस्यांची तीव्रता
कमीच होते आपोआप
त्यांच्या अजेंड्यावर दिसते मला
दलितांच्या उत्थानाची तळमळ
प्रत्यक्षात किती मळमळ
कायद्याने शरीराची अस्पृश्यता संपवली रे
देशाच्या मानसिक अस्पृश्यतेचं काय...?
कुठला कायदा करणारेस त्यासाठी
कशी करणारेस अंमलबजावणी
साहित्य, कला, संस्कृती, शिक्षण, सत्ता, प्रसिद्धी
सगळीकडे होते मुस्कटदाबी
अन्यायालाही जात असते इथं
सांगना कुठे आहे लोकशाही
ही लोकशाही श्रीमंतीची
ही ठोकशाही ठेकेदारांची
ही गादी मठाधिपतींची
भाई, आमच्या वेदनांचा केलास तू जाहीर लिलाव
छातीठोकपणे सांगतोस तू जात पुढं करून

मी ही दलित म्हणून

अन् नेता म्हणवतोस स्वतःला दलितांचा

पण खरं सांगू

कुठल्याच अर्थाने तू दिसत नाहीस मला दलित

ना व्यवहारात ना विचारात

ना दृष्टिकोनात ना बांधिलकीत

ना आचरणात ना जाणिवांत

बाबासाहेबांचा चेला म्हणवतोस ना

मग कुठं आहे तुझ्याजवळ कॅडर

पार्टीनं दत्तक घेतलंय तुला

निळा गंध, निळी टोपी, निळा सलाम, तरी तू गुलाम...?

ओठांवर तुझ्या बुध्द-फुले-आंबेडकर

तरीही किती सहज विकला जातोस तू

तराजूत तोलला जातोस तू

बोलीतून बोलला जातोस तू

आपापसात लढवला जातोस तू

पद्धतशीरपणे वापरला जातोस तू

आरक्षणातून आलास तू राजकारणात

पण चढूच दिल्या जात नाहीत तुला वरच्या पायऱ्या

इथे एकेक साखळी, साखळीतली तू शेवटची कडी

परिवर्तनाचा अर्थ तू ब्राह्मणीकरण असाच घेतलास रे

त्याने शक्तिस्थळं बदलली, व्यवस्था नाही

उलट आमच्यासाठी झालास तू दलित ब्राम्हण

तुझं सगळं काही स्वाहा अन् सोहम सोहम

(पृ. १८२-१८४)

कवयित्री संध्या रंगारी यांनी एका आंबेडकरी नेत्याच्या 'एकला चलो रे नीतीवर' आपल्या कवितेत मत प्रदर्शित केले आहे. नेते लोकांना भुलवतात. दिशाहीन करतात. आपला कळप बनवू इच्छितात.

परंतु अशा नीतीमुळे समाजाचे राजकारण विस्कटते, भरकटते. राजकारण हे संघटनकेंद्री असावे, व्यक्तिकेंद्रित नसावे. व्यक्तिकेंद्रित राजकारणाचा कडवट, दांडगा अनुभव आंबेडकरी समाजाच्या पाठीशी आहे. त्यामुळे लोकही आता डोंबाऱ्याचा खेळ समजून पुढाऱ्यांचे सोंगं पाहतात, पूर्वीसारखे भुलत नाहीत, भरकटत नाहीत, असे प्रतिपादन कवयित्री कवितेतील पुढील ओळीत करते आणि म्हणते -

एकला चलो रे म्हणत तू एकटाच निघालास

तुला वाटलं

लोक येतील, पण ते आलेच नाहीत

अन् मग तू तुझा एकट्याचाच कळप केलास

नेता तू, अनुयायी तूच, तूच भक्त, अन् प्रेषितही तूच

गर्दी जमवू बघतोस तू

जमतातही माणसं डोंबाऱ्याचा खेळ बघण्यासाठी

जमावित तशी

पण लगेच विस्कटतात

खरं सांगू, मला बरंच वाटतं

हल्ली भरकटत नाहीत लोक

अन् भुलतही नाहीत सोंगाला म्हणून

(पृ. १८५)

कविता तुझ्या-माझ्या

कवयित्री संध्या रंगारी यांनी आपल्या जीवनातील चढउतार आपल्या कवितेत चित्रित केले आहेत. आपले मन कवितेत मोकळे केले आहे. कवयित्रीला कधी जीवन नकोसे वाटते तर कधी रोजचे मरण. आपली स्वप्नं इथे सोनेरी पिंजऱ्यात कैद आहेत. आपल्याला शृंखलाबद्ध नव्हे तर मुक्त जीवन हवे आहे, असे कवयित्री कवितेतील पुढील ओळीत नमूद करते आणि म्हणते -

असेही आले
काही क्षण
जीवन जगणे
नको जाहले
खोटे हसणे
रितेच उरणे
रोजच मरणे
नको जाहले
इथं स्वप्नपंखी
डोळे कैद
पिंजऱ्यांना सोनेरी मुलामे
माझे आकाश वेगळेच
शृंखलात रमणे
नको जाहले

(पृ. १८७)

कवयित्री संध्या रंगारी यांनी स्त्रियांच्या दुहेरी गुलामीवर आपल्या कवितेत प्रकाश टाकला आहे. पुरुषही गुलाम आहेत. स्त्री तर पुरुष गुलामाची गुलाम आहे. पुरुषांची लढाई एकेरी आहे. उलट स्त्रियांची लढाई दुहेरी आहे. पुरुष स्वतंत्र असेल तरच तो स्त्रियांना स्वातंत्र्य देवू शकतो. म्हणून पुरुष अगोदर स्वतंत्र असणे महत्त्वाचे आहे. कवयित्री गुलामगिरीत सुरक्षितता शोधते. पुरुषांच्या आपलेपणाच्या गुलामीविषयी भीती व्यक्त करते. आपुलकीच्या भावना आपल्याला पुरुष गुलामीच्या विरुद्ध साधे उभे देखील राहू देत नाहीत, असे मत कवयित्री कवितेतील पुढील ओळीत व्यक्त करते आणि म्हणते -

तू पीडित
तू दलित
तू गुलाम

मी तुझी स्त्री
गुलामाची गुलाम
तुला स्वातंत्र्याची आस
गुलामगिरीत गुदमरतो श्वास
तू झेपावतोस सूर्य झेलण्यासाठी
मी सदैव तुझ्या पाठीशी
तू झेलतोस सूर्य पण वाटत नाहीस प्रकाश
मी शोधते गुलामगिरीत सुरक्षितता
भीती वाटते मला तुझीही
दिसतो तुझ्यात त्यांचाच चेहरा
त्यांच्याशी युद्ध करता आलं
परकेच ते
तुझ्यासमोर लढण्याच्या पावित्र्यात
साधं उभं राहता येत नाही
आपलेपणाची केवढी मोठी किंमत ही

(पृ. १९०)

कवयित्री संध्या रंगारी यांनी पतिपत्नी विरह आपल्या कवितेत शब्दबध्द केला आहे. पती सानिध्यातील सुखमय जीवन आणि पतीविरहातील उजाड जीवन यातील विरोधाभास कवयित्रीने कवितेत सांगितला आहे. पतीविरहाची झीज पतीने पाठविलेल्या पैशाने भरून निघत नसल्याची जाणीव कवयित्री कवितेतील पुढील ओळीत व्यक्त करते आणि म्हणते-

काही आठवणी आहेत तुझ्या या घराशी बांधलेल्या
जेव्हा आपण एकत्र राहत होतो
एकमेकांसाठीच जगत होतो
तू कमवून आणलेल्या फार थोड्या पैशात
गुजारा करत होतो

मला आठवतात
तुझ्या मिठीत मालवलेल्या कित्येक उबदार रात्री
अन् पहाटेच उठून वेचलेली अंगणातली उगवतीची किरणे
उजळलेल्या दिशा, तेजाळलेली स्वप्ने
सुगरणीच्या हाताने सजवलेलं सुंदर सुबक घरटं
किती आपले होते ते दिवस
अन् आताचे हे दिवस गोठलेल्या बर्फासारखे
तू कितीतरी लांब देशाबाहेर, मैलोगणती
वरचेवर आखूड होत गेलेली तुझी पत्रं माझ्या संगती
एक सांगशील, तू पाठवलेल्या एम. ओ ने
मला माझे ते दिवस विकत घेता येतील...?

(पृ. १९१-१९२)

कवयित्री संध्या रंगारी यांनी पतिपत्नी संबंधात काही कालावधीनंतर येणारे वितुष्ट, शिथिलता, आवडीनिवडीतील आंतरिक विरोध आपल्या कवितेत विशद केला आहे. कवयित्री म्हणते -

मी बोलले नाही कधी
पण, मला आवडत नव्हत्या तुझ्या बऱ्याचशा गोष्टी
मी फरशी पुसल्यावर बूट घालून तुझं घरभर वावरणं
धुतलेले स्वच्छ टॉवेल अंगाला गुंडाळणं
मन लावून स्वयंपाक केलेला असताना बाहेर खाऊन येणं
मी एखादी सिरियल बघताना
मुद्दाम सतत चॅनल बदलणं
झोपेत घोरणं
सोफ्यावर आडवं पडून तासंतास पेपर वाचणं
यादी वाढतच जाईल ही अशी
पण मी बोलले नाही कधी
अन् आता पंधरा वर्षे
तुझी सावली म्हणून वावरल्यानंतर

तू म्हणतोस, 'मला आवडत नाहीस तू
सतत तुझी किरकिर अन् बिछान्यात तू केवढी थंड
बधीर मनावर उमटलाच एक ओरखडा
कळलं गरज संपलीय तुझी

(पृ. १९३)

कवयित्री संध्या रंगारी यांनी स्त्री-पुरुष, पतिपत्नी यांच्या विचार व आचारातील अंतर्विरोध आपल्या कवितेत विशद केला आहे. पुरुषांचे विचार बदलत आहेत; पण आचार तेच आहेत, असे कवयित्री कवितेत नमूद करते. महात्मा फुले, डॉ. बाबासाहेब आंबेडकर यांचे नाव घेतले की, आपण विचारांचे, संस्कारांचे, येणाऱ्या नव्या युगाचे प्रवर्तक असल्याचा भ्रम पुरुषांना होतो, असे कथन कवयित्री कवितेत करते. पुरुषसत्तेत कमावत्या स्त्रियांना थोडेबहुत पैसे खर्च करण्याचे स्वातंत्र्य असते. लग्न झाल्यापासून पुरुष स्त्रियांवर आपला अधिकार गाजवत असतो. बापाने दान केलेली स्त्री पुरुषांसाठी एक वस्तू असते. पुरुष फक्त स्त्रीचा गरज असेपर्यंत वापर करतो, असे स्त्रीसापेक्ष प्रतिपादन कवयित्री कवितेत करते. स्त्री-पुरुष, पती-पत्नी संबंधातील सत्य जेव्हा समजते, कळते तेव्हा थोडे अस्वस्थ वाटत असल्याची भावना कवयित्री कवितेतील पुढील ओळीत व्यक्त करते आणि म्हणते -

तू पुरुष असतोस मी तुझी स्त्री
तू नवरा असतोस मी तुझी अस्तुरी
वेळ बदलली, काळ बदलला, विचार बदलले
आचार अजून बदलायचे आहेत
तसा तूही बदललास थोडा
फुले आंबेडकरांचं नाव घेतांना वाटतं तुला
तू प्रवर्तक आहेस नव्या विचारांचा, नव्या संस्कारांचा
येणाऱ्या नव्या युगांचा
मी बाहेर पडू लागले
कमवून आणून अख्खा पगार तुझ्या हातात ठेवू लागले

तूही उदार झालास
मीच कमवलेले पैसे
थोडेबहुत मलाच हातखर्चाला देऊ लागलास
स्त्री स्वातंत्र्याच्या नावाखाली
स्वतःच्या आवडीने साडी घेण्याची
पडदे बेडशीट बदलण्याची मुभा देऊ लागलास
दिसतो मला तुझ्या आत दडून बसलेला मनू
उफाळून येणारं तुझं पुरुषत्व
आठवतात 'शुभ मंगल सावधानचे शब्द'
तू हक्कानं बांधलेलं मंगळसूत्र
सूत्रात गोवलेलं माझं स्वत्व
तेव्हापासून आतापर्यंत
तू गाजवत आलेला तुझा अधिकार
जाणवतं रे मला
वस्तूच मी तुझी बापानं दान केलेली
मानापाणानं तू टीव्ही फ्रीज कुलरसहित स्वीकारलेली
जिचा वापर करतोस तू गरज असते तेव्हा
तुला हवा तसा
विशेष काही नाही, बस्स थोडंसं अस्वस्थपण येतं
हे कळून येतं तेव्हा तेव्हा, तेवढ्यापुरतं, तितकंच

(पृ. १९४-१९५)

कवयित्री संध्या रंगारी यांनी एका पत्नीच्या पतीकडून असलेल्या लहानसहान अपेक्षा आपल्या कवितेत विशद केल्या आहेत. पती बाहेर समाजसेवकाच्या आणि घरी पुरुषसत्ताक नवऱ्यांच्या भूमिकेत वावरतो. घरकामात मदत करीत नाही. आपण पतीच्या पाठीशी नेहमीच खंबीरपणे उभे राहतो. परंतु पतीची भावनिक सोबत आपल्याला पाहिजे तशी मिळत नसल्याची खंत कवयित्री कवितेतील पुढील ओळीत व्यक्त करते आणि म्हणते -

माझ्या माणसाने मला समजून घ्यावं थोडं
ही माझी अपेक्षा
नेहमीच उपेक्षित
तुझं नाटक असतं तेव्हा मी उभी राहते पाठीमागे
एक सपोर्टर म्हणून
माझा कार्यक्रम असतो तेव्हा
तू कायम प्रेक्षकाच्या भूमिकेत
वाटतं, धावपळीत धाप लागताना, जीव धपापताना
करावीस मदत
मी किचनमध्ये असताना
मोठेपणा बाजूला ठेवून कधीतरी चिरावी भाजी
छान सामान्य माणसासारख्या माराव्यात गप्पा
पण कधीच येत नाहीत असे क्षण
बाहेर समाजसेवक म्हणून वावरणारा तू
घरात नवराच असतोस की शेवटी

(पृ. १९६)

कवयित्री संध्या रंगारी यांनी स्त्री-पुरुष, पती-पत्नी संबंधातील आंतरिक विरोध अगदी मनमोकळेपणाने आपल्या कवितेत मांडले आहेत. स्त्री आजही दुय्यमस्थानी आहे. पुरुष स्त्रीवर सत्ता गाजवतो. स्त्रीला जणूकाही आपली खाजगी मालमत्ता समजतो. स्त्रीला गुलाम समजतो. परंतु कोणताही गुलाम मालकावर प्रेम करीत नसतो. आणि कोणताही मालक गुलामाला बरोबरीची वागणूक देत नसतो, असे परखड विचार कवयित्री कवितेत व्यक्त करते. विवाहसंस्थेच्या फोलपणावर अविश्वास प्रकट करते. स्त्री सुद्धा मानव आहे. मानव म्हणून तिचा देखील सन्मान झाला पाहिजे, अशी अपेक्षा कवयित्री कवितेतील पुढील ओळीत व्यक्त करते आणि म्हणते -

मी तुमची खाजगी मालमत्ता माझ्यावर तुमची सत्ता
तुम्ही म्हणता, मी अर्धांगिनी तुमची

पण तुमच्या कुठल्याच अंगावर अधिकार नाही माझा
हे कळलंय मला
एक सांगू का साहेब
कुठलेच गुलाम मालकावर प्रेम करत नसतात
अन् मालक गुलामाला कधीच बरोबरीचे हक्क
देत नसतात
लग्न संस्थेतला फोलपणा
लक्षात यायला लागलाय आताशा
मानवी सन्मानाची माझी तहानभूक
तरीही मी मूक तुमच्यापुढे

(पृ. २००)

स्त्री-पुरुष, पतिपत्नी संबंध अनेक चढउतारांनी, बऱ्या-वाईट अनुभवांनी, संघर्षांनी भरलेले असतात. कधी स्त्री पुरुषाकडून छळली जाते तर कधी पुरुष स्त्री कडून अपमानित केला जातो. हे संसाराचे रहाटगाडगे असेचं चालत राहते. काळानुरूप त्यात काही चांगले तर काही वाईट बदल होतात. स्त्री-पुरुषांचे अनैतिक संबंध जीवनाला अधिक वादळी बनवतात. विचित्र मानसिक विरोधाला जन्म देतात. कवयित्री संध्या रंगारी यांनी पतिपत्नीच्या अनैतिक संबंधातून उद्भवलेला एक प्रसंग आपल्या कवितेत चित्रित केला आहे. पत्नीच्या अनैतिक संबंधाचा पतीवर झालेला मानसिक आघात आणि पतीची प्रतिक्रिया कवयित्री कवितेतील पुढील ओळीत विशद करते आणि म्हणते -

तू सतत विदेश दौऱ्यावर
तुझी चघळलेली प्रेमप्रकरणं माझ्या कानावर
एक दिवस अचानक तू परतलास
आषाढघनासारखा बरसलास
अंगसंगात मी निःसंग

तू पराजीत

हा अनुभवच तुझ्यासाठी अकल्पित

तू म्हणालास,

तुझ्या नुसत्या स्पर्शासाठी किती कळ्या झुरतात

सहवासात रातराण्या फुलतात

मी तर बायकोच हक्काची

अन् तरी अशी अज्ञातासारखी वागणारी

ही हार पचवणं कठीण गेलं तुला

अन् मग तू भुमका उठवल्या

ही जमीनच बंजर नापीक असल्याची

खरं सांगू, मला गरजच नाही वाटली कुबड्यांची

(पृ. २०१-२०२)

स्त्रीची मानसिकता सासर आणि माहेर यात विभागली असते. माहेरचा ओलावा आणि सासरचा जिव्हाळा आटला की मनात माहेराविषयी परकेपणाची व सासरविषयी पोरकेपणाची भावना निर्माण होते. खरे तर विवाह ही पुरुषसत्ताक तडजोड आहे. या तडजोडीत पुरुषाला वरचे स्थान दिले गेले आहे. परंतु पुरुष सुद्धा व्यवस्थेचा गुलाम आहे. पुरुषमुक्तीतच स्त्रीमुक्ती दडलेली आहे. कवयित्री संध्या रंगारी यांचा पिंड विद्रोही असल्यामुळे पतिपत्नी संबंधात वाकणे, झुकणे, पतीची सेवा करणे, गुलामी करणे त्यांना अमान्य आहे. घटस्फोट घेऊन पतिपत्नीतील 'मालक आणि गुलाम' हे नाते संपवून आपण मोकळे श्वास घेत आहोत, निवांत आहोत, असे प्रतिपादन कवयित्री कवितेतील पुढील ओळीत करते आणि म्हणते -

जिथे जन्मले तिथे परकं वाटते मला

जिथे नांदले तिथे पोरकं वाटते मला

रक्तातच होता विद्रोह

नाकारलं मी वाकणं

तू ऑफिसमधून आल्यावर तुझे बूट काढणं

तू हातपाय धुताना टॉवेल घेऊन उभं राहणं

ताटावरती वाट पाहणं

तुझे मूड्स सांभाळणं

खरे बोलले कोर्टात शपथ वगैरे घेऊन

तरी हारले

ढोंगाचे डोंगर रचून तू मात दिलीस

कळलं मला

तडजोड फक्त मी करायची होती एकटीने

रक्तातच होता विद्रोह

नाकारलं मी वाकणं

घटस्फोट घेतल्यानंतर तू मोकळा झालास

सूडाग्नी विझल्यावर शांत

मीही मोकळ्या हवेत श्वास घेतेय

तू मालक मी गुलाम हे नातं संपवून, निवांत...

(पृ. २०३)

कवयित्री संध्या रंगारी यांनी स्त्रीसापेक्षतेने पतिपत्नी संबंधाचे वर्णन आपल्या कवितेत केले आहे. कवयित्रीने आपल्या कवितेत पतीची जी प्रतिमा उभी केली आहे, त्यावरून पती खलनायकाच्या भूमिकेत कवितेत वावरताना दिसतो. पत्नी नायिका, पती खलनायक, मग नायक कोण? असा प्रश्न कविता वाचताना सतत पडतो. मालक गुलामाला जशी वागणूक देतो तशी वागणूक पती पत्नीला देतो, असे मत कवयित्री कवितेतील पुढील ओळीत व्यक्त करते आणि म्हणते -

माझा नवरा मला पहिल्यांदा भेटला

भित्र्या सशाला सिंह भेटावा तसा

माझा नवरा माझ्याशी पहिल्यांदा बोलला

मालकाने गुलामाला आदेश द्यावा तसा

माझा नवरा मला नंतरही भेटत राहिला
दिवसभर अंगमेहनतीचं काम करून आल्यानंतर
शिणभाग उतरवण्यासाठी
दारू पिताना चघळायला
मांसाचा एखादा तुकडा असावा तसा
आता माझा नवरा मला कधीतरी भेटतो
पंचपक्वान्नाचं ताट समोर असताना
तोंडी लावायला जसा ठेचा लागतो
माझा नवरा माझ्यासाठी देव
संस्कारांनी दिली मला ही ठेव
नाकारते मी आता
नव्या युगाची मी दीपशिखा

(पृ. २०५-२०६)

कवयित्री संध्या रंगारी यांनी पतीच्या अनैतिक संबंधाचा पत्नीच्या मनावर कसा आघात होतो याचे वर्णन आपल्या कवितेत केले आहे. पत्नी नजरकैदेत आणि पती परस्त्रीकैदेत, अशी विचित्र, विरोधी परिस्थिती कवयित्री कवितेतील पुढील ओळीत कथन करते आणि म्हणते -

मला वाटलं
तू पाऊस मी धरा, तू गगन मी तारा
मग कळलं
तू पाऊस पण मीच तुझी धरा नाही
तू गगन पण मीच एकटी तारा नाही
तुला बदलाचा हव्यास
रुचिपालट म्हणतोस तू याला
दाखले देतोस पूर्वजांच्या अंगवस्त्रांचे
तुझ्यासाठी प्रत्येक ठिकाणची माती वेगळी

रंग वेगळा गंध वेगळा
रंगगंधात रंगून तू सोवळा ओवळा
माझ्याभोवती पहारा गस्त
तू मदमस्त
माझ्या नजरेला निष्ठेची धार
तुझ्या डोळ्यात पारा
तू दिशा बदलणारा वारा
वाटेल तेव्हा वाटेल तिथे ढग होऊन बरसणार
आवडता गंध लुटणार, नाहीतर पांगणार
मी फक्त वाट पाहायची, मोरासारखी
तुझ्या श्रावणी मेहेर नजरेची
हे कळून चुकलं तेव्हापासून
आतूनच कोरडी होत गेले मी

(पृ. २०७-२०८)

कवयित्री संध्या रंगारी यांनी आपल्या कवितेत बालविवाह या कुप्रथेत मुलींची सासरी कशी कुचंबना होते याचे वर्णन केले आहे. बालपणी विवाह झालेल्या मुलीच्या मनातील उथलपुथल कवितेत चित्रित केली आहे. माहेरची ओढ आणि सासरचा, संसाराचा भार यात मुलींचे बालवयातच जीवन अश्रू ढाळते. ती करपून जाते, असे कवयित्री सांगते. लहानपणी मुलींना केरवार काढताना, धुणी, भांडी विसळताना पाहिले की जीव कासावीस होतो. जुन्या आठवणी ताज्या होतात. जुन्या जखमा नव्याने वाहतात, असे कवयित्री कवितेतील पुढील ओळीत कथन करते आणि म्हणते -

एवढीशी होते
बालपण पुरतं अनुभवलं नव्हतं नीट
की मायचा हात सुटला
मग दुसरी आई आली

भरल्या घरात वनवास भोगला

छोटे छोटे बहीणभाऊ आले

मी एकदम मोठी झाले

कोनाडा धरून टिपं गाळली

मायच्या आठवणीत डोळे झरले

दिवस आले दिवस गेले

आठवणी विझल्या नाहीत

म्हणूनच सये

कोणाचेही इवलेसे हात केरवार काढताना

धुणी भांडी विसळताना दिसले की

आतडी पिळवटतात

जुन्याच जखमा कशा नव्यानं वाहतात

(पृ. २०९)

कवयित्री संध्या रंगारी यांनी कौटुंबिक जीवनातील घडामोडी, पती-पत्नीतील संवाद-विसंवाद आपल्या कवितेतून मांडला आहे. पती बाहेरच्या जगात मुक्त संचार करतो. आपण मात्र नोकरी आणि घर यातच गुंतून, गुरफटून आहोत, असे कवयित्रीला वाटते. पतीप्रमाणे आपल्याला बाहेरचे मुक्त जीवन जगता येत नसल्याची खंत कवयित्री कवितेत व्यक्त करते. आपल्या वाट्याला आलेले बंदिस्त जीवन आपल्या मुलीच्या वाट्याला येऊ देणार नाही, असा निर्धार कवितेतील पुढील ओळीत व्यक्त करते आणि म्हणते -

ताटात पडेपर्यंत माहीत नसतं तुला

आज काय शिजलंय ते

पण तुझ्या साध्या बोलण्यात

राजकारण अर्थकारण जागतिकीकरण

मॉलसंस्कृती सहावा वेतन आयोग... शेअर मार्केट

अनंत विषय

मला घर ते नोकरी, नोकरी ते घर करताना
माहीत नसतात गावातल्या घडामोडीसुद्धा
माझं रोजचं रहाटगाडगं

घर एके घर, घर दुणे भाजी
घर त्रिक भाकर, घर चौक भात
दिस अन् रात

माझ्या वाट्याला येत नाही कधीच सकाळचा ताजा पेपर
एकदा ही खदखद मांडली काही ओळींतून
तर म्हणालास, 'वैश्विक अनुभूतींची अपेक्षाच व्यर्थ'
संसाराशिवाय दुसरं काही सुचतच नाही तुम्हा बायकांना
अशी सनक गेली डोक्यात
पण मी शांत
बघ ना, मर्यादा जाणवूनही सुटत नाही परीघ
एक मात्र ठरवलंय मनाशी पक्क
नुकत्याच कंठ फुटलेल्या माझ्या हिरव्या पोरीला
मुक्त करीन या जंजाळातून

(पृ. २१३-२१४)

कवयित्री संध्या रंगारी यांनी स्त्री-पुरुष संबंधातील कालसापेक्ष बदल आपल्या कवितेत सांगितला आहे. स्त्री-पुरुष संबंधात पाऊस सुरुवातीला आनंद देतो तर काही दिवसानंतर तो उरात का दाटतो? असा प्रश्न कवयित्री कवितेतील पुढील ओळीत उपस्थित करते आणि म्हणते-

पहिला पाऊस
तुझं माझं भिजणं
आताचा पाऊस
नुसतंच बघणं
आता तू पावसात

मीही पावसात
तरीही पावसाळे
कोरडेच जातात
आता पाऊस
तुझा नसतो माझा नसतो
मग सांग ना
का असा उरात दाटतो

(पृ. २१५)

कवयित्री संध्या रंगारी यांनी स्त्रियांच्या गुलामगिरीचा आपल्या कवितेत जागोजागी उल्लेख केला आहे. गुलामाला सगळे दिवस सारखेच असतात. महिला दिन सुद्धा याला अपवाद नाही, असे प्रतिपादन कवयित्री कवितेतील पुढील ओळीत करते आणि म्हणते -

कामाच्या राम रगाड्यातून
डोकं वर काढून दुपारी
सकाळचा पेपर चाळताना कळलं
आज महिला दिन होता
गुलामांसाठी सगळे दिवस सारखेच की!

(पृ. २१६)

कवयित्री संध्या रंगारी यांनी स्त्री जीवनाची व्याख्या आपल्या कवितेत केली आहे. पुरुषांच्या नजरेचे स्त्रीसापेक्ष वर्णन कवितेत केले आहे. तुकोबाचे अभंग गाताना मन दुभंगत असल्याचे कवयित्री कवितेत नमूद करते. जीव लावणे, कविता गोंदणे सोपे नाही, असे कवयित्री कवितेत सांगते. पती आपल्याला खडकाळ वाटेवरून चालायला सांगतो, आपल्या जीवनात मावळतीचे रंग उधळतो. आपली परीक्षा घेतो. आपल्या शरीरावर अधिकार सांगतो, असे प्रतिपादन कवयित्री कवितेत करते. माहेरची चौकट मोडून, माहेरची माया सोडून, भरले

माप ओलांडून सासरला नांदणे, यालाच जीवन म्हणायचे का? असा प्रश्न कवयित्री कवितेत उपस्थित करते. बालपणी मांडलेला चूल आणि बोळक्याचा डाव, हुडपणात खेळलेला भातुकलीच्या राजाराणीचा खेळ मनाचा ठाव घेत असल्याचे कवयित्री कवितेत सांगते. आपल्या आखीव-रेखीव स्वप्नांचे वर्तुळ कवितेतील पुढील ओळीत स्पष्ट करते आणि म्हणते -

माझी नजर खुडून न्यावी इतकी तुझ्या डोळ्यात मस्ती
म्हणूनच चोरून ठेवते मी माझे डोळे
वेदनेच्या वसाहती लपविण्यासाठी
तरीही वाचत जातोस मला
तुझे डोळे मला उभं चिरत जातात अगदी खोल आत
आरपार रुतत जातात
इतकाही भिनू नको नसानसात की
स्वतःलाच शोधणं कठीण जावं
तुकोबाचे अभंग गाताना मन असं दुभंगत जावं
कळायला लागलंय आता सोपं नसतं जीव लावणं
सांज होताना आभाळभर कविता गोंदणं
खडकाळ वाटेवरून चालायला सांगतोस
का असे मावळतीचे रंग उधळतोस
जनरीत सांभाळायची की तुझा वेडेपणा
कसली परीक्षा पाहतोस
कालपर्यंत बापानं कापसीच्या बोंडागत जपलं
मायच्या दुधानं हे झाड पोसलं
वयात येताच तू तुझा अधिकार सांगायला लागलास
वाढलेलं आख्खं झाडच उपटून
तुझ्या अंगणात लावायला निघालास
तिथेही ते फुलेल फळेल
तुझ्यासाठी प्राजक्त होवून दरवळेल
पण एक चौकट मोडून, मायेचा बंध तोडून

भरलं माप ओलांडायचं

यालाच का जगणं म्हणायचं?

कालपर्यंत डाव मांडला चूल अन् बोळक्याचा

हुडपणातच खेळ खेळला भातुकलीच्या राजाराणीचा

आज पुन्हा तोच डाव तीच चूल घेते मनाचा ठाव

सगळंच कसं चाकोरीतलं ठरीव ठाशीव

तुझं माझं स्वप्नही त्याच वर्तुळातलं

आखीव... रेखीव

(पृ. २१७-२१८)

कवयित्री संध्या रंगारी यांनी आपले कौटुंबिक जीवन आणि कौटुंबिक जीवनातील कडवट अनुभव आपल्या कवितेत कथन केले आहेत. स्वप्नांनी आपल्याला दूरवर फरफटत आणले आहे. आपले माहेर सुटले आहे. आपल्याला चांगली बायको होता आले नाही. मुलांना, आप्तस्वकीयांना आवडीचे पदार्थ खाऊ घालता आले नाहीत. हातात हात घालून पतीसोबत मौज करता आली नाही. उपऱ्या दागिन्यांनी स्वतःला कधी सजवले नाही. देखावा केला नाही. पतीसोबत सावलीसारखे राहूनही पतीच्या विश्वात आपल्याला जागा मिळाली नाही. पती आपल्यासोबत नाही. सुंदर गुलाम पत्नी आपल्याला होता आले नाही. माझी वाट मीच शोधली. एकाकी, एकटे आपण चालत आहोत, असे प्रतिपादन कवयित्री कवितेत करते. समाजसापेक्ष मी एक यशस्वी, महत्त्वाकांक्षी स्त्री आहे तर पतीसापेक्ष मी एक फ्लॉप मॉडेल आहे, असे कवयित्री स्वतःच स्वतःचे मूल्यमापन करते. हे आपले यश आहे की अपयश हे आपल्याला ठरवता येत नसल्याची प्रामाणिक कबुली कवयित्री देते. नाथ असूनही अनाथ असल्याचे, घर, दार, देश असूनही निर्वासित असल्याचे दुःख कवयित्री कवितेतील पुढील ओळीत व्यक्त करते आणि म्हणते -

किती लांबवर फरफटत आणलंय या स्वप्नांनी

मागे सुटून गेलंय घर कधीच

नवऱ्याला हवी होती एक प्रेयसी

अन् मला तर चांगली बायकोही होता आलं नाही

सासू, सासरे, दीर, नणंदा, जावा-भावा, पोटचे दोन दिवे

नाही करता आला या धबडग्यात

खास त्यांच्यासाठी त्यांच्याच आवडीचा नाश्ता

दुपारच्या जेवणात एखादा वेगळा मेनू

हातात हात गुंफून नाही घालवता आली

एखादी संध्याकाळ मौजेखातर

सजवताही आलं नाही कधी स्वतःला उपऱ्या अलंकारांनी

माझ्या आतच होतं एक हिरवं झाड सळसळणारं

ते दिसलंच नाही कधी त्याला

अन् मांडता आला नाही मलाही देखावा

वठत गेले मी, कोरडेपणच साचत गेलं डोळ्यांत

तो आपल्याच विश्वात मशगूल

अन् कुठेच नव्हती मला जागा

त्यांच्यासोबत होतेच मी सावलीसारखे सुखदुःखात सतत

माझ्यासोबत मात्र नव्हता तो कुठेच

त्याला हवी होती मालन अर्थात एक सुंदर गुलाम

अन् मी तर ओबडधोबड बनफूल

एकदा आकाशात बघताना माझी मलाच पडली भूल

मी शोधली माझी वाट

चालत राहिले निरंतर एकटी, एकाकी

आता समाजासाठी मी एक यशस्वी, महत्त्वाकांक्षी स्त्री

नवऱ्यासाठी ठरते फ्लॉप मॉडेल

मला ठरवता येत नाही, हे माझं यश की अपयश

पण हे खरं आहे, नाथ असूनही मी अनाथच

अन् हो, घर-दार-देश असूनही निर्वासितच

(पृ. २२०-२२१)

कवयित्री संध्या रंगारी यांनी आपल्या कवितेतून पत्नीच्या पतीभक्तीला विरोध केला आहे. स्त्रीच्या डोळसपणाचा पुरस्कार केला आहे. स्त्रीने पतीच्या नजरेने जग न पाहता स्वतःच्या नजरेने जगाकडे पाहावे, वेळ पडल्यास गांधारीचा आदर्श बाजूला ठेवावा, असे प्रतिपादन कवयित्री कवितेतील पुढील ओळीत करते आणि म्हणते -

प्रिय,
तुझ्या नजरेतूनच बघावं मी जग
अशी तुझी इच्छा असेलही कदाचित
पण मला डोळे आहेत हे कसं विसरू मी
गांधारीने केला होता त्याग
की उगवला होता सूड?
माहीत नाही
पण आलीच तशी वेळ तर
गांधारी व्हायचं नाकारीनच मी
अगदी ठामपणे

(पृ. २२२)

कवयित्री संध्या रंगारी यांनी कौटुंबिक वितुष्ट, पती-पत्नीतील दुरावा, अबोला आपल्या कवितेत कथन केला आहे. पती-पत्नी सोबत राहत असूनही एकमेकांशी कसे अपरिचितासारखे वागतात याचे वर्णन कवयित्री कवितेतील पुढील ओळीत करते आणि म्हणते -

भरल्या संसारात मला माझी स्पेस हवी होती
अन् तुला तुझी
स्पेस स्पेस म्हणता म्हणता
केवढा अवकाश भरून राहिला दोघात
संवादाचे पूल कोसळले कधीच
एकमेकांसमोर असूनही अपरिचितासारखे आपण
बोलायचीही भीती वाटते आताशा

वाटतं घरात नाहीच
एखाद्या हॉटेलात राहतो आहोत आपण
भाड्याने शेजाऱ्यासारखे

(पृ. २२३)

कवयित्री संध्या रंगारी यांनी स्त्रीच्या लग्नापूर्वीच्या जीवनातील आनंद संसारी जीवनात कसा ओसरतो याचे वर्णन आपल्या कवितेत केले आहे. स्त्री जीवनातील पावसाचे कालसापेक्ष अनुभव कवयित्री कवितेतील पुढील ओळीत कथन करते आणि म्हणते -

पूर्वी मी पावसात कशी मस्त भिजायचे
पागोळ्यागत मन घेऊन
अन् आता पाऊस आला की एकच धांदल
वाळत घातलेले कपडे काढून घेण्यासाठी
संसार असाच असतो का रे...?

(पृ. २२४)

कवयित्री संध्या रंगारी यांनी 'घर आणि स्त्रीमुक्ती' यात गुरफटून असलेली आपली द्विधा मन:स्थिती आपल्या कवितेत सांगितली आहे. एकीकडे मनात स्त्री मुक्तीचे वारे आहेत तर दुसरीकडे मन घरात अडकून असल्याचे कवयित्री कवितेतील पुढील ओळीत सांगते आणि म्हणते -

घर सजवतोस तू
किती आवडीने जीव ओतून
अन् मला खुणावतेय आभाळ
ही कसली लागलीय ओढ
पंखातलं बळ स्वस्थ बसू देत नाही
मोकळ्या मनाने उडताही येत नाही
सारखं डोळ्यांपुढे येतंय घर

(पृ. २२५)

कवयित्री संध्या रंगारी यांनी पतिपत्नीतील बोलचाल, बोलण्यातील हेवेदावे, पत्नीची विवशता, हतबलता, पत्नीचे पतीभोवतीचे भोवऱ्यागत जीवन, पतीची कठोरवृत्ती आपल्या कवितेतून रेखांकित केली आहे. रखरखत्या उन्हात पळसाला फुलं येतात. पळस भर उन्हातही स्वतःला जपतो, बहरतो. माणसाचा संसारही उन्हाळा, हिवाळा, पावसाळा या ऋतूंसारखा आहे. माणसाचा संसार तापला की माणसाने पळसासारखे संसाराला जपावे, बहरावे, असे लाक्षणिक चित्रण कवयित्री कवितेतील पुढील ओळीत करते आणि म्हणते -

मी बोलत राहिले सतत अविरत

तू शांत, निश्चल, दगड

मला वाटलं फुटेल पाझर

मी बरसत राहिले

रिमझिमत

डोळ्यातली सगळी करुणा, ममता, ओल घेऊन गुणगुणत

तू पुरता भिजूनही कोरडा खडक

मी पाऊस झाले, नदी झाले

अवखळ खळखळत तुझ्याभोवती गरगरत राहिले

माझाच झाला भोवरा

तू वठलेल्या खोडासारखा टणक

आता मी पुरती हतबल, विवश

अशातच एक दिवस तू पळसाची फुले घेऊन आलास

लालबुंद लसलसत्या फुलांची ओंजळ

पुढं धरून म्हणालास

आयुष्याचा उन्हाळा झाला

पण बघ ना

सूर्य शिरावर घेऊन पळस फुलतोच आहे

आपला बहर जपतोच आहे

मी पाहतच राहिले

किती हिरवा, कंच कोवळा पाझर फुटला होता
तुझ्या आत

(पृ. २२७-२२८)

कविता कवितेच्या

कवयित्री संध्या रंगारी यांनी कविता लिहिण्यामागचा आपला उद्देश कवितेत सांगितला आहे. आपण कविता उस्फूर्तपणे लिहितो, असे कवयित्री सांगते. आपली कविता भर उन्हातील पळसाच्या झाडासारखी आपल्या आत बाहेर रणरणतं असते, असे मत कवयित्री कवितेत व्यक्त करते. कोणाचे लक्ष वेधून घेण्यासाठी भडक लिहायचे नव्हते. वांझ संघर्षाचा आभास निर्माण करण्यासाठी, लाल रंगात रंगण्यासाठी, क्रांतीचा देखावा मांडण्यासाठी कविता लिहायच्या नव्हत्या, असे स्पष्ट प्रतिपादन कवयित्री कवितेतील पुढील ओळीत करते आणि म्हणते -

कविताच उगवून येते रक्ताच्या हरेक थेंबातून
पण पेटत नाही
पेटवत नाही
निवतही नाही
नुसतंच रणरणतं लालभडक पळसफुलांचं झाड
माझ्या आत बाहेर
खरंच सांगते
मला लिहायचं नव्हतं असलं भडक काहीच
कोणाचं लक्ष वेधून घेण्यासाठी
वा निर्माण करायचा नव्हता आभास
वांझ संघर्षाचा
लाल रंगात रंगण्यासाठी
क्रांतीचा देखावा मांडण्यासाठी

(पृ. २३१)

कवयित्री संध्या रंगारी यांनी स्त्री प्रतीकात आपली कविता शोधली. स्त्री प्रतीक कवयित्रीला करुणेत भिजलेले, माजघरात अडकलेले दिसले. स्त्री प्रतीक पैठणीत सजलेले असले तरी ही सजावट बाह्य आहे. आतून स्त्री गोठलेली, पोखरलेली, आभाळ हरवलेली आहे. स्त्रीचे उजाड उसासे रानोमाळ झाल्याचे कवयित्री कवितेतील पुढील ओळीत नमूद करते आणि म्हणते -

कविता हरवली म्हणून शोध घेत होते
तर ती दिसली करुणेत भिजलेली
माजघरात अडकलेली
अंगावर तिच्या जरीकाठी पैठणी
पैठणीचे काठ किती काचलेले
रक्तच गोठलेले धमण्यांचे
आभाळ हरवलेली
कविता उजाड
उसासे तिचे
रा..नो..मा..ळ

(पृ. २३३)

कवयित्री संध्या रंगारी यांनी कविता ओढूनताणून लिहिली जात नसते तर ती उस्फुर्त असावी लागते, असे मत आपल्या कवितेत नमूद केले आहे. अभिव्यक्ती स्वातंत्र्य जपून वापरावे. पिझ्झा आणि बर्गर खाऊन भाकरीच्या कविता लिहू नयेत. दर्जेदार कविता लिहाव्यात. मॅनेज करून पुरस्कार मिळवू नयेत. स्वतःच स्वतःचे सत्कार घडवून आणू नयेत. संवेदना जपाव्या. जाणिवा ठेवाव्या. नाती ओळखावी. जातीसाठी नाही तर मातीसाठी लिहावे. माणसांसाठी लिहावे. प्रसिद्धीसाठी लिहू नये, असे प्रतीकात्मक सल्ले कवयित्री नवोदित कवयित्रींना कवितेतील पुढील ओळीतून देते आणि म्हणते -

एक नवोदित कवयित्री कधी नव्हे ते पहाटे उठली
डोळे चोळत जात्यावर बसली
भसाड्या आवाजात रिमिक्स गाऊ लागली
म्हातारा म्हणाला, 'जात्याला का घरघर लावलीस'
तर म्हणाली, 'कविता अशी सहज स्फुरते का बघत होते'
प्रतिभेला आव्हान देत होते
'अरे घरोटा घरोटा अडगळीची जागा तुजसाठी
तयार लिज्जत गहू आटा माझ्यासाठी'
'अरे खोप्यामधी खोपा किती वर टांगला
ऐक सुगरणबाई बांधू ओरिएंटचा बंगला'
बघा ग्रॅंडप्पा, जमलं ना नीट
एखाद दुसरा शब्द बदलून करायची कॉपी राईट
मी माझा
मी तुझा
मी हीचा
मी तिचा
सगळ्या गोपींबरोबर रास खेळून उरलो सुरलो तर
मग मी समाजाचा, देशाचा अन् हो देशद्रोह्यांचाही
पाहिजे तसं, पाहिजे तेवढं लिहायचं
अभिव्यक्ती स्वातंत्र्य पुरेपूर भोगायचं
खपेल ते विकायचं, विकेल तेच उगवायचं
तणकट आहे की धसकट कशाला बघायचं
रतीब घालत राहायचं
समीक्षकांना खुट्याला बांधायचं'
म्हातारा आपला मिशीतल्या मिशीत हसला
खुर्चीवरचा उठून जमिनीवर बसला
म्हणाला, पिझ्झा अन् बर्गर खाऊन
तू भाकरीच्या कविता लिहिणार
लोखंडाच्या भारोंभार लिहून छापून आणणार

मॅनेज करून पुरस्कार मिळविणार
आधुनिक बहिणाई म्हणून मिरवणार
स्वतःच स्वतःचे सत्कार घडवून आणणार
पोरी, खोटंनाटं रडून गर्दी जमवता येते
दर्दी असतेच असंही नाही
त्यासाठी संवेदना जपाव्या लागतात
जाणिवा ठेवाव्या लागतात
नाती ओळखावी लागतात
म्हणूनच म्हणतो, जातीसाठी नको माये मातीसाठी लिही
लिहायचंच असेल तर माणसांसाठी लिही
सवंग प्रसिद्धीसाठी थेरं करू नको
मुळचाच झरा खरा ग
असला रतीब घालण्यापेक्षा आटलेलीच बरी
म्हणायची वेळ आणू नको

(पृ. २३५-२३७)

आपण आपल्या कवितेतून देखण्या दुःखाचा बाजार मांडतो. स्वतःच्या व्यक्तिमत्त्वाला आकार देतो, असे कवयित्री संध्या रंगारी आपल्या कवितेत कबूल करते. आपल्या कवितेतून माणुसकीचा गहिवर प्रकट होतो की खोटा आव, याचा ठाव लागत नसल्याचे कवयित्री कवितेतील पुढील ओळीत सांगते आणि म्हणते -

मी लिहिते म्हणजे काय करते
बाजार मांडते देखण्या दुःखाचा
मी रचते स्वतःला
देते आकार
माणुसकीचा गहिवर हा की खोटाच आव
लागत नाही ठाव मला माझ्या मनाचा

(पृ. २३९)

आपण कविता लिहिल्या. कवितेतून जीवनानुभव सांगितले. परंतु हे सांगत असताना समाजाची आणि नवऱ्याची बंधने होती. त्यामुळे कवितेतील निखळपणा निघून गेला, असे कवयित्री संध्या रंगारी यांना वाटते. कविता लिहिताना शब्दही काटून, छाटून, कलम केल्यागत आपल्या पुढे उभे राहत होते, असे कवयित्री कवितेतील पुढील ओळीत सांगते आणि म्हणते -

मी लिहिली कविता
अनुभवाची गाणी
पण कुठल्या कुठे गेला त्यातला निखळपणा
नवऱ्याची समाजाची सेन्सॉरशिप होतीच
माझेच शब्द माझ्यापुढे उभे राहतात
काटून, छाटून कलम केल्यागत

(पृ. २४०)

आपली कविता स्त्रियांचे दुःख सांगणारी कविता आहे. स्त्रियांच्या वेदनांना जवळ करणारी, स्त्रियांच्या वेदनांवर भाळणारी कविता आहे. ती वरवर फुलणारी नसून देठातून उमलणारी कविता आहे. आपल्या कवितेत शब्दफुलांचा उत्सव, नक्षत्रांचा महोत्सव आणि सूर्याचा किरणोत्सव असल्याचे कवयित्री संध्या रंगारी कवितेतील पुढील ओळीत नमूद करतात आणि म्हणतात -

बाईचे बाईपण
देखणे दुःखधन
उखाण्यांचे व्रण
माझी कविता
वेदनेस भाळते
कुलासम माळते
देठातून उमलते
माझी कविता

शब्द फुलांचा उत्सव
नक्षत्रांचा महोत्सव
सूर्याचा किरणोत्सव
माझी कविता

(पृ. २४१)

कवयित्री संध्या रंगारी यांनी स्त्री मनाचा ठाव आपल्या कवितेतून घेतला आहे. स्त्रियांचे दुःख, स्त्रियांच्या वेदना त्यांच्या कवितेतून व्यक्त झाल्या आहेत. स्त्री जीवनाच्या कथा आणि व्यथांची वर्णनात्मक मांडणी त्यांच्या कवितेत आहे. कवयित्री संध्या रंगारी यांची कविता संवादातून अभिव्यक्त होते. प्रतिमा, प्रतीकातूनही ती बरेचदा वाचकांशी संवाद साधते. कवयित्री संध्या रंगारी यांच्या कविता अगदी साध्या, सोप्या, सरळ आहेत. परंतु त्यातील आशय अत्यंत बोलका आहे. अंतर्मुख करणारा आहे. विचार करायला लावणारा आहे. कवयित्रीची स्त्रीमुक्तीची ओढ कवितेत जागोजागी प्रकट झाली आहे. पुरुषसत्तेची गुलामी कवयित्रीला नकोशी झाली आहे. कवयित्रीने स्त्री-पुरुष संबंधातील आंतरिक विरोध कवितेतून उलगडून दाखविले आहेत. पतिपत्नीतील कौटुंबिक संघर्ष, वितुष्ट, दुरावा, वैचारिक मतभेद कोणतीही भिडमुर्वत न ठेवता, अगदी मनमोकळेपणाने कवितेत कथन केले आहेत. थोडीशी काल्पनिकता आणि अधिक जास्त वास्तविकता यांचा सुरेख संगम कवितेत आहे. सामाजिक भान आणि कौटुंबिक मर्यादांची जपणूक कवयित्रीने कवितेत केली आहे. कवयित्रीने स्त्रियांची बाजू भरभक्कमपणे आपल्या कवितेत मांडली आहे.

कवयित्री संध्या रंगारी यांनी आंबेडकरी चळवळीतील अंतर्गत घडामोडीचे मूल्यमापन आपल्या कवितेत केले आहे. आंबेडकरी चळवळीतील कार्यकर्ते, पुढारी आणि भिक्खू यांचेवर कवितेत ताशेरे ओढले आहेत. चळवळीच्या दयनीय स्थितीबद्दल कवितेत चिंता व्यक्त केली आहे. जातीय दंगलीचे स्त्री जीवनावर होणारे आघात कवयित्रीने

कवितेत प्रखरपणे चित्रित केले आहेत. जातीय दंगली मानवहिताच्या, समाजहिताच्या मुळीच नसतात, त्या राजकीय स्वार्थाने प्रेरित असतात, असे प्रतिपादन कवयित्रीने आपल्या कवितेतून केले आहे. कवयित्री संध्या रंगारी यांच्या कविता स्त्रीमुक्तीचा पुरस्कार करणाऱ्या तर आहेतच, परंतु त्यांच्या कवितेत सामाजिक जाणिवांची भरमार आहे. स्त्रीमुक्तीची तळमळ त्यांच्या कवितेत आहे. कवयित्री संध्या रंगारी यांच्या कविता स्त्रीसापेक्ष आहेत.

इस्तो

- आनंद गायकवाड

कवी आनंद गायकवाड यांचे 'आखरीचं तुव्हच सडान चिबवीन!' आणि 'इस्तो' असे दोन कवितासंग्रह प्रकाशित झाले आहेत. आंबेडकरी साहित्य व कला अकादमी यवतमाळने 'इस्तो' हा कवितासंग्रह प्रकाशित केला आहे. कवी आनंद गायकवाड स्वतः एक उत्तम चित्रकार आहेत. 'इस्तो' या कवितासंग्रहाचे मुखपृष्ठ त्यांचे स्वतःचे आहे. 'इस्तो' या कवितासंग्रहातील कवितांचे समीक्षण वाचकांच्या दरबारात सादर करीत आहे. आनंद गायकवाड यांच्या कविता आणि कवितांचे समीक्षण वाचकांना निश्चितच आवडेल, अशी आशा बाळगतो.

आनंद गायकवाड यांनी आपले संपूर्ण आयुष्य आंबेडकरी चळवळीत व्यतीत केले आहे. ते प्रत्यक्ष चळवळ जगले आहेत. जीवनातील चटक्यांतून आणि चळवळीतील चढउतारातून त्यांचे जीवन तावून-सुलाखून निघाले आहे. कवी आनंद गायकवाड यवतमाळ येथील पाटीपुरा या वस्तीत राहतात. पाटीपुऱ्यातील माणसाचे जीवन आनंद गायकवाड यांनी अतिशय जवळून पाहिले, अनुभवले आहे. पाटीपुऱ्यातील माणसाच्या जीवनातील दुःख, दैन्य, दारिद्र्य, गरिबी, व्यथा, वाट्याला आलेला सामाजिक भेदभाव, काबाडकष्ट त्यांच्या कवितेतून शब्दबध्द झाला आहे. पाटीपुरा आंबेडकरी चळवळीचा बालेकिल्ला आहे. कवी आनंद गायकवाड यांची भगवान बुद्ध आणि डॉ.बाबासाहेब आंबेडकर यांच्या तत्त्वज्ञानावर अतोनात श्रद्धा आहे. डॉ. बाबासाहेब आंबेडकरांनी भारत देशाला दिलेल्या संविधानानुसार हा देश चालावा, सुजलाम् सुफलाम् व्हावा, सर्व प्रकारच्या विषमतेतून मुक्त व्हावा, असा प्रामाणिक हेतू कवी आनंद गायकवाड यांच्या कवितांतून

प्रकट होत असतो. कवी आनंद गायकवाड यांच्या कवितांतून व्यक्त झालेले विचार समाज आणि राष्ट्रहितकारक असतात. समाजात वितुष्ट निर्माण करण्यासाठी नाही तर समाजाला राष्ट्रीय लोकशाहीवादी वळण देण्यासाठी ते आपल्या कवितेतून टीका करतात. धार्मिक अनिष्ट प्रथांवर चीड, राग व्यक्त करतात.

आनंद गायकवाड यांच्या कवितेला मराठी साहित्यात मोलाचे स्थान आहे. 'रापी' ही त्यांची कविता अभ्यासक्रमात होती. मराठी कवितेतील मुक्तछंद हा काव्यप्रकार त्यांनी अत्यंत प्रभावीपणे हाताळला आहे. अर्थ, आशयाच्या दृष्टीने आनंद गायकवाड यांच्या कविता सामाजिक आहेत. समाजवास्तवाच्या अतिशय जवळ आहेत. आंबेडकरी कविता व्यवस्थाकेंद्री नसून माणूसकेंद्री आहे. माणसामाणसातील अमानवीय भेदभाव आंबेडकरी कवितेला अमान्य आहे. मानवतेवर आधारित राष्ट्रनिर्मिती करण्यासाठी आंबेडकरी कविता आपल्या परीने समाजापर्यंत पोहचण्याचा प्रयत्न करीत आहे. सामाजिक, वैचारिक भान आणि साहित्यमूल्ये जपत आंबेडकरी साहित्याचा प्रवास अविरत सुरू आहे. आंबेडकरी साहित्य आवर्तापासून दूर आहे. हीच आंबेडकरी साहित्य चळवळीची मराठी साहित्यातील उपलब्धी आहे.

कवी आनंद गायकवाड यांच्या 'इस्तो' या कवितेत आई व मुलातील बोलका संवाद आहे. या संवादातून कवीने आपण आंबेडकरी चळवळीत काम करतो, हे आपल्या मोर्चातील सहभागातून सूचित केले आहे. सोबत आपल्या स्वभावगुणाचा परिचय या संवादातून करून दिला आहे. आंबेडकरी समाज जेव्हा अन्यायाच्या विरोधात आंदोलनात, मोर्चात उतरतो तेव्हा जात-धर्मीय तणाव निर्माण होतो. शहरं-गावं होरपळून निघतात. रोजगार थांबतो. आंबेडकरी समाजात हातावर आणून पानावर खाणाऱ्यांची संख्या अधिक आहे. ही हातावर आणून पानावर खाणारी माणसे जेव्हा आंदोलनात, मोर्चात उतरतात तेव्हा त्यांच्या घरच्या चुली पेटत नाहीत. उपाशी राहण्याची वेळ या आंदोलनकर्त्यांच्या कुटुंबावर येते. कवीचे कुटुंब सुद्धा याला अपवाद

नाही. परंतु आंदोलनातील म्होरक्यांवर, त्यांच्या कुटुंबावर ही वेळ येत नसल्याची नोंद कवी कवितेत करतो.

काही दिवस पुरेल इतके अन्नधान्य सुद्धा गोरगरिबांच्या घरात असू नये इतकी आर्थिक दयनीय अवस्था समाजाची कुणी केली? पराकोटीचे दारिद्रय, गरिबी समाजावर कुणी लादले? असे प्रश्न मायलेकाच्या संवादातून कवितेत उपस्थित होतात. एक दिवस मायचा मृत्यू होतो तेव्हा संपूर्ण गाव हळहळते. मायच्या अंतिम दर्शनासाठी गावोगावचे साधू देखील हजेरी लावतात, असे कवी सांगतो. यावरून माय धार्मिक स्वभावाची असावी असे वाटते. मायच्या मृत्यूने कवीही प्रचंड दुःखी होतो. अश्रू ढाळतो.

'चुलीवरील निखाऱ्यातून निर्मिती होते तर चितेवरील निखाऱ्यातून निर्मितीची राख होते'. निखारे चुलीतले असोत की चितेवरील दाहकता हा त्याचा अंगभूत गुणधर्म आहे. मायच्या मृत्यूपरांत कवी आपला स्वभावगुण पुन्हा तपासतो. 'चुलीतला विस्तव आणि चितेतला विस्तव' या मायने अभिव्यक्त केलेल्या प्रतिक्रियात्मक उपमांतून कवीच्या दाहक व्यक्तिमत्त्वाचा परिचय 'इस्तो' या कवितेतील पुढील ओळीतून आपल्याला होतो. कवी म्हणतो -

> कावराबावरा होऊन मोर्चावरून परत यायचो घरी
> घामेजलेला चेहरा, विस्कटलेले केस
> धापणारी छाती, लालबुंद डोळे
> मायला विचारायचो, मी कसा दिस्तो?
> माय म्हणायची, चुलीतला इस्तो!
> पुढं तर रस्त्यारस्त्यावर मुक्काम ठाकला
> चौक पेटू लागले, गावभर वणवा
> आसमंतात उष्णता, हवामान गरम झाले
> माय म्हणाली पोरा, किती दिवसाची चूल थंड आहे रे!
> गावोगावच्या चुली थंडावल्या
> म्होरक्यांची भट्टी मस्त जमली

माय म्हणाली पोरा

तव्यावरची भाकर कोणं पळवली

चुलीतली राखड कोणं नेली?

एक दिवस माय गेली

अख्खा गाव हळहळला

अंगाला राख फासलेले गावोगावचे साधू

येऊन निघून गेलेत

पेटत्या चितेला मी रडत रडत विचारलेच

माय मी कसा दिस्तो?

माय कानात बोलली, चितेतला इस्तो!

(पृ. १)

आंबेडकरवादी चळवळीतील बहुतेक सर्वच कवींनी डॉ. बाबासाहेब आंबेडकर यांच्यावर कविता लिहिल्या आहेत. कवी आनंद गायकवाड यांची 'संवेदना' ही कविता सुद्धा डॉ. बाबासाहेब आंबेडकरांवर लिहिलेली आहे. डॉ. बाबासाहेब आंबेडकरांनी देशातील शोषित, पीडित, अस्पृश्य जनतेचा मुक्तिलढा लढला. डॉ. बाबासाहेब आंबेडकरांनी शोषित, पीडित, अस्पृश्य जनतेच्या चेतना, संवेदना जागृत केल्या, असे प्रतिपादन कवी कवितेत करतो. कुठलेही शस्त्र, साधने नसतांना बलाढ्य शत्रूबरोबर डॉ. बाबासाहेब आंबेडकर केवळ ज्ञानाच्या बळावर अस्पृश्यतेच्या विरोधात लढले. आर्थिक, सामाजिक, राजकीय व सांस्कृतिकदृष्ट्या मोडलेल्या तत्कालीन अस्पृश्य समाजाला डॉ. बाबासाहेब आंबेडकरांनी अस्पृश्यतेची जाणीव करून दिली. अस्पृश्यांमध्ये जागृती आणली. अस्पृश्यांना ज्ञानसंपदेशी जोडले. नरदेहावरील अस्पृश्यतेचा कलंक पुसून टाकण्यासाठी अस्पृश्यांना संघर्षरत केले. अस्पृश्यांना प्रेरित केले, असे कथन कवी कवितेत करतो. डॉ. बाबासाहेब आंबेडकरांनी अस्पृश्यतेचा लढा यशस्वी केल्यामुळे या देशातील अस्पृश्यता नष्ट झाली. अस्पृश्यांच्या जीवनातील अनेक अमानवीय विपदांचे निवारण झाले, असे कवी कवितेत नमूद करतो. संघर्षाची पुढील वाट चालत

असताना आपल्या डोळ्यांपुढे महाडच्या सत्याग्रहाचा, मनुस्मृती दहनाचा ऐतिहासिक संदर्भ आहे, असे कवी कवितेत सांगतो. भगवान बुद्धाचे तत्त्वज्ञान आणि जयभीमच्या गर्जनेच्या बळावर आपण ही लढाई जिंकू, असा आशावाद कवी 'संवेदना' या कवितेतील पुढील ओळीत व्यक्त करतो आणि म्हणतो -

तू चेतना युगाची
क्रांतीची योजना
भीमराया तू जगाच्या
मुक्तीची संवेदना!
ना गदा ना शंख होते
ना त्रिशूल अन् बाणही
भोवताली हाडवैरी
युद्ध लढला तू तरीही
शब्द झाले शस्त्र आणि
आत्मबल ही प्रेरणा
भीमराया तू जगाच्या
मुक्तीची संवेदना!
द्रव्यहीन जनता तुझी ही
मोडलेली सर्वदा
तू तयांना ताठ केले
देऊनी रे संपदा
सारी विपदा नष्ट झाली
तू यशाची साधना
भीमराया तू जगाच्या
मुक्तीची संवेदना!
मनू जाळला ज्यात तुम्ही
आग ती हातात आहे
जे उसळले रे महाडी
पाणी ते डोळ्यात आहे

जिंकण्यास्तव बुद्ध आणि
जयभीमची ही गर्जना
भीमराया तू जगाच्या
मुक्तीची संवेदना!

(पृ. २)

कवी आनंद गायकवाड यांनी आपल्या 'शब्द' या कवितेत शब्दाचे माहात्म्य सांगितले आहे. वेदातील शब्द माणसाचे जीवन प्रकाशमय करू शकत नाही, असे कवीला वाटते. माणसाचे जीवन नासविणाऱ्या तमोयुगाच्या वारसातून 'तमसो मा ज्योतिर्गमयची' भीकच मागितली जाते, असे वक्तव्य कवी कवितेत करतो. भिकेतून लाचारी, गुलामीच पदरात पडत असते. माणसाला गुलाम, लाचार बनविणाऱ्या शब्दांना उत्तर देणारे शब्द मोहेंजोदडोच्या उत्खननात, संस्कृतीत व धम्मचक्क पवत्तन सुत्तात आहेत, असे कवी कवितेत सांगतो. शब्द जेव्हा अत्त-दीप-भव होऊन येतात तेव्हा पिंपळवृक्षाखाली भगवान बुद्धाला बोधी, बुद्धत्व प्राप्त होते. माणसाला दुःखमुक्त, शोषणमुक्त करणारा बुद्ध जन्माला येतो, असे कथन कवी कवितेत करतो.

शब्दांचे मूल्य उपयोगितेनुसार असते. कमी मोलाचे निरर्थक, निःसत्व शब्द देखील माणसाच्या मेंदूत कोंबले जातात. या निरर्थक, निःसत्व शब्दांनी माणसांचा मेंदू बधीर केला जातो. मेंदूला वेगळे वळण लावले जाते. काहीतर या निरर्थक, निःसत्व शब्दांचे चर्वितचर्वण करीत असतात, असे कवी कवितेत सांगतो. सर्वच शब्द माणसाला अन्याय, अत्याचाराच्या विरोधात अंतर्बाह्य पेटवत नसतात. सर्वच शब्द मानवी विकृतीच्या विरोधात मर्द म्हणून उभे राहत नसतात, असे मत कवी कवितेत व्यक्त करतो. शब्दांनाही व्यक्त होताना घाम फुटत असतो. शत्रूशी लढताना शब्दांची टरकत असते. शत्रूशी भिडताना शब्दांचे पाय लटपटत असतात. शब्दांचा आवाज जसा बुलंद असतो तसा तो हिजड्याच्या टाळीएवढा पण असू शकतो. सर्वच शब्द

माणसाला संग्रामात शूरत्व बहाल करीत नसतात. जयभीमसारखा एखादाच शब्द युगायुगातून जन्माला येतो, व्यवस्थेला हादरवितो, असे प्रतिपादन कवी कवितेत करतो. जयभीम या शब्दाशी सर्वांनी बांधील राहावे, आजीवन नाते जपावे, असे आवाहन कवी कवितेत करतो. जयभीम, जयज्योती या महाशब्दांना कवी 'शब्द' या कवितेतील पुढील ओळीत अभिवादन करतो आणि म्हणतो-

शब्दांच्या वेदजंजाळातील अंधारलिपीतून
फुटत नसतात प्रकाशाचे अंकुर
तमोयुगाच्या वारसातून
तमसो मा ज्योतिर्गमयची भीकच मागितली जाते
भिकेतून लाचारी गुलामी आणि उभे ठाकते दलितपण
अशा शब्दांना उत्तर असते शब्दांचेच
जी सापडतात मोहेंजोदडोच्या उत्खननात वा
धम्मचक्क पवत्तन सुत्तात
शब्द येतात अत्त-दीप-भव घेऊन
जिथून जन्माला येतो उजेडाचा पिंपळवृक्ष
डोक्यावर महासूर्य घेऊन
डोक्यावर कडबा कुटार पिवळ्या गवतासारखे
सुक्या शब्दांचे भारे बांधून
कोणत्याही बाजारात विकायला नेता येतात
असा निरर्थक नि:सत्व चारा खाणारे पशू
माणसांमध्येही कमी नाहीत
सर्वच शब्द माणसांना पेटवत नसतात अंतर्बाह्य
सगळेच शब्द मर्द म्हणून उभे ठाकत नाहीत
विकृतीच्या विरोधात
शब्दांनाही घाम फुटते, शब्दांचीही टरकत असते
शब्दांचे पायही लटपटतात
शब्दसुद्धा आवाजच करतात हिजड्याच्या टाळीएवढा
सर्वच शब्द संग्रामशूर नसतात

एखादाच शब्द येतो युगायुगातून जयभीमसारखा आणि
अवघी व्यवस्थाच तेव्हा 'मरा-मरा' करायला लागते
अशा शब्दांशीच दोस्तहो जपावी नातीगोती
अशा जयभीमला कोटी कोटी जयज्योती!

(पृ. ३)

कवी आनंद गायकवाड यांनी आंबेडकरी समाजाचे वास्तववादी चित्र आपल्या 'पाणी' या कवितेत रेखाटले आहे. समाजातील विषमता अनुभवत असताना आंबेडकरी माणसाचे जाणीवजागृत मन सतत खदखदत असते. रक्त खवळत असते. परंतु हे खवळणे, खदखदणे अंतर्मनात दबा धरून आहे. ते बाहेर पडत नाही. शोषणकेंद्रे उद्ध्वस्त करण्यासाठी राजमार्गावरून चालण्याची हिंमत दाखवत नाही. आपली लढाई दुसऱ्यांनी लढावी, दुसऱ्यांनी मातीत जावे, अशी यामागे धारणा असल्याचे परखड मत कवी समाजातील स्वकेंद्री, स्वहित जोपासणाऱ्या समाजबांधवांविषयी कवितेत प्रकट करतो. जे गुलामगिरीच्या विरोधात बोलतात तेच गुलामगिरीचे वाहक असतात. ते केवळ नेत्यांवर टीका, टिपणणी करून राजकीय सफाई अभियान राबवित असतात. नेत्यांवर टीका, टिपणणी करणे म्हणजे राजकारण होय, असा राजकारणाचा सोयीचा अर्थ ते लावतात. स्वतःला समाजाचे स्वयंघोषित ठेकेदार समजून फुशारक्या मारतात. आणि हे सगळे ते आपला स्वार्थी षंढपणा लपविण्यासाठी करीत असतात, असे कवी कवितेत सांगतो. ही पाखंडी माणसे फक्त स्वतःसाठी जगतात. इतरांचे दुःख आपले दुःख समजत नाहीत. इतरांच्या वेदना, जखमा आपल्या वेदना, जखमा समजत नाहीत. भगवान बुद्धाचे नाव घेतात परंतु भगवान बुद्धाच्या अंगी असलेल्या करुणेचा अंशसुद्धा यांच्या रक्तात दिसत नसल्याची खंत कवीला आहे. समाजाचे दुःख, दैन्य, दारिद्र्य, शोषण, अन्याय, अत्याचार ओढून ताणून कवितेत मांडतात. परंतु प्रत्यक्ष अन्याय, अत्याचार, शोषणाच्या विरोधात लढण्याची वेळ येते तेव्हा लढाईतून का पळ काढतात? असा प्रश्न कवीला पडतो. कष्ट उपसून,

रक्त आटवून, हाडामांसाचा भुगा करून ज्या मायबापांनी आपल्याला लहानाचे मोठे केले त्यांच्यावर भुंकतात, तुटून पडतात. ज्यांनी घडवले, वाढवले, मढवले त्या मायबापांना अपमानित करतात, जिवंतपणीच त्यांना मातीत घालतात. मायबापाच्या द्रोहातून ते भगवान बुध्द व डॉ. बाबासाहेब आंबेडकर यांच्या विचारांची पायमल्ली करीत असल्याचे मत कवी कवितेत व्यक्त करतो. बलाढ्य अन्याय, अत्याचार व शोषण ते निमुटपणे सहन करतात. परंतु अन्याय, अत्याचार व विषमता विरोधी लढाईत सामील होत नसल्याचे दुःख कवी कवितेत विशद करतो. भगवान बुध्द आणि डॉ. बाबासाहेब आंबेडकर केवळ कर्मचाऱ्यांच्या जगापुरते मर्यादित नसून अखिल मानवतेला दुःखमुक्त, शोषणमुक्त करणारे महापुरुष आहेत. "किती दिवस स्वतःपुरतेच जगणार? किती दिवस दुटप्पी विचार, धोरण अंगिकारणार? किती दिवस आवर्तात सडणार?" असे आंबेडकरी समाजातील पांढरपेशी माणसाला कवी कवितेत विचारतो. दुसरीकडे आपल्या जीवनाला सुंदर बनविण्यासाठी जे बौध्दबांधव झगडत आहेत. भगवान बुध्द व डॉ. बाबासाहेब आंबेडकर यांच्या तत्त्वज्ञानाने जग बदलण्यासाठी लढत आहेत. दुःखमुक्त, शोषणमुक्त समाजाच्या स्थापनेसाठी संघर्षरत आहेत अशा सर्व प्रामाणिक योद्यांना कमीत कमी जयभीम तरी करा, महाडच्या सत्याग्रहातील पुरुषार्थ आपल्या अंगी थोडा तरी येऊ द्या, असे आवाहन कवी आंबेडकरी समाजातील पांढरपेशी माणसाला 'पाणी' या कवितेतील पुढील ओळीत करतो आणि म्हणतो -

अंगातलं रक्त तापत असताना, उकळत असताना
आपण का फुटत नाही लाव्हारसासारखं
का सरकत नाही राजमार्गावरून
दिवाणखान्याकडे/हवेल्यांकडे/वाड्यांकडे खदखदत
आपल्यासाठी इतरांनी मातीत जावं
हीच आपली धारणा असते
कारण आपण गुलामगिरीचे कर्मचारी

नेतेगिरीचे सफाई कामगार
समाज म्हणजे आपणच
एवढाच अर्थ घेऊन मारत असतो
फुशारकी हिमालयाएवढी
आणि त्याचवेळी हिंदी महासागराच्या खोलीएवढा
आपल्यातील षंढपणा बेमालूमपणे लपवतो
इतरांसाठी जगणं, मनाच्या जखमेवरची फुंकर होणं
घायाळ राजहंसाला ऊब देणं आपल्या रक्तातच नसते
कधीमधी शब्दात मांडतो, ओढून ताणून कवितेत आणतो
बरेचदा घुसमटतो
पटते यार, तू म्हणतो ते सर्वच पटते
पण का केव्हा कशी का म्हणून फाटते, हेच कळत नाही
आमचे पाय लढाईकडे वळत नाही
ज्यांच्या रक्त, मांस, हाडाचा भुगा झाला आपल्यासाठी
त्या मायबापावर भुंकायला आपण कमी करीत नाही
ज्यांनी घडवलं, वाढवलं, मढवलं
त्यांना जितेपणी मातीत घालणारे हरामखोर आपण
बुद्ध बाबाच्या पायाखालची माती उकरत बसतो
बुद्ध बाबासाहेब म्हणजे महागाई भत्ता नव्हे
पगारवाढ नव्हे
एल. टी. सी. अथवा फुकटची कुलू-मनाली यात्रा नव्हे
किती दिवस स्वतःचाच विचार करणार
नाण्याच्या दोन बाजूचं तत्त्वज्ञान
किती दिवस कवटाळणार
कंबरेखालचं कंबरेवरचं किती दिवस जोजवणार?
तिसरी बाजू, तिसरे जग, तिसरा मार्ग नाही?
आपण फिरत राहू किड्यांसारखे आपल्याच कोषात
दुसरीकडे आपल्या जीवनाला
सौंदर्यवान फुलपाखरू बनविणारे

झगडत राहतील काळाशी
अशा बुद्धांना जयभीम तरी देऊ दे
आपल्या रक्तात थोडे तरी महाडचे पाणी येऊ दे!

(पृ. ४)

कवी आनंद गायकवाड यांनी अस्पृश्य समाज पूर्वी कशाप्रकारे जीवन जगत होता याचे ऐतिहासिक संदर्भ व डॉ. बाबासाहेब आंबेडकरांनी समाजक्रांतीतून अस्पृश्य समाजाचा केलेला उद्धार आपल्या 'दीक्षाभूमी' या कवितेत उद्धृत केला आहे. अस्पृश्यांचे जीवन संस्कारविहीन, वेदनायुक्त, दुःखमय, उपेक्षित, अपमानित होते. अस्पृश्यांची गावकुसाबाहेर कुडामातीची ढेकळ पडलेली घरे होती. चिंध्या चिंध्या झालेली वस्त्रे अस्पृश्यांना घालावी लागत होती. भोकं पडलेल्या घरातून बाहेर पाहिले तर शेजारपाजारची घरे दिसत होती. इतक्या हलाखीच्या, खालावलेल्या, दारिद्र्याने बरबटलेल्या, सामाजिक बहिष्कृत परिस्थितीतही अस्पृश्य समाज घरवजा झोपड्यांत खंडोबा, म्हसोबा, कान्होबा, लक्ष्मी, पार्वती, गौरी, गणपती या देवी देवतांची पूजाअर्चा करीत होता. पंढरीची वारी करीत होता. तरी त्याचे दुःख, दैन्य कमी होत नव्हते. अस्पृश्यांच्या जीवनात आणि महामारीत फारसा फरक नव्हता, असे कवी कवितेत नमूद करतो. अस्पृश्यांच्या वाट्याला आलेल्या अमानवीय जीवनाला जबाबदार कोण? दोष कुणाचा? असे प्रश्न कवी कवितेत उपस्थित करतो. आर्य, मनू, पुष्यमित्रशृंग, पेशवे आणि शंकराचार्य यांना दोष न देता ज्यांनी स्वतःवर हीनता, लाचारी, गुलामी, अस्पृश्यता लादून घेतली, जन्मोजन्मी धर्माला चिकटून राहिलेत त्यांना कवी दोष देतो. डॉ. बाबासाहेब आंबेडकर यांच्या जन्मापूर्वी कित्येक पिढ्या बर्बाद झाल्याचा उल्लेख कवी कवितेत करतो. १४ ऑक्टोबर १९५६ ला डॉ. बाबासाहेब आंबेडकरांनी नागपूर येथे अस्पृश्यांना बौद्ध धम्माची दीक्षा दिली. दीक्षाभूमी जन्माला आली. डॉ. बाबासाहेब आंबेडकरांनी केलेल्या धर्मांतरामुळे आम्ही मेलेले जिवंत झालो. आमचे जीवन उजळून निघाले. मनूधर्माने लादलेल्या अस्पृश्यतेतून आमची सुटका झाली. अस्पृश्य श्वास मोकळे झाले, असे

प्रतिपादन कवी कवितेत करतो. डॉ. बाबासाहेब आंबेडकरांनी दिलेल्या बावीस प्रतिज्ञांमुळे नवबौद्धांनी देवी देवतांचा त्याग केला. कोट्यवधी जनतेने बौध्द धम्माचा स्वीकार केला. आजही बौध्द धम्म न स्वीकारणाऱ्या पूर्वाश्रमीच्या अस्पृश्य जातींना वर्णजातधर्मीय अन्याय, अत्याचार सहन करावा लागत असल्याचे कवी कवितेत सांगतो. आता दीक्षाभूमी नवबौद्धांचे प्रेरणास्थान आहे. नवबौद्धांचा स्वाभिमान आहे. भगवान बुध्द आणि डॉ. बाबासाहेब आंबेडकर यांच्या तत्त्वज्ञानाने आमचे विचार, आमच्या जीवन जाणिवा विकसित, प्रगल्भ झाल्या आहेत. आजही समाजात जे कमजोर, फाटकेतुटके आहेत त्यांना धम्माने आपल्या कवेत घ्यावे, असे आर्जव कवी कवितेत करतो. डॉ. बाबासाहेब आंबेडकरांचे 'भारत बौद्धमय करीन' हे स्वप्न धम्म बांधवांनी तडीस नेण्याकरिता झटावे, असे आवाहन कवी 'दीक्षाभूमी' या कवितेतील पुढील ओळीत करतो आणि म्हणतो -

ज्यांच्या गल्ली बोळातून धावले नाहीत संस्कार कधी

अंगण नसलेल्या दारात ज्यांच्या वेदनेची रांगोळी

घरात मुक्काम सदैव दुःखाचा

उपेक्षा त्याची सखी, अपमान त्याचा सखा

चिंध्या चिंध्या त्याचे गणगोत

कुडावरची पडलेली ढेकळे त्याचे नातेवाईक

घरावरची भोके शेजारपाजार त्याचा

संदूक उघडली की खंडोबा म्हसोबा

थैलीत शोधले तर मातीचा कान्होबा

कोनाडे त्याचे लक्ष्मी पार्वतीचे

भिंतीवर फोटो गौरी गणपतीचे

पाय तोडून तोडून पंढरीची वारी

सुजलेल्या खांद्यावर शंभोची खारी

आयुष्य त्याचे एक महामारी,

दोष कुणाचा?

आर्यांचा/मनूचा/पुष्यमित्रशृंगाचा/पेशव्याचा/

शंकराचार्यांचा?
दोष त्यांचाच ज्यांनी घातले मंगळसूत्र हीनतेचे
कपाळी कुंकू गुलामीचे आणि
जन्मोजन्मी हेच हिंदुत्व मिळू दे म्हणून
स्वतःभोवती गुंडाळलेत साखळदंड
स्वतःचेच ठेचून घेतले कोषअंड!
कैक पिढ्याच्या बर्बादीनंतर उगवली पहाट
एका बोधीसत्वाच्या जन्मानंतर तूही जन्माला आलीस
आम्ही मेलेले जिवंत झालो
अंधारवाटा झाल्या मिल्की-वे
तुझ्या तेजाळलेल्या क्रांतीस्थळाकडे जाणाऱ्या
अवघी आकाशगंगा मुठीत आली अन्
एकदाची मनूधर्माची बला गेली
तुझ्या कुशीतून प्रसवली काषाय सूर्यमाला आणि
कंठातून निनादले बुद्धास्त्र बावीस प्रतिज्ञांचे

...   .

पडत झडत रखडत येणाऱ्या
पावलांच्या माना ताठ असतात आता
त्या मानेचा तू कणा झालीस
गांडूळ बनून जगणाऱ्या नागपुत्रांचा तू फणा झालीस
आमचे सडके मेंदू काढून तिथे बसविलेस तू
बुद्ध बाबासाहेब
यातला लहान मेंदू, मोठा मेंदू कोण?

...   .

हे माय दीक्षाभूमी!
तू मात्र एक कर
कोट्यवधी फाटक्यातुटक्यांना कवेत घे
फुसक्या फटाक्यांना युरेनियम दे
माझ्या बाबाच्या स्वप्नाचा आवाज एकवार घुमू दे

मी भारत बुद्धमय करीन!
मी भारत बुद्धमय करीन!!
मी भारत बुद्धमय करीन!!!

(पृ. ६)

समाजातील सतावलेल्या माणसांचे जीवन आपण आपल्या कवितेत रेखाटत असल्याचे कवी आनंद गायकवाड 'आंबेडकरी कवी आहे' या आपल्या कवितेत सांगतात. आपण आंबेडकरी कवी आहोत. डॉ. बाबासाहेब आंबेडकर यांच्या विचारांचा आदर्श आपल्या कवितालेखनामागे असल्याचे कवी कवितेत सांगतो. समाजातील प्रस्थापितांनी त्यांना हव्या त्या भौतिक सुविधा मिळवाव्यात, उपलब्ध करून घ्याव्यात. परंतु झोपड्यांना हात लावू नये, उद्ध्वस्त करू नये, कुस्करू नये, असा इशारा कवी प्रस्थापितांना कवितेत देतो. सेवाधर्म असणाऱ्या डॉक्टर्सनी मोठमोठाले दवाखाने उभारावेत, श्रीमंतांना उपचाराच्या सोयी सुविधा पुरवाव्यात. परंतु उपचारावाचून कोणी मरणार नाही याची काळजी घ्यावी, असे आवाहन कवी कवितेत करतो. भूतकाळात समाजात आर्थिक विषमता होती. वर्तमानकाळातही आर्थिक विषमता आहे. भूतकाळातील आर्थिक विषमता विसरता येईल परंतु वर्तमानकाळातील आर्थिक विषमतेचे काय? असा प्रश्न कवी कवितेत उपस्थित करतो. आर्थिक विषमता दूर करण्यासाठी कोणतेही प्रयत्न होताना दिसत नाही. श्रीमंतांची श्रीमंती थोडी कमी करण्याचा, गरिबांना थोडे श्रीमंत करण्याचा विचार पुढे येत असेल तर त्यात वावगे काय आहे? असा प्रश्न कवी कवितेत विचारतो. आर्थिक समानता प्रस्थापित करण्यासाठी कोणत्या साधनांचा उपयोग करायचा? हा मोठाच प्रश्न आहे. आनंद गायकवाड कवी असल्यामुळे ते या लढाईत आपल्या हातात लेखणी घेऊ इच्छितात. लेखणीद्वारे सुद्धा समाजाला योग्य वळण लावता येऊ शकते. दिशा दाखविता येते. लेखणीद्वारे आपण झोपडपट्ट्यातील समस्यांना वाचा फोडत असतो. झोपडपट्ट्यातील दुःख आपण आपल्या लेखणीतून मांडतो, असे कवी

कवितेत नमूद करतो. रोजमजुरी करणाऱ्या मजुराचा विकास थांबलेला, उद्धार खुंटलेला असतो. इमारतीवर चढून रंगरंगोटी करणाऱ्या पेंटरचाही जीव मुठीत असतो. इमारतीच्या बांधकामासाठी भरले-रिकामे टोपले खालीवर देण्यासाठी मचाणवर चढलेल्या बायांना स्वतःचे तर भविष्य नाही, मग या बाया आपल्या जीवघेण्या श्रमातून कोणाचे भविष्य घडवीत असतात? गरिबांच्या पोरींना हे शाळेवाले कार मध्ये का फिरवतात? आता कोणते कॉलेज घ्यायचे हे मंत्र्याच्या घरी का ठरवितात? असे प्रश्न कवी कवितेत विचारतो. श्रीमंतांच्या मुलामुलींनी चार जागी फाटलेला जीन्स घातला तर फॅशन आणि गरिबाच्या पांडूने ठिगळ लावलेला पँट घातला तर चेष्टेचा विषय अशी विसंगत, मजेशीर मानसिकता समाजाची असल्याचे कवी कवितेत नमूद करतो. गटारं साफ करायला माणसं का उतरतात? आर्मीच्या भरतीत श्रीमंतांची मुले का उभी राहत नाहीत? स्लम एरियातून एवढं देशप्रेम उतू कसं जातं? असे एक ना अनेक प्रश्न कवी कवितेत विचारतो. कवी आनंद गायकवाड यांनी कवितेत उपस्थित केलेल्या प्रश्नातच त्या प्रश्नाचे उत्तर दडलेले असते. त्यामुळे वेगळे उत्तर देण्याची गरज भासत नाही. आपल्या समस्या सोडविण्यासाठी आंदोलन केले तर यंत्रणेकडून आंदोलनकर्त्यांवर पाण्याचा मारा केला जातो. प्रसंगी गोळीबार, लाठीचार्ज केला जातो. अश्रूधुराचा वापर होतो. परंतु आंदोलनकर्त्यांची बाजू घेण्यासाठी, मांडण्यासाठी कोणी पुढे सरसावत नाही, असे प्रतिपादन कवी कवितेत करतो. हे जग आता माणसाच्या जगण्यालायक राहिले नाही. भंगार झाले आहे. या भंगार जगात आपण दुःखितांच्या प्रश्नाला वाचा फोडतो. दुःखितांचे दुःख आपल्या कवितेतून मांडतो असे वक्तव्य कवी 'आंबेडकरी कवी आहे' या कवितेतील पुढील ओळीत करतो आणि म्हणतो -

हातात भिंग पकडावा तसा डोळा पकडून
सतावलेल्यांच्या जीवनावर ठेवतो
जे दिसते ते मांडतो
या मांडणीत मात्र क्रांतिसूर्याची छवी आहे

मी एक आंबेडकरी कवी आहे!
ज्यांना इमारती उभ्या करायच्यात त्यांनी त्या कराव्यात
शेकडो मजल्यांचे भोगनिवास उभे करावेत
बेसमेंटला कारचा ताफा, टेरेसवर हेलिकॉप्टर उतरवावेत
झोपड्या कुस्करू नयेत!
ऑरेंजसिटी, वोक्हार्ट, संजीवनी, अपोलो, मोठे दवाखाने
अत्याधुनिक मशिनरी आणाव्यात
गलेलठ्ठांना सर्व तपासणीच्या चिठ्ठ्या द्याव्यात
त्यात कमिशन खावे
डॉक्टरांची सेना उभी करावी पण
ट्रीटमेंटवाचून कोणी मरू नये!
चिटोन्याएवढे अब्जाधीश, विश्वकोषाइतके बेरोजगार
विषम भूतकाळ विसरता येईल
असमान वर्तमानाचे काय?
कोणताही जगन्नाथ चमत्कार करीत नाही
अन् कोणताही भूतनाथ उजेडात दिसत नाही
सर्व समान करण्यासाठी
कुणाला कसे वरून खालून छाटायचा
कुणी विचार करत असेल तर ते गैर कुठाय?
प्रश्न आहे, हातात कोणते शस्त्र आहे!
माझ्या हातात मला लेखणी हवी आहे
मी एक आंबेडकरी कवी आहे!
निर्मळ झऱ्यातील शुभ्र स्फटिकं
लेखणीच्या टोकावर आणता येत नाहीत असे नाही
पुढ्यातील वास्तव बेचैन करते
धारावीच्या गटारातून वाहणाऱ्या समस्या
मी धुऊन पुसून मांडतो
सिंगापूर शांघाईकडे डोळे लावून बसलेल्यांना
एसी शिवाय जमत नाही
मेजवर त्यांच्या ब्लॅकलेबल, बिसलरी पेप्सीकोला

माझ्या पुढ्यात अलगद उतरतात
जखमी ढेमसा होऊन गोंडवाकडी नि झमकोला
चिन्ना मट्टामीची माय आणि पीडित कुमारी माता
त्यांना वाटते ही फुकटची xxx आहे
मात्र माझ्या लेखणीला दुःखाची टवटवी आहे
मी एक आंबेडकरी कवी आहे!
खोदणाऱ्या कोणत्याही मजुराला
अंधाराचीच खाण सापडते
इमारतीवर चढलेला पेंटरही
खाली आपटेपर्यंत रक्तरंजित होतो
मचाणवर चढलेल्या बाया
कोणाचे भविष्य टोपल्यात घेऊन मिरवतात?
गरिबांच्या पोरींना हे शाळेवाले कारमध्ये का फिरवतात?
आता कोणतं कॉलेज घ्यायचं हे
मंत्र्याच्या घरी का ठरवतात?
उघड्यांना नागडे ठेवण्याची पंचागिरी
चार जागी फाटलेल्या जीन्सची फॅशन तरीही
पांडूचा ठिगळलेला पँट चेष्टेचा विषय का होतो?
सिलीकॉन व्हॅलीला पचलेला ब्लॅक इंडियन
सिली व्हिलेज गर्ल का म्हणतो?
गटारं साफ करायला माणसं का उतरतात?
आर्मीच्या भरतीत मालदार पोट्टे का उभे राहत नाहीत?
स्लम एरियातून एवढं देशप्रेम उतू कसं जातं?
आत्महत्याग्रस्त गावात तिरंग्यात गुंडाळून
जवानांचं प्रेत परत येतं
आंदोलनांनी पेटलेल्या सडका
समस्यांच्या छातीवर पाण्याचा मारा
ताठरलेल्या स्नायूंवर बारुदाच्या गोळ्या
रोखलेल्या डोळ्यात घुसवला अश्रुधूर
हिंमतबाज पायांवर लाठ्यांचे प्रहार,

आंदोलक साफ करणारी

ही दलित वस्ती सुधार योजना

या ज्वलंत विषयांवर कॅमेरे लखलखत नाही

टोकन लावून बसलेल्या खिशातल्या पेना

शाई आटलेल्या संवेदना

त्यांची कथा जुनीच, माझी स्टाईल मात्र नवी आहे

मी लिहितो अंगाराच्या शाईने

या भंगारलेल्या दुनियेत

दु:खितांच्या पापणीआडचा मी धगधगणारा रवि आहे

मी एक आंबेडकरी कवी आहे!

(पृ. ८-९)

कवी आनंद गायकवाड यांनी 'रमाई' या आपल्या कवितेत रमाबाई आंबेडकर यांच्या त्यागी, कणखर व्यक्तिमत्त्वाचा गुणगौरव केला आहे. डॉ. बाबासाहेब आंबेडकर यांच्या प्रती आंबेडकरी समाजात जो पूज्यभाव आहे तोच रमाई यांच्या प्रती सुद्धा आहे. डॉ. बाबासाहेब आंबेडकरांशी बांधलेली पदरगाठ जपताना रमाईने प्रचंड सांसारिक संघर्षावर मात केली, असे कवी कवितेत सांगतो. डॉ. बाबासाहेब आंबेडकरांनी दाखविलेल्या मार्गाने आंबेडकरी समाज मार्गक्रमण करीत आहे. आंदोलन करीत आहे. मोर्चे काढत आहे. हे राज्य हा देश भारतीय संविधानानुसार चालावा यासाठी सतत जागरूकता निर्माण करीत आहे. डॉ. बाबासाहेब आंबेडकरांच्या जीवन कार्यात रमाईचे सुद्धा मोलाचे योगदान असल्याचे प्रतिपादन कवी कवितेत करतो. सांसारिक बडेजाव न मिरविता रमाईने संसारासाठी गोवऱ्या थापल्याचा व डॉ. बाबासाहेब आंबेडकरांनी भारतीय संविधानाची निर्मिती केल्याचा ऐतिहासिक संदर्भ कवी कवितेत देतो. ज्ञानार्जन करीत असताना डॉ. बाबासाहेब आंबेडकर यांच्यावर तसेच संसार चालवत असताना रमाईवर उपाशी राहण्याचे प्रसंग आले होते, असे कवी कवितेत नमूद करतो. उपाशी राहून डॉ. बाबासाहेब आंबेडकरांनी जे ज्ञान संपादन केले, त्या ज्ञानाच्या बळावर त्यांनी अस्पृश्यता निवारणाचा लढा उभा

केला होता. महाडचा सत्याग्रह केला. अस्पृश्यांसाठी बंद असलेले पाणवठे खुले करून दिले. मृतप्राय अस्पृश्यांची अस्मिता जागृत केली, असे कथन कवी कवितेत करतो.

डॉ. बाबासाहेब आंबेडकरांना या लढाईत रमाईची साथ, सोबत होती. रमाईने संसाराचा भार न डगमगता समर्थपणे उचलला. आर्थिक विवंचना असताना कोणापुढे हात पसरले नाहीत. डॉ. बाबासाहेब आंबेडकर आणि रमाई या दोघांचेही जीवन स्वाभिमानी होते, असे कवी कवितेत सांगतो. आज छोट्या मोठ्या स्वार्थासाठी स्वतःचा स्वाभिमान गहाण ठेवणाऱ्यांकडे पाहून रमाईचा स्वाभिमान आठवत असल्याचे कवी कवितेत सांगतो. डॉ. बाबासाहेब आंबेडकरांनी स्थापन केलेल्या रिपब्लिकन पार्टी ऑफ इंडियाचे तुकडे तुकडे झाल्याची खंत कवी कवितेत व्यक्त करतो. डॉ. बाबासाहेब आंबेडकरांचा पुत्र गंगाधर याचे औषधाअभावी निधन झाल्याचे दुःख कवी कवितेत विशद करतो. पैशाअभावी गंगाधरवर उपचार न करणाऱ्या डॉक्टरला दोष देतो. डॉक्टरला त्याच्या अपराधाबद्दल शिक्षा देवू इच्छितो. पंढरपूरच्या बडव्यांचे अघोरी कृत्य पाहून रमाईने वारकरी होण्याचे टाळले, अशी माहिती कवी कवितेत देतो. तुझ्यासाठी नवीन पंढरपूर निर्माण करीन असे डॉ. बाबासाहेब आंबेडकर रमाईला म्हणाले होते. डॉ. बाबासाहेब आंबेडकरांनी आपले वचन पाळले. १४ ऑक्टोबर १९५६ ला नागपूर येथे अस्पृश्यांना बौध्द धम्माची दीक्षा दिली. आता दीक्षाभूमीच नवबौद्धांचे पंढरपूर आहे. डॉ. बाबासाहेब आंबेडकरांची आतुरतेने, आशेने रमाईचे डोळे जसे वाट पाहत होते तसे आज दीक्षाभूमीवर कोट्यवधी नवबौध्द बांधवांचे डोळे डॉ. बाबासाहेब आंबेडकर यांचेकडे आशेने पाहतात, असे कवी 'रमाई' या कवितेतील पुढील ओळीत नमूद करतो आणि म्हणतो -

उत्तुंग पहाडाशी बांधलेली पदराची गाठ जपतांना
तडकलेत नाजूक हातांचे तळवे तरी रमाई
पायथ्याशी सुरुंग पेरणाऱ्या परिस्थितीला निःशस्त्र करून
बोटावर पहाड उचललेस तू

ज्या बोटाच्या दिशेने मार्गक्रमण करणारा
हा काफिला
हा मोर्चा
हा देश
मी पाहतो ते तुझेच बोट ना रमाई?
हे बोट माझ्या बाबासाहेबांना उसने दिलेस
हीच तुझी कमाई
गोवऱ्या थापण्याची कला (?) की जीवनाचे तत्त्वज्ञान
संसार थापण्याच्या कामी आले तुझ्या
अन् साहेबांच्याही कामी आले असणार
संविधानावर देश थापताना
काय विलक्षण साम्य रमाई?
साहेब उपाशी पोटी ज्ञानाचा घोट घेऊन राहायचे
आणि तू पाण्याचा
याच ज्ञानाने पाण्याला पेटवलं होतं
शेकडो वर्षांची आमची तहान भागवली होती
जीवन्मृतांची अस्मिता जागविली होती
साहेबांच्या लढ्यास तूच बळ दिलेस
तुझी लढाई तुलाच ठाऊक
अंगाचा थरकाप उडवणारे गृहयुद्ध तू त्यालाही थंड केले
पदरात दमडी नसतानाही हात पसरले नाही तू
घराचा तुकडा पाडला नाही
पै-पै देतो म्हणणाऱ्या हातांनाही झिडकारलेस आणि
हाच स्वाभिमान महात्म्यालाही जाऊन भिडला
साहेबांच्या मुखातून हा स्वाभिमान आलाय कुठून?
साहेबांकडून तुझ्याकडे की तुझ्याकडून साहेबांकडे?
तुकड्यांसाठी गहाण पडणारे हे गावरानी श्वान पाहून
आज तुझ्या स्वाभिमानाचे स्मरण झाले रमाई
काय सांगू, तुकडे तुकडे झाली आज साहेबांची रिपाइं

औषधावाचून तुझा लहानसा गंगाधर

तापाने फणफणत कायमचा दूर गेला

आजही माझ्या कानात तुझा हंबरडा घुमतो

आधी उधारी चुकवा मग औषधी देतो असे म्हणणाऱ्या

त्या हरामखोर डॉक्टरचे नाव मला सांगशील काय?

पंचशीलेचं पहिलं शील मोडीन म्हणतो

बडव्यांचं अघोरी कृत्य पाहून तू वारकरी होण्याचे टाळले

तुला दिलेले वचन तुझ्या साहेबांनी पाळले

एक स्वप्न साकारले

पंढरपूरच्या जागी नागपूर झाले

तेव्हा रमाई तू हवी होती

तशी साहेबांच्या चेहऱ्यात तुझी छवी होती

साहेबांची वाट पाहणारे तुझे आशावान डोळे

आज मी दीक्षाभूमीवर पाहतो रमाई

(पृ. १०)

अध्र्या हळकुंडात पिवळे होणारे भरपूर असतात. त्यांचा दृष्टिकोन संकुचित असतो. संकुचित दृष्टिकोन असणाऱ्या व्यक्तींचा सामना करण्यासाठी आपले पाणीदार डोळे, आपला वैचारिक व्यापक दृष्टिकोन पुरेसा आहे, असे कवी आनंद गायकवाड आपल्या 'हौद' या कवितेत सांगतात. आपला वैचारिक व्यापक दृष्टिकोन प्रामाणिक आहे. ज्यांचा दृष्टिकोन प्रामाणिक, व्यापक नसतो त्यांच्यावर आत्महत्या करण्याचा सुद्धा वेळप्रसंग येवू शकतो, असे मत कवी कवितेत व्यक्त करतो. आपल्याला महात्मा फुले यांच्या विचारांचा वारसा लाभला आहे. आपण महात्मा फुले यांचे वारस आहोत. महात्मा फुले यांनी सामाजिक भेदभावाला न जुमानता तत्कालीन अस्पृश्यांसाठी आपल्या वाड्यातील हौद खुला केला होता. आपणसुद्धा कुठलाही भेदभाव पाळत नसून आपला वैचारिक दृष्टिकोन व्यापक आहे. सर्वांसाठी खुला आहे,

असे प्रतिपादन कवी 'हौद' या कवितेतील पुढील ओळीत करतो आणि म्हणतो -

ओंजळीत पाणी घेऊन

मुठीत समुद्र आल्याची फुशारकी मारणारे अनेक असतात

त्यांचा सामना करायला काफी असते

आपले पाणीदार डोळे

कारण, इरादे नेक असतात पाणीदार डोळ्यांचे

नजरेला नजर भिडण्याचीच तेवढी उसंत असते

मग असे ओंजळीवर

ओंजळीतल्या पाण्यातच जीव देऊन आत्महत्या करतात

आपले काय, आपण फुल्यांचे वारस

आपला हौद सदैव खुला असतो!

(पृ. १३)

भगवान बुद्धांनी 'अविद्या' हे सगळ्या दुःखाचे प्रथम कारण असल्याचे सांगितले आहे. महात्मा ज्योतिबा फुले यांनी सुद्धा 'विद्येविना मती गेली' असे म्हटले आहे. सरंजामशाही, साम्राज्यशाहीतून भारताने थेट संसदीय लोकशाहीत संक्रमण केले आहे. त्यामुळे भारतीयांचे लोकशाही मूल्यविषयक अज्ञान लोकशाहीला मारक ठरत असल्याचे कवी कवितेत सांगतो. लोकशाही मूल्यविषयक लोकांच्या अज्ञानाचा लाभ धर्मांध शक्ती उचलत आहेत. धार्मिक वितंडवाद वाढीस लागून धर्मस्थळांची नासधूस केली जात असल्याचे कवी कवितेत सांगतो. अविद्येमुळे माणूस अधिकाधिक दुःखी, कष्टी होत आहे. माणसाचे जीवन नासवले जात आहे, असे कवी कवितेत प्रतिपादन करतो. शेतकरी नापिकीमुळे त्रस्त, दुःखी आहे. शेतकऱ्यांच्या दुःखाची दखल घेतली जात नाही. ढोर मेहनत करूनही शेतकरी अज्ञान, अंधकारातच जीवन जगत आहे. जनावरांनाही पुरेसा चारा, बछड्यांना दूध मिळत नाही. शेती वाहून ओढवलेल्या संकटांमुळे शेतकरी आत्महत्या करीत आहेत. एकीकडे

धार्मिक उत्साह आहे तर दुसरीकडे माणुसकीची चिता जळत आहे. लोकशाही मूल्यविषयक अविद्येमुळे लोकशाहीची अवहेलना होत आहे, असे मत कवी कवितेत व्यक्त करतो.

जग आता जागतिकीकरण, बाजारीकरण, कंपनीकरणाच्या विळख्यात सापडले आहे. जागतिकीकरण, बाजारीकरण व कंपनीकरणाचे जाळे आता शहर, गावं, खेड्यापाड्यात पोहोचले आहे. सर्व जगावर डॉलरचे वर्चस्व आहे, असे कवी कवितेत सांगतो. आता बाजारात सगळंच पैशाने विकत मिळते. परंतु पैसा कुठून येणार? असा प्रश्न कवी कवितेत उपस्थित करतो. पैसा रोजगारातून मिळत असतो, असे कवी अप्रत्यक्षपणे सूचित करतो. बेरोजगारीच्या समस्येला अप्रत्यक्षरीत्या कवी कवितेत हात घालतो. कंपनीकरणामुळे माणसाचे जगणे बेजार झाले आहे, असे कवीला वाटते. म्हणून कवी कंपन्यांच्या शेतकरीविरोधी, माणूसविरोधी धोरणाच्या विरोधात उभा ठाकतो. जातीव्यवस्थेला नेस्तनाबूत करण्यासाठी निकराची लढाई लढण्याचे आवाहन कवी 'नमो तस्सं जस्सं होईल तस्सं' या कवितेतील पुढील ओळीत करतो आणि म्हणतो -

विद्येविना मती गेली, लोकशाही सती गेली
सतीत्वाचे मठ उभे झाले, मठामध्ये संत बोले
संथ संथ चालू या, मशीद चर्च पाडू या
माणूस उभा गाडू या!
विद्येविना मती गेली, माणसाची माती झाली
मातीत काही पिकत नाही, आसवांचे मोती खपत नाही
खपून खपून किती खपाल, बैलासंग बैल बनाल
बैलासाठी चारा नाही, बछड्यांसाठी धारा नाही
बैल हमारा पिता है, जमीन हमारी सीता है
सीता अखेर धरणीमध्ये, रामभाऊ फासावर झोके घेते
सीताबाई चेक नेते, चेक आणि मेट
एकाच डावात खल्लास

रामराज्यात आजकाल घरोघरी उल्हास

उल्हासाने भागत नाही

बाप मरल म्हणून माय जागत राही

माय जळल म्हणून पोरं झोपत नाही

जागणारे जागत राहतात घरंदारं पेटवत राहतात

माणुसकीची चिता झाली!

विद्येविना मती गेली, लोकशाही सती गेली

सतीत्वाचे मठं उभे झाले, मठामधून नेते आले

नेते नेते एक झाले, राजाकडे सारे गेले

राजा म्हणे करार करा, जग सारे बाजार करा

बाजाराचा शेजार झाला, शेजार पाजार बेजार झाला

कंपनीची दवाई खेडोपाडी बाजारात

सरकारचा जावई कंपनीच्या विजारात

कंपनीने जगाचे एक मोठे खेडे केले

कारपासून बारची खेड्यामध्ये जत्रा आली

जत्रा मे कचरा बिठाया प्लास्टिक मे आया पानी

दुनिया भई कंपनी डॉलर की मनमानी

...   .

पैशात सारे विकत घेता येईल

पण पैसा कुठून आणता येईल? हे कुणीच सांगत नाही

जे कंपनीपुढे रांगत नाही, त्यांनाच आता उठायचे आहे

जाती तोडून पेटायचे आहे

कुंपणाचे खांब उपसून कंपनीवर रोखायचे आहे

आर करू या पार करू कंपनीला सार करू

एकदाचाच वार करू;

राजाच्या छातीत होईल धस्सं, खूप झाले आता बस्सं

नमो तस्सं अन् जस्सं होईल तस्सं!

(पृ. १४-१५)

कवी आनंद गायकवाड यांनी समाजातील बालमजुरांच्या, स्त्रियांच्या समस्यांची मांडणी 'जेव्हा मी अस्वस्थ होतो!' या आपल्या कवितेत केली आहे. पोटाची खळगी भरण्यासाठी बालमजुरांना कष्ट उपसतांना पाहून कवी अस्वस्थ होतो. शिक्षण घेण्याच्या वयात, खेळण्याबागडण्याच्या वयात लहान मुलांना स्वतःचे पोट भरण्यासाठी धडपड, संघर्ष, कष्ट करतांना पाहून कवी अस्वस्थ होतो. शिक्षण क्षेत्रात वाढलेली भरमसाठ फी कवीला अस्वस्थ करते. लहान-सहान मुलींच्या वाट्याला आलेली गरिबी, उपासमारी, असुरक्षितता पुढे सेक्सवर्कर्स मध्ये परिवर्तित होतांना पाहून कवी अस्वस्थ होतो. समाजसेवकांना पेन्शन नसल्याची खंत कवी कवितेत व्यक्त करतो. पोटापाण्यासाठी कॉटन मार्केट, गवंडी काम, दुकान आणि ऑफिसमध्ये असुरक्षित रोजगार करणाऱ्या महिलांचे होत असलेले लैंगिक शोषण पाहून कवी अस्वस्थ होतो. आठवडाभर कुटुंबाची गुजराण कशी करावी ही बायकोची काळजी कवीला अस्वस्थ करते. गरिबी, दारिद्र्याला वैतागून मध्येच जीवनयात्रा संपविणारे, स्वतःला पेटवून घेणारे परिवार कवीला अस्वस्थ करतात. आपल्याच वाट्याला असे मरतुकडे जीवन का येते? आपणच शोषकांचे भक्ष्य का बनतो? शोषकांच्या तावडीतून आपले जीवन मुक्त करण्यासाठी, आपणच आपले जीवन उभे करण्यासाठी एकमेकांची साथ, सोबत का करत नाही? आपण एकमेकांचे आधार का होऊ शकलो नाही? असे प्रश्न कवी कवितेत उपस्थित करतो. समाजजीवनातील ही विदारकता पाहून आपण अस्वस्थ होत असलो तरी आपण आपल्या परीने या विपरीत परिस्थितीच्या विरोधात लढत आहोत, असे प्रतिपादन कवी 'जेव्हा मी अस्वस्थ होतो!' या कवितेतील पुढील ओळीत करतो आणि म्हणतो -

मला अस्वस्थ करतात
अर्धनग्न पोरांच्या पोटासाठीच्या कवायती
कॅन्टीनच्या पातेल्यात चहासारखं शिजलेलं
त्याच बालपण

वाईनबार मध्ये निपच्या उडालेल्या झाकणासारखं शिक्षण
त्याचं आयुष्य चेरी ब्लॉसमची खाली डबी की
डब्यातील थंडगार कुल्फी आणि
सोबत सोबत माझ्या मुलाने मागितलेली शाळेची फी
मला अस्वस्थ करतात...
ठिगळलेल्या बालिकांच्या देहावर
गोंदलेली गरिबीची नक्काशी
परकरातील उमरावजान
आजचं पोटातलं अनशन
भविष्यातील सेक्सवर्कर्संचं प्रमोशन
आपली पोटची पोरगी अन् सोशलवर्करला नसलेलं पेन्शन
मला अस्वस्थ करतात...
कॉटन मार्केटातल्या मजूर बायांवरील दलालांची नजर
भिंती उभ्या करणाऱ्या कामकरी नारींवर ठेकेदाराचा उजर
गल्ल्यावरच्या मालकाची सेल्सगर्लसोबतची खटपट
सेक्रेटरीपुढे बॉसची वटवट
पोरींकडून बिल्डरांचा धंदा
चंदाची केली चांदनीबाई
यंदाही काळ बदलला नाही
काजळीच्या भोवऱ्यात संपलेली घरदारं
स्वतःला पेटवून घेणारा परिवार आणि
बायकोच्या डोळ्यातील काळजीचा सोमवार ते रविवार
मला अस्वस्थ करतात...
या सापशिडीच्या खेळात आपण सदैव सापाच्या तोंडात
आपल्याचसाठी आपणच शिडी का बनू शकलो नाही?
वर चढताना आता धाप लागते, मी अस्वस्थ होतो
जेव्हा मी अस्वस्थ होतो
देहातील रासायनिक गणितं बिघडून जातात

कोणत्याही प्राणायामाच्या समीकरणाजवळ उत्तरे
नसतात
पंचेंद्रियातून उठलेल्या चेतना लहरी हादरवून सोडतात
मोठ्या मेंदूच्या डिश ॲन्टेनाला
लहान मेंदूच्या उडतात ठिकऱ्या
अनियंत्रित झालेले पॉवरस्टेशन आणत नाही जाग्यावर
कोणत्याही स्टेजवरचे मेडिटेशन
हातपाय थरथरतात होकायंत्राच्या काट्यासारखे
रिश्टर स्केलवरही मोजला जात नाही थरथराट
फेल होतो सेस्मोग्राफ
हृदयात उसळलेला लाव्हा विस्कटून टाकतो कार्डियोग्राफ
कोणतेच योगासन सेट करीत नाही शारीरिक शासन
असा तनामनाचा झंझावात सुसाट होऊन जातो
जेव्हा मी अस्वस्थ होतो
मी अस्वस्थ होतो तरीही माझ्या गावात मशाल पेटवतो

(पृ. १७-१८)

कवी आनंद गायकवाड यांनी बामियान येथे २००१ मध्ये तालिबान्यांनी दोन भव्य बुध्द मूर्ती नष्ट केल्याचा ऐतिहासिक संदर्भ आपल्या 'बामियान' या कवितेत दिला आहे. बामियान हे काबूल, अफगाणिस्तान जवळील एक लहान शहर आहे. येथे डोंगरात भगवान बुद्धाच्या दोन प्राचीन मुर्त्या कोरलेल्या होत्या. तेथील धर्मगुरूंच्या सांगण्यावरून तालिबानी सरकारने त्या नष्ट करण्याचा आदेश दिला. रॉकेट लॉन्चर, डायनामाईट आणि सुरुंग लावून या बुध्द मुर्त्या नष्ट करण्यात आल्या. मक्का येथील आब-ए-जमजमचं (मक्का येथील अल-हरम या मशिदीजवळ ६६ फूट अंतरावर एक विहीर आहे, आब या शब्दाचा अरबी भाषेत पाणी असा अर्थ आहे. थोडक्यात ही विहीर आणि या विहिरीतील पाण्याला आब-ए-जमजम असे म्हणतात.) पाणी पिणारे, महंमद पैगंबर यांचे स्वतःला अनुयायी म्हणविणारे तालिबानी

यांनी भगवान बुद्धांच्या मुर्त्या नष्ट करताना कुठलेही धार्मिक सौहार्द दाखविले नाही. अत्यंत निष्ठुरपणे भगवान बुद्धाच्या मुर्त्या त्यांनी नष्ट केल्या. तालिबानच्या या धर्मांध कृतीमुळे जग एका महान ऐतिहासिक कलाकृतीला मुकले आहे.

भगवान बुद्धाच्या मुर्त्या नष्ट केल्याने भगवान बुद्धाची करुणा, मैत्री, तत्त्वज्ञान, त्यांनी अखिल मानवजातीला दिलेला दुःखमुक्तीचा, कल्याणाचा मार्ग थोडीच नष्ट होणार आहे. भगवान बुद्धाच्या मुर्त्या तोडून तालिबान्यांनी काय साध्य केले? असा प्रश्न कोणत्याही सुज्ञ माणसाला पडतो. कवी आनंद गायकवाड यांनी तालिबान्यांच्या या निंदनीय कृत्याची दखल आपल्या कवितेत घेतली आहे. तालिबान्यांच्या या धर्मांध कृतीविषयी प्रचंड चीड कवी आपल्या 'बामियान' या कवितेतील पुढील ओळीत व्यक्त करतो आणि म्हणतो -

पवित्र आब-ए-जमजमचं एक थेंबही उरलं नाही का?
तुझ्या कोरडवाहू छाताडात
तू महंमदाचा तालीब
बुद्धाच्या कुशीत वाढूनही युद्ध पुकारलेस करुणाकराशी!
अंगुलीमालाच्या तलवारी समोर
ज्याची आभा ढळली नाही
त्याच्या हृदयाची खोली तुला कशी कळली नाही
कोणत्या तोफगोळ्यांनी उंची कमी करणार आहेस
लांबी रुंदी उंची खोलीच्याही वर उठलेल्या
निर्वाणस्थ गौतमाची
तू कितीही डागलेस अग्निबाण
संस्कृतीची वीणही लावलीस उघडून तरी
जखमी हंसाच्या वर्मात रुतलेला बाण
उपसून काढणारा महाकारुणिक
साक्षात उभा आहे विश्वापुढे
हे बामियान, हे गांधार

रे तोंडावर बुरखा पांघरून तुझी क्रूरता लपेल
या भ्रमात राहू नकोस
काय लक्ष्य बनवतोस माझ्या देशाच्या हृदयशिल्पांना
अरे गांधार,
माझ्या चिवरातील केशरी
माझ्या तिरंग्यावरील केशरी यातून पेट घेईल
तेव्हा डोळ्यावर पट्टी बांधून राहू नकोस
युद्ध कर
बुद्धाचे युद्ध कधीच छुपे नव्हते!

(पृ. १९)

कवी आनंद गायकवाड यांनी 'आया बाया मायांनो!' या आपल्या कवितेत विविध विषयांची एकत्रित मांडणी केली आहे. कलावादी कवी, चित्रकार गरिबी, दारिद्र्य, अज्ञान, अंधकार, शोषणाने उद्ध्वस्त होणारे बौद्ध वस्त्यातील जीवन आपल्या चित्रांत रंगवीत नाही, कवितेत मांडत नाही. बुलडोझर लावून झोपडपट्ट्या पाडतांनाचे चित्र कॅनव्हासवर उतरवत नाही, कवितेत रेखाटत नाही. उलट कोणालाही न समजणाऱ्या त्यांच्या दुर्बोध चित्रांची, कवितांची प्रशंसा केली जाते. कवी ग्रेस यांच्या दुर्बोधतेचा संदर्भ सुद्धा कवी कवितेत देतो. स्त्रीमुक्ती चळवळ आणि स्त्रियांची आर्थिक प्रगती पाककृती, साडी पिको फॉल आणि बचत गटात सिमीत, खंडीत झाली, असे कवी कवितेत नमूद करतो. समाजाची विस्कटलेली घडी व्यवस्थित बसविण्यासाठी समाजाचे आजचे चित्र बदलावे लागेल. आत्मघाताने नाही तर संघर्षाने जग बदलत असते, असे आया-बाया-मायांना कवी कवितेत सांगतो.

सत्ताधारी जमात आपले वर्चस्व कायम टिकवून ठेवण्यासाठी विविध क्लृप्त्यांचा अवलंब करीत असते. समाजाला गुंगवून ठेवण्यासाठी अनेक जागतिक गोष्टी समाजावर लादत असते, असे कवी कवितेत सांगतो.

इंग्रज नीतीनुसार देश चालविणाऱ्यांनी देशाची घडी विस्कटून टाकली, असे मत कवी कवितेत व्यक्त करतो. कारखानदारीने समाजावर लादलेले अध्यात्माचे जोखड समाजापर्यंत सत्य पोहचूच देत नाही, असे कथन कवी कवितेत करतो. डॉ. बाबासाहेब आंबेडकर यांच्या पुतळ्याची विटंबना, सिंगूरची दडपशाही, कुंभलगावचा लाठीहल्ला, नंदीग्रामचा गोळीबार, घाटकोपरचा कत्लेआम, खैरलांजीतला नंगा नाच, विदर्भातल्या आत्महत्या, मेळघाटातील कुपोषण असे एक ना अनेक अन्याय, अत्याचार व शोषणाशी संबंधीत ज्वलंत संदर्भ कवी कवितेत देतो. नॅनो टेक्नॉलॉजी गरिबांच्या काय कामाची? गरिबांसाठी तर अध्यात्मिक प्रवचनांची सर्वत्र, सर्वदूर रेलचेल आहे. हातात हात धरून बसल्याने आपली परिस्थिती सुधारणार नाही. आपल्याला चांगले जीवन लाभणार नाही. चांगले जीवन जगता यावे असे वाटत असेल तर स्त्रियांनीसुद्धा समाजपरिवर्तनाच्या या लढाईत, क्रांतीत सहभागी व्हावे, असे आवाहन कवी 'आया बाया मायांनो!' या कवितेतील पुढील ओळीत करतो आणि म्हणतो -

आडव्यातिडव्या रेषा, अचकट विचकट रंग भरलेले
मेंदूला स्पर्श न करणारे हे चित्र
समजायला मार्ग नाही तरी
वाहवाहीच्या ध्वनीप्रदूषणाने घेरलेले असते
त्याच्या कुंचल्याच्या गर्भातून गजराजने तुडवलेल्या
रक्ताळलेल्या झुग्गीझोपडिया
कॅनव्हासवर का उतरत नाही?
पंचशील नगरातले पंचरंग
सावटाखाली ब्लॅक अँड ब्लॅकच्या
सतत न समजणारे चित्र
त्याच्या लेखी ग्रेट असते
जसे, दुर्बोध पंक्तिखाली ग्रेस असते
त्यांनी कुणालाही काही कळू न देण्याचं
धर्मकार्य शिरावर घेतलं

वाहिन्यांनी अफू-गूळ वाटून गोड गोड बोलायचं शिकवलं
भावांनी नेसल्या पैठण्या
अन् होममिनिस्टर झाल्या वैन्या!
कृती करा! कृती करा! स्त्रीवाद्यांनी लावला घोषा
स्त्रियांनी केली पाककृती
अन् साडी पिको फॉल मध्ये अडकली आर्थिक प्रगती!
चार पैसे जमा करता करता बचत गटाच्या
वहाणा फाटल्या
वाढदिवसाला जेट विमान मिळण्यासाठी बाई
तुझा नवरा काय मुकेश अंबानी आहे?
सर्व ऑलवेल होण्यासाठी चित्र बदलावं लागेल
वड्याचं तेल वांग्यावर काढून वा
मातीचं तेल अंगावर घेऊन जग बदलत नाही

...   .

हे अंग्रेज के जमाने के टेलर देशच विस्कटून टाकतायत
हे कारखानदारीच्या कागदावरील अध्यात्माचे अग्रलेख
दडपून टाकतात मेंदू चेतवणाऱ्या बातम्या!
बाबासाहेबांच्या पुतळ्याची विटंबना, सिंगूरची दडपशाही
कुंभलगावचा लाठीहल्ला, नंदीग्रामचा गोळीबार
घाटकोपरचा कत्लेआम, खैरलांजीतला नंगा नाच
विदर्भातल्या आत्महत्या, मेळघाटचे कुपोषण
गरिबांच्या छातीवरची नॅनो टेक्नॉलॉजी
एक लाखाची कार बाकी सर्व भिकार
भिकारचोटांसाठी सद्गुरूचे प्रवचन, जगद्गुरूचे भजन
लोलक मांइयात दाबून बसलेल्या तरुण मुनीची वाणी
काळ समोर सरकू न देणाऱ्या
साधिना आस्था संस्कारची गाणी
चार दिवस सासूचे दोन दिवस सुनेचे
आपलाही एक दिवस येईल असं वाटून दिवस येत नाही

आपोआप कुणाला दिवस जात नाही
आया बाया मायांनो एकच करा नक्की आता
क्रांतीचे बीज पेरून गर्भार ठेवा भारतमाता!

(पृ. २०-२१)

कवी आनंद गायकवाड यांनी बंदर या प्रतिमेतून आजची समाजविघातक परिस्थिती आपल्या 'बंदर' या कवितेत शब्दांकित केली आहे. मानवाने निसर्गातील झाडे व प्राणी यांना भीतीपोटी देवत्व बहाल केल्याचे इतिहासात अनेक दाखले आहेत. मानवाचे पूर्वज असलेल्या बंदराला सुद्धा मानवाने देवत्व बहाल केल्याचा उल्लेख कवी कवितेत करतो. आता मानवी वस्त्यात बंदरांचा वावर वाढला असून ते माणसाळले आहेत, माणसासारखे वागत आहेत, असे कवी कवितेत नमूद करतो. परंतु देवबंदराचे वंशज असणारी माणसे मात्र आज देवासारखी न वागता जनावरासारखी वागत आहेत, असे प्रतिपादन कवी कवितेत करतो. माणसे आता हल्लेखोर झाली आहेत. स्त्रियांचे वस्त्रहरण करीत आहेत. लहान मुलांनाही रक्तबंबाळ करीत आहेत. धार्मिक स्थळांवर हल्ले करीत आहेत. जातधर्मीय दंगली घडवून आणत आहेत. महात्मा गांधी यांच्या अहिंसावादी विचारांचा त्यांच्या जन्मभूमीतच खून पाडत आहेत. लोकशाहीच्या छाताडावर नाचत आहेत, असे वक्तव्य कवी कवितेत करतो. जनावर झालेल्या माणसांना माणसात आणण्यासाठी काय करावे? महात्मा गांधींच्या अहिंसावादी तत्त्वातील कोणते तत्त्व वापरावे? असा प्रश्न कवी महात्मा गांधींना 'बंदर' या कवितेतील पुढील ओळीत विचारतो आणि म्हणतो -

बंदर माणसांचे पूर्वज आहेत हे माणसांना कळल्यापासून
माझ्या देशातल्या माणसाने बंदरांना देवरुप मानले
झाडांवर बिनधास्त उड्या मारणारी बंदरे
अरण्ये सोडून शहरात आलीत
काँक्रीटच्या झाडांवर लोंबकळू लागलीत

माणूसही त्यांना चणेफुटाणे देऊन गोंजारू लागला
आपल्या घरावर चढलेल्या बंदरांना
देवाशीष समजू लागला
बंदर बंदर हुप्प तुझ्या शेंडीला तूप
माणसे बंदराशी समरस व्हायला लागलीत
बंदराचे आणि शेंडीचे
शेंडीचे आणि तुपाचे महत्व समजू लागलीत
बंदरानांही शेंडी असते
त्या शेंडीलाही तूप लावावे लागते
याचे ज्ञान डार्विनला नव्हते
कारण तो भारतीय नव्हता
घरावरील बंदराच्या उड्या मुलांना फार प्रिय वाटायच्या
बंदर मंदिर मशिदीवर बसले की
कुतूहलाने माणसंही पाहायचे
बंदर शांतपणे शहरात फिरायचे, माणसांना न्याहाळायचे
बंदरांनी माणसांना समजून घेतले
बंदरांनी माणूस पुरता ओळखला
एक दिवस बंदरांना माहीत पडले
आपण पूर्वज आहोत माणसांचे
त्या दिवशी बंदर अस्वस्थ झालेत
आता बंदर माणसांसारखे वागायला लागलेत
माणूस दिसला की बंदर हल्लेखोर व्हायचे
बायाबापड्यांचे वस्त्रहरण करायचे
बंदर बालकांनाही रक्तबंबाळ करू लागले
बंदर गर्भ फाडून चावू लागले
बंदर गर्वाने गौरवाने धावू लागले
बंदर अशांत होऊन मशिदीवर चढतात आता
बंदर आपल्या तीक्ष्ण नखाने गुंबद फोडतात आता
बंदर आता एकट्याने फिरत नाही

बंदरांनी आता सेना घडविली, बंदरांनी दल उभे केलेत

बंदर हरेक राज्यात घुसलीत

बापूच्या तीनही बंदराचे खून पाडणारी

ही कोणत्या बंदराची पोरं जाळायला निघालीत पोरबंदर!

देशभर या बंदरांचा धुडगूस, देशभर घडताहेत दंगली

त्या घडवताहेत बंदरलीला मंडली

या दंगलीचा रास रक्ताळलेला

राख झालेल्या घरावरून, मासाच्या चिखलावरून

रक्ताच्या थारोळ्यावरून ही बंदरांची रौरव यात्रा

...   .

लोकशाहीच्या छाताडावर गरबा नाचणारी

ही बंदरे कुणाची?

...   .

बापू, या बंदरांना रोखणारी

तुमच्या अहिंसावादातील एखादी तरतूद सांगाल काय?

(पृ. २२-२३)

कवी आनंद गायकवाड यांनी पूर्वाश्रमीच्या अस्पृश्य व आजच्या नवबौध्द समाजावर सवर्ण समाजाकडून झालेले, होत असलेले अन्याय, अत्याचार आपल्या 'चीड' या कवितेत शब्दबध्द केले आहेत. सार्वजनिक पाणवठ्यावर अस्पृश्यांना पाणी पिण्यास, भरण्यास मनाई होती. कुत्रे, मांजरे, गुरेढोरे पाणवठ्यावर जाऊन पाणी पिऊ शकत होती. परंतु अस्पृश्य 'माणूस' असून त्याला पाणवठ्यावर पाणी भरण्यास मज्जाव केला जात होता. पाणी पिताना लाथा मारल्या जात होत्या, असे कवी सांगतो व याविषयी कवितेत प्रचंड चीड व्यक्त करतो. अस्पृश्यांना मंदिर प्रवेश नाकारल्याची सल, चीड कवी कवितेत व्यक्त करतो. २७ मे १९७७ रोजी बिहार मधील बेलछी येथे घडलेल्या जातीय दंगलीचा ऐतिहासिक संदर्भ कवी कवितेत देतो व तेथे झालेल्या पासवान समाजाच्या नरसंहाराविषयी कवितेत चीड

व्यक्त करतो. डॉ. बाबासाहेब आंबेडकर यांच्या प्रतिमेची मिरवणूक हत्तीवर काढली असता मिरवणुकीवर दगडफेक झाली असे कवी सांगतो व कवितेत याबाबत चीड व्यक्त करतो. जातीय दंगलीत अस्पृश्य- नवबौद्धांच्या अत्यंत क्रूरपणे हत्या करण्यात आल्याचे प्रतिपादन कवी कवितेत करतो. जातीय दंगलीत सबानेचे डोळे काढण्यात आले होते. मवाडेचे तुकडे करून मारण्यात आले तर पोचीरामला जाळून टाकण्यात आले होते, असे कवी कवितेत नमूद करतो व या सर्व अमानवीय कृत्यांविषयी कवितेतून आत्यंतिक चीड व्यक्त करतो.

डॉ. बाबासाहेब आंबेडकर यांच्या पुतळ्याची विटंबना होते तेव्हा आपण बेभान होतो. डॉ. बाबासाहेब आंबेडकर यांच्या 'रिडल्स इन हिंदुइझम' या ग्रंथाला झालेला विरोध पाहून कवी विरोधकांवर प्रचंड संतापतो व कवितेत याविषयी चीड व्यक्त करतो. झज्जरला मुंडके धडावेगळे केल्याचा, खैरलांजीत झालेल्या हत्या व बलात्काराचा संदर्भ कवी कवितेत देतो. आपल्या समाजावर देशभर अन्याय, अत्याचार होत आहेत. समाजातील माणसे क्रूरपणे मारली जात आहेत. समाजातील आयाबहिणींवर बलात्कार होत आहेत. असे असताना समाज बांधवांनी समाधिस्थ न होता अन्याय, अत्याचाराचा प्रतिकार करण्यासाठी पुढे आले पाहिजे, अन्याय, अत्याचाराच्या विरोधात लढण्यासाठी पुढे सरसावले पाहिजे, अशी अपेक्षा कवी 'चीड' या कवितेतील पुढील ओळीत करतो आणि म्हणतो -

बाबासाहेब
भाषण द्यायचे तेव्हाही मला चीड यायची
पाणवठ्यावर पाणी पिताना
समाजाला लाथा मारायचे सवर्ण
तेव्हाही मला चीड यायची
दारात पाय ठेवला की मंदिराचे दरवाजे बंद व्हायचे
तेव्हाही मला चीड आली

बेलछीत कत्तलेआम झाला तेव्हा मी पार चिडून गेलो
हत्तीवर काढलेल्या बाबाच्या मिरवणुकीवर दगडं आलीत
तेव्हा मी किती चिडलो?

सबानेचे डोळे काढले, मवाडेचे तुकडे केले

पोचीराम जाळून टाकला

माझी चीड तेव्हा आस्मानात पोहचली

पुतळे तोडले बाबाचे तेव्हा मी चिडून बेभान झालो

रिडल्सला त्यांनी हात लावला चिडून माझे डोके बिथरले

झज्जरला मुंडक्या छाटल्यात

माझे डोके ठिकाणावर नव्हते चिडल्याने

खैरलांजीत माणुसकीवर बलात्कार झाला

माझे डोके चीड चीड करताहे...चीड चीड करताहे...

थोडे थांब, ध्यानात बसू दे, नंतर या विषयावर बोलू!

(पृ. २८)

नागपूर येथील दीक्षाभूमी चळवळीचे, धम्माचे केंद्रस्थान असल्याचे कवी आनंद गायकवाड आपल्या 'कारुण्याची सावली' या कवितेत सांगतात. दीक्षाभूमी करुणा व मैत्रीचे प्रतीक आहे. दीक्षाभूमीवर भगवान बुद्धाच्या दुःखमुक्तीच्या मार्गावरून चालण्याची प्रेरणा दुःखितांना मिळते, असे कथन कवी कवितेत करतो. दीक्षाभूमीवरून घरी आणलेली ग्रंथसंपदा वाचली की, माणसाच्या जीवनातील अज्ञान, अंधकार दूर होतो व माणसाचे जीवन प्रकाशमान होते, असे कवी कवितेत विशद करतो. जेव्हा-केव्हा, जिथे-कुठे बौध्द समाजावर अन्याय, अत्याचार होतो तेव्हा दीक्षाभूमीभोवती एकवटलेला समाज धावून येतो. समाजाची लढाई लढतो, असे प्रतिपादन कवी कवितेत करतो. भगवान बुद्धांनी सांगितलेल्या दुःख मुक्तीच्या मार्गावरून चालणाऱ्या समाजाची एकी पाहून, नेत्यांना एकत्रित आलेले पाहून संपूर्ण समाजाला आनंद झाला, असे वक्तव्य कवी कवितेत करतो. माणसाला दुःखमुक्त करणारा,

निर्वाणाकडे घेऊन जाणारा, बुद्धत्व प्राप्त करून देणारा, बहुजनांच्या हितासाठी, बहुजनांच्या सुखासाठी असणारा भगवान बुध्दांचा मार्ग बहुजनच नाकारतो तेव्हा बहुजन स्वतःचीच हानी करतो, असे मत कवी 'कारुण्याची सावली' या कवितेतील पुढील ओळीत व्यक्त करतो आणि म्हणतो -

कारुण्याची सावली जाहली दीक्षाभूमी
दु:खितांची माऊली जाहली दीक्षाभूमी
तमोग्रस्त आसमंती डोळे तयांचे सूर्य होती
ज्यांनी ज्यांनी एकदाची पाहिली दीक्षाभूमी!
वाढलीत आक्रंदने बुध्दनगरातील जेव्हा
हाक देता सूर्यपुत्रे धावली दीक्षाभूमी!
दुःखमुक्ती शोधणारे लोक जेव्हा एक आले
आनंदात ऐक्याच्या नाहली दीक्षाभूमी!
बुद्धत्वाला टाळणारा मार्च निघतो दलितांचा
त्यास पाहून उपहासाने हासली दीक्षाभूमी!

(पृ. २९)

कवी आनंद गायकवाड यांनी शरीर व मनावर होणाऱ्या जखमेला प्रतिमेचे रूप देऊन आपल्या समाजविषयक भावना आणि विचार 'जखमा' या कवितेत व्यक्त केल्या आहेत. जखमांना अनेक पैलू असतात. लांबी, रुंदी, खोली व त्रिमिती असते. जखमा शृंगारिक, सौंदर्यवान नसतात तर रक्ताने माखलेल्या असतात, असे कवी कवितेत नमूद करतो. अस्पृश्य, नवबौद्धांच्या वाट्याला आलेले जखमी जीवन कवी प्रतिमातून कवितेत अभिव्यक्त करीत आहे. अस्पृश्य, नवबौद्धांच्या वाट्याला आर्थिक विवंचना, दारिद्र्य, सामाजिक छळ, राजकीय उपेक्षा आणि सांस्कृतिक बहिष्कृतता आल्यामुळे त्यांच्या जीवनातील सौंदर्य नष्ट झाले आहे, असे कवी वरील प्रतिमांतून सांगत

आहे. आजकाल अस्पृश्य, नवबौद्धांच्या जीवनविषयक समस्यांवर बोलून स्वतःचे घर भरणारे, सत्तेपुढे लाचारी पत्करणारे, झुकणारे, स्वतःचे हित साधणारे भोंदू आपल्या अवतीभोवती अधिक असून सत्तेच्या दालनात समाजाची सौदेबाजी करीत आहेत. समाजाच्या दैनावस्थेचा बाजार मांडून स्वतःला नेतृत्वस्थानी प्रस्थापित करीत आहेत. म्हणून आपण आपले दुःख, दैन्य, वेदना, समस्या कुणाला सांगू नयेत, असे मत कवी कवितेत व्यक्त करतो.

गुलामीच्या जखमा, वेदना असह्य झाल्या की क्रांतिरूप धारण करतात. भगतसिंग, सुखदेव, राजगुरूला शहीदत्व बहाल करतात, असे प्रतिपादन कवी कवितेत करतो. महात्मा गांधी यांच्या हत्येनंतर उसळलेल्या हिंसाचारात ब्राह्मण समाजाच्या वाट्याला सुद्धा जखमा आल्याचा संदर्भ कवी कवितेत देतो. इंदिरा गांधी यांच्या हत्येनंतर उसळलेल्या हिंसाचारात शीख समाजाच्या वाट्याला सुद्धा जखमा आल्याचे कवी कवितेत नमूद करतो. गोध्रा हत्याकांडांतील धर्मांध जखमांचा संदर्भ कवी कवितेत देतो. धर्मशास्त्राचा वर्णजातीय आदर्श, आधार घेऊन जीवन जगणाऱ्यांचा स्वतःचा उद्धार होतो. परंतु शूद्रातिशूद्रांचे जीवन मात्र त्यामुळे मातीमोल होते. शूद्रातिशूद्रांच्या जीवनाला हिनत्व, अस्पृश्यत्व प्राप्त होते, असे कथन कवी कवितेत करतो. समाजातील अनिष्ट, रूढी, परंपरांवर, अस्पृश्यतेच्या विरोधात, शूद्रातिशूद्रांच्या हिताचे धर्मगुरू एखादे वेळी बोलतो व धर्मशास्त्राला न्याय्य ठरवतो, असे कवी कवितेत सांगतो. अस्पृश्य, नवबौद्धांनी आपल्या दयनीय स्थितीचे उगीच उदात्तीकरण करू नये. दुसऱ्यांवर विसंबून न राहता, भगवान बुद्धांनी सांगितलेल्या दुःखमुक्तीच्या मार्गावरून चालून स्वतःच स्वतःला दुःखमुक्त, आनंदी करावे, असे आवाहन कवी कवितेत करतो. बडोदा येथे अस्पृश्य जीवनाच्या अपमानित जखमा वाट्याला आल्यानंतर डॉ. बाबासाहेब आंबेडकर एका झाडाखाली बसून ढसाढसा रडले होते. डॉ. बाबासाहेब आंबेडकर यांचे अंतर्मन अस्पृश्यतेच्या विरोधात समाजक्रांतिकारक

विचारांनी त्यावेळी पेटून उठले होते, असे कवी कवितेत सांगतो. जखमांना वर्ण, जात, धर्म नसतो. जखमा व्यक्तिसापेक्ष असतात. वर्णव्यवस्था, जातीव्यवस्था, गोत्र, वंश, पोटजाती, उपजाती यामुळे माणसा-माणसात भेदभाव निर्माण होत असल्यामुळे त्या माणसाच्या हिताच्या नाहीत, असे मत कवी कवितेत व्यक्त करतो. भगवान बुद्धांनी सांगितलेल्या अत्त-दीप-भव या तत्त्वाचा अवलंब करून माणसाने इतरांना इजा, दुखापत न करता स्वतःच स्वतःचे दुःख दूर करावे, स्वतःच स्वतःचा उद्धार करावा, असे आवाहन कवी कवितेत करतो. ज्या कोणावर अन्याय, अत्याचार होत आहेत त्यांनी तो निमुटपणे सहन न करता डॉ. बाबासाहेब आंबेडकरांचा आदर्श डोळ्यापुढे ठेवून अन्याय, अत्याचाराच्या विरुद्ध लढावे, संघर्ष करावा, असे आवाहन कवी कवितेत करतो. भगवान बुद्धांनी सांगितलेल्या मार्गावर चालून एक दिवस स्वतःला दुःखमुक्त करून घ्यावे, निर्वाण प्राप्त करावे, असे कथन कवी 'जखमा' या कवितेतील पुढील ओळीत करतो आणि म्हणतो -

जखमांना अनेक पैलू असतात
लांबी रुंदी असते
खोलीही असते
असते त्रिमिती
जखमा नसतात शृंगारिक, नसतात सौंदर्यवान लेणी
त्यांच्या नर्तनातून उमटतात पावलांचे रक्तठसे
त्या असतात अ-सुरांच्या मैफली
खरंतर दाखवूच नये त्या कुणाला
शिरू देऊ नये जखमांत
फिरू देऊ नये काठाकाठाने जखमांच्या
मुक्तीदात्याचे सोंग घेऊन आजकाल
वैदू-भगतांचा वावर वाढलाय
अशांनी चोरावी जखमांची लांबी आणि

वाढवून घ्यावी आपली उंची
रुंदी करते त्यांच्या छातीवरील फुगे रुंद
जखमांचे रुदन ते परिवर्तित करतात मुजऱ्यांमध्ये
आणि खोल खोल झुकून सोडून देतात जखमांना
सत्तेच्या शयनकक्षात चिघळायला
जखमांची चिरस्थायी शांती बेचैन करते त्यांना तेव्हा
तिखट मीठ लावून ते मांडतात बाजारात
जखमांचे आकांडतांडव आणि
स्वतःसाठी योजतात आयुष्यभरासाठी हारतुऱ्यांचा मांडव
जखमा म्हणजे महावेदना
खरं तर दाखवूच नये त्या कुणाला
ते करतील महावंदना म्हणून
जखमांना असते त्रिमिती
फाशीच्या दोरखंडाचे वळ
जखमा बनून पापण्यांच्या कडांवर खपली धरतात
अशा इमानदार जखमा भगतसिंग-सुखदेव-राजगुरूला
शहीदत्व बहाल करतात
गोडसेची बेईमान जखम घुसते बुलेट म्हणून
गांधींच्या छातीत
तेव्हा गावागावात जानव्यालाही जखमा होतात
इंदिरेच्या देहाची जखमावळ
कृपाणाच्या डोळ्यात उभे करते जखमांचे स्वर्णमंदिर
तंदूरच्या भट्टीसारख्या धगधगत्या जखमा
उमटंवितात चांदतारे हिरव्या दुपट्ट्यावर
गोधा होते भरीत जखमांचे, ते खातात मिटक्या मारीत
काळाच्या छातीत रुजलेले जखमांचे धर्मशास्त्र
त्यांचे असते आदर्श त्यांच्या जगण्याचे आधार
होतात शूद्रातिशूद्र दारोदार
जखमा पायदळी तुडवून ते वर उठतात

बहाल करतात दलितत्व जखमांना
रणरणत्या वाळूवर
भाजलेल्या तान्हुल्यासम असते जखमा
एखादा नाथ तेवढ्यापुरते कडेवर घेतो आणि
शास्त्रावरच्या जखमा गंगेत धुऊन घेतो
कपाळावरील जखमेने दलितत्व मिरवू नये
नेत्यांसाठी तेल मागत फिरू नये
अशा हातांनी सुप्रबुद्धाच्या जखमा धुऊन पुसून आनंदवन
निर्माण करावे बुद्धकुटीत
जखमांना अनेक पैलू असतात
जखमा नसतात मूक-बधीर, अपंग-विकलांग
जखमा बोलतात यार
हलतात चालतात ओरडतात फोडतात किंकाळ्या
बडोद्यातल्या झाडाखाली बसून ढसाढसा रडतात
जखमातून लाव्हा बनूनही उसळतात
जखमांना गोरीकाळी सावळी कोमल राठ जाडी तलम
कोणतीही कातडी चालते
त्यांच्यासाठी नसते वर्णव्यवस्था जातीव्यवस्था गोत्र वंश
पोटजात उपजात
हे सर्व असते त्यांच्यासाठी जी नसतात माणसे
म्हणूनच माणसांनी माणसांच्या जखमांवर
अत्त-दीप-भवचा संजीवन लेप व्हावे
जल्लादांच्या मैदानात टाळ्या वाजवत हसू नये जखमांनी
बडोद्यातल्या झाडाखाली बसून ढसाढसा रडणाऱ्या
जखमातून लाव्हा बनून उसळून यावे
अन् एक दिवस जखमांना
बोधिवृक्षाखाली निर्वाणस्थ होऊ द्यावे!

(पृ. ३०-३१)

कवी आनंद गायकवाड यांनी मानवी स्वभाव कसा विविध प्रतीकात गुंतून विखरतो व अविचारी गुलाम बनतो याचे वर्णन आपल्या 'मेंढ्या' या कवितेत केले आहे. आपण जातीय मानसिकतेने ग्रस्त आहोत. झेंड्याच्या रंगीत मानसिकतेने आपले मेंदू ग्रासित आहेत. नीळ, गुलालाच्या रंगभेदाशी आपल्या धर्मभेदी भावना जुळलेल्या आहेत. विचार-अविचाराची सापेक्ष सरमिसळ आपल्या दृष्टिकोनात आहे. समाजाचे, इतरांचे भले व्हावे असे आपण बोलत असलो तरी आपले अंतर्बाह्य मन स्वतःचे भले करण्यासाठी कृती करीत असते. अशा विचित्र, विरोधी मानसिकतेत आपण लोक जीवन जगत आहोत. असे विचित्र, विरोधी मानसिकता असणारे जुनेनवे लोक जेव्हा झेंड्याभोवती एकवटतात तेव्हा यातील धूर्त, चाणाक्ष, अधिक हुशार कोण आहेत? हे ओळखू येत नाही, असे प्रतिपादन कवी कवितेत करतो. हे धूर्त, चाणाक्ष, अधिक हुशार लोकं मग झेंड्याभोवती गोळा झालेल्या इतरांच्या मनात विरोधी शक्तींची भीती निर्माण करतात व आपले नेतृत्व जनतेवर थोपतात. शेवटी जनतेला चुकीच्या नेतृत्वामागे जाण्यावाचून गत्यंतर राहत नाही. मेंढ्यागत जनता या नेतृत्वामागे चालत राहते, असे कथन कवी 'मेंढ्या' या कवितेतील पुढील ओळीत करतो आणि म्हणतो -

जात समाज झेंडा नीळ गुलाल
विचार अविचार सुविचार
अशा मानसिक बिगारीने ग्रासलेले
बिगारभरतीतील लोक आपण
जुने झेंडे उपटून नवे झेंडे लावणे
नवे उपटून आणखी नवे झेंडे गाडणे
हा आपला राजधर्म
असे अनेक झेंडे उपडघाल करताना
गेंड्याची कातडी असलेल्यांचे झेंडे कोणते
याचा पत्ताच लागत नाही
नारे लावतानाच नवी भरती होते

'आणि और मोठा कारवाँ बनता गया...' असे होते
भीती दाखविली जाते वाघाची, सिंहाची, हत्तीची
बिगारभरतीतील आपण टरकून जातो
पुन्हा एकदा गेंड्याच्या मागे मेंढ्या
मेंढ्यांच्या हातात झेंड्या!

(पृ. ३२)

कवी आनंद गायकवाड यांचा डॉ. बाबासाहेब आंबेडकर यांच्या विचारांवर, संविधानावर विश्वास आहे. डॉ. बाबासाहेब आंबेडकरांनी दिलेल्या संविधानानुसार हा देश चालावा अशी कवीची अपेक्षा आहे. परंतु आज देशात अनेक संविधानविरोधी घटना घडत आहेत. संवैधानिक मूल्ये पायदळी तुडविली जात असल्याची खंत कवी डॉ. बाबासाहेब आंबेडकर यांच्याजवळ व्यक्त करतो. आजही देशात जातीव्यवस्था जिवंत आहे. समाज जातीबंदिस्त असून आंतरजातीय बेटीव्यवहार होत नाही. मेलेल्या ढोराचे मूल्य अतिशूद्र, अस्पृश्याच्या जीवनापेक्षा अधिक आहे, असे कवी कवितेत सांगतो. बुद्धधम्मात पंचशीलाला अत्यंत महत्त्व आहे. पंचशीलातील पहिले शील "पाणातिपाता वेरमणी सिक्खापदं समादियामी" हे आहे. याचा अर्थ 'मी जीव हिंसेपासून अलिप्त राहण्याची प्रतिज्ञा करत आहे', असा आहे. प्राणीहिंसा वाईट आहे. परंतु प्राण्यांना धार्मिक प्रतीक बनवून माणसाने धर्मांध होणे कितपत योग्य आहे? आजही अतिशूद्र, स्त्रियांना या ना त्या कारणाने मंदिरात प्रवेश नाकारल्याच्या घटना देशात कुठे ना कुठे घडत आहेत. आजही देशात स्त्रियांवर वेगवेगळ्या स्वरूपात अन्याय, अत्याचार होत आहेत. आणि या अन्याय, अत्याचाराचा अंत होतांना कवीला दिसत नाही. डॉ. बाबासाहेब आंबेडकर यांनी दिलेल्या संविधानातील मूल्यांची, तत्त्वांची योग्यप्रकारे अंमलबजावणी होत नसल्याची जाणीव कवी 'पुढचे मी पाहून घेईन' या कवितेतील पुढील ओळीत व्यक्त करतो आणि म्हणतो -

देश तुमच्या बोटाच्या उलट्या दिशेने चाललेला

अजूनही चालत नाही इथे

मांगाच्या घरात गवळ्याची पोर

पासी चांभाराच्या मुंडक्यापेक्षा मूल्यवान ठरते मेलेलं ढोर

गाईचे कातडे पांघरून माणसं होत आहेत शेर

मंदिराची पायरी अजूनही खुनशी

पुजारी माजोरी गाव शस्त्रधारी

पेटतो अहंकार नारी जाते सती

देश म्हणतो नेति नेति!

देश तुमच्या बोटाच्या उलट्या दिशेने चाललेला

बाबासाहेब

दिशा दाखविणारे तुमचे बोट

एकदा देशावर उगारून म्हणा

खबरदार! पुढचे मी पाहून घेईन

(पृ. ३३)

कवी आनंद गायकवाड यांनी २९ सप्टेंबर २००६ रोजी महाराष्ट्रातील भंडारा जिल्ह्यातील मोहाडी तालुक्यातल्या खैरलांजी गावात घडलेल्या जातीय हत्याकांडाचा संदर्भ आपल्या 'भय्या!' या कवितेत दिला आहे. या दिवशी भैयालाल भोतमांगे यांच्या कुटुंबातील चार सदस्यांची जातीय द्वेषातून निर्घृण हत्या करण्यात आली होती. पुढे भैयालाल भोतमांगे यांनी शासकीय वसतिगृहात सुरक्षाकर्मी म्हणून पंधरा हजार रुपये महिन्याची नोकरी स्वीकारली होती. नोकरी पगार परिवारासाठी कमवायचा असतो. जिथे परिवारच नाही तिथे दीड दमडीची नोकरी करून भैयालाल भोतमांगे काय करणार? पगारातून कोणासाठी खाऊ नेणार? पगारातून भैयालालचा परिवार पुन्हा जाग्यावर बसेल का? असे प्रश्न कवी कवितेत उपस्थित करतो. भैयालाल भोतमांगेला झालेल्या अन्यायाचा सूड घेण्याचे आवाहन कवी 'भय्या!' या कवितेतील पुढील ओळीत करतो आणि म्हणतो -

दीड दमडीच्या पगारातून आणलेला खाऊ
तू देशील कोणाला?
पोटासाठी अन्न लागते...मान्य
त्यासाठी पगार
पगार मिळतो नोकरीतून...मान्य
पैसे मिळाल्यावर
रात्री तुला खायला उठतील रोशन प्रियंका सुधीरचे डोळे
आणि डबडबलेले डोळे पुसायला उशाशी सुरेखाही नसेल
या पगारातून पुन्हा तुझा परिवार बसेल का जाग्यावर?
भय्या अवघा पगार खतम कर
खैरलांजी बसवून दाखव बंदुकीच्या नळीवर!

(पृ. ३४)

कवी आनंद गायकवाड यांनी पँथर चळवळीतील रमाकांत या कार्यकर्त्याची संघर्षतत्परता व स्वभावगुण आपल्या 'रमाकांत एक कार्यकर्ता' या कवितेत सांगितले आहेत. आंबेडकरी चळवळ त्यांची चळवळ आहे ज्यांच्या हजारो वर्षापासून हजारो पिढ्या बर्बाद करण्यात आल्या आहेत. आंबेडकरी चळवळीत कार्य करणारा कार्यकर्ता हा पैशया-अदल्याने फाटका असतो. त्याला आंबेडकरी समाजाने, चळवळीने जगविले पाहिजे, असे मत रमाकांतचे असल्याचे कवी कवितेत सांगतो. यवतमाळच्या नगर परिषदेमध्ये फायर ब्रिगेडच्या गाडीवर रमाकांत काम करीत होता. हळूच दारूचे व्यसन जडलेला रमाकांत एक कार्यकर्ता होता, असे कवी कवितेत सांगतो. पुतळा विटंबना प्रकरणात रमाकांत आमदारावर दगड घेऊन धावल्याची आठवण कवी कवितेत सांगतो. पँथरला शोभून दिसावे असे धाडसी गुण रमाकांतमध्ये होते. गरजूंना अडीअडचणीत मदत करणे हा रमाकांतचा स्वभावगुण होता. समाजातील पांढरपेशा लोकांवर रमकांतचा विशेष राग होता. परंतु समाजावर हल्ला झाला की रमाकांत सगळा राग विसरून प्रतिहल्ला करण्यासाठी हातात दगडं सुद्धा घ्यायचा, असे कवी कवितेत नमूद

करतो. रमाकांतच्या अंगी पूर्वी जी उर्मी, गुर्मी होती ती एवढ्यात दिसत नाही. एकाच मळकट कळकट ड्रेस मध्ये तो आजकाल दिसत असल्याचे कवी कवितेत सांगतो. गरजूंसाठी झटणारा, समाजासाठी लढणारा पँथर समाजाच्या, चळवळीच्या मदतीवाचून पाय घासत मेल्याचे दुःख कवी 'रमाकांत एक कार्यकर्ता' या कवितेतील पुढील ओळीत व्यक्त करतो आणि म्हणतो-

रमाकांत आज अचानक समोर आला
म्हणाला श्याहेब, 'कार्यकर्ते मरायला नकोत'
मी थेट त्याच्या डोळ्यात पाहिले
चळवळीचे पाणीच उसळ्या मारीत होते
रमाकांत, किती दिवसांपासून साचेबंद
फायर ब्रिगेडच्या शिडीसारखा उंच
सदोदित दुसऱ्याची आग विझविण्यासाठी
घंटा वाजवत पुढं पुढं धावणारा
मात्र जीवनाच्या शेपटीला लटकणारा
खाली डब्बा खाली बोतल
'लेले मेरे यार' म्हणत म्हणत
लालाच्या दवाखान्याकडे सरकलेला रमाकांत
एक कार्यकर्ता!
लालाच्या दवाईने आजकाल त्याच्या
जखमेतील किटाणू मरत नाहीत
वेदना पचवूनही सरत नाहीत त्याच्या संवेदना
पुतळा विटंबना प्रकरणात
दगड हातात घेऊन आमदारावर धावलेला रमाकांत!
दगडाचा झाला नातेवाईक
गणागोतापासून तुटलेला
जवानीचा बुगदा घेऊन माझे माहेर राहुरी म्हणणारा
रमाकांत!
पँथर म्हातारा होत नाही

त्याच्या दाताचा धाक असतोच लुसलुशीत मेंढ्यांना
रमाकांतचे दात तसेही पँथरसारखे बाहेर आलेले
टेबलावरचा उर्मट साहेब त्याच्यासाठी लुसलुशीत मेंढीच
कागदाच्या भेंडोळीत गरजवंतांची गरज गुंडाळून
साहेबांच्या टेबलावर भिरकावणारा
रमाकांत पँथर नशेतही गुरावणारा!
आजकाल तो मळकट-कळकट एकाच ड्रेसमध्ये
तरीही सलामीचा फलंदाज
बाराव्या गड्याची चीड त्याला
खाणे हगणे झोपणे यापलीकडे न पोहचलेल्या
बंद श्वेत बोक्यांवर
रमाकांतचा राग असतो
पण बोक्यांच्या रक्षणार्थ सीमेवर दगडही हातात घेतो
जाऊ दे शालं दातही आपले ओठही आपले
असे म्हणत डोलणारा
डोलकर डोलकर शहरचा राजा कार्यकर्ता रमाकांत
रमाकांत कार्यकर्ता!
पाय घासत घासत कधी संपला कुणालाच कळले नाही!

(पृ. ३५)

    फार पूर्वी आपण नागवंशाचे होतो व एका महायुद्धात आपण मातीमोल झालो, असा ऐतिहासिक संदर्भ कवी आनंद गायकवाड यांनी आपल्या 'सर्जन' या कवितेत दिला आहे. फार पूर्वी शत्रूला मातीत घालणारे महाअरी (मोठा शत्रू) म्हणून आपली ओळख होती. परंतु कालौघात आपली ही ओळख लोप पावली व गावाबाहेरच्या मातीच्या राजवाड्यात आपण गाडल्या गेलो. आपले जीवन मातीमोल झाले. गावकुसाबाहेरचे जीवन आपल्या वाट्याला आले, असे कवी कवितेत नमूद करतो. पूर्वी आपण अस्पृश्य ठरविल्या गेलो आणि आपल्या जीवनाची चिखल माती झाली. आपले सर्व मानवी अधिकार नाकारल्या

गेले. अमानवीय जीवन आपल्या वाट्याला आले, असे प्रतिपादन कवी कवितेत करतो. अलीकडे वंचित म्हणून बडविले, कुंभार मातीला तुडवतो तसे वंचितांना तुडविले गेल्याचे कथन कवी कवितेत करतो. काल आपण बौध्द, प्रबुद्ध झालो. इतिहासात नागवंशी, महाअरी, अस्पृश्य, वंचित म्हणून आपली जी घोर दडपणूक केल्या गेली ती पुन्हा वर्तमानात होऊ द्यायची नाही. डॉ. बाबासाहेब आंबेडकर यांनी दिलेल्या बावीस प्रतिज्ञांचे अहिंसक पालन करून जातीपाती, देव, माता, बाबा, रूढी प्रसवणाऱ्या प्रवृत्तींना आंबेडकरवादी विचारांचे वळण लावून भावी पिढी घडवायची आहे. भगवान बुध्द, डॉ. बाबासाहेब आंबेडकर यांच्या तत्त्वज्ञानानुसार चालणारी, अन्याय-अत्याचाराच्या विरोधात लढणारी माणसे निर्माण करायची आहेत, असे प्रतिपादन कवी 'सर्जन' या कवितेतील पुढील ओळीत करतो आणि म्हणतो -

फार फार पूर्वी मी नाग होतो, आग होतो

एका महायुद्धात मातीमोल झालो

फार पूर्वी महाअरी समजल्या जायचो

शत्रूला मातीत घालणारा मी

गावाबाहेरच्या राजवाड्यात गाडल्या गेलो

जो आहे मातीचा

पूर्वी अस्पृश्य ठरलो

चिखल मातीतच लोळावं लागलं भररस्त्यात

अलीकडे दलित म्हणायचे अन् बडवल्या जायचो

तुडवल्या जायचो कुंभाराच्या मातीसारखा

काल बौध्द झालो, शुद्ध झालो, प्रबुद्ध झालो

आता दलित पददलित तुडवल्या गेलेली

लिबलिबीत गुलगुलीत, नरम-नरम बिनकण्याची

साच्यातून जातीपाती देव माता बाबा रूढी

अन् तशीच पिढी घडवणारी माती

मी मांडतो गरे फिरणाऱ्या अशोकचक्राच्या आसावर

आणि घडवतो बावीस प्रतिज्ञांच्या अहिंसक मुठीने

तेहतीस कोटी अधिक तेहतीस कोटी
मुंग्या माकोड्यांना ठेचणारा आंबेडकर!

(पृ. ३६)

कवी आनंद गायकवाड यांनी डॉ. बाबासाहेब आंबेडकर यांचे समाजक्रांतिकारक कार्यकर्तृत्व व बालपणापासूनची त्यांची जीवनघडण आपल्या 'डॉ. बाबासाहेब आंबेडकर' या कवितेत सांगितली आहे. डॉ. बाबासाहेब आंबेडकरांनी अस्पृश्यतेच्या विरोधात एकट्यानेच लढाई सुरू केली होती. कोणतेही राजकीय पाठबळ त्यांच्या पाठीशी नव्हते, असे प्रतिपादन कवी कवितेत करतो. डॉ. बाबासाहेब आंबेडकरांनी आंतरिक व बाह्य संघर्ष व्यवस्थितपणे हाताळला, असे कवी कवितेत सांगतो. बालपणी डॉ. बाबासाहेब आंबेडकर यांच्या वाट्याला आलेल्या अस्पृश्य जीवनाचे कडवट अनुभव कवी कवितेत कथन करतो. शूद्र, अतिशूद्र, अस्पृश्यांवर होत असलेल्या क्रूर, अमानवीय अन्यायाची जाणीव डॉ. बाबासाहेब आंबेडकरांना बालपणापासूनच होती, असे कवी सांगतो. पुढे डॉ. बाबासाहेब आंबेडकरांनी धर्मजातीय गुलामगिरीच्या, अस्पृश्यतेच्या विरोधात लढाई लढत असताना मनुस्मृतीचे दहन केल्याचा ऐतिहासिक संदर्भ कवी कवितेत देतो. डॉ. बाबासाहेब आंबेडकरांनी सुरू केलेल्या या धर्मजातीय विषमता नष्ट करण्याच्या लढाईतून आपल्याला बळ प्राप्त होते. कुठलेही राजकीय पाठबळ आपल्या पाठीशी नसताना आपण डॉ. बाबासाहेब आंबेडकर यांच्या लढ्यातून प्रेरणा घेतो, असे वक्तव्य कवी कवितेत करतो. डॉ. बाबासाहेब आंबेडकरांनी जीवनात आलेल्या प्रत्येक संकटावर मात केली. स्वजातीय बांधवांच्या विरोधाचाही त्यांनी यशस्वीपणे सामना केला. अस्पृश्य म्हणून झालेले सर्व अपमान त्यांनी पचविले. महात्मा गांधींनी स्वतंत्र मतदार संघाला विरोध केल्यामुळे स्वतंत्र मतदार संघाचा त्याग त्यांना करावा लागल्याचा संदर्भ कवी कवितेत देतो. धर्मजातीय व्यवस्थेने शूद्र, अतिशूद्र, अस्पृश्यांना माणूस म्हणून नाकारलेले हक्क डॉ. बाबासाहेब आंबेडकर यांनी भारतीय संविधानाद्वारे प्राप्त करून दिले. परंतु पूर्वाश्रमीचे अस्पृश्य महार

आणि १४ ऑक्टोबर १९५६ ला धर्मांतरित नवबौध्द आजही एकाकी, अनाथ, अल्पसंख्य आहेत. भगवान बुध्द, डॉ. बाबासाहेब आंबेडकर यांच्या विचारांव्यतिरिक्त, शिक्षणाव्यतिरिक्त कोणाचाही आधार या समाजाला नाही, असे मत कवी कवितेत व्यक्त करतो. डॉ. बाबासाहेब आंबेडकर यांची लढाई कोट्यवधी अस्पृश्यांच्या हक्काची लढाई होती. म्हणून कोट्यवधी अस्पृश्य ही लढाई लढण्यासाठी डॉ. बाबासाहेब आंबेडकरांबरोबर रणमैदानात उतरले. दगड, लाठ्यांचा मार झेलत अस्पृश्यांचे या लढाईत रक्तही सांडले, असे कवी कवितेत विशद करतो. कोणीही पाठीशी, सोबत नसतांना आजही नवबौध्द निधड्या छातीने रस्त्यावर येतो. अन्याय, अत्याचाराला विरोध करतो. आपल्या हक्काची लढाई लढतो, असे कथन कवी कवितेत करतो. डॉ. बाबासाहेब आंबेडकर हेच आपले तन-मन-धन, निर्मिक, कैवारी आहेत. डॉ. बाबासाहेब आंबेडकरांनी विरोधकांना परावृत्त करून, त्यांच्याशी वैचारिक संघर्ष करून अस्पृश्यतेचा नायनाट करण्याचे महान ऐतिहासिक कार्य आपल्या जीवनात केले. अस्पृश्यांचे जीवन जगण्यालायक बनविले. अस्पृश्यांना क्रांतिप्रवण केले. आत्मा, पुनर्जन्म, वेद-पुराण, स्मृती व ईश्वरवादी विचारांचा डॉ. बाबासाहेब आंबेडकरांनी त्याग केला, असे प्रतिपादन कवी कवितेत करतो.

आजही सुरू असलेल्या या सनातन लढाईत डॉ. बाबासाहेब आंबेडकरांचा जीवनपट आपल्यासाठी मार्गदर्शक आहे. भगवान बुद्धाचे तत्त्वज्ञान आपल्या सोबत आहे, असे कथन कवी कवितेत करतो. भगवान बुध्द, डॉ. बाबासाहेब आंबेडकर यांचे कार्य अखिल मानवजातीच्या कल्याणासाठी असताना त्यांना जाणीवपूर्वक जातीबंदिस्त केले जाते. राजकारणी राजकीय सोयीनुसार भगवान बुध्द, डॉ. बाबासाहेब आंबेडकर यांचा स्वीकार करतात. बौध्द धर्मीय असूनही इतर धर्मातील देवी-देवतांना, पीर-बाबांना नमन करतात, असे मत कवी कवितेत व्यक्त करतो. डॉ. बाबासाहेब आंबेडकर आणि माई दोघेच बौध्द धम्माची दीक्षा घेणार होते. परंतु डॉ. बाबासाहेब आंबेडकर यांच्या शब्दाखातर कोट्यवधी अस्पृश्यांनी बौध्द धम्माची दीक्षा घेतली. "बुद्धं सरणं

गच्छामि! धम्मं सरणं गच्छामि! संघं सरणं गच्छामि! म्हटले", असे कवी कवितेत सांगतो. भगवान बुध्द, डॉ. बाबासाहेब आंबेडकर हेच आता नवबौध्द समाजाचे भूत, वर्तमान आणि भविष्यातील मार्गदर्शक आहेत. नवबौध्द एकाकी आहेत. नवबौद्धांना आता कोणाचीच साथ सोबत नाही, असे मत कवी कवितेत व्यक्त करतो.

डॉ. बाबासाहेब आंबेडकरांनी आग्रा येथील आपल्या भाषणात आपण शोषित, पीडित, अस्पृश्यांसाठी काहीच करू न शकल्याची खंत व्यक्त केली होती. अस्पृश्य समाजातील शिक्षितांनी सामाजिक जबाबदारीपासून पळ काढल्याचे पाहून डॉ. बाबासाहेब आंबेडकर उद्विग्न झाले होते, अशी माहिती कवी कवितेत देतो. भगवान बुध्द, डॉ. बाबासाहेब आंबेडकर यांच्या विचारांनी नवबौध्द समाज लढत आहे. संघर्ष करीत आहे. परंतु समाज नेतृत्वहीन आहे, असे कवी कवितेत सांगतो. डॉ. बाबासाहेब आंबेडकरांचे अचानक झालेले महापरिनिर्वाण खूप दुःखदायक होते. आजही नवबौद्धांच्या परिस्थितीत फारसा बदल झाला नाही. तेच गावकूस, तीच गावकुसाबाहेरची वस्ती. अधूनमधून उसळ्या मारणारे तेच जाती पोटजातीचे बवंडर! ही सगळी परिस्थिती कशी बदलायची? या बिकट, दयनीय परिस्थितीवर मात करून पुढे कसे जायचे? असा प्रश्न कवीला पडतो. आजही कवीला डॉ. बाबासाहेब आंबेडकरांची उणीव भासते. डॉ. बाबासाहेब आंबेडकरांनी सुरू केलेल्या लढाईत ऐन तारुण्यात पदार्पण करून आपण धन्य झालो तर या आंदोलनातून काही धनी झाल्याचे कवी कवितेत नमूद करतो. जे धनी झालेत ते मजेत आहेत. परंतु त्यांचीही वसाहत गावकुसाबाहेरच आहे. चारही दिशेला ते विखुरले आहेत. आम्ही आजही फेकून दिलेल्या अवस्थेतच जीवन जगत आहोत. भणंग आहोत. डॉ. बाबासाहेब आंबेडकरांची उणीव कवीला सलत आहे.

डॉ. बाबासाहेब आंबेडकर अस्पृश्य समाजावर होणाऱ्या अन्याय, अत्याचाराला वाचा फोडायचे, संसदेत प्रश्न उपस्थित करायचे. आज नवबौद्धांवर होणाऱ्या अन्याय, अत्याचाराने परिसीमा गाठली आहे.

कडबा जाळावा तसे जोंधळेला जाळल्याचे कवी कवितेत नमूद करतो. नवबौद्धांचे संसदेत प्रतिनिधी नसल्यामुळे नवबौद्धांना झालेले अन्याय, अत्याचार एकतर निर्मुटपणे सहन करावे लागतात किंवा राग व्यक्त करण्याव्यतिरिक्त दुसरा पर्याय त्यांच्याजवळ नसतो, असे कवी कवितेत सांगतो. डॉ. बाबासाहेब आंबेडकर संसदेत अन्याय, अत्याचाराच्या विरोधात बोलायचे तेव्हा त्यांच्या बोलण्यात जी आग, धग होती ती आग, ती धग आपल्याही मनात तेवत असून समाजावर होत असलेले अन्याय, अत्याचार पाहून आपण प्रचंड अस्वस्थ आहोत, पेटून आहोत, असे कवी कवितेत सांगतो. नवबौद्ध समाजाची प्राप्त परिस्थिती व समाज बुडव्यांची वाढती पिल्लावळ पाहून कवीला राष्ट्रीय स्वयंसेवक संघाच्या छावणीत दाखल व्हावे की जयभीम म्हणत ध्वस्त होऊन जावे? असा प्रश्न पडतो. नवबौद्ध समाजाच्या पाठीशी आता डॉ. बाबासाहेब आंबेडकर यांच्या विचारांशिवाय कोणीही नाही, असे मत कवी कवितेत व्यक्त करतो. सम्राट अशोकाच्या कालखंडातील बौद्धधर्मीय मानवी मूल्ये आजच्या यांत्रिक, कारखानदारीच्या युगात खिळखिळी झाली आहेत. कारखानदारीने आमचे जीवन वेठीस धरले आहे. आमच्या जीवनाला आग लावली आहे. काय करावे? कुठे जावे? कसे जीवन जगावे? असे प्रश्न कवीच्या कविमनात निर्माण होतात. निफ्टी, बीएसई आजही रोजमजुरी करणाऱ्या बायाबापड्या-माणसांपासून कोसो दूर आहे, असे कवी कवितेत सांगतो. धनकुबेर आपले हित साध्य करण्यासाठी व्यवस्थेला हवे तसे वापरत आहेत. धनकुबेरांच्या हितालाच अधिक प्राधान्य देण्यात येत असल्याची जाणीव कवी कवितेत व्यक्त करतो. ही सगळी विपरीत परिस्थिती बदलण्यासाठी डॉ. बाबासाहेब आंबेडकर यांच्या विचारांचे एकमेव साधन आपल्याजवळ उपलब्ध आहे, असे कवी कवितेत सांगतो.

जागतिकीकरणाच्या या युगात पुंजीवादाने झोपडपट्टीत दस्तक दिली आहे. लोकशाहीच्या नावाखाली मालदारांचं चांगभलं होत आहे. एकूण परिस्थिती माणसाला हीनदीन करणारी आहे. ही लढाई लढतोच म्हटलं तर अनेक मोर्चांवर लढावी लागणार आहे. ही लढाई

लढण्यासाठी डॉ. बाबासाहेब आंबेडकर यांच्या विचारांव्यतिरिक्त दुसरी कोणतीही साधने आपल्याजवळ उपलब्ध नाहीत, असे कवी कवितेत नमूद करतो. नवबौद्ध समाजातील अंतकलह कवी कवितेत व्यक्त करतो. काहींना आपण जहाल आहोत असे वाटते. आपली तोलामोलाची आर्थिक परिस्थिती व परिस्थितीमुळे होत असलेले हाल कवी डॉ. बाबासाहेब आंबेडकर यांचे जवळ कथन करतो. आजही आपण असुरक्षित आहोत. कधी, कुठे खैरलांजीची पुनरावृत्ती होईल सांगता येत नाही, अशी भीती कवी कवितेत व्यक्त करतो. डॉ. बाबासाहेब आंबेडकरांची उणीव भासत असल्याचे कथन कवी कवितेत करतो. डॉ. बाबासाहेब आंबेडकरांचे विचार आमच्या सोबत आहेत. डॉ. बाबासाहेब आंबेडकर यांच्या विचारांच्या बळावर आम्ही खंबीरपणे उभे आहोत, असे प्रतिपादन कवी 'डॉ. बाबासाहेब आंबेडकर' या कवितेतील पुढील ओळीत करतो आणि म्हणतो -

लढाई तू एकट्यानेच लढायचा
कोणती रिपाइं तुझ्या मागे होती?
अंदर बाहेरच्या दोन्ही संघर्षात तू पुरून उरायचा
तुझे पाणी वेगळे शाळेत
टिफीन अलग
बैलगाडीतून ढकलल्यावर
घट्टपणे रस्ता घेऊन चालणारे पाय
कडू तिखट समुद्र डोळ्यात गोठलाय
सर्वांगात संतापाचे ॲसिड उसळतच होते
जीभ छाटणे/कानात उकळते शिसे ओतणे
हे तुला माहीत होते, मात्र तुला करायची होती कर्जफेड
मॅट्रीक पास होऊन तू पहिल्यांदा तप्त ॲसिड
मनूच्या तोंडावर फेकलेस
अरे, हीच जिद्द आजही ताठ करते आमचा मनका
कोणतीच रिपाइं आमच्याही मागे नाही
प्रत्येक परीक्षेचे डोंगर तू सर केलेस

डोंगर पोखरणाऱ्या उंदराचाही तू सामना केलास
दुरून फाईल फेकणारा बांधव
मध्यरात्रीला सामानासहित घराबाहेर काढणाऱ्या
त्या बहनजी
पाणी नाकारणारा हॉटेलवाला
आणि स्वतंत्र मतदारसंघ अव्हेरणारा खादीवाला
सर्वांना सुतासारखे सरळ केलेस तू
एका संविधानाच्या अस्त्राने
ती तुझ्या कोटातली कलम
हरेक पिढी घेऊन चालते आहे पाटी पुस्तकासोबत
कोण आहे त्यांच्या मागे?
तुझी लढाई पाण्यासाठी, हक्कांसाठी
उभा राहिलास कोट्यवर्धींच्या पाठीशी म्हणून
एल्गार पेटला
दगड लाठ्या उरावर घेत रक्तही सांडले

...   .

ही आरपारची युद्धकला
आजही 'डेक्कनच्या' चिंधड्या उडवते
निधड्या छातीने रस्त्यावर येते
या नागांच्या मागे कोणीच तर नाही!

...   .

रमाई शपथ आमचे तन मन धन तूच बाबासाहेब
कुत्र्याच्या राजछत्र्या
काँग्रेस गवत कापून हा समृद्ध मळा फुलवणारा
सुकलेल्या कंठात क्रांतीचा गळा खुलवणारा
आत्मा/पुनर्जन्म/वेद-पुराण/स्मृती/ईश्वरशाही
ठोकरीने उडवणारा युगंधर
आमच्या दुःखाचा टर्मिनेटर
तू दयाद्रतेचा महाकारुणिक, तूच आमचा निर्मिक

व्यक्तिपूजा म्हणून मला अडवू नकोस
तुही पूजा केलीस बुद्धाची
व्यवस्थेच्या विरुद्ध लढण्यासाठी
कोणत्या 'घडीत' तू वेळ बघितली नाहीस
तुझ्या दीक्षेचा मुहूर्तही भटोबाने काढला नाही
आता या सनातन युद्धात तू दिलेला बुध्द सोबत आहे
१४ एप्रिल १८९१ ते ६ डिसेंबर १९५६ या काळातील
तुला स्पर्शणाऱ्या घटना आमच्यासाठी राज्यघटनाच
तू बुद्धाचे धम्मयान तू धम्माचे संविधान!
काहींना वाटते तू पुतळा आहेस
कुणी कथा म्हणतात तुला तू बोट घालशील म्हणून
सभ्य माणसे तुझीच तुझ्या पुतळ्याकडेही पाहत नाही
काहींनी सोयीनुसार केले तुझे वर्गीकरण
तुझे जातीकरण करण्यातही वाकबगार

...   .

यायचे असेल तर या अन्यथा
तू नि माई दोघेच म्हणणार होते
बुद्धं सरणं गच्छामि!
सांस्कृतिक क्रांती तुझे होते लक्ष्य
हवालदिल फटेहाल भुकेकंगाल कोट्यवर्धींनी
तुझ्या शब्दाखातर म्हटले
धम्मं सरणं गच्छामि!
आजही मुखातून निनादतोय
संघं सरणं गच्छामि!
तू कथा कादंबरी कवितेच्या पलीकडचा
तू भूत वर्तमान भविष्याचा मार्गदर्शक
व्यवस्थेतील ग्रहतारे अंतराळ दाखविणारी तू हबल दुर्बीण
मनामनाचा नकाशा चितारणारा सॅटेलाईट कॅमकॉर्डर तू
तूच अणुबॉम्ब अग्निबाण आमच्यासाठी

तूच जीव की प्राण आमच्यासाठी
तुझ्यासाठी आम्ही आमच्यासाठी तू... बस्स!
आमच्या मागे आता कुणीच नाही!
तू बोलला एकदा आग्रा येथे आठवतंय?
फाटलेल्या वस्त्रातला भीमसमुद्र पाहून
'तुमच्यासाठी काही करू शकलो नाही'
क्रीमिलेअर गायब असलेले बघून उद्विग्न झालास
तुझ्या विचाराने लढतोच आम्ही आज
पण आमच्यासाठी लढणारा वीरदेह नाही
बाबासाहेब

तसा तुझा गुडबाय आम्हाला फारच महागात पडला
तुझी जयंती पुण्यतिथी राखीव झाली आम्हासाठी
हाती वर्गणीच्या पावत्या कपाळावर बॅड बॉय
सडकेने पाय बांधले आंदोलनाने हात
आपल्या जातीतही वेगळी झाली आमची जात
तेच गावकूस तीच वस्ती
तुझ्यासाठी उसळ्या मारणारी तीच मस्ती
आमची मस्ती जिरवणारी परिस्थिती
या परिस्थितीला कसं ठेचायचं?
बाबासाहेब

तुझा गुडबाय आम्हाला फारच महागात पडला
'तारुण्य कुर्बान करून धन्य व्हा', तू म्हणालास
आम्ही धन्य झालोत काही धनी झालेत
त्यांचीही कॉलनी गावकुसाबाहेरच
आम्ही पूर्वेकडे ते पश्चिमेकडे
कुणी उत्तरेला कुणी दक्षिणेकडे
आम्ही फेकून दिलेले
मातीचे देव त्यांनी सजवले मार्बलच्या माजघरात
त्या माजघरातील पोट्टेही माजून तर्र आहेत

आमचे दोन्ही हात अजूनही वर आहेत
खरंच बाबासाहेब
तुझा गुडबाय आम्हाला फारच महागात पडला
तू यादी वाचायचा अत्याचाराची आणि व्हायचा लालबुंद
पुकरायचा युद्ध
संसदेच्या पटलावर ठेवायचा सनातनी नग्नता
सत्तेची भग्नता
आज कडबा जाळावा तसा जोंधळे जाळला गेला
रागही त्यांचा आगही
आम्ही नसतो संसदेत
आम्ही अदखलपात्र, आमचे नुसतेच रागबतुले
आमच्यातले काही मंत्री काही झाले राज्याचे पालक
सदनातील ती लालबुंद आग आमच्यात घुसून
असांसदीय होताहे
मेंदूत गर्भधारणा मानवी बॉम्बची
'नमस्ते सदा वत्सले' करीत घुसू खाकी चड्डीत की
जयभीम म्हणत ध्वस्त होऊन जाऊ?
तू भिकेत दिलेल्या समाजबुडव्यांच्या महागड्या कोटात
पण आमचे वकीलपत्र कोण घेणार?
बाबासाहेब
तुझ्या विचाराशिवाय आमच्या मागे कोणीच नाही आता!
अंबानीच्या कारखान्यातील चक्रे
नि तिरंग्यातील अशोकचक्र
आमच्या डोक्यात फिरत असलेल्या चक्रांशी
येऊन भिडतात
कारखानदारीच्या ग्लोबल चक्राने अशोकचक्राचे आरे
केले खिळखिळे
बॉयलर पेटवावा तसे आमचे बूड पेटवले
आम्ही फिरतोय गरगर जमीनचक्रासारखे सडकांवर

फिरत फिरत कोणत्या मार्केटात घुसू?
निफ्टी बिएसईला अद्यापही माहीत नाही
कॉटन मार्केटातल्या शेंगा चोखणाऱ्या बाया

...   .

फोर्ब्सच्या यादीतील तमाम भारत भाग्य विधात्यांना
समसमान वीरचक्र वाटपाचा कार्यक्रम
आसासहित चक्र पूर्ण फिरविण्यासाठी आमच्याजवळ
तू एकटाच आहेस
चल, अशोकचक्राला तेलपाणी द्यायची वेळ झालीय
आरे घी ने फिरत नाहीत
किती बॉटल रक्त लागेल एवढं सांग
सम्राटानं फेकून दिलेली अवजारं कुठायं ते माहिताय
तूच फक्त उभा राहा पाठीशी
आता दाढ्यात उभा नवा ब्राह्मणवाद
भाईभतिज्यांची फौज साखरेच्या गोण्यांवर
मथ्थडांची मौज शाळा कॉलेजच्या धनावर
पुंजीवादाचा हरिकेन झोपडपट्टीत घुसताहे
ग्लोबल युगात लोकशाहीचे लेबल मालदारांचे बल ठरताहे
किती मोर्चावर लढायचे आहे?
बाबासाहेब, तुझ्याशिवाय पाठीशी कुणीच नाही!
पण, आपलेच काही दात ओठांवर आदळतात
काही तात पोरासोरांवर थुंकतात
काही नंदीबैलांना आम्ही वाटतो जहाल
काय करू बाबासाहेब तू बघतोच ना आमचे हाल
कुठं कुठं आणखी खैरलांजी होणार
या शंकेने उडलीय झोप

बाबासाहेब
तुझा गुडबाय आम्हाला फारच महागात पडला
तरी डोक्यावरून फिरणाऱ्या तुझ्या हाताने

रात्र भुर्रकन उडून जाते
आणि जयभीमच्या सलामीने होते गुडमॉर्निंग
तूच फक्त तूच आमच्या मागे उभा खंबीरपणे...!

(पृ. ३७-४०)

कवी आनंद गायकवाड यांनी विदर्भातील विशेषतः यवतमाळ जिल्ह्यातील शेतकऱ्यांनी केलेल्या आत्महत्यांची दखल आपल्या 'माझ्या जिल्ह्याची कविता' या कवितेत घेतली आहे. शेतकऱ्यांच्या अनेक समस्या असतात. आर्थिक समस्या ही त्यातील मुख्य समस्या असते. "सर्व सोंगे करता येतात पण पैश्याचे सोंग करता येत नाही", अशी विदर्भात, मराठी भाषेत एक म्हण आहे. वेळेवर पाऊस न पडल्यामुळे शेतकऱ्यांच्या पेरण्या यशस्वी होत नाहीत. दुबार पेरणीची सोय अनेक शेतकऱ्यांकडे नसते. शासकीय मदत मिळावी अशी पेरणीग्रस्त शेतकऱ्यांची आशा असते परंतु तीही वेळेवर मिळत नाही. अगोदरच सवाई-दिडीनं कर्जबाजारी त्यात पुन्हा दुबार पेरणीचा आर्थिक मारा व सांसारिक बोजा सोसू न शकल्यामुळे शेतकरी आत्महत्येचा मार्ग पत्करत आहेत. गळफास लावून आत्महत्या करीत आहेत. शेतकऱ्यांच्या आत्महत्यांमुळे गावं अस्वस्थ, असंतुष्ट आहेत. गावकऱ्यांत रोष आहे. शेतकऱ्यांना आत्महत्या करण्यास प्रवृत्त करणारी परिस्थिती व धोरणे या विरोधात शेतकरी, गावकरी रस्त्यावर येऊन आंदोलन करीत आहेत? राजमार्गावरून आक्रमण करीत आहेत? शेतकरी, गावकरी यांच्या मनातील असंतोषाचे हे आंदोलनकारी रूप पाहून आपण स्वप्नात तर नाही ना? असा प्रश्न कवीला 'माझ्या जिल्ह्याची कविता' या कवितेतील पुढील ओळीत पडतो. कवी म्हणतो -

बिजांना फुटलेच नाहीत कोंभ
फार उशिराने गावात पाऊस आला
जळालेल्या उमेदीला कवटाळून

रामजीबुवा फासावर लटकला.
मदत कशी आलीच नाही
फार उशिराने गावात साहेब आले
तहानलेले मन दाबून
महादेवने एन्ड्रीन घेतले.
यादीतून गावाचे नावचं होते गायब
फार उशिराने गावात मंत्र्याची मोटर आली
गुदमरलेली आशा घेऊन
मारुती आला मोटरखाली.
गावात एक पाखरुही नव्हते
गावात तेव्हा सरकारच गेले
पेटलेल्या मेंदूसवे
गावकरी जल्लाद झाले.
फाशीचा दोर घेऊन हातामध्ये
राजमार्गावरून आक्रमण करताहे गावच अखखे
डोळ्यावर विश्वासच बसत नाही
मी स्वप्नात तर नाही ना सखे?

(पृ. ४१)

कवी आनंद गायकवाड यांना वर्णव्यवस्थेची, जातीव्यवस्थेची चौकट मोडून त्या जागी भगवान बुध्द, डॉ. बाबासाहेब आंबेडकर यांच्या तत्त्वज्ञानानुसार समताधिष्ठित समाजाची निर्मिती करायची आहे. वर्णव्यवस्थेमुळे, जातीव्यवस्थेमुळे समाजात भेदभाव वाढीस लागला असून उच्चनीचतेच्या भावनेमुळे समाज एकमूठ न राहता विभक्त झाला आहे. एकमेकांचा शत्रू झाला आहे. तळागाळातील माणसाला अपमानित, विषमतेवर आधारित, लाचार, दरिद्री, अज्ञान-अंधकारमय जीवन जगावे लागत आहे. खऱ्या अर्थाने स्वातंत्र्य, समता, बंधुता व न्याय यावर आधारित समाजाची उभारणी करायची असेल

तर वर्णव्यवस्थेची, जातीव्यवस्थेची चौकट तोडून त्या जागी मानवतेचे गुणगान करणारी, समतेवर आधारित समाजव्यवस्था उभी करावी लागेल, असे प्रतिपादन कवी 'चित्र' या कवितेतील पुढील ओळीत करतो आणि म्हणतो -

एक फ्रेम आहे
अर्थात चार वर्ण
त्यात एक चित्र बंदिस्त
फ्रेम काळी आहे
त्यावर सूर्यकिरणांची जाळी आहे
ग्रासित सूर्याच्या कडांवर
नाचणारी प्रकाशरेघाच जणू
चित्र तेजाचे बुद्धाच्या तेजोवलयाचे
क्रांतीच्या वीर्याचे
सूर्याचेच!
असा बोट कर बाबासाहेबांसारखा
जयभीमचा गजर करून घाल हात अंधारात
अन् तोडून टाक ही साली अंधाराची चौकट
हे चित्र अंथरून घेऊ अख्ख्या धरणीवर!

(पृ. ४२)

कवी आनंद गायकवाड यांनी कविजीवन आणि सत्ताधारी जमातीचे जीवन यातील महदंतर आपल्या 'प्रयोग' या कवितेत चित्रित केले आहे. कवी कवितालेखनासाठी नवनवीन प्रयोग करतो तर सत्ताधारी जमात शोषणाचे नवनवीन हत्यारं शोधून काढतात, तयार करतात, असे कवी कवितेत सांगतो. आमच्या कविता देशातून विदेशात पोहचल्या व विदेशातून आमच्या शोषणाचे विचार आणि साधने आयात झाल्याचे आम्हाला कळलेच नाही, असे कवी कवितेत नमूद करतो. आता आम्ही

विचार विचारात न घेता, समाजहिताचा विचार न करता कोणाहीसोबत युती करायला तयार असतो. आपल्याच माणसाला विरोध करतो, असे मत कवी कवितेत व्यक्त करतो. आमचे कवितेतील विचार व प्रत्यक्ष जीवनातील वर्तणूक याचा ताळमेळ जुळत नाही. आता तर आमची सत्ताधारी जमातीच्या केसाला सुद्धा धक्का लावण्याची क्षमता नाही. आम्ही फक्त कविता लिहू शकतो. कवितेत नवेनवे प्रयोग करू शकतो, असे कथन कवी 'प्रयोग' या कवितेतील पुढील ओळीत करतो आणि म्हणतो -

आम्ही कवितेत नवेनवे प्रयोग करतो
ते शोषणाची नवनवी हत्यारं तयार करतात
आमची कविता पोहचली लंडनला
अमेरिकेहून शोषणाचे नवे सामान आले
हे माहीतच झालं नाही
आताशा युतीसाठी आसुसलेले आम्ही
मेश्राम मिश्राचं मिश्रण हाही आमचाच प्रयोग
आमच्याच केसांनी आमचा गळा कापतोय
हा विचित्र योगायोग
सांसदीय कविता हा आमचाच आविष्कार
असांसदीय चालचलन हा दुसरा प्रकार
खरं तर आता कुणाचे केसही उपटू शकत नाही
आम्ही कवितेत नवेनवे प्रयोग करतो!

(पृ. ४४)

कवी आनंद गायकवाड यांनी लोकशाहीर वामनदादा कर्डक यांच्याविषयी मनात असलेला आदरभाव व वामनदादा कर्डक यांचे आंबेडकरी चळवळीतील अनमोल योगदान आपल्या 'दादा' या कवितेत विशद केले आहेत. वामनदादा तबाजी कर्डक यांचे 'दादा' हे टोपणनाव होते. वामनदादा कर्डक यांचे जन्मगाव देशवंडी,

ता. सिन्नर, जि. नाशिक होते. भीमजयंतीची दवंडी ऐकली की आपल्याला वामनदादा कर्डक यांचे जन्मगाव देशवंडीची आठवण येते, असे कवी कवितेत सांगतो.

"उद्धरली कोटी कुळे भीमा तुझ्या जन्मामुळे",

हे वामनदादाचे अत्यंत-अत्यंत गाजलेले गीत भीम जयंतीला बौध्द वस्त्यातून वाजू लागते तेव्हा वामनदादाच्या या गीताने वस्त्यांत उत्साह संचारतो. माणसे आनंदाने डोलू लागतात, असे कवी कवितेत नमूद करतो.

"सांगा आम्हाला बिर्ला, बाटा, टाटा कुठं हाय हो
सांगा धनाचा साठा न् आमचा वाटा कुठं हाय हो",

या वामनदादांच्या ओळी आंबेडकरी जनतेला आर्थिक विषमतेची जाणीव करून देतात व आर्थिक समता प्रस्थापित करण्यासाठी, धनाच्या साठ्यातील आपला वाटा मागण्यासाठी जनआंदोलनात, मोर्च्यात सहभागी होण्याची प्रेरणा देतात, असे मत कवी कवितेत व्यक्त करतो. अलीकडे राजकीय, सामाजिक, आर्थिक, सांस्कृतिक, धार्मिक परिस्थिती भयावह झाली आहे. या भयावह परिस्थितीतही आपला समाज थोड्या फार प्रमाणात का होईना तग धरून आहे. काहींनी लाचारी पत्करली आहे तर काही उच्च स्थानावर विराजमान झाले आहेत. लाचार व उच्च स्थानावर विराजमान झालेल्यांना समाजावर होत असलेले अन्याय, अत्याचार पाहून, समाजाची दयनीय स्थिती पाहून चीड येत नाही. लाचार, उच्च स्थानावर विराजमान झालेल्यांचा हा कदाचित सामाजिक गुन्हाही असेल परंतु आपल्याला या गोष्टीची चीड येते, शिव्या देण्याची इच्छा होत असल्याची भावना कवी वामनदादाजवळ कवितेत व्यक्त करतो.

लोकशाहीर वामनदादा कर्डक यांनी आपले संपूर्ण जीवन आंबेडकरी जनतेला जागृत करण्यासाठी, आंबेडकरी जनतेच्या एकीकरणासाठी कुर्बान केले. ज्यांनी समाज फोडला, चळवळ फोडली, चळवळीचा

बाजार मांडला त्यांना वामनदादांच्या या त्यागाचे, बलिदानाचे मोल कसे कळणार? वामनदादांनी कधीच आपल्या भाकरीची फिकीर केली नाही. अठराविश्व दारिद्र्यात उपाशीतापाशी निजणाऱ्या समाजाच्या भाकरीसाठी वामनदादांनी आपली लेखणी व जीवन झिजविले. डॉ. बाबासाहेब आंबेडकरांची सच्चे अनुयायी बनले, असे प्रतिपादन कवी कवितेत करतो.

"तुफानातले दिवे आम्ही तुफानातले दिवे
ऊन वारा पाऊसधारा कधी न आम्हा शिवे"

या आपल्या कवितेतील ओळीप्रमाणे वामनदादा प्रत्यक्ष जीवन जगले. जीवनात आलेल्या वादळांना सक्षमपणे सामोरे गेले. आंबेडकरी जनतेच्या एकीकरणाचे, प्रबोधनाचे कार्य जीवनात आलेल्या तुफानाला न डगमगता करीत राहिले. वामनदादाचे हे समाजकार्य पुढे नेण्याची, वामनदादाच्या या निस्वार्थ समाजकार्यात वाटेकरी होण्याची इच्छा कवी 'दादा' या कवितेतील पुढील ओळीत व्यक्त करतो आणि म्हणतो -

भीमजयंतीची दवंडी ऐकली की देशवंडी आठवते मला
उद्धरलेल्या कोट्यवधी कुळाच्या जिभातून
तू बोलू लागतो
तू बोलू लागला की आसमंत डोलू लागतो
त्वेषाने खुलू लागतो
धनाच्या साठ्यात वाटा मागायला
पायात मोर्चा बांधून चालू लागतो
अलीकडे तुफान भयावह झाले आहे
आपले दिवे नाही म्हणायला अजून तग धरून आहेत
काही तेल मागत फिरताहेत
काही लटकलेत आकाशदिव्यासारखे
त्यांना चीड येत नाही हा त्यांचा गुन्हा असेल

मला चीड येते
दादा, तुझ्या ग्लासातील दोन थेंब मला दे,
अस्सल शिवी माझ्या ओठांवर आली आहे
दादा, कुणी एवढं कुर्बान होतं काय,
कंठात गदर पोटात वैश्वानर घेऊन
जागर करत फिरतोयस
भीमाच्या चिल्यापिल्यांनो एक व्हा म्हणतो,
एकाचे चार करून
चळवळीचा भागबाजार करणारे बाजारबसवे
तुझे मोल कसे करतील?
आपल्या भाकरीची फिकीर न करता
नाहीरे च्या भाकरीसाठी झिजणाऱ्या भीमाचा
सच्चा फकीर तू,
तू तुझा दिवा तुफानातही सांभाळलास
त्या जिद्दीचा वाटेकरी मला होऊ दे.
वामनदादा,
बस्स, तुझ्या ग्लासातले दोन शब्द मला दे!

(पृ. ४५)

कवी आनंद गायकवाड यांनी समाजातील अनेक लोक कसे चामडीचा व्यवसाय, उद्योग व उचापती करून गलेलठ्ठ, श्रीमंत झालेत हे आपल्या 'चामडी' या कवितेत सांगितले आहे. काही लोकं जनावराची चामडी विकून, काही वेश्याव्यवसायातून, काही दोन हाताची चेंडूफळी व चामड्याच्या चेंडूला थुका लावून टाकत श्रीमंत, गब्बर झाल्याचे दाखले कवीने कवितेत दिले आहेत. कवीने चामडीला परीसाची उपमा दिली आहे. आंबेडकरी समाजातील साहेब, अधिकारी समाजातील लोकांच्या कामी पडत नाहीत. चामडीबचाव धोरण स्वीकारतात, अशी तक्रार कवी कवितेत करतो.

आंबेडकरी समाजावर होणाऱ्या अन्याय, अत्याचाराच्या विरोधात आपण आंदोलनात, मोर्चात सहभागी होतो. पोलिसांच्या लाठ्या खातो. धर्ममार्तंडांचे वार झेलतो. शेवटी समाजासाठी चामडी सोलून घेणारे आपण मूर्ख ठरत असल्याची खंत कवी कवितेत व्यक्त करतो. रोजीरोटीसाठी उन्हातान्हात फिरताना चामडी करपून जाते, शुष्क होते. खाली पोटाने खरजिल्या कुत्र्यासारखी चामडी होते, असे कवी कवितेत सांगतो. नीतिनैतिकतेचा विचार न करता कौशल्य वापरून श्रीमंत झालेल्या गब्बरांच्या, नीतिनैतिकतेवर आधारित काबाडकष्ट करून उपासतापास झेलणाऱ्या मजुरांच्या व चळवळीसाठी आयुष्य खर्ची घालणाऱ्या कार्यकर्त्यांच्या जीवनातील आर्थिक विरोधाभास कवीने प्रस्तुत कवितेत व्यक्त केला आहे. डॉ. बाबासाहेब आंबेडकर या आपल्या मुक्तिदात्याला आपण आपले तन-मन-धन अर्पण केले असून त्यांनीच आपल्याला लाचारी पत्करू नका, स्वाभिमानाने जगा! असा मूलमंत्र दिला आहे, असे प्रतिपादन कवी 'चामडी' या कवितेतील पुढील ओळीत करतो आणि म्हणतो -

इस्माईल कुरेशी गुरांची चामडी विकून गब्बर झाला
टोलेजंग इमारत/फोर व्हीलर/रंगारंगाचे एटीएम कार्ड
पोरांचे लग्न धुमधडाक्यात केले
आता नातवाच्या नावावर आईस फॅक्टरी उभी केली
प्रेमलताबाईने तर धम्मालच केली,
तिची चामडीच लाखमोलाची
साडीवरून जीन्सवर आली!
मंत्रालयात तिला कुणीच ओळखले नाही
प्रत्येक वेळी शाळा, कॉलेज, नवनवे आदेश
नवनवे प्रोजेक्ट
बाई सोन्यासारखी पिवळी धम्मक झाली
जागतिक मंदीतही सोने वाढतीवरच आहे
ती आता प्रेमलताआई म्हणवून घेते
लोक पालकमंत्र्यांना बाबूजी म्हणतात

यात नवल काहीच नाही
तिचा नवराच गप्प मग आपण कोण?
काल सायकलरिक्षा चालवत होता तो
सवारी घेऊन जायचा गोऱ्या चामडीची
वर्षभरात त्याचे पंचतारांकित हॉटेल झाले
पुढे पुढे गाड्यांचे शोरुम, अनेक गाद्यांचेही एसी रूम
आता मस्तीत मस्त आहे तो
संदीप बोंबावारचा धंदा तेजीतच असतो
कधी सचिवालय, कधी आमदार निवास
कधी आपल्याच फाईव्हस्टारमध्ये
नोकरचाकर सगळे त्याला भाईजी म्हणतात
थुंकी लावलेला चामड्याचा बॉल बोटाने चोपडून
बोटे तोंडात घालणारा सचिन किती मोठा झाला?
साली चामडी आहे की परीस
तरीच आपले साहेबलोक चामडीबचाव धोरण
का स्वीकारतात हे कळताहे आता
आपण मूर्खच! पोलिसांच्या लाठ्यांना चामडी देतो
राम्या बजरंग्याचे धर्मकंडू वार चामडीचा खुरचा पाडते
रोजीसाठी फिरताना उन्हात भुर्जी होते चामडीची
खाली पोटाने खरजिल्या कुत्र्यासारखी होते चामडी
तरीही स्वतःच्या चामड्याचे बूट बनवून
मुक्तिदात्याला अर्पण करतो आपण
अरे, त्यानेच तर शिकवले
सोन्याच्या भाकरीसाठी चामडीचोर होऊ नका म्हणून!

(पृ. ४६)

समाजापासून नाळ तोडून अलिप्त जीवन जगणारे जर शत्रूपासून
स्वतःचे संरक्षण करू शकत नसतील तर त्यांनी समाजाशी जुळून
राहावे, असा सल्ला कवी आनंद गायकवाड यांनी आपल्या 'समाज' या

कवितेत दिला आहे. माणूस कितीही ज्ञानी, विद्वान असला तरी सर्वच आघाड्यांवर तो लढू शकत नाही. कोणत्या ना कोणत्या आघाडीवर तो कमजोर पडतो. विशेषतः शस्त्र घेऊन एखादा अंगावर चालून आला तर माणसाचा जीव पाणी-पाणी होतो. माणूस घाबरतो. म्हणून विद्वत्तेचा आव थोडा बाजूला ठेवून समाजाशी एकरूप व्हावे, असे आवाहन कवी विद्वतजनांना कवितेत करतो. सृष्टीतील सर्वच वस्तूप्राणीमात्रांवर प्रेम करावे. प्रेमतत्त्व चांगले आहे. परंतु जीवावर उठलेल्या, पाठी-पोटावर मागून वार करणाऱ्या, आया बहिणींच्या अब्रूवर हात घालणाऱ्या शत्रूचे काय? शत्रू संघटित असेल तर शत्रूचा प्रतिकार व शत्रूपासून स्वतःचा बचावही संघटितपणे करावा लागेल. म्हणून सर्वांनी समाजाला धरून राहावे. एकजूट व्हावे! शेवटी, संकटात समाजचं धाऊन येत असतो. 'रक्तच रक्ताच्या कामी येते, भक्त नाही', असे वक्तव्य कवी 'समाज' या कवितेतील पुढील ओळीत करतो आणि म्हणतो -

विद्वत्तेच्या कितीही गोष्टी सांगा
समोरून शस्त्रधारी चालून आला की
चड्डीच पिवळी होते
प्रेम सर्वांवर करावं
निसर्गापासून नॅनोपर्यंत
डोळे उघडे ठेवून वा
डोळे मिटून नानाविध आनंदतरंगाच्या डोही उतरावे
मागून कुणी उतरणार नाही याचे ध्यान ठेवावे
किमान सुरक्षा गार्ड हाताशी ठेवावे
आपली औकात असेल तर
नाहीतर समाजाशी तरी नाळ जोडून ठेवावी
रक्तच रक्ताच्या कामी येते, भक्त नाही!

(पृ. ४९)

कवी आनंद गायकवाड यांनी आंबेडकरवादी कवी अरुण काळे यांच्या आठवणींना आपल्या 'अरुण' या कवितेत उजाळा दिला आहे.

अरुण काळे यांचे सायरनचे शहर, ग्लोबलचं गावकुस, रॉकगार्डेन आणि नंतर आलेले लोक असे एकूण चार कवितासंग्रह प्रकाशित झाले आहेत. नंतर आलेले लोक या कवितासंग्रहाला २००७ चा महाराष्ट्र फाउंडेशन ग्रंथ पुरस्कार मिळाला आहे. अरुण काळे यांचेजवळ दूरदृष्टी होती. आंबेडकरी चळवळीत नव्याने आलेल्या कार्यकर्त्यांना सांभाळून घेण्याची, त्यांच्या प्रश्नांना उत्तरे देण्याची हातोटी त्यांच्याजवळ होती, असे कवी कवितेत नमूद करतो. अरुण काळे यांच्या निधनाने झालेले अतीव दुःख कवी कवितेत व्यक्त करतो.

"काळ म्हणजे सूर्याची उघडझाप", काळाची अशी काव्यमय व्याख्या मराठी कवितेत क्वचितच पाहायला मिळते. कवी आनंद गायकवाड यांनी काळाची केलेली ही व्याख्या मराठी कवितेला सुशोभित करणारी आहे. अरुण काळे वास्तववादी असल्यामुळे ते काळाबरोबर चालायचे, बोलायचे; आपल्या अवतीभोवतीच्या जगाचे सूक्ष्म निरीक्षण करायचे, माणसातील खरेखोटेपणा ओळखण्याची दृष्टी त्यांचेजवळ होती, असे प्रतिपादन कवी कवितेत करतो. आज अरुण काळे आपल्यात नाही. परंतु त्यांची कविता मात्र सदोदित काव्यक्षेत्राला प्रेरित करीत राहणार आहे. अरुण काळे यांचेजवळ बिसलेरीच्या निळ्या झाकनातही आंबेडकरी चळवळीची प्रतिमा पाहण्याची भेदक दृष्टी होती, असे मत कवी कवितेत व्यक्त करतो. आंबेडकरी चळवळीचे वाटोळे करणाऱ्यांना त्यांची जागा दाखविण्याची निकड कवी कवितेत व्यक्त करतो. अरुण काळे यांनी या जगाचा निरोप घेतला असला तरी त्यांच्या आठवणी आजही आपल्या अंतर्मनात दडलेल्या आहेत, असे कवी कवितेत विशद करतो. शेवटी, आबांना 'अरुण' या कवितेतील पुढील ओळीत कवी जयभीम सांगायला सांगतो आणि म्हणतो -

प्रश्नाचे उत्तर असायचे त्याच्याकडे
म्हणूनच प्रश्नांची सरबत्ती करायचो आम्ही
आम्ही नंतर आलेले तरीही त्याने सांभाळले
तहान लागली की विहीर खोदायची त्याचं असं नव्हतंच

स्वतःची तहान भागवून इतरांच्याही ओंजळीत
तो तृप्ती ओतायचा
त्याच्यासाठी आता जलदान करताना डोळे पाणावतात
काळ म्हणजे काय?
सूर्याची उघडझाप
तो काळासोबतच चालायचा बोलायचासुद्धा
अरुण म्हणजे सूर्यच ना?
काळे कदाचित काळावरच असावे बेतलेले
जगाच्या अंगमोडीचेही सूक्ष्म निरीक्षण
हा त्याचा स्थायीभाव
माणसाच्या आणि कणसाच्या भावातील चढउतार
तो अलगद टिपायचा
अचानक कुठूनतरी पक्षी यावा
पुढ्यातल्या कणसाचा दाणा टिपून घेऊन जावा
तसा तो गेला...
कणसासाठीच जगणाऱ्या कवड्याकवींच्या पसाऱ्यात
अरुण काळे नावाचा माणूस कुठाय?
तो म्हणायचा
बिसलेरीची निळी टोपी हरवलीय
कुठंच दिसत नाही
खाली शिशी तेवढी वापरली जाते शौचास जाताना
अरुण
तुझा रांगडा दादासाहेब भेटला म्हणजे त्याच्याच हाताने
निळे झाकण फिट्ट बसवायला देईन,
ज्यांनी केले निळीचे वाटोळे
त्यांच्या गॅसचेंबरच्या भोकावर
साले गॅस्ट्रोने तरी उडतील
होऊ दे रे, एकदा तरी सायरन वाजू दे!
बोल रे बोल

तुझा नंबर अजूनही आहे
तूच कसा डिलीट झालास यार
हं चल बंद करतो
आबांना जयभीम सांग!

(पृ. ५२)

कवी आनंद गायकवाड यांनी आपली स्वतःची स्वभाववैशिष्ट्ये व जीवन जगत असताना लोकांचे आलेले कडूगोड अनुभव आपल्या 'मिसकॉल' या कवितेत कथन केले आहेत. लोकांवर आपण हातचे राखून न ठेवता मनमोकळेपणाने प्रेम करतो. तरीही लोकं आपल्याशी दगाफटका करतात. आपल्याला धोका देतात, अशी खंत कवी कवितेत व्यक्त करतो. चळवळीत राबणाऱ्या सर्वसामान्य कार्यकर्त्याला 'घर आणि चळवळ' या दोन आघाड्यांवर लढावे लागते. घराकडे लक्ष दिले तर चळवळीकडे दुर्लक्ष होते. चळवळीत झोकून दिले तर घर उघड्यावर पडते. 'घर आणि चळवळ' यातील आंतरिक संघर्षावर मात केली नाही तर आपणच थांबतो, थिजतो, असे प्रतिपादन कवी कवितेत करतो.

दुःखी, कष्टी, शोषित, पीडित, वंचितवर्गाची लुबाडणूक, फसवणूक आपण करीत नाही. उलट आपण त्यांचे दुःखाश्रू पुसण्यासाठी, त्यांना धीर देण्यासाठी सदैव तत्पर, तयार असतो, असे कवी कवितेत सांगतो. क्रांतिचक्र गतिमान करण्यासाठी आपण आपले सर्वस्व अर्पण करू शकतो परंतु लोकांना आपल्या मदतीचा हात क्रांतिचक्र फिरवण्यासाठी नाही तर आपला व्यक्तिगत स्वार्थ साध्य करण्यासाठी हवा असतो, असे रोखठोक मत कवी कवितेत व्यक्त करतो. आपण कितीही प्रेमाने, मनमोकळेपणाने लोकांशी वागलो तरी लोक आपल्याशी दगाबाजी, बेइमानी करतात. आपल्याला धोका देतात असे परखड मत व खंत कवी 'मिसकॉल' या कवितेतील पुढील ओळीत व्यक्त करतो आणि म्हणतो -

आपला दरबार कुठेही भरत नसला तरी

दुसऱ्यांसाठी मन असते आपले खुले

हातचे राखून कधी प्रेम करीत नसतो आपण

तरीही लोक आपल्याला मिसकॉलच देतात

जीवनाच्या सकल सौंदर्याशी

संवाद साधावा वाटतो सर्वांगाने

मात्र एसएमएस वरच समाधान मानावे लागते

कार्यकर्त्यांचे आयुष्य असते मोबाईल

पुढे सरकलं तर घर चालायचं थांबते

मागे आले तर समाजाला कंप सुटतो

थांबले तर आपणच हँग होतो

सिम कितीही शक्तिशाली असले तरी

इन्स्ट्रुमेंट मार खाते

फोनबुकमध्ये दरबारातील सर्वच नंबर असतात

आपला नंबर मुर्खांचा असतो

हातचे राखून कधी प्रेम करीत नसतो आपण

तरीही लोक आपल्याला मिसकॉलच देतात

उदास डोळ्यातील आसवांना रत्नहार बनवून

गळ्यात घालून आपण मिरवत नाही

कुणाचेही अश्रू आपल्याला स्तंभीत करतात

आपण असतो रुमाल पकडून

कधी हातानेच पुसतो दुःखाश्रू दुसऱ्याचे

डोक्यावर थपली मारून धैर्य देतो

रोखतो त्यांचे आसवांचे बांध

ते मात्र हातच मागतात

क्रांतिचक्र फिरवायला आपणही देऊ

पण ते वापरतात चक्क घाणीने बरबटलेली

स्वतःची पिछाडी धुवायला

आपला हात कितीही सैल ठेवला तरी

लोक आपल्याला हातच दाखवतात
लोक आपल्याला मिसकॉलच देतात!

(पृ. ५४)

कवी आनंद गायकवाड यांनी शेतकऱ्यांपुढे प्रश्न उपस्थित करून त्यांना वस्तुस्थितीची जाणीव आपल्या 'प्रश्न' या कवितेतून करून दिली आहे. आज शेतकरी हवालदिल झाला आहे. कर्जात बुडून आहे. निसर्गाची साथ, सोबत नाही. मनाजोगं पीकपाणी नाही. घरशेत अनुकूल नाही. शेतकरी तुटून आहे. शेतकरी संकटात आहे. त्याच्या पायाखालची जमीन सरकली आहे, असे कथन कवी कवितेत करतो. ओढवलेल्या परिस्थितीवर शेतकऱ्यांनी कितीही आसवे गाळली तरी त्यांच्या जमिनी फुलणार नाहीत. किती दिवस असेच आसवे गाळत राहणार? तुमच्या मनाचा बांध कधी फुटणार? ओढवलेल्या परिस्थितीचा, संकटाचा सामना करण्यासाठी शेतकरी पुढे कधी येणार? असे प्रश्न कवी शेतकऱ्यांना 'प्रश्न' या कवितेतील पुढील ओळीत विचारतो आणि म्हणतो -

आकाशाकडे डोळे लावून बसलेल्यांनो
तुमच्या पायाखालची जमीन कुठे आहे?
जमिनी आसवांनी फुलत नाहीत
तुमच्या मनाचा बांध कधी फुटणार आहे?

(पृ. ५५)

कवी आनंद गायकवाड यांनी उपमा, प्रतिमातून निसर्ग भेदभाव करीत नाही, तो सर्वांशी सामाजिक नियमांनी नाही तर निसर्गनियमांनी वागत असतो, असे आपल्या 'मृत्युदंड' या कवितेत सांगितले आहे. माणसांच्या कुकृत्यांनी निसर्गाचा समतोल बिघडत चालल्याचे कवी कवितेत नमूद करतो. ढगफुटी, पूर-महापूर यासारखे निसर्गप्रकोप वर्णजातधर्म विचारात घेत नाहीत. ते सर्वांवर सारखेच कोसळत असले

तरी तळागाळातील माणसाची त्यात अधिक हानी होते. त्यांचे संसार उघड्यावर पडतात, उद्ध्वस्त होतात, असे प्रतिपादन कवी कवितेत करतो. जंगलात पेटलेला वणवा प्राण्यांची जात पाहत नाही, हा कावळा तो मोर असा प्राण्यात भेदभाव करीत नाही तर सर्वच प्राण्यांना एकाच न्यायाने होरपळतो, असे मत कवी कवितेत व्यक्त करतो. पक्षी निसर्ग नियमानुसार आपले जीवनयापन करतात. पक्ष्यांना धर्म, ईश्वर, यज्ञ माहीत नसतात. मोळी चार माणसाचे पोट तरी भरते. परंतु होळीने काहीच साध्य होत नसल्याचे मत कवी कवितेत व्यक्त करतो. पक्ष्यांचे जीवन स्वच्छंदी असते. पक्षी माणसाला घाबरतात. माणसापासून दूर, चार हात अंतर ठेवूनच ते उडतात. प्रदूषणाची, ग्लोबल वॉर्मिंगची चाहूल व जाणीव प्रथम पक्ष्यांनाच होते. ऑनर किलिंगसाठी जगणाऱ्या माणसाला पक्ष्यांचे जीवन, पक्ष्यांच्या भावना समजतील का? असा प्रश्न कवी कवितेत विचारतो. कुटुंबातील स्त्रीची कुटुंबातील सदस्यांनी केलेली हत्या याला ऑनर किलिंग म्हणतात.

या सृष्टीत जन्मणाऱ्या, वाढणाऱ्या आणि मरणाऱ्या सर्वच प्राणीमात्रांना सृष्टी अन्न, धान्य, हवा, पाणी पुरविते. मोबदल्यात मानवाने सृष्टीचा समतोल बिघडवला आहे. आता ही असमतोल सृष्टी वेळ, काळ, पवित्र धार्मिकदिवसं वगैरे काहीच पाहत नाही. भूकंप, त्सुनामीसारख्या नैसर्गिक आपत्ती माणसांवर कधीही ओढवतात, असे कथन कवी कवितेत करतो. वृक्षतोड, हवेचे, पाण्याचे, अवकाशाचे प्रदूषण सारखे होत असल्यामुळे निसर्गही सामाजिक पीडितांसारखा पीडित होत असल्याचे कवी कवितेत सांगतो. निसर्ग तात्काळ न्याय करतो. चुकले तर दंड-मृत्युदंड, बरोबर असले तर पुरस्कार देतो, असे निसर्गाचे न्यायतंत्र कवी 'मृत्युदंड' या कवितेतील पुढील ओळीत व्यक्त करतो आणि म्हणतो-

ढगफुटीनं हादरलं अवघ्यांच आकाश
तळागाळातील आयुष्ये ओल्या डोळ्यात वाहून गेली
ढगांच्या लेखी नसते जातपात धर्मशास्त्रासारखी!

मोर असो की कावळा सर्वांनाच होरपळावे लागते
जंगलात पेटलेल्या वणव्यात
गवताच्या काडीसारख्या आधारासाठी
त्यांना माहीत नसतो ईश्वरही
पक्षी म्हणजे समिधाच
त्यांच्याकडे यज्ञाचं पुस्तक नसते
मोळी भरते चार माणसांचं पोट तरी
होळी काढते पायाखालची फांदी
भांडवली सैन्याला पक्षी घाबरतात
पक्षाची संसद उद्ध्वस्त करणारे असतात कोण?
त्यावर बोलणारा पक्षनेता नसतो पक्षाजवळ
त्यांची भाषा त्यांनाच समजते
ते देतात संकटाची चाहूल फिरस्ते होऊन सर्वांना
साधू संत महंत मुनी भिक्खू सारखे मठमंदिरात
ठाण मांडून बसत नाहीत
खरे तर तेच ग्लोबल आहेत
ग्लोबल वॉर्मिंगचा देतात इशारा
त्यांना असते गरज एका दोस्ताची
ऑनर किलिंगसाठी जगणाऱ्यांना
समजेल का त्यांचे फिलिंग?
निसर्ग देतो अन्न धान्य हवा पाणी सदैव
माणूस देतो एकच दिवस पर्यावरणासाठी
देतो खाद्य निसर्गला अमानवी
तब्येत बिघडलेला निसर्ग जाणत नाही तारखांचे महात्म्य
तो ईदच्या दिवशी घडवितो भूकंप
आणि नाताळाला फेकतो जाळे त्सुनामीचे
शमीच्या झाडावरचे शस्त्र काढून झाडांनाच मारणे
मनुष्य-प्राण्यांच्या तोंडचे पाणी बाटलीबंद करणे
वारे अडवणारे पहाड भुईसपाट करणे

शुद्ध हवेत कारखान्यातील विषारी वायू सोडणे
जमिनीत कालवणे
पेपरमील मधून निघालेले घातक लगदे वा
पॉलीथीनचा कचरा
अवकाशात ई-कचऱ्याचे प्रक्षेपण
समुद्रात मिसळता कीटकनाशके, नदीत रसायने
निसर्गाची खैरलांजीच करायची
असा तुमचा मनसुबा, तुमचा धर्म
धर्मांधांनो!
गंगेच्या पाण्यात कधी वाहत जाल सडक्या प्रेतासारखे
कळणार नाही
अपील करायला निसर्गाचे विविध खंडपीठे नाहीत
पामरांनो
तिथे असतो एकच अंतिम न्याय
मृत्युदंड! मृत्युदंड!! मृत्युदंड!!!

(पृ. ५९)

डॉ. बाबासाहेब आंबेडकर यांच्या नेतृत्वात सामाजिक, आर्थिक, राजकीय, धार्मिक व सांस्कृतिकदृष्ट्या राख झालेला अस्पृश्य समाज अस्पृश्यतेची राखरांगोळी करून उठून उभा झाला आहे. डॉ. बाबासाहेब आंबेडकर यांनी आमच्या जीवन जाणिवा विकसित केल्या असून प्रतिकूल परिस्थितीतही आम्ही सर्व प्रकारच्या गुलामीच्या विरोधात उभे ठाकतो, लढतो, संघर्ष करतो, असे प्रतिपादन कवी आनंद गायकवाड आपल्या 'आम्ही' या कवितेत करतात. आम्हाला संपविण्याचा, आमचे अस्तित्व नेस्तनाबूत करण्याचा कितीही प्रयत्न केला तरी आम्ही पुन्हा पुन्हा जीवनाचे तत्त्वज्ञान घेऊन अंकुरतो, असे कथन कवी कवितेत करतो. डॉ. बाबासाहेब आंबेडकर यांच्या लढ्यातून प्रेरित झालेले आम्ही गुलामीचे जोखड झुगारतो, असे कवी 'आम्ही' या कवितेतील पुढील ओळीत विशद करतो आणि म्हणतो -

राखेतून उठलेलं हे निळं आकाश डोळाभर पेरून घेताना
असा क्रांतिसूर्य मेंदूतून वर येतो आणि
काळोखाची राखरांगोळी करतो
राख ठेवली राखीव तरी आम्ही तयारच आहोत
माती असो की राख त्याचेही बारुद बनवतो
याचे तुम्हाला नवल वाटेल
हे ही एक रिडल्सच...
आम्ही मरतच नाही
मृत्यूच्या मृदेतून अंकुरतो जीवनाचे तत्त्वज्ञान घेऊन
राखेतून उठलेलं हे निळं आकाश डोळाभर पेरून घेतो
क्रांतीसूर्याच्या अंगाखांद्यावर खेळत
काळोखाची राखरांगोळी करतो
आम्ही!

(पृ. ६०)

कवी आनंद गायकवाड यांची कविता सामाजिक विषमता, ब्राह्मण्य, माणसाला मागे ओढणाऱ्या अनिष्ट धार्मिक चालीरीती, रुढी, परंपरा यावर भाष्य करणारी कविता आहे. कवी आनंद गायकवाड यांची कविता सामाजिक अन्याय, अत्याचाराच्या विरोधात संघर्ष करण्याचे, लढण्याचे आवाहन करणारी कविता आहे. कवी आनंद गायकवाड यांची कविता आपला विरोध प्रकट करतांना कोणाचीही भिडमुर्वत ठेवत नाही. ती सरळ सरळ घणाघाती विरोध करते. कवी आनंद गायकवाड यांच्या सर्वच कविता मुक्तछंदात आहेत. कवितेत उपमा, प्रतिमा, प्रतीकांची रेलचेल आहे. कवी आनंद गायकवाड यांच्या कवितेतील, अर्थ, आशय, तत्त्वार्थ समजून घेतला तरच त्यांच्या कवितेतील सामाजिक, धार्मिक, वर्णजातीय विरोधाची सनदशीर बाजू लक्षात येते. कवितेतील विरोधाचा समाजोपयोगी, मूलगामी अर्थ समजतो. कवी आनंद गायकवाड यांच्या कवितेतील सामाजिक, धार्मिक विरोध हा धर्मद्वेषी नसून समाजातील वाईटाला

चांगले, चांगल्याला अधिक चांगले बनविण्याचा उद्देश त्यामागे आहे. सामाजिक परिवर्तनाचा प्रामाणिक विचार यामागे आहे. समाजाच्या प्रगतीला, विकासाला गतिमान करण्याचा हेतू यात दडलेला आहे. कवी आनंद गायकवाड यांच्या कविता धार्मिक स्वार्थाला अधिक महत्त्व न देता माणुसकीला, मानवतेला, देशाला सौंदर्य प्रदान करण्यावर जास्त भर देतात. कवी आनंद गायकवाड यांच्या कवितेत व्यक्त झालेल्या सामाजिक, धार्मिक रागातही मैत्रीची, करुणेची व समाजाच्या कल्याणाची भावना आहे. कवी आनंद गायकवाड यांच्या कवितेतील विरोध हा मित्रभावी आहे, शत्रुभावी नाही. कवी आनंद गायकवाड यांच्या कवितेतील सामाजिक, धार्मिक विरोध राष्ट्रीय हिताला, राष्ट्रीय ऐक्याला, स्वातंत्र्य, समता, बंधुता व न्याय या राष्ट्रीय मूल्यांना अधिक बलशाली करण्यासाठी आहे. कवितेत व्यक्त झालेला सामाजिक, धार्मिक विरोध व्यक्तिगत स्वरूपाचा नाही तर त्याला आजतागायत मानवाने विकसित केलेल्या प्रगत समाजतत्त्वांची जोड आहे. कवी आनंद गायकवाड यांची कविता समाजाचे, देशाचे हित-अहित ओळखणारी, मांडणारी कविता आहे. ती स्वधर्मीय-परधर्मीय असा भेदभाव करीत नाही. कवी आनंद गायकवाड यांच्या कवितेची भगवान बुद्ध, डॉ. बाबासाहेब आंबेडकर यांच्या मानव कल्याणकारी तत्त्वज्ञानावर श्रद्धा आहे. कवी आनंद गायकवाड यांच्या कवितेत देश सर्वोच्चस्थानी तर धर्म दुय्यमस्थानी, गौणस्थानी आहे. कुणी वर्णजातधर्माच्या नावावर देशाला, समाजाला मागे ओढणारे कृत्य करीत असेल तर आनंद गायकवाड यांची कविता अशा प्रवृत्तींवर तुटून पडते. वर्णजातीव्यवस्थेच्या जागेवर आपण अधिक प्रगत संसदीय लोकशाही व्यवस्था स्वीकारली असताना अप्रगत वर्णजातीव्यवस्था लोकशाहीत जिवंत ठेवण्याचे प्रयोजन काय? देशवासीयांच्या मन-मस्तीष्कातून लोकशाही राष्ट्र उभारणीसाठी वर्णजातीव्यवस्थेचे समूळ उच्चाटन आपण का करीत नाही? कवी आनंद गायकवाड यांची कविता वर्णजातीविरहित संवैधानिक लोकशाहीचा पुरस्कार करते.

संवैधानिक मूल्यांवर आधारित राष्ट्र उभारणीची मागणी करते. कवी आनंद गायकवाड यांची कविता समाजाला, देशाला सुंदर, सुखी बनविण्यासाठी शब्दबध्द झाली आहे. राष्ट्र निर्मिती व राष्ट्र हिताला प्राधान्य देत कवी आनंद गायकवाड यांची कविता अशीच फुलत, प्रगत होत राहो, मराठी साहित्याच्या कविताप्रांतात ती समृद्ध होत राहो, अशी सदिच्छा देतो नि थांबतो!

डेमोफून

- केतन पिंपळापुरे

कवी केतन पिंपळापुरे यांचे सूर्यकंकण, मकाबी, डेमोफून आणि नोबल ट्रूथ असे एकूण चार कवितासंग्रह प्रकाशित झाले आहेत. त्यापैकी 'डेमोफून' या कवितासंग्रहातील कवितांची समीक्षा वाचकांच्या दरबारात सादर करीत आहे. कवी केतन पिंपळापुरे यांच्या कवितेबरोबर कवितेची समीक्षा वाचकांना आवडेल, अशी आशा बाळगतो. कवी केतन पिंपळापुरे यांची कविता अधिक जवळून समजून घेण्यास या समीक्षेचा निश्चितच उपयोग होईल. 'डेमोफून' हा कवितासंग्रह समता संगर प्रकाशन, नागपूर यांनी प्रकाशित केला आहे.

कवी केतन पिंपळापुरे आंबेडकरवादी चळवळीत, आंबेडकरवादी साहित्य चळवळीत आणि समता सैनिक दलात सक्रिय होते. त्यामुळे आंबेडकरवादी समाजाचे जीवन त्यांना अतिशय जवळून बघता आले. भगवान बुध्द, डॉ. बाबासाहेब आंबेडकर यांच्या तत्त्वज्ञानानुसार त्यांनी समाजव्यवस्थेचे अवलोकन, मूल्यमापन केले. आपल्या कवितांना प्रगतशील विचारांचे वळण दिले. लोकशाहीच्या प्रागतिक भूमिकेचे त्यांच्या कवितेत समर्थन आहे तर प्रतिगामी विचार व कृतींचा निषेध आहे. आंबेडकरवादी कविता सर्व प्रकारच्या शोषणाला, अमानवीयतेला विरोध करते. ह्या विरोधात आक्रस्ताळेपणा नसून मूलगामित्व आहे. आंबेडकरवादी कवितेच्या विद्रोहातही भगवान बुद्धाची करुणा, मैत्री दडलेली आहे. आंबेडकरवादी कविता माणसाच्या विरोधात नाही. ती माणसातल्या पशुत्वाच्या विरोधात आहे. आंबेडकरवादी कविता कोणत्याही धर्माच्या विरोधात नाही. ती माणसातला मानवधर्म नष्ट करणाऱ्या धार्मिक चालीरीतींच्या विरोधात आहे. आंबेडकरवादी

कविता धर्मांधतेवर रोष व्यक्त करते. धर्मांधता ही लोकशाहीला मारक आहे, मानवाच्या विकासाला बाधक आहे, म्हणून आंबेडकरी कविता धर्मांधतेवर आपला रोष व्यक्त करते. हा रोष कोणाचेच वाईट चिंतीत नाही. एकूणच भारतीय समाजाची योग्य दिशेने वाटचाल व्हावी हा यामागचा व्यापक दृष्टिकोन असतो. अगोदरच समाज दुःखजर्जर आहे. शोषणाने जर्जर आहे. चुकीच्या कृतीतून पुन्हा दुःखात, शोषणात वाढ होऊ नये, हा यामागचा उद्देश आहे. हा उद्देश चुकीचा असेल तर आंबेडकरवादी कवितेचे प्रयोजन काय? हा उद्देश बरोबर असेल तर आंबेडकरवादी साहित्याला, कवितेला समाजातील सर्व प्रकारच्या वाईटांवर, दुःख, शोषणावर बोलण्याचा अधिकार आहे. ही अधिकारीक जाणीवच आंबेडकरवादी साहित्य निर्मितीच्या मुळाशी आहे. आंबेडकरवादी लेखक, कवींची प्रेरणा आहे. टीका, रोष, विद्रोह ही आंबेडकरवादी साहित्याची वैचारिक साधने असून दुःखमुक्त, शोषणमुक्त नवसमाजाची निर्मिती हे साध्य आहे. कवी केतन पिंपळापुरे यांच्या कवितेला हे साध्य माहीत आहे. म्हणून त्यांची कविता इकडे-तिकडे भटकत नाही. वैचारिक गोंधळ निर्माण करीत नाही. समाजात जे काही चांगले-वाईट आहे ते सांगून त्यांची कविता कोणाची भिडमुर्वत न ठेवता मोकळी होते.

कवी केतन पिंपळापुरे यांच्या कवितासंग्रहाचे 'डेमोफून' हे शीर्षक मराठी भाषिकांना अपरिचित आहे. डेमोफूनची कथा पुढीलप्रमाणे आहे. डॉ. बाबासाहेब आंबेडकरांच्या पंचावन्नाव्या वाढदिवसानिमित्त काही पत्रकार बाबासाहेब आंबेडकरांना भेटायला येतात. त्यावेळी त्यांच्या आग्रहावरून या देशातल्या शोषितांना संदेश देतांना ग्रीक कवी होमरच्या महाकाव्यातली कथा बाबासाहेब आंबेडकर सांगायला सुरुवात करतात. त्यात डिमेटर नावाची देवता या विश्वाच्या उद्धाराकरिता आपण एक महापुरुष घडविला पाहिजे; या भावनेने झपाटलेली असते. ती आपला वेष बदलून त्या महापुरुषाचा शोध घेत ती किलॉस राजाच्या राज्यात येते. राजा तिला आपल्या मिटोनेरिया राणीची दासी म्हणून सेवेला ठेवतो. राणी आपल्या तान्ह्या बाळाच्या संगोपनाची जबाबदारी तिला

सोपविते. दिवसभर ती त्या बाळाचे संगोपन करते आणि रात्री त्याच्या अंगावरचे सर्व कपडे काढून त्याला धगधगत्या निखाऱ्यांवर ठेवते. उद्देश हा की, त्या बाळाच्या अंगात आगीची धग सोसण्याची क्षमता यावी. हा क्रम नित्यनेमाने सुरू असतो. हळूहळू त्या बाळातही आगीची धग सोसण्याची क्षमता वाढीस लागते. एकदा सहज रात्रीच्या वेळी राणी या दासीच्या कक्षात डोकावून बघते तर आपले बाळ धगधगत्या निखाऱ्यावर ठेवलेले दिसते. तिचे मातृहृदय कळवळून उठते. ती धावत जाऊन बाळाला निखाऱ्यांवरून उचलून जवळ घेते. आणि ही कथा इथवर सांगून बाबासाहेब आंबेडकर थांबतात आणि म्हणतात, "त्या राणीला तिचं मूल परत मिळालं, परंतु हे जग मात्र एका महापुरुषाला मुकलं!" त्या मुलाचं नाव असते 'डेमोफून'. तात्पर्य : महापुरुष आकाशातून पडत नसले तरी धग सोसल्याशिवाय ते घडत नाही. कवी केतन पिंपळापुरे यांनी आपल्या जीवनात प्रत्यक्ष दुःख, शोषणाची धग सोसली. शोषित, पीडित समाजाचे दुःख, शोषण पाहून त्यांचे कविमन गहिवरले आणि त्यांच्या शब्दांनी कवितारूप धारण केले. त्या कवितांचा संग्रह म्हणजे 'डेमोफून' होय.

डॉ. बाबासाहेब आंबेडकर यांच्या एका ग्रंथाचे नाव 'मुक्ती कोण पथे?' असे आहे. कवी केतन पिंपळापुरे यांच्या "डेमोफून" या कवितासंग्रहातील पहिल्या कवितेचे शीर्षक 'मुक्ती कोण पथे?' असे आहे. शीर्षकावरून कवितेतील आशयाचा आपल्याला अंदाज येतो. कवी केतन पिंपळापुरे यांना तत्त्वज्ञानाचा गुंतावळा जटील वाटतो, तसा तो असतोही. परंतु तत्त्वज्ञान सुद्धा ज्ञेय (knowable) असते. कवी केतन पिंपळापुरे यांनी डॉ. बाबासाहेब आंबेडकर यांच्या उदयापूर्वी समाजात वर्णधर्मवेदजाती आधारित जी विदारक परिस्थीती होती त्याचे वर्णन मुक्ती कोण पथे? या कवितेच्या प्रारंभी केले आहे. माणसाच्या जन्मावरून त्याचा धर्मजातवर्ण ठरत असतो. एकदा धर्मजातवर्ण निश्चित झाला की माणूस त्यात गुंतून पडतो. शुद्ध-अशुद्ध रक्तभेद जोपासतो. रक्ताभिमान बाळगतो, असे कवी कवितेत नमूद करतो. धर्मग्रंथातून ब्रम्हज्ञानाचीच चर्चा होत होती. समाज

रसातळाला जात होता. समाजाची स्थिती केविलवाणी झाली होती. या दयनीय स्थितीतून समाजाला बाहेर काढणारा कोणी दिसत नव्हता. कर्मही विषाक्त झाले होते. मनुष्यजीवन संचिताबरोवर फरफटत होते. माणसाच्या दडपणुकीसाठी तत्त्वज्ञानाचाही वापर होत होता. मनुष्यजीवन यातनांचे भोग भोगत होते. मनुष्यत्व धर्मसंस्कृतीच्या पायावर मरून पडले होते. मनुष्य आपल्या दयनीय स्थितीबद्दल नशिबाला दोष देत होता. अध्यात्मिक सुखाच्या शोधात भक्तिमार्गही स्वीकारीत होता, असे तत्कालीन समाजजीवनाचे चित्रण कवी कवितेत करतो. अशा बिकट परिस्थितीत डॉ. बाबासाहेब आंबेडकरांनी या वर्णधर्मजात पीडित, पिचलेल्या माणसाला प्रलयंकारी हाक दिली, हात दिला, असे कवी कवितेत कथन करतो. किती दिवस या गुलामीच्या कावडी घेवून चालणार आहात? कधी मुक्त होणार आहात? कोण मुक्त करणार आहे? मुक्ती कोण पथे? असे एक ना अनेक प्रश्न डॉ. बाबासाहेब आंबेडकर या पीडित, पिचलेल्या समाजजथ्थ्यांना विचारतात. मुक्तीचे आवाहन करतात. अमानुषतेने समाजजीवन गजबजलेले आहे. माणसाच्या मनात जाती दडून आहेत. उच्चवर्णजातीय अहंकार आणि संस्कार पीडित, पिचलेल्या अंगांवर चवताळून येत आहेत. मनुष्यत्वाचा गळा आवळत आहेत, असे प्रतिपादन कवी कवितेत करतो. माणसाला भुलवणारे तत्त्वज्ञान सोडून आम्ही डॉ. बाबासाहेब आंबेडकरांचे तत्त्वज्ञान स्वीकारले आहे. डॉ. बाबासाहेब आंबेडकरांनी दाखविलेल्या मुक्तिपथावरून आम्ही चालत आहोत. सम्यक जीवनार्थाकडे वाटचाल करीत आहोत. डॉ. बाबासाहेब आंबेडकरांनी दाखविलेला मार्ग हा भयमुक्त जीवनाचा मार्ग आहे. मानवी मनाला स्वातंत्र्य बहाल करणारा मार्ग आहे. मानवी जीवनाला अंधाराकडे नव्हे तर प्रकाशाकडे घेऊन जाणारा मार्ग आहे. विश्वबंधुत्व सांगणारा मार्ग आहे. इच्छापूर्ती करणारा, यशस्वितेकडे नेणारा मार्ग आहे. धरतीला करुणामय करणारा मार्ग आहे, असे कवी सांगतो. डॉ. बाबासाहेब आंबेडकरांचा मुक्तिपथ आपण विवेकाच्या सहाणेवर (कुरुंदाचा दगड/खरप) घासून, तपासूनच स्वीकारला आहे. आपण या

मुक्तिपथावरून चालत असल्याचे, कवी कवितेतील पुढील ओळीत
नमूद करतो आणि म्हणतो -

देहातील रक्तवाहिन्यांसारखी जटील
तत्त्वज्ञानाची अफलातून गुंतावळ
जन्मप्रामाण्याच्या आत्मरत जाळ्यात
गुंतला असतो प्राण
वर्ण-वेदाच्या डोळ्यात उभे असतात
अटळ रक्तशुचितेचे तीक्ष्ण शूळ
या चतुष्पाद ग्रंथ-पंथाच्या तार्किक गदारोळात
उठत असते सदा-सर्वकाळ
परब्रम्ह्याच्या अस्तित्वाची चौखूर धूळ
तम क्षितिज भेदून जाईल आरपार
अशी उगवत नाही नजर डोळ्यांच्या खाचांतून
नसानसांतून वाहतेय जन्मगत ब्राम्हण्याचे
जळजळते हलाहल आणि
कर्माच्या जिभेवर वळवळते आत्मगत प्रारब्धाचे गरळ
हृदयावर पोसली जातात अपेंडिक्ससारखी
संचितांची वारुळे
सावधपणे सावज वधणारी ही इथली
पूजनीय कपटी तत्त्वज्ञाने
या जन्माच्या भोगवाटांवरून यातना वाहणारे
सनातन गर्दभ
धर्मसंस्कृतीच्या पायावर मरून पडलेले
मनुष्यत्वाचे सचेतन संदर्भ
भाग्यवादाचे फुटके कंदील हातात घेऊन
उभ्या आंधळ्या दिशा
भक्तिरसाच्या कैफात दंग होऊन नाचलो आम्ही
आयुष्याच्या ओसाड वाळवंटात

अशावेळीच आला माणसांच्या पाळण्याला झोके देणारा
तुझा प्रलयंकारी हात
आणि परंपरांची वारी घेऊन निघालेल्या जीवांना
तू विचारलेस कळवळून
आणखी किती दिवस गुलामीच्या कावडी घेऊन
चालणार आहेत तुमचे जथ्थे
मुक्ती कोण पथे? मुक्ती कोण पथे? मुक्ती कोण पथे?
अमानुषतेचे हे निबीड अरण्य
इथे जाती असतात दबा धरून बसलेल्या
अहंकार येतात चवताळून अंगावर आणि
संस्कार आवळतात गळा
या रानभूल टाकणाऱ्या तत्त्ववाटा टाळून
आम्ही स्वीकारला तुझा मुक्तिमार्ग
आम्ही निघालोत तुझ्या मुक्तिपथावरून
सम्यक जीवनार्थाकडे
जिथे जीवन असेल भयमुक्त आणि मने असतील स्वतंत्र
जिथे अंधार शिरजोर होऊन अडविणार नाही
झुळझुळता प्रकाशओहोळ
जिथे तूषार्त ओठांवर ओघळतील
विश्व बंधुत्वाच्या सृजलधारा
जिथे इच्छांच्या देठांवर फुलतील
यशाची चिरंतन सूर्यकमळे
आणि अनवाणी पावलांच्याखाली
धरतीला येतील करुणेची गर्दनिळी फुले
आम्ही विवेकाच्या सहाणेवर घासूनच स्वीकारली
तुझी तथ्ये
आम्ही चालतो मुक्ती पथे...!
आम्ही चालतो मुक्ती पथे...!

(पृ. १-२)

केतन पिंपळापुरे आशावादी कवी आहेत. आशावादी असणे हे माणसाच्या जिवंतपणाचे लक्षण आहे. कवी नव्या युगाची आशा आपल्या कवितेत बाळगून आहे. या नव्या युगात माणसाला मनमोकळे जीवन जगता येईल. जीवनाच्या सर्व वाटांवरून माणसाला चालता येईल, अशी आशा कवी कवितेत पल्लवित करतो. उपेक्षितपणा, पीडा, पिळवणूक, छळ ह्या आमच्या जीवनात रोजचं आहेत, दारात वारंट घेऊन उभ्या आहेत. जगण्यासाठी रोजचं उपेक्षितपणा, पीडा, पिळवणूक, छळ सोसावा लागतो, अर्थात उपेक्षितपणा, पीडा, पिळवणूक आणि छळाच्या रुपात कर अदा करावा लागतो, असे कवी कवितेत विशद करतो. जीवनात सुखाचा थांगपत्ता नाही. वेदनांचा भार वाहतच जीवन पुढे रेटावे लागत आहे. स्वप्नांचा चुराडा झाला आहे. असे असले तरी, माणसाचे स्वप्नं साकारणारे, स्वप्नांना मूर्त रूप देणारे, हसवणारे नवे युग येणार आहे, असे कथन कवी कवितेत करतो. माणसाचे जीवन आणि मन दुःखाने करपलेले आहे. डोळे दुःखाश्रूंनी डबडबलेले आहेत. कशावर प्रेम करावे? कोणाला आधार मागावा? संपूर्ण आसमंत, सगळे गावचं उपेक्षितपणा, पीडा, पिळवणूक आणि छळाने वेढलेले आहे. वर्णजातीय विषाने, वणव्याने पोळलेले, घोळलेले आहे. ज्यांच्या वाट्याला उपेक्षितपणा, पीडा, पिळवणूक आणि छळ आला त्या उपेक्षित, पीडित, पिचलेल्या माणसासाठी मनापासून हळहळणारे, पीडितपण दूर करणारे नवे युग येणार आहे, असे कवी कवितेत सांगतो. जीवनातील समस्यांना टाळतो म्हटले तरी टाळता येत नाही. भविष्य इच्छेप्रमाणे आकार घेईलचं याची शाश्वती नाही. वास्तविक समाजस्थिती आयुष्य बर्बाद करणारी आहे. जीवनाचा छळ सुरू आहे. एकूणच जीवन लाचार आहे. माणसाला लाचारीतून बाहेर काढणारे, सन्मान, स्वाभिमानाने जीवन जगता येईल, असे नवे युग येणार असल्याचे कवी कवितेत सांगतो. उद्याचा दिवस आपला असेल या आशेवर झोपतो म्हटले तरी जीवनातील प्रश्न स्वस्थपणे झोपू देत नाहीत, मध्यरात्रीच उठवतात. इच्छा माणसाला स्वप्नाळू बनवतात. मोठे स्वप्न पाहणे आणि स्वप्नभंग अनुभवने, स्वप्नात दचकून

उठणे, हेच पीडित, पिचलेल्या माणसाचे जीवन आहे. असे असले तरी, कोंडलेल्या श्वासांना सुटकेचा निःश्वास बहाल करणारे नवे युग येणार आहे, असे कवी कवितेत सांगतो. सामाजिक परिस्थिती इतकी विपरीत आहे की, आपल्या पीडित, पिचलेल्या जीवनाला जवळ करणारे, मायेने कुरवाळणारे, आपल्या प्राणावर पदर पांघरणारे मन कुठे शोधावे? कोणाजवळ मन मोकळे करावे? दुःखाचा विसर पडण्यासाठी कुठल्या क्षितिजावर माथा टेकवावा? असे प्रश्न कवी कवितेत विचारतो. अभिव्यक्ती स्वातंत्र्याचे नवे युग येणार आहे, असे कवी कवितेतील पुढील ओळीत नमूद करतो आणि म्हणतो -

आयुष्याने ओथंबून यावे मनःपूर्वक या क्षितिजावर;
असे नवे युग येणार आहे
पावलांनी मानावे वाटांचे मनापासून आभार;
असे नवे युग येणार आहे
रोजचाच दिवस आमच्या दारात वारंट घेऊन उभा राहतो
काळ असा की,
जगण्यासाठी घेतलेल्या चार श्वासांचाही टॅक्स मागतो
सुखांनी कधी हात पाठीवर ठेवून विचारली नाही खुशाली
आम्ही वाहतो खांद्यावरून रोज वेदनांच्या पखाली
स्वप्नांनी मनमुराद हसावे असे युग नवे येणार आहे
इथल्या हरेक काळजाचा कोपरा करपलेलाच दिसतो
आणि लोचनांचा किनारा आसवांनी झिरपलेलाच दिसतो
कुठल्या मातीवर टेकवावे ओठ?
सारे गावच वणव्याने पोळलेले
कुठल्या कुशीला मागावा आधार?
साऱ्या आसमंतातच जहर घोळलेले
दुःखाने हळहळावे मनापासून ज्यासाठी
असे नवे युग येणार आहे
हा समस्यांचा पाठलाग
प्रयत्न करूनही टाळता येत नाही

भविष्याला दिलेले अभिवचन
इच्छा असूनही पाळता येत नाही
आयुष्यातून उठून जावे असे वास्तव
रोजच ब्लॅकमेल करीत असते
ही जिंदगी अशी व्हिलनसारखी
तोंड दाबून का छळ करीत असते?
या लाचार जगण्याला जीवन म्हणावे
असे युग नवे येणार आहे
उद्याचा दिवस आपलाच असेल
या आशेवर निजावे बिनधास्त तर
मध्यरात्री दार ठोठावणाऱ्या प्रश्नांसाठी
अर्ध्यातच उठावे लागते
थकलेल्या डोळ्यात इच्छा बांधत असतात
स्वप्नांचे राजमहाल पण
अंगावर बुलडोझर चढल्यासारखे दचकून उठावे लागते
श्वासांनी सोडावे सुटकेचे निःश्वास
असे युग नवे येणार आहे
कुठे शोधावे असे हळवे क्षण
मांडीवर घेऊन कुरवाळणारे?
कुठे शोधावे असे हवेहवेसे मन
आपल्या प्राणावर पदर पांघरणारे?
कुठल्या झाडाच्या आडोशाला
गदगदत्या हृदयाने मनसोक्त रिते व्हावे?
कुठल्या क्षितिजावर ठेवून माथा
दुःखांनी तिमिरात हरवून जावे?
सृजनाने मुक्तपणे व्हावे अभिव्यक्त
असे युग नवे येणार आहे

(पृ. ३-४)

मानवी जीवनात अनेक चढउतार आहेत. सुख आहे. दुःख आहे. जीवनातील चढउतार, सुख-दुःख, स्वप्नसुद्धा व्यक्तीसापेक्ष आहेत. काहींना जीवनात उंच भरारी घेता येते तर काहींचे पंख छाटलेले असतात. सान्यांनाच स्वच्छंद आयुष्य लाभत नसते. सान्यांचेच स्वप्न पूर्ण होत नसते. सान्यांनाच सुखी, आनंदी जीवन लाभत नसते, असे कवी केतन पिंपळापुरे आपल्या कवितेत नमूद करतात. सूर्य मावळला की दिवसभर कामाला जुंपलेले जीव मुक्त होतात. काहींचे जीवन तर प्रश्नांनी गजबजून असते. दुःखे उसंत मिळू देत नाहीत, सतत पाठपुरावा करतात. सान्यांनाच जीवनात निवांत क्षण लाभत नसतात, असे कवी कवितेत सांगतो. सुशिक्षित बेरोजगार रोजगारासाठी टाचा घासत आहेत. जाहिरातीच्या मागे भटकत आहेत. निराश होऊन सायंकाळी घरट्याकडे परतत आहेत. जड पावलांनी शिडीवरून चढत आहेत, असे कवी कवितेत कथन करतो. सान्यांनाच सुलभ आयुष्य लाभत नसल्याचे प्रतिपादन कवी कवितेत करतो. सामाजिक परिस्थितीने पाठीवर लादलेले वास्तव ओढत जीवन जगावे लागते. हे जीवनवास्तव इतके दारुण आहे की, निसर्गाच्या सानिध्यात काही आनंदाचे, सुखाचे क्षण सुद्धा घालवता येत नाहीत. उदासिनतेतही स्वप्नांना जिवंत ठेवावे लागते, असे कवी कवितेत सांगतो. सान्यांनाच प्रेम मिळत नसते, स्निग्ध आयुष्य लाभत नसते, असे कवी कवितेत नमूद करतो. भगवान बुद्धांनी ज्ञानप्राप्तीच्या इच्छेने जीवनात खडतर प्रवास केला. निखान्याच्या मार्गावरून ते चालले. ज्ञानप्राप्ती केली. निर्वाण प्राप्त केले. दुःखमुक्त झाले. दुःखितांना दुःख मुक्तीचा मार्ग दिला, असे कवी कवितेत सांगतो. कुणाच्या इच्छा अशा निग्रहाने ज्ञानप्राप्तीच्या दिशेने वाटचाल करतात का? असा प्रश्न कवी कवितेत उपस्थित करतो. अस्पृश्यांचे आयुष्य विझू नये, बरबाद होऊ नये, त्यांनाही माणसासारखे जगता यावे, अस्पृश्यांना त्यांचे हक्क मिळावेत म्हणून डॉ. बाबासाहेब आंबेडकरांनी स्वतःला वादळात झोकून दिले. अस्पृश्यांच्या उत्थानाकरिता ते अहोरात्र झटले. डॉ. बाबासाहेब आंबेडकर पवित्र, शुद्ध जीवन जगले. असे पवित्र, शुद्ध जीवन सान्यांनाच लाभत

नसते, असे कवी कवितेतील पुढील ओळीत नमूद करतो आणि
म्हणतो -

बिल्डिंगच्या गच्चीवर उभे राहून
पतंगांसारखी स्वप्ने उडवावी आकाशात
असे मुग्ध आयुष्य सान्यांनाच लाभत नसते
मुठभर चांदणे अंगणभर उधळून सुखांनी हसावे मनमुराद
असे धुंद आयुष्य सान्यांनाच लाभत नसते
दिवस वितळून जातो
तेव्हा मुक्त होतात जिंदगीच्या खर्डेघाशीतले श्वास
गाडीच्या धुरांनी, हॉर्नच्या सुरांनी गजबजून जावी
एखादी कारकुनी सायंकाळ
तशी प्रश्नांनी गजबजलेली असते; कुणाची रूटीन जिंदगी
बंगल्याच्या आवारातील फुलझाडांना
पाणी द्यावे सांजसकाळ
इतकी फुरसत देत नसतात दुःखेही
चिमण्यांना पसाभर दाणे टाकून
न्याहाळावे क्षणभर निवांत
इतके सहज आयुष्य सान्यांनाच लाभत नसते
जाहिरातींची कात्रणे प्रेमपत्रांसारखी
काळजीपूर्वक जपत जपत
श्वास कुणाचे अविरत चालतात भविष्याच्या सुखपर्वाकडे
टाचा घासत स्वप्ने परततात सांजवेळी घरट्याकडे
बेड्या ठोकल्यागत शिडीवरून चढतात
कुणाची जड पावले
रिमोटवरून सहज बदलावेत आवडीचे चॅनल्स
इतके सुलभ आयुष्य सान्यांनाच लाभत नसते
ओढावे लागते स्थितीने पाठीवर लादलेले
जीवघेणे वास्तव
बघता येत नाही मान वळवून जवळून जाणारे

मोहक ऋतू

वेलीवरून लोंबकळणाऱ्या सुखांना पुरवता येत नाही

मोकळा हात

उदास प्राणाच्या निरांजनात उजळावी लागते

स्वप्नांची हळवी वात

खुडून घ्यावा अलगद

कुणाच्या ओठांवरचा प्रणयधुंद मोगरा

इतके स्निग्ध आयुष्य साऱ्यांनाच लाभत नसते

आयुष्याच्या रित्या दानपात्रात

ओंजळभर भणंगपण घेऊन

इच्छा कुणाच्या धावतात निग्रहाने

निखाऱ्याच्या पायघड्यांवरून

हिरमुसल्या ओठांवर कुणाच्या फुलावी स्मितफुले

आणि आसवांनी आकंठ भरलेल्या तळ्यात यावी

सुखाची स्वप्नकमळे

आयुष्य कुणाचे विझू नये म्हणून

कुणी जळावे वादळातही

इतके पवित्र आयुष्य साऱ्यांनाच लाभत नसते

(पृ. ५-६)

कवी केतन पिंपळापुरे यांनी ईश्वरतत्त्वावर आपल्या 'ब्रेन गँग्रीन' या कवितेत आक्षेप नोंदविला आहे. ईश्वराच्या अस्तित्वाबाबत कवितेत प्रश्न उपस्थित केले आहेत. या जडचेतन भौतिक चराचर सृष्टीत आपल्याला कुठेच ईश्वराचे निर्गुण, निराकार अस्तित्व आढळून आले नाही, असे कवी कवितेत नमूद करतो. ऊर्जा अर्थात प्राणतत्व कुणीही निर्माण करू शकत नाही, ती फक्त एका अवस्थेतून दुसऱ्या अवस्थेत रूपांतरित करता येते, असे असताना सृष्टी निर्मितीचे श्रेय ईश्वराला कुणी दिले? असा प्रश्न कवी कवितेत उपस्थित करतो. सृष्टीतील सजीवांच्या जन्म-मृत्यूचा रिमोट ईश्वराच्या हातात कुणी दिला? असा

प्रश्न कवी कवितेत विचारतो. व्यष्टीचे ऐहिक भोग असतात. वेदना असतात. कुशल-अकुशल कर्माची फळे असतात. तरीही पूर्व-पुनर्जन्माचे पाप-पुण्य आमच्या माथी कुणी मारले? असे कवी कवितेत सरळ सरळ विचारतो. सत्य लपविण्यासाठी या अनित्य जगाला ईश्वराचे अधिष्ठान ज्यांनी दिले, जन्म-मृत्यूचा फेरा, नियतीचा खेळ सांगून ज्यांनी अध्यात्म चिरस्थायी केले, त्यांच्या मेंदूची शवचिकित्सा अडीच हजार वर्षांपूर्वीच भगवान बुद्धांनी आपल्या प्रज्ञाचक्षूंनी केली असल्याचा संदर्भ कवी कवितेत देतो. ईश्वर संकल्पना ज्यांनी रुजविली, त्यांचे मेंदू जगातल्या कुठल्याही अत्याधुनिक चिकित्सालयात घेऊन गेलात तरी तिथे ब्रेन गँग्रीन शिवाय दुसरे काहीच आढळणार नाही, असा शेरा कवी कवितेतील पुढील ओळीत नोंदवितो आणि म्हणतो -

या अंतहीन पोकळीत
जिथे जिथे वायू वास्तव्य करतो
त्या सूक्ष्मातीसूक्ष्म विश्वात
मला आढळले नाही त्याच्या
सो-कॉल्ड अस्तित्वाचे भौतिक स्पंदन
ज्याला ते खुदा, गॉड, ईश्वर, अथवा संबोधतात
क्रिएटर (निर्मिक)----
या जडचेतन सृष्टीच्या जीवपेशीतील
कुठल्याच स्पंदनांनी केला नाही
माझ्या जवळ त्याच्या निर्गुण
निराकार चैतन्याचा नामघोष
मग, या चराचरातील भौतिक क्रियान्वयनाला आणि
त्याच्या रक्ताणूतील चार महातत्त्वांच्या मूलद्रव्याला
कुणी दिले त्याचे नाव?
या जित्या जागत्या मातीच्या अणुरेणूतील जीवभौतिक
प्रक्रियेला त्याच्या नावावर कुणी खपविले?
सर्वकाळी सजीव घटकात सळसळत असते प्राणचेतना
तरीही, सृष्टी-सृजनाचे श्रेय

कुणी नोंदवले त्याच्या अकाऊंटवर?
पृथ्वी-आप-तेज-वायूचे विसर्जन आणि
पुन:प्रगटीकरणाच्या प्रयोगाचा रिमोट
कुणी दिला त्याच्या हातात?
व्यष्टीच्या ऐहिक भोग-वेदना असतात, तिच्या कुशल-
अकुशल कर्माची प्रतिबिंबे तरीही पूर्व-पुनर्जन्माच्या पाप-
पुण्याची घोरपड कुणी अडकविली आमच्या गळ्यात?
ज्यांनी या विश्वाच्या अनित्य क्रियाकलापाला दिले
ईश्वराचे अधिष्ठान -----
आणि सत्य सडविण्यासाठीची प्रक्रिया केली गतिमान
हा जन्ममृत्यूचा फेरा आणि नियतीचा खेळ सांगून
ज्यांनी चिरस्थायी केला अध्यात्माचा बागूलबुवा
मी अडीच हजार वर्षापूर्वींच केली आहे
त्यांच्या मेंदूची शवचिकित्सा
मी आहे प्रज्ञा!
मी केले माझ्या मायक्रोस्कोपिक दृष्टीतून
त्यांच्या मेंदूचे सूक्ष्म परीक्षण
म्हणून मला खात्री आहे की,
ज्यांनी ईश्वर नावाची संकल्पना रुजविली
त्यांचा मेंदू जगातल्या कुठल्याही अत्याधुनिक
चिकित्सालयात घेऊन घेलात;
तरी तिथे ब्रेन गँग्रीन शिवाय
दुसरं काहीच आढळणार नाही
हा माझा रिमार्क आहे...

(पृ. ७-८)

कवी केतन पिंपळापुरे यांनी धर्म, ईश्वर, सभ्यता आणि संस्कृतीच्या तटबंदीत ज्यांनी स्वतःला सुरक्षित, अभेद्य, धनकुबेर केले त्यांच्यावर आपल्या कवितेत बोट ठेवले आहे. आपण धर्म, ईश्वर, सभ्यता आणि

संस्कृतीला विरोध करीत असल्यामुळे, मानवतेचा पुरस्कार करीत असल्यामुळे, माणसाचे गीत गात असल्यामुळे, आपण निवडुंगाच्या फण्यासारखे प्रस्थापितांच्या डोळ्यात सलत असल्याची जाणीव कवी कवितेत प्रतिपादित करतो. आपल्यासाठी कुठलीच हृदये आपुलकीने भरून येत नाहीत, करुणेने गहिवरून येत नसल्याची खंत कवी कवितेत विशद करतो. आपले जग भणंग आहे. दोन पाय आणि दोन हातांच्या खांबावर उभे आहे. असुरक्षित आहे. समूळ हत्येची सुपारी घेऊनच संकटे रात्री बेरात्री हल्ला करतात. अशावेळी कुठलीच कलमे आपल्या सुरक्षेची हमी घेत नसतात, असे कवी कवितेत नमूद करतो. आपण त्यांचे धर्माधिष्ठित कायदे नाकारतो, प्रथा, परंपराचे ढोंग उघड (expose) करतो, त्यामुळे आपण धार्मिक आरोपी, गुन्हेगार ठरतो, कुठलाही विधीज्ञ आपली धार्मिक जमानत घेत नाही, असे मत कवी कवितेत व्यक्त करतो. आपण भणंग, मानवतेचा पुरस्कार करणारे, माणसाचे गीत गाणारे असल्यामुळे, आपल्यासाठी कुठलीच हृदये आपुलकीने भरून येत नाहीत, असे कवी कवितेत सांगतो. ही मातृभूमी कधी आपल्याला मातृत्वाने वागवत नाही, आपल्यासाठी कधी पान्हावत नाही, असे मत कवी कवितेत व्यक्त करतो. या देशाच्या सनातन जेल-डायरीतले आपण देशद्रोही असल्याचे कवी कवितेत नोंदवितो. प्रस्थापितांकडून कधीही आपले कौतुक होत नाही. कसाही असला तरी या देशास आपला देश म्हणावे लागते, असे कवी कवितेत नमूद करतो. जगण्यासाठी इथे लाचारी पत्करावी लागते. सत्ताधाऱ्यांपुढे निमुटपणे झुकावे लागते. सत्ताधाऱ्यांची गुलामी आपण नाकारतो तेव्हा आपण बंडखोर ठरतो. बंडखोर म्हणून आपले एन्काऊंटर केले जाते. तेव्हा कुणीही आपली दखल घेत नाही. कुणीही आपल्यासाठी अश्रू ढाळत नाहीत, असे कवी कवितेत विशद करतो. आपण भणंग, मानवतेचा पुरस्कार करणारे, माणसाचे गीत गाणारे असल्यामुळे, आपल्यासाठी कुठलीच हृदये आपुलकीने भरून येत नाहीत, असे कवी कवितेत सांगतो. आपण न्यायासाठी व्यवस्थेच्या विरुद्ध बंड करतो, दंड ठोकतो तेव्हा व्यवस्था शस्त्रसज्ज

होते. आपली चहूबाजूंनी कोंडी करते, असे मत कवी कवितेत व्यक्त करतो. माणूस बनण्याचा जेव्हा जेव्हा आपण प्रयत्न करतो तेव्हा तेव्हा असेच निरपराध पिढ्यांचे बलिदान द्यावे लागते. आपला जीव आपल्याच मुठीत ठेवावा लागतो. राजपथावरून चालणारे हात मदत करीत नसतात, असे कवी कवितेत सांगतो. आपण भणंग, मानवतेचा पुरस्कार करणारे, माणसाचे गीत गाणारे असल्यामुळे, आपल्यासाठी कुठलीच हृदये आपुलकीने भरून येत नाहीत, असे कवी कवितेत सांगतो. आपण आपल्या भुकेकंगाल जीवनाविषयी आग ओकतो, राग व्यक्त करतो, माणसाच्या श्रमाचे, घामाचे, दामाचे गाणे गातो तेव्हा भर चौकात ते आपला सफदर... नियोगी... व पाश करतात, असे कवी कवितेत नमूद करतो. कवी केतन पिंपळापुरे यांनी पथनाट्यकार सफदर हाशमी, "सबसे खतरनाक होता है हमारे सपनों का मर जाना!" असे म्हणणारे पंजाबी कवी 'पाश' आणि 'शंकर गुहा नियोगी' यांच्या हत्येचा संदर्भ कवितेत दिला आहे. आपण जयभीमची रणगर्जना करतो तेव्हा ते आपला चंदर किंवा पोचीराम बनवतात, असे कवी कवितेत सांगतो. कवी केतन पिंपळापुरे यांनी पोचीराम कांबळे आणि चंदर पोचीराम कांबळे या दोघा बापलेकांच्या जातीय हत्येचा संदर्भ कवितेत दिला आहे. आता आपण आपल्या अस्मितेला जपतो, महत्व देतो. संविधानातील न्याय्य मूल्यांविषयी बोलतो. तरीही आपण संसदेत, रस्त्यावर, मोर्चात, आणि वधस्तंभावर एकाकीच असतो. कोणाची सोबत नसते. संगीनीची धारदार पाती आपल्या उरात आरपार घुसतात तेव्हा कुठलेच झेंडे आपल्यासाठी फडफडत नसतात, कोणीच आपली बाजू घेत नाहीत, आधार देत नाहीत, असे कवी कवितेत विशद करतो. आपण भणंग, मानवतेचा पुरस्कार करणारे, माणसाचे गीत गाणारे असल्यामुळे, आपल्यासाठी कुठलीच हृदये आपुलकीने भरून येत नाहीत, असे कवी 'माणसांचे गाणे गाणारे आपण' या कवितेतील पुढील ओळीत कथन करतो आणि म्हणतो -

धर्माच्या कडेकोट तटबंदीत

ईश्वर असतो ज्यांचा सिक्युरिटी गार्ड

जे अहोरात्र वावरतात सभ्यतेच्या चिलखतात,

संस्कृतीच्या चिरेबंद भिंतीआड

'जिथे परिंदा मारत नाही पर' आणि

कुबेर घालतो वारा सांजसकाळ

त्या या 'झेड प्लस' व्यवस्थेत xxx xxx xxx xxx xxx

आपण माणसांचे गाणे गातो,

त्यांच्या डोळ्यांत निवडुंगाच्या नागफण्यासारखे

सलत जातो

आपल्यासाठी कुठलीच हृदये

आपुलकीने भरून येत नाहीत

आपल्यासाठी कुठलेच ऋतू करुणेने गहिवरून येत नाहीत

दोन पाय आणि दोन हातांच्या खांबावरचं उभी असते

आपली भणंग दुनिया

समूळ हत्येची सुपारी घेऊनच संकटे रात्री-बेरात्री

सशस्त्र हल्ला करतात

अशावेळी कुठलीच कलमं

आपल्या सुरक्षेची हमी घेत नसतात

आपण नाकारतो त्यांच्या

धर्माधिष्ठित न्यायशास्त्राचे समन्स

त्यांच्या कोर्ट डायरीवर आपण असतो फरार अथवा

पर्सनल बाँडवर सुटलेले कायम आरोपी

आपण प्रथा परंपरांच्या उरावर लाथ देऊन

ढोंगाचा कोथळा काढणारे गुन्हेगार

कुठलेही विधीज्ञ आपली जमानत घेत नसतात

माणसांचे गाणे गाणारे आपण भणंग

आपल्यासाठी कुठलीच हृदये

अशी आपुलकीने भरून येत नसतात

आपल्यासाठी ही जननी जन्मभूमी
ममतेने येत नाही कधी पान्हावून
या देशाच्या सनातन जेल-डायरीतले आपण देशद्रोही
आपल्यासाठी येत नाही कधी
त्यांच्या ओठांवर कौतुकाच्या ओळी
कसाही असला तरी या देशास आपला देश म्हणावे लागते
हक्काच्या चार श्वासांसाठी
रोज येथे लोटांगण घालावे लागते
ज्यांच्या हातात सत्ता असते
त्यांच्या दंडुक्यासमोर मुकाट्याने वाकावे लागते
आपण नाकारतो
त्यांच्या बंदुकांसमोर हात बांधून उभे राहणे
तेव्हा आपण ठरतो बंडखोर
ते बिनधास्त करतात आपला एन्काऊंटर
तेव्हा कुठलेच चौक आपल्यासाठी हुंदके देत नसतात
माणसांचे गाणे गाणारे आपण भणंग
आपल्यासाठी कुठलीच हृदये
आपुलकीने भरून येत नसतात
आपण करतो न्यायासाठी बंड
व्यवस्थेविरुद्ध ठोकतो दंड
तेव्हा त्यांच्या शस्त्रागारातील सर्व शस्त्रे होतात सतर्क
आणि आपल्या आयुष्याचा होतो टी पॉईंट स्क्वेअर
जेव्हा माणूस बनण्याचा करतो आपण प्रयास
तेव्हा निरपराध पिढ्यांना असाच बळी द्यावा लागतो---
आपल्या जिंदगीचा क्रूस
आपल्याच खांद्यावर वाहून न्यावा लागतो
कुठलेच साळसूद राजपथ अशावेळी हात देत नसतात
माणसांचे गाणे गाणारे आपण भणंग
आपल्यासाठी कुठलीच हृदये

आपुलकीने भरून येत नसतात

आपण आळवीत असतो

आपल्या भुकेकंगाल कंठातून 'रागअंगार'

आपण माणसांच्या श्रमाचे, घामाचे, दामाचे

गात असतो गाणे

तेव्हा भर चौकात ते करतात 'सफदर...नियोगी...व पाश'

आपण प्राण एकवटून करतो जयभीमची रणगर्जना

तेव्हा आपला बनवतात ते 'चंदर किंवा पोचीराम'

आपण उडवतो अस्मितेची कबुतरे, ओठ आपले गर्जत

असतात संविधान मूल्यांची न्याय्य भाषा

आपण असतो एकाकीच संसदेत, रस्त्यावर, मोर्चात

आणि वधस्तंभावर

तेव्हा त्यांच्या संगीनींची धारदार पाती

आपल्या उरात आरपार घुसतात

अशावेळी कुठलेच झेंडे आपल्यासाठी फडफडत नसतात

माणसांचे गाणे गाणारे आपण भणंग

आपल्यासाठी कुठलीच हृदये

आपुलकीने भरून येत नसतात

(पृ. ९-११)

कवी केतन पिंपळापुरे यांच्या कवितेत उजेडाचा ध्यास आहे, स्वातंत्र्याची हाक आहे. पराक्रमाशिवाय बंधमुक्ती येत नाही, त्यासाठी रणांगणे गाजवावी लागतात. आभाळ कवेत घेण्याची स्वप्ने पाहावी लागतात, असे कवी कवितेत विशद करतो. जे सत्याचा पाठपुरावा करतात त्यांच्या वाट्याला यातना येतात. न्यायासाठी तळमळणाऱ्यांच्या गळ्याभोवती फास आवळले जातात. परदुःखासाठी झटणाऱ्यांच्या जीवनात विष कालवले जाते. गांजलेल्या माणसांना जगण्याची प्रेरणा देणाऱ्यांना दुःख सहन करावे लागते, असे कवी कवितेत सांगतो. माणसाचे जीवन प्रकाशमय करण्यासाठी स्वतः मशालीसारखे जळावे

लागते, असे कवी कवितेत नमूद करतो. ज्यांनी संघर्षाच्या वाटा निवडल्या त्यांचेच जीवन फुलून येते. ज्यांनी भूक अनुभवली तेच क्रांतीची हाक देतात. अस्वस्थ जीवनाचा विचार मनात सतत घोळत असतो. इच्छा असेल तरच सत्य गवसते. निष्ठेने जीवन फुलवता येते. बंडखोरीचा निर्णय झाला की, सिंहासने भुईसपाट होतात. इच्छांनी मुठी आवळल्या की त्याचे वादळात रूपांतर करावे लागते, असे विचार कवी कवितेत विशद करतो. माणसाचे जीवन प्रकाशमय करण्यासाठी स्वतः मशालीसारखे जळावे लागते, असे कवी कवितेत सांगतो. ज्यांच्या जाणिवा मरून पडल्या आहेत, जे आत्मार्थी झाले आहेत, त्यांना इतिहास दफन करतो. ज्यांच्या हृदयात करुणेचा वास नसतो, जे सुखलोलुप असतात अशा विकलांग विकृतीला सर्जनशील व्यक्ती नाकारतो. तथ्याच्या सिद्धतेसाठी झिजावे लागते, मेणबत्तीसारखे वितळावे लागते आणि माणसाचे जीवन प्रकाशमय करण्यासाठी स्वतः मशालीसारखे जळावे लागते, असे कवी कवितेत कथन करतो. जीवन तारेवरची कसरत आहे. वधस्तंभावरील प्राण आहे. निग्रह करूनच शेवटपर्यंत जीवन जगावे लागते. जे प्रवाहाविरुद्ध जगतात, व्यवस्थेला नकार देतात, त्यांच्याविषयी कुणी आनंद व्यक्त करीत नाही. जे सत्याच्या वाटेवरून चालतात, असत्याला उघड (expose) करतात, त्यांचे स्वागत कुणी करीत नाही. ज्यांना वैश्विक, त्रिकालबाधित सत्य रुजवायचे, जगवायचे असते त्यांना 'जर्दानो ब्रुनो' सारखे अग्निवर जिवंत जळावे लागते. ज्यांना मानवतेवर आधारित नवीन जगाची निर्मिती करायची असते, त्यांना स्वयंप्रकाशित, अत्त-दीप होऊन उजळावे लागते, असे कवी 'उजेडाच्या ध्यासासाठी' या कवितेतील पुढील ओळीत कथन करतो आणि म्हणतो -

आसवांच्या रांगोळ्यांनी सजवता येत नसतात
पराक्रमाची रणांगणे
गुडघ्यात मान घालून पाहता येत नसतात
आभाळ कवेत घेण्याची स्वप्ने
हुंदके दाटलेल्या गळ्यांनी गाता येत नसतात

बंधमुक्तीचे तराणे

स्वातंत्र्याच्या श्वासासाठी एवढे सत्य कळावे लागते

उजेडाच्या ध्यासासाठी मशाल होऊन जळावे लागते

सत्य करते ज्यांच्या प्राणात वास

अटळ असतो त्यांना यातनांचा कठीण प्रवास

न्यायासाठी तळमळणाऱ्यांच्याच गळ्याभोवती

आवळला जातो फास

परदुःखांसाठी ज्यांची हृदये येतात मांगल्याने गदगदून

त्यांनाच पचवावे लागतात जहराचे घास

जे पेरतात गांजल्यांच्या हृदयात सर्वस्वाच्या समर्पणातून

जगण्याची दुर्दम्य प्रेरणा

त्यांनाच हरघडी दगडाच्या काळजाने

दुःख सारे वळावे लागते

आणि उजेडाच्या ध्यासासाठी

मशाल होऊन जळावे लागते

फुलांच्या पायघड्या नाकारून

स्वीकारल्या ज्यांनी अग्निवाटा

त्यांच्याच डोळ्यात फुलून येते जीवनाची गर्द लाली

भूक छेडते ज्यांच्या आतड्यांच्या तारांवर

भाकरीची रक्तधून

त्यांच्याच ओठांवर जुळून येते क्रांतीची हाळी

मनात चालते अस्वस्थ विजांचे विचारनृत्य

इच्छेच्या देठावर फुलते लखलखते जीवनसत्य

निष्ठेच्या धारदार फाळाने पाषाण फोडून

फुलवता येतो मळा

स्वप्नंही उगवत नाहीत जिथे

त्या वांझ मातीलाही फुटतात कळा

निर्णय जेव्हा मस्तकाच्या नाक्यावर येऊन

करतात बगावत

तेव्हा भुईसपाट होतात सिंहासने आणि

इच्छा जेव्हा मनगटात येऊन चवताळतात

तेव्हाच वादळावे लागते आणि

उजेडाच्या ध्यासासाठी मशाल होऊन जळावे लागते

जिथे अंथरुणावरच मरून पडल्या आहेत जाणिवा

आत्मार्थी प्रेतांचे साचले आहेत खच

इतिहास करतो त्यांच्या सनातन अस्थिंचे विसर्जन

ज्यांच्या काळजातून उठत नाही

समष्टीसाठी एखादी करुणेची कळ

जे गुंतत जातात आत्यंतिक सुखलालसेच्या

काळोख्या पोखरात

अशा विकलांग विकृतींचे वर्तमान नाकारत असतो सर्जन

इथे तथ्याच्या सिद्धतेसाठीच

मेणबत्तीसारखे वितळावे लागते आणि

उजेडाच्या ध्यासासाठी मशाल होऊन जळावे लागते

जीवन म्हणजे अग्नीच्या तारेवरची छेडलेली ताण

जीवन म्हणजे वधस्तंभावरील प्राण

जिथे अंतापर्यंत निग्रहाने जगावे लागते

ज्यांचे जगणेच असते प्रवाहाविरुद्ध सर्वंकष नकार

त्यांच्यासाठी कुठल्याच लाटा हर्षाने लहरत नसतात

ज्यांचे चालणेच असते असत्याच्या छातीवर

मूग दळण्यासाठी

त्यांच्यासाठी कुठल्याच वाटा हात जोडून हसत नसतात

ज्यांना जगवायचे असते शाश्वत सत्य त्यांनाच

ब्रूनोसारखे अग्नीवर जिवंत जळावे लागते

ज्यांना घडवायचे असते नवे विश्व मानव्याचे त्यांनाच

स्वयंतेजाने अत्त-दीप होऊन उजळावे लागते आणि

उजेडाच्या ध्यासासाठी मशाल होऊन जळावे लागते

(पृ. १२-१३)

कवी केतन पिंपळापुरे झोपडीतील माणसाला जागृत करण्याची निकड आपल्या कवितेत व्यक्त करतात. झोपडीतला माणूस जागृत झाला नाही, त्याच्या जाणिवा जर विकसित झाल्या नाहीत तर अज्ञान, अंधकारातच त्याला जीवन जगावे लागेल. जे आपले अज्ञान दूर करतात, आपल्या जाणिवा विकसित करतात ते प्रगतीच्या दिशेने वाटचाल करीत असतात, असे कवी कवितेत विशद करतो. बौध्द वस्तीत दारिद्र्य आहे. स्त्रियांचे चेहरे सुरकुतलेले, खिन्न आहेत. इच्छा करपून आहेत. मनं उदासीन आहेत. स्त्रियांच्या अंगावर धड वस्त्र नाहीत, असे कवी कवितेत नमूद करतो. बौध्द वस्तीतले जीवन उदास, भकास असले तरी बौध्द वस्तीतल्या मायमाउल्यांनी बोधिवृक्षाला सोडू नये. पक्षी कधीच झाडांशी बेइमानी करीत नसतात. बौध्द वस्तीतील स्त्रियांनी देखील बोधिवृक्षाशी बेइमानी करू नये. पक्षांचे घरटे वादळात अनेकदा कोसळून पडते तरी पक्षी जिद्दीने आपले घरटे पुन:पुन्हा झाडावर बांधत असतात. बौध्द वस्तीतील स्त्रियांनी देखील बोधिवृक्षावर आपली निष्ठा ठेवावी. आपल्या स्वप्नाचे घरटे बोधिवृक्षावर बांधावे, अशी इच्छा कवी कवितेत व्यक्त करतो. आपल्या मुला-बाळांच्या भविष्यासाठी सर्वांनी संकटात एकोप्याने राहावे, असे आवाहन कवी कवितेत करतो. आणि संकटांशी जे लढतात, संकटांशी जे झुंजतात त्यांनाच हा बोधिवृक्ष आश्रय देत असतो, असे प्रतिपादन कवी कवितेत करतो. जे आपल्या स्वप्नांसाठी जागतात त्यांच्याच जीवनातील अज्ञान, अंधकार दूर होतो, असे कवी कवितेत कथन करतो.

डॉ. बाबासाहेब आंबेडकर यांच्यासोबत प्रत्यक्ष लढ्यात सहभागी झालेल्या बौध्द वस्तीतील एका वयोवृद्धाचा कवी आपल्या कवितेत संदर्भ देतो. वयोवृद्धाच्या घरात कोपऱ्यात भिंतीला टेकून असलेल्या दलाच्या ताठ काठीचा कवी कवितेत आवर्जून उल्लेख करतो. हा वयोवृद्ध महाडच्या चवदार तळ्याच्या सत्याग्रहात सहभागी झाला होता. नाशिकच्या काळाराम मंदिर प्रवेशाच्या लढ्यात सामील झाला होता. खूप हालअपेष्टा सहन करूनही हा वयोवृद्ध सत्यासोबत, डॉ.

बाबासाहेब आंबेडकरांच्या मुक्ती लढ्यासोबत निष्ठेने राहिला. डॉ. बाबासाहेब आंबेडकरांच्या हाकेला या वयोवृद्धाने 'ओ' दिला, आणि शेवटी छप्पनच्या धम्मक्रांतीचा सैनिक झाला, अशी माहिती कवी कवितेत देतो. शत्रू कितीही उदार असला तरी त्याला सर्वस्व अर्पण करू नये. संघर्षासाठी तयार केलेल्या शस्त्रांचा गंज लागेपर्यंत अपमान करू नये, असे मत कवी कवितेत व्यक्त करतो. १८१८ मधील भीमा कोरेगावच्या लढाईचा, महार सैनिकांच्या शौर्याचा संदर्भ कवी कवितेत देतो. जे काळावर स्वार होतात, वर्तमानावर आपली हुकूमत गाजवितात त्यांनाच भविष्यकाळ मानाचा मुजरा करतो, असे वैचारिक प्रतिपादन कवी कवितेत करतो. जे आपल्या स्वप्नांना मरू देत नाहीत, त्यांचेच जीवन उजेडाने बहरून येते, असे कवी कवितेत सांगतो. सुशिक्षित बेरोजगारांचा राजकीय वापर होत असल्याचे, कवी कवितेत उघडकीस आणतो. चोर पावलांनी, आवाज न करता क्रूर काळ येतो आहे. सगळा विरोध शांत आहे. गपगुमान आहे. माणसाच्या मनातील ओलावा आटत चालला आहे. माणसं माणसांपासून दूर जात आहेत. कुणाच्याच डोळ्यात कुणासाठी अश्रू तरळत नाहीत. कुणीच आपला वाटत नाही. माझी वस्ती वेदनेने कण्हत आहे. माझ्या वस्तीच्या ओठांवराचा विद्रोह कुणी ओरबाडून नेला? असा प्रश्न कवी कवितेत विचारतो. वस्तीतल्या मर्दांनी ही वस्तीतली उदाशी झटकून टाकावी, संघर्षासाठी तयार व्हावे, असे आवाहन कवी कवितेत करतो.

वैफल्यातून, निराशेतून बाहेर पडून जे संकटाला सामोरे जातात, तेच गर्वाने जीवन जगतात, असे कवी कवितेत सांगतो. जे आपल्या स्वप्नांना नजरेआड होऊ देत नाहीत, त्यांचेच स्वप्न साकार होत असते, असे कवी कवितेत प्रतिपादन करतो. जे सुखासीन आहेत. संसारात निमग्न आहेत. झुंबराच्या प्रकाशात ज्यांनी आपला देव्हारा सजविला आहे. जे विहारात ध्यानमग्न आहेत, अशा सर्वांना कवी सावधानतेचा इशारा देतो. ध्यानमग्न भिक्षूंच्या कत्तली करणारा शशांक पुन्हा येत असल्याचे कथन कवी कवितेत करतो. अर्थात देशांतर्गत परिस्थिती पुन्हा बौद्धधम्म विरोधी होत असल्याचे कवी

कवितेत सांगतो. बंगालचा राजा शशांक जो बौद्ध धम्माचा कट्टर शत्रू होता, त्या राजाचा संदर्भ कवी कवितेत देतो. बौद्ध धम्माचा पुन्हा एकदा नायनाट होऊ शकतो, अशी भीती कवी कवितेत व्यक्त करतो. प्रतिक्रांतीची शक्यता कवी कवितेत वर्तवितो. ज्यांचे जीवन ध्येयाने प्रेरित असते, जे जीवनात चटके सहन करतात, त्यांचेच जीवन पुलकीत होते, असे कवी कवितेत प्रतिपादित करतो. कुजत पडलेले शौर्य इतिहास घडवत नसते. युगभेदक दृष्टी चैतन्य निर्माण करते. सत्याला संघर्षाची जोड मिळाली की, सत्य शूर, धारदार बनते. ज्यांनी जीवनात खस्ता खाल्ल्या, खाचखळगे अनुभवले त्यांच्यात लढण्याचे बळ संचारते, असे कवी कवितेत सांगतो. ही लढाई अस्तित्वाची लढाई आहे. साऱ्यांनाच या लढाईत सामील व्हावे लागणार आहे. सनातन क्रौर्याचा महापूर कुणीही टाळू शकणार नाही. अशावेळी जे लढाईशी इमान राखतात, तेच संघर्षात नव्याने उभे राहतात. जे लढाईपासून पळ काढतात, अलिप्त राहतात, अंग चोरतात ते मोडून पडतात, असे कवी कवितेत नमूद करतो. सुखदुःखात सहभागी होणारे, वेदना समजून घेणारे मायेचे घर हृदयात जपावे लागते, संकटाला सामोरे जाण्याची तयारी ठेवावी लागते, असे कथन कवी कवितेत करतो. जे एकजुटीने संकटावर तुटून पडतात त्यांनाच शत्रू शरण येतात. जे अराजकाच्या छातीवर बसून दोन हात करतात काळ त्यांनाच मानाचा मुजरा करीत असतो, असे कवी कवितेत सांगतो. जे आपल्या स्वप्नांविषयी जागरूक असतात, त्यांच्याच स्वप्नांना आकार प्राप्त होतो, असे कवी ज्यांच्या डोळ्यात जागतात स्वप्ने सूर्यफुलांची... या कवितेतील पुढील ओळीत सांगतो आणि म्हणतो -

बंधो! जा त्या दूर दिसणाऱ्या माळावरच्या झोपड्यांना
काळजाच्या देठातून हाक दे!...
हृदये खडबडून जागी होतील
अरे! सांग त्यांना...
'जेव्हा शेताचा धनी झोपला असेल घरात
तेव्हा, काळोखच उभं पीक खुडून नेत असतो'

ज्यांच्या डोळ्यात जागत असतात सूर्यफुलांची स्वप्ने
त्यांच्या मळ्यावर उजेडच पहारा देत असतो
फाटका पदर सावरून बोधिवृक्षाच्या पारावर
बसली आहे खिन्न दुपार
भुईला पडाव्या भेगा तशा
चेहऱ्यावर पडल्या आहेत सुरकुत्या
करपून गेल्या आहेत इच्छा; आणि
मनाची झाली आहे उलंगवाडी
त्या उदास भीमवाडीतल्या मायमाऊल्यांना सांग!
ऋतू बेइमान झाले तरी
पाखरं झाडांशी दगाबाजी करीत नसतात
कितीदा वादळात कोसळून पडले तरी
आपले घरटे जिद्दीने बांधत असतात
आपणही आपल्या स्वप्नांचे घरटे
निष्ठेच्या फांदीवर घट्ट बांधायचे असते
आपल्या लेकरा-बाळांच्या भविष्यासाठी वादळ-वाऱ्यात,
पाऊस-पाण्यात एकोप्याने नांदायचे असते
ज्याच्या उरात असते हिंमत विजांशी झुंज घेण्याची
त्यांनाच हा बोधिवृक्ष सहारा देत असतो आणि
ज्यांच्या डोळ्यात जागत असतात स्वप्ने सूर्यफुलांची
त्यांच्या मळ्यावर उजेडच पहारा देत असतो...
वयोवृद्ध इतिहास बसला आहे
झोपडीच्या कुडाला बूड लावून
ओसंडून सांडत आहे त्याच्या चिलमीतला धूर
फाटून गेला आहे वैफल्याने ऊर
भिंतीला टेकून उभी आहे कोपऱ्यात 'दला' ची काठी
अजून तिचा मोडला नाही कणा
जा त्या इतिहासाला आठवण करून दे पुन्हा
तुझ्याच स्पर्शाने थरारले होते महाडचे जळ
चवदार तळ्यात पडलेल्या माणसांच्या सावल्या पाहून

अजूनही त्यांच्या बेलगाम घोड्यांना दरदरून फुटतो घाम
तू वाकविलेस मंदिराचे पोलादी गज तेव्हा
आतल्या आत हादरला होता नाशिकचा काळाराम
किती वादळे? किती वणवे साहिलेस?
तरीही उभा राहिलास तू सत्याच्या पाठीशी
त्याग, अमाप त्याग आणि समर्पणाशिवाय
काहीच नव्हतं तुझ्या गाठीशी
तू दिलंस मुक्त कंठाने 'मुक्ती कोण पथे?' च्या
हाकेला ओ
झालास प्रलयंकारी सैनिक छप्पनच्या धम्मक्रांतीचा
तू निक्षून सांग, वैरी कितीही उदार असला तरी
त्याच्या पायावर सर्वस्व दान करू नये
आणि गंज लागेपर्यंत संघर्षस्त्राचा अपमान करू नये
तुझ्या श्वासाच्या हुंकारांनी वादळाची दिशा बदलल्याचे
आम्ही ऐकले आहे
तुझ्या तलवारीचे बाणेदार पाणी
'अठराशे अठराने' चाखले आहे
काळाची नस पकडून वर्तमानावर जे गाजवितात
आपली हुकूमत
त्यांनाच भविष्यकाळ विजयाचा मुजरा देत असतो
ज्यांच्या डोळ्यात जागत असतात स्वप्ने सूर्यफुलांची
त्यांच्या मळ्यावर उजेडच पहारा देत असतो...
पत्ते पिसत बसला आहे बेरोजगार संघर्ष
देशीच्या गुत्त्याजवळ
त्याच्या इरसाल जिभेवर नाचत असते थै थै
वर्तमान राजनीती नागडी होऊन
चौक, पार्क, पानठेला, चाय टपरीची बनली असते संसद
सांज ढळतांना उदास मैफलीत रंगत असतो त्याचा
हमदर्द गोतावळा
'...घुंघरुकी तरह बजता ही रहा हू मैं

कभी इस पग में... कभी उस पग में...
सजताही रहा हु मैं
पायाखालचा पाचोळा वाजू न देता
संथ पावलाने येतो आहे क्रूर काळ
पेटट्या पलित्यांनी घातल्या गुडघ्यात माना
नि विझला उरातला जाळ
पाखरं गुमान बसली आहेत घरट्यात
पानांतही उठत नाही सळसळ
कुठला मौसम डसून गेलाय रानाला?
सगळीकडेच दिसते पानगळ
मनाच्या ओलाव्याचे पाणवठे आता आटत चालले आहेत
नात्यांची वीण उसवून माणसं माणसांपासून
फाटत चालले आहेत
डोळ्यांच्या खाचांमधून आता कुणासाठीच आभाळ
दाटत नाही
या पान्हाचोर गर्दीत एकही स्वर आपला वाटत नाही
कशी मुक्याने जळते माझ्या वस्तीची वेदना
कोणी ओरबाडून नेला तिच्या ओठांवरचा विद्रोही शृंगार?
अरे, ऊठ रे ऊठ मर्दा ऊठ लाव या उदाशीला अंगार...!
वैफल्याचे जहर पचवून ज्यांची गल्बते होतात
वादळावर स्वार
त्यांच्या स्वागतासाठी किनारा
गर्वाने उचंबळून येत असतो
ज्यांच्या डोळ्यात जागत असतात स्वप्ने सूर्यफुलांची
त्यांच्या मळ्यावर उजेडच पहारा देत असतो
ते सुखाचे चुंबन घेऊन निजले असतील
वर्तमानाच्या कुशीत
स्वप्नांच्या रेशमी कुंतलांतून फिरत असतील त्यांची
स्वान्त सुखाय बोटं

रंगीत झुंबरांच्या प्रकाशात त्यांनी सजविला असेल
आपला 'इगो' घराच्या देव्हाऱ्यात
जे बसले असतील बंद डोळ्यांनी माळ जपत विहारात,
सांग त्यांना
ध्यानमग्न भिक्षूंच्या कत्तली करणारा शशांक
येतो आहे पुन्हा
शंकराचार्य, पतंजली आणि पुष्यमित्राने
उचलले आहे खड्ग
समाधिरत कनिष्काचे शीर उडविणारी प्रतिक्रांतीही
नव्याने झाली आहे सज्ज
अविरत चालतात जे धैर्याच्या जीवनवाटांनी
त्यांच्याच पावलाखालच्या निखाऱ्यांची फुले होतात;
दृष्टी असते ज्यांची युगभेदक त्यांच्याच डोळ्यात
चैतन्याचे स्फुल्लिंग पेटतात
इतिहासाच्या दृष्टीने निरर्थक ठरते
म्यानात कुजत पडलेले शौर्य
म्यानातून बाहेर निघाल्यावरच चमकत असते
सत्याच्या शूरत्वाची धार
ज्यांच्या जगण्याला असतात ठेचाळण्याचे संदर्भ
त्यांच्याच पावलात लढण्याचे बळ संचारत असते
अस्तित्वासाठी चाललेल्या सर्वंकष संगरात
साऱ्यांनाच सामील व्हावे लागते
टाळता येत नसते कुणालाच त्यांच्या सनातन क्रौर्याच्या
महापुराचा कहर
अशावेळी जे मातीला घट्ट धरून ठेवतात लव्हाळ्यासारखे
तेच संघर्षात नव्याने उभे राहतात आणि
अंग चोरुन जगणारे साळसूद संदर्भ
महापुरात मोडून पडतात
सुखाने हाक द्यावी दुःखाला...

दुःखाने साथ द्यावी दुःखाला
वेदनेच्या गळ्यात गळा घालून जगावे एकाच छताखाली
असे मायेचे घर आपल्या काळजात जपावे लागते
आलेच एखादे वादळ अंगावर तर खवळून उठावे लागते
जे एकजुटीने उठतात संकटाच्या जीवावर
त्यांच्याच पुढ्यात वैरी गुडघे टेकत असतो
अराजकाच्या छातीवर बसून जे करतात दोन हात काळ
त्यांनाच मानाचा मुजरा करीत असतो
ज्यांच्या डोळ्यात जागत असतात स्वप्ने सूर्यफुलांची
त्यांच्या मळ्यावर उजेडच पहारा देत असतो

(पृ. १४-१७)

कवी केतन पिंपळापुरे यांनी माणसाचे जीवन कसे असावे याविषयी आपल्या कवितेत ऊहापोह केला आहे. सक्रिय जीवनाचा पुरस्कार आणि निष्क्रिय जीवनाचा धिक्कार त्यांनी आपल्या कवितेत केला आहे. माणसाचे जीवन गतिशील असावे. कारखान्यात नवनिर्मिती करणाऱ्या कामगारांसारखे जीवन असावे. रुग्णालयात रुग्णांची सेवा करणारे सेवाभावी जीवन असावे. आयुष्याला आकार देणाऱ्या इच्छांसारखे जीवन असावे. जे संकटांवर मात करून आपले स्वप्न साकार करतात त्यांच्या दणकट दंडासारखे जीवन असावे. जीवन वेदनांची, दुःखांची निर्जरा करणारे असावे, असे कवी आपल्या कवितेत कथन करतो.

माणसाचे जीवन कृतिशील असावे. काळ्या मातीला हिरवंगार करणाऱ्या, शेतात राबणाऱ्या शेतकऱ्याच्या राकट-कणखर मनगटासारखे जीवन असावे. तेंदूपत्ता खुडून विड्या वळणाऱ्या निब्बर बोटांसारखे जीवन असावे. सुपं, टोपल्या, झाडूंची नवनिर्मिती करणारे स्वावलंबी जीवन असावे. तारेवर चालून पोट भरणाऱ्या कोल्हाटिणीसारखे कौशल्ययुक्त जीवन असावे. संगणक, संगीताची आवड असणारे जीवन असावे. खूप कष्टाने घरटं विणणाऱ्या सुगरणीसारखे जीवन असावे, असे कवी कवितेत नमूद करतो.

माणसाचे जीवन धैर्यशील असावे. सदोदित विजयाची अभिलाषा बाळगणारे जीवन असावे. क्रांतीसाठी कार्यरत असणाऱ्या आशावादी कार्यकर्त्यांसारखे जीवन असावे. माणसाचे जीवन समर्पित असावे. समाज बदलासाठी झटणारे, जळणारे असावे, असे कवी कवितेत विशद करतो. माणसाचे जीवन संघर्षशील, घणाघाती असावे. जीवन मोर्चेकरी असावे. अन्यायाविरुद्ध आक्रोश करणारे जीवन असावे. जीवन त्वेषयुक्त, गुलामीच्या बेड्या तोडणारे असावे, असे कवी कवितेत सांगतो. कवी केतन पिंपळापुरे यांनी मॅक्झिम गॉर्की यांच्या 'आई' या रशियन कादंबरीचा संदर्भ आपल्या कवितेत दिला आहे. बंदीगृहातून लाडक्या पॉवेल ब्लासोवच्या मुक्तीसाठी धडपडणाऱ्या मॅक्झिम गॉर्कीच्या आईसारखे जीवन असावे, असे कवी कवितेत नमूद करतो. मुलीच्या प्रेताची पर्वा न करता स्वतःला नामांतर आंदोलनात झोकून देणाऱ्या जोगी नगरच्या ऑन्टीसारखे जीवन असावे. घाटकोपर येथील घटनेच्या निषेधार्थ रॅपिड ॲक्शन फोर्सच्या संगिनी समोर ताठ उभे राहणाऱ्या इंदोऱ्यातील निधड्या छातीच्या भीमसैनिकांसारखे जीवन असावे, असे प्रतिपादन कवी कवितेत करतो.

माणसाचे जीवन सच्छिल असावे. जीवन आनंदी, संयमी, वात्सल्ययुक्त असावे, असे कवी कवितेत सांगतो. कवी केतन पिंपळापुरे यांनी मथुरेची प्रसिद्ध नर्तकी वासवदत्ता आणि भिक्षू उपगुप्त यांचा ऐतिहासिक संदर्भ आपल्या कवितेत दिला आहे. वासवदत्तेला दुःखमुक्तीचा मार्ग दाखविणाऱ्या भिक्षू उपगुप्तासारखे करुणाद्र, निर्विकार जीवन असावे. बुद्धत्व प्राप्तीनंतर स्वगृही परतलेल्या तथागताचे स्वदुःख विसरून स्वागत करणाऱ्या यशोधरेसारखे जीवन असावे. कुठलीही तक्रार न करता मूकपणे डॉ. बाबासाहेब आंबेडकरांचा संसार सांभाळणाऱ्या रमाईसारखे जीवन असावे, असे कथन कवी 'जीवन असावं गतिशील' या कवितेतील पुढील ओळीत करतो आणि म्हणतो -

जीवन असावं गतिशील

नव-निर्मितीसाठी कारखान्यात गुंतलेल्या हातांसारखं

रुग्णालयातल्या वेदनादग्ध रुग्णांच्या अहर्निश

सेवारत मनांसारखं

परिस्थितीच्या चक्रावर लादलेल्या आयुष्याच्या मातीला

आकार देणाऱ्या प्रयत्नशील इच्छांसारखे

जे कोरतात आपलं स्वप्नशिल्प काळोखाच्या पाषाणावर

घाव घालून त्यांच्या दणकट दंडासारखं

काळजाच्या जात्यावर वेदना दळून काढणाऱ्या

मनस्वी हातांसारखं

जीवन असावं कृतिशील

काळ्या मातीच्या ओठांवर हिरवं हसू शिंपीत

जगणाऱ्या राकट-कणखर मनगटांसारखं

तेंदूपत्ता खुडून विड्या वळणाऱ्या निब्बर बोटांसारखं

सुपं, टोपल्या, झाडू बांधतांना छिलून जाणाऱ्या

दुखऱ्या नखांसारखं

आयुष्याच्या काटेरी तारेवरून चालणाऱ्या कोल्हाटिणीच्या

संतुलित पावलांसारखं

दुःखे मळून आयुष्य तव्यावर शेकतांना

भाजणाऱ्या तळव्यांसारखं

कॉम्प्युटरच्या की-बोर्डवर नाचणाऱ्या

एक्स्पर्ट तर्जनीसारखं

गिटारीच्या तारांवर दर्दधून छेडणाऱ्या

रक्तबंबाळ अंगुलीसारखं

महत्कष्टाने धागा धागा जुळवून

घरटं विणणाऱ्या सुगरणीसारखं

जीवन असावं धैर्यशील

युद्धभूमीवर लढतांना जखमी झालेल्या सैनिकांच्या उरात

तेवणाऱ्या विजयाच्या अभिलाषेसारखं

संघर्षरत कार्यकर्त्यांच्या डोळ्यात तरळणाऱ्या

क्रांत्युत्सुक पहाटेसारखं

समाज बदलाचा घेऊन ध्यास जळत असतात जे अखंड,

अविरत त्या समर्पित हृदयांच्या जागत्या स्पंदनांसारखं

जीवन असावं संघर्षशील

अवजारांना धार लावतांना आदळणाऱ्या

लोहाराच्या अचूक घणाघातासारखं

भुकेने खवळलेल्या मोर्च्यात आवळलेल्या मुठींच्या

जहाल आक्रोशांसारखं

पिंजऱ्याच्या सळाखिंशी झुंजणाऱ्या

पाखरांच्या चोचीतल्या त्वेषांसारखं

बंदीगृहातून लाडक्या 'पावेल ब्लासोव' च्या मुक्तीसाठी

धडपडणाऱ्या 'मॅक्झिम गॉर्की' च्या 'मदर' सारखं किंवा

जयभीमच्या अस्मितेसाठी मुलीच्या प्रेताला लाथ मारून

नामांतर आंदोलनात घोषणा देणाऱ्या

जोगी नगरच्या ऑन्टी सारखं

घाटकोपर हत्याकांडाच्या निषेधात

रॅपिड ऑक्शन फोर्सच्या संगिनी समोर ताठ उभ्या

इंदोऱ्याच्या निधड्या छातीसारखं

जीवन असावं सच्छिल

प्रकृतीच्या विवस्त्र कायेवरून ओघळणाऱ्या आनंदाच्या

संयमोदात्त नजरेतल्या वात्सल्यासारखं

दुःखदग्ध वासवदत्ताच्या डोळ्यातून निथळणाऱ्या

आसवांना टिपतांना कारुण्यानं भिजलेल्या उपगुप्ताच्या

निर्विकारी चिवरासारखं

सम्बोधीनंतर स्वगृही परतलेल्या तथागतांच्या पावलांवर

फुलं झालेल्या यशोधरेच्या उदात्त आसवांसारखं

मृत्यूच्या हाती पाळण्याची दोरी देऊन मुक्याने हंबरणाऱ्या

रमामाऊलीच्या व्याकूळ डोळ्यासारखं...

(पृ. १८-१९)

कवी केतन पिंपळापुरे यांची डॉ. बाबासाहेब आंबेडकर यांचेवर नितांत श्रद्धा आहे. दिशाहीन इच्छा असंख्य वाटांनी सैरभैर होत असताना, चुकलेली जीवनाची वाट दुरुस्त होत नसताना, स्वार्थ उफाळून येत असताना, जाणिवांची तहान सतावत असताना, आकंठ दुःखात बुडाले असताना, जीवन अज्ञान, अंधकारात तडफडत असताना डॉ. बाबासाहेब आंबेडकरांचा पौर्णिमेच्या चंद्रासारखा प्रकाशमान सम्यक चेहरा आपल्याला आठवतो, असे कवी कवितेत सांगतो. डॉ. बाबासाहेब आंबेडकरांच्या विचारांनुसार आपण खाचखळग्यातून आपला जीवनप्रवास करीत आहोत. आपली प्रत्येक कृती डॉ. बाबासाहेब आंबेडकरांच्या प्रतिभेने प्रभावित असते. डॉ. बाबासाहेब आंबेडकरांचे साधे स्मित पाहिले तरी आपल्या डोळ्याचे पारणे फिटते. डॉ. बाबासाहेब आंबेडकर क्षमाशील आहेत. त्यांचे विचार आपल्या पाठीशी आहेत. दुःखात डॉ. बाबासाहेब आंबेडकरांचे विचार जेव्हा आपल्या पाठीवरून हात फिरवितात तेव्हा आपल्याला सृजनाची, नवनिर्मितीची, काव्यलेखनाची प्रेरणा मिळते, असे कवी कवितेत कथन करतो. डॉ. बाबासाहेब आंबेडकरांचे विचार आपण सत्य मानतो आणि या विचारांनीच आपण लढतो, असे प्रतिपादन कवी कवितेत करतो. डॉ. बाबासाहेब आंबेडकर आपल्या रक्तात भिनले असून, आपले श्वास सतत अन्यायाच्या विरोधात धगधगत असतात, असे कवी कवितेत प्रतिपादित करतो. डॉ. बाबासाहेब आंबेडकरांच्या विचारांची छत्रछाया आपल्याला लाभली आहे. डॉ. बाबासाहेब आंबेडकरांनी सांगितलेल्या शीलांचे पालन करीत असल्यामुळे आपण कुठल्याच सांस्कृतिक सोंगाढोंगांना घाबरत नाही, असे कवी कवितेत नमूद करतो. डॉ. बाबासाहेब आंबेडकरांनी दिलेली बुद्धाची करुणा आपल्याला लाभली आहे. त्यामुळे आपले मन आपण स्वच्छ, निर्मळ ठेवतो. डॉ. बाबासाहेब आंबेडकरांच्या विचारांनी आपले सर्वांग व्यापले आहे. अणुरेणूतील तरंगात, चेतनेच्या वेगात आणि भावनेच्या आवेगात फक्त बाबासाहेब आणि फक्त बाबासाहेब आंबेडकरचं आहेत. डॉ. बाबासाहेब आंबेडकरांच्या विचारांची सावली आपल्याला लाभली आहे, असे कथन कवी 'माथ्यावरील सावलीचा मेघ' या कवितेतील पुढील ओळीत करतो आणि म्हणतो -

आयुष्याला फुटलेल्या असंख्य वाटांनी
सैरभैर होतात दिशाहीन इच्छांचे थवे
डोळ्यात पडलेली रानभूल चुकवून जाते
परतीच्या वाटेवरील सगळे सांजसंदर्भ
झाकोळल्या हृदयाच्या डोहाजवळ येतात
तृषार्त जाणिवांचे सगळे रानपक्षी
अवचित श्वापदांनी सावजावर घालावी झडप
तसा येतो उसळून आपला साळसूद स्वार्थ
धप्पकन् कोसळतो आकंठ दुःखाच्या खोल-खोल तळ्यात
काळोखाच्या अथांग डोहात तडफडतांना आठवतो
पौर्णिमेच्या चंद्रासारखा तुझा प्रकाशमान सम्यक् चेहरा
तूच देतोस करुणेचा हात अगाध मातृत्वाने ओथंबलेला
तुझ्याच अंगुलीच्या आधाराने सुरू असतो
खाचखळग्यांतून अदम्य जीवनप्रवास
माझ्या हरेक कृतीवर असतो तुझ्या प्रजेचा
सार्वकालीक पहारा
मी पाहतो लोचनांच्या कडांनी ओघळलेले अलगद
तुझे स्मित
तेव्हा तृप्त होतात माझ्या डोळ्यातील धरतीचे
तृषार्त ओठ
तू होत जातोस क्षमाशील
दुःखाच्या पाठीवरून फिरतो तुझा मायाळू हात
तेव्हा माझ्या मनातल्या निवडुंगावर
सृजनाचे गुलाब खळाळून हसतात
तुझंच सत्य फडकत असतं
माझ्या युद्धध्वजावर अविरत
आणि श्वासात असते सदैव पेटती सळसळ
तूच झाला आहेस माझ्या धमण्यांमधली उत्स्फुर्त वर्दळ
तूच असतोस माझ्या माथ्यावर

सावलीचा मेघ होऊन सदासर्वकाळ गर्जत

तूच असतोस माझ्यात... अवतीभवती घेऊन

शीलाचा प्रतोद

म्हणूनच मी दचकत नाही

कुठल्याच सांस्कृतिक सोंगाढोंगांना

तूच करुणेचा मृग होऊन बरसत असतो

माझ्या आयुष्याच्या वैशाखात

मीही काळीज स्वच्छ धुवून वाळत घालतो

विस्तवावर निवांत

तूच असतोस माझ्या अणुरेणूतील तरंगात

तूच माझ्या चेतनेचा वेग...!

तूच माझ्या भावनांचा उत्स्फुर्त आवेग!

तूच असतोस माझ्या माथ्यावरील सावलीचा मेघ...!

(पृ. २०-२१)

कवी केतन पिंपळापुरे यांनी मैत्री हा विषय आपल्या कवितेत भावपूर्णरितीने चित्रित केला आहे. मैत्रीच्या विविध पैलुतून मैत्रीची विशालता कवीने कवितेत सांगितली आहे. बुध्द तत्त्वज्ञानातील, जीवन मार्गातील 'मंगल मैत्री' अत्युच्च तत्त्व आहे. मैत्री मनाची विशालता आहे. मैत्रीचे वेदनांशी नाते आहे. अंत:करणाची पवित्रता, हळुवेपण मैत्रीत आहे. मन मोकळे करण्याची जागा मैत्री आहे. प्रेमाचा धागा मैत्री आहे. मैत्रीत माणुसकी, करुणा, मानवता, उदात्तता आणि विश्वशांतीचा पुरस्कार आहे, असे कवी कवितेत विशद करतो. मैत्रीत जीवनाची सुंदरता, मनाची उदारता आहे. मैत्री मानवतेचे लोभस रूप आहे. मैत्री निर्मळ स्मृतींचा स्तूप आणि त्यागाचा सुगंधी धूप आहे, असे कवी कवितेत सांगतो. समर्पणातून मैत्री फुलत असते. मैत्री जुने-पुराणे वैर भुलत असते. मैत्री एक नाव असते, मनाच्या विशालतेचे एक सुंदर गाव असते, अशा शब्दात कवी मैत्रीचे काव्यमय गुणगान आपल्या 'मैत्री' या कवितेतील पुढील ओळीत करतो आणि म्हणतो -

मैत्री... एक नाव असतं

मनाच्या विशालतेचं एक सुंदर गाव असतं

वेदनांच्या अथांगतेचं मैत्री असतं नातं;

मैत्री असतं गीत अंत:करणाच्या पवित्रतेचं

मैत्री असतं संगीत हृदयात उमलणाऱ्या हळवेपणाचं

अंतरीच्या गुढत्वाची मैत्री असते जागा

प्रेमाच्या कशिद्याचा मैत्री असते धागा

मैत्री असते माणुसकीची दिव्य दृष्टी

मैत्री असते करुणेची अगाध सृष्टी

मैत्री म्हणजे विश्वशांतीची रम्य पहाट

मैत्री म्हणजे मानव्याचे उन्नत ललाट

मैत्री म्हणजे उदात्ततेची समुद्रलाट

जीवनाची सुंदरता म्हणजे मैत्री

काळजातली असीम उदारता म्हणजे मैत्री

मैत्री : मानवतेचं लोभस रूप

मैत्री : निर्मळ स्मृतींचा स्तूप

मैत्री : त्यागाचा सुगंधी धूप

मैत्री फुलते समर्पणाच्या सूर्यफुलावर

मैत्री झुलते परिश्रमाच्या हिंदोळ्यावर

मैत्री डुलते पिकापिकांवर होऊनी गाणे

मैत्री खुलते हृदयी होऊनी सुखगर्द उखाणे

मैत्री भुलते वैर आपले जुने-पुराणे

मैत्री... एक नाव असतं

मनाच्या विशालतेचं एक सुंदर गावं असतं

(पृ. २२-२३)

कवी केतन पिंपळापुरे स्वतःला क्रांतीची लाट संबोधतात. आपल्या प्राणाची पर्वा न करणारी, बलिदानासाठी तयार असणारी, अन्यायाविरुद्ध रणांगणात उन्नत माथ्याने युद्ध करणारी, अन्यायावर

सपासप वार करणारी माणसे मला हवी आहेत. अन्यायग्रस्त हृदयात मी पेटलेली वात आहे. मी क्रांतीची लाट आहे, असे कवी कवितेत नमूद करतो. डॉ. बाबासाहेब आंबेडकरांची मी स्वप्नशलाका आहे, असे कवी सांगतो. जहाल इच्छा, गतिमान मन, शूर विचार आणि बिनधास्त प्रतिभेच्या जोरावर मी डॉ. बाबासाहेब आंबेडकरांचे स्वप्न साकार करणार आहे. मी क्रांतीची लाट आहे, असे कवी कवितेत सांगतो. ज्याचे बाहू बलदंड आहेत. ज्याच्या मनगटात जोर आहे. ज्याच्या डोळ्यात सत्य वास करते. ज्याच्या पावलांमध्ये बळ आहे. ज्याच्या बुलंद इराद्यांना अलेक्झांडर सलाम करतो. जो प्रियदर्शी अशोकासारखा दूरदर्शी स्वप्नवेत्ता आहे. जो नेपोलियन बोनापार्ट सारखा आपल्या दिग्विजयी घोड्याची लगाम धरून चालतो. ज्याच्या अंगी कुटील षडयंत्र उधळून लावणारे हर्षवर्धनासारखे प्रसंगावधान आहे. ज्याच्या हृदयात कनिष्कासारखी धम्मनिष्ठा आहे. ज्याच्या बाहूत एकाच घावात पाच खुंट छाटणाऱ्या बंधूल मल्लासारखे युद्धबळ आहे. त्या सर्वांच्या धीरोदात्त पावलांची धूळ मी माझ्या कपाळावर लावणार आहे. त्या सर्वांचा आदर्श मी डोळ्यापुढे ठेवणार आहे. मी क्रांतीची लाट आहे, असे कथन कवी कवितेत करतो. जो विद्रोही आहे. व्यक्तिगत सुखदुःखांना बाजूला ठेवतो. निष्ठा, मूल्ये जोपासतो. जो आयुष्यात फायद्या-तोट्याचा विचार करीत नाही. ज्याच्या डोळ्यात आकाशाला गवसणी घालण्याची क्षमता आहे. जो माझ्याशी बांधील आहे. क्रांतीशी बांधील आहे. काळाची कुटील आक्रमणे ज्याला पराभूत करू शकणार नाहीत. ज्याला मुक्तीची भूक आहे. जो काळाच्या पुढे धावत असेल. ज्याला पाहून संकटे पळ काढतात. वादळेही ज्याच्यापुढे नतमस्तक होतात. जो युद्धासाठी जगतो. जो सम्यक संबुद्ध आहे. त्याच्याशी मी माझ्या जीवनाची नाळ जोडणार आहे. मी क्रांतीची लाट आहे, असे कवी कवितेत विशद करतो. कवी आपला प्राणसखा प्रियकर याविषयी आपल्या कवितेत मत प्रदर्शित करतो. त्याचे प्रलयंकारी व्यक्तिमत्त्व आपण आपल्या हृदयात जपले आहे, असे सांगतो. कवीला तो स्वत्त्वाचे हत्यार घेऊन रणांगणात लढताना दिसतो. कवीला तो बंडाचा झेंडा घेऊन स्वप्नात दिसतो. दबल्या, पिचलेल्यांचा मोर्चा घेऊन समोरून

जाताना दिसतो. मानवी मूल्यांसाठी शोषकांची नरडी फोडतांना तो रोज आपल्याला स्वप्नात दिसतो, असे कवी सांगतो. स्वाभिमानासाठी, अत्याचाराच्या विरोधात तो संसदेवर संघटित लढा उभारतांना कवीला दिसतो. भूमिहीनांच्या, भूमिपुत्रांच्या आणि भीमपुत्रांच्या वादळी आक्रोशात तो कवीला दिसतो. कवीला त्याच्या डोळ्यात आकांत दिसतो. त्याच्या माथ्यावरील घाम पुसण्यासाठी आपण अधीर झालो आहोत, असे कवी सांगतो. आणि आपला प्राणसखा प्रियकर दुःखाच्या निखाऱ्यावर होरपळत आहे, असे कवी कवितेत नमूद करतो. आपण त्याला निरोप पाठविला आहे. तो आपला शब्द आता टाळणार नाही, असा विश्वास कवी व्यक्त करतो. उदासिनतेत तो आपले क्रांतिकारी जीवन बर्बाद करणार नाही, अशी आशा कवी बाळगतो. तो येईल, नक्की येईल, सर्व अडचणींवर, संकटांवर मात करून येईल, असा विश्वास कवी व्यक्त करतो. यावेळी तो धडधडत्या मशिनगनसारखा अथवा लालभडक आग ओकणाऱ्या इंजनसारखा येणार नाही. तो येईल तेव्हा त्याच्या तळहातावर ही पृथ्वी असेल, असे कथन कवी कवितेत करतो. "पृथ्वी ही शेषाच्या मस्तकावर तरली नसून कामगारांच्या तळहातांवर तरली आहे", या अण्णाभाऊ साठे यांच्या विधानाचा संदर्भ येथे आहे. अर्थात ही क्रांती मार्क्सवादानुसार रक्तरंजित मार्गाने होणार नसून डॉ. बाबासाहेब आंबेडकर व भगवान बुद्धाच्या शांतीच्या मार्गाने होणार असल्याचा संदर्भ कवी येथे देतो. समतेच्या या लढाईत भगवान बुध्द आणि डॉ. बाबासाहेब आंबेडकर त्याला मार्ग दाखविणार आहे, म्हणूनच आपणही त्याच्या स्वागतासाठी त्याच्या मार्गात अग्निफुले पसरविली आहेत, असे प्रतिपादन कवी कवितेत करतो. मी क्रांतीची लाट आहे, असे 'मी आरक्त क्षितिजाच्या ओठांवर फुललेली पहाट' या कवितेतील पुढील ओळीत विशद करतो आणि म्हणतो -

मी आरक्त क्षितिजाच्या ओठांवर फुटलेली
क्रांतीची लखलखती पहाट आहे
उसळत्या दर्याचा लगाम खेचून पाठीवर मांड ठोकणाऱ्या
रक्तातली मी उन्मत्त लाट आहे

मला हवी आहे वधस्तंभाकडे जाताना

हर्षाने भरून आलेली छाती

बलिदानाच्या रक्तथेंबांनी भिजलेली कृतार्थ माती

रणांगणाकडे जातांना उंच उठलेला उदात्त उन्नत माथा

अत्याचारांच्या गळ्यावर सपासप चालणाऱ्या

हातांची गाथा

लाखलाख काळजाच्या बारुदबंद कोठारात पेटलेली

मी वात आहे

उसळत्या दर्याचा लगाम खेचून पाठीवर मांड ठोकणाऱ्या

रक्तातली मी उन्मत्त लाट आहे

ज्वालांच्या पंखांनी काळोख भेदीत

आभाळ व्यापणाऱ्या जहाल इच्छांची

वादळाला टांच मारून

वणव्यातून चालणाऱ्या गतिमान मनांची

विजेची प्रत्यंचा ओढून शरसंधान करू पाहणाऱ्या

शूर विचारांची

सूर्य गळ्यात अडकवून मुक्त विहार करणाऱ्या

बिनधास्त प्रतिभेची

मी स्वप्नशलाका युगंधराची

उसळत्या दर्याचा लगाम खेचून पाठीवर मांड ठोकणाऱ्या

रक्तातली मी उन्मत्त लाट आहे

वज्राला लावावी धार मनगटाच्या सहाणेवर

अशा बलदंड बाहूचा जो स्वामी

ज्याच्या डोळ्यांत नक्षत्रांच्या लकाकत्या ज्योतीसारखं

सत्य असेल प्रकाशमान

पहाडांनी हटावं बाजूला असं पावलांमध्ये बळ

ज्याच्या बुलंद इराद्यांना अलेक्झांडरने करावा

वाकून सलाम

नेपोलियनने चालावं त्याच्या दिग्विजयी घोड्याचा

धरून लगाम
काळाच्या नाकात वेसण घालून वठणीवर आणणाऱ्या
प्रियदर्शी अशोकासारखा दूरदर्शी नजरेचा स्वप्नवेत्ता!
इतिहासाचे पोलादी वैभव लाभलेल्या
सत्याचा ध्वजवाहक
कुटील षडयंत्रांची गर्दन उडविणाऱ्या हर्षवर्धनाची
समय तत्परता
हृदयात कनिष्काची धम्मनिष्ठा
एकाच घावात पाच खुंट छाटणाऱ्या बंधूल मल्लासारखे
ज्याच्या बाहुंमधले युद्धस्वी बळ
त्याच्या शीलवान शौर्यावर असेल माझी प्रीत अढळ
त्यांच्या धीरोदात्त पावलाच्या धुळीने भरून घेणार मी
माझे ललाट आहे
मी आरक्त क्षितिजाच्या ओठांवर फुटलेली
क्रांतीची लखलखती पहाट आहे
उसळत्या दर्याचा लगाम खेचून पाठीवर मांड ठोकणाऱ्या
रक्तातली मी उन्मत्त लाट आहे
त्यागाचा लहरता अग्निध्वज खांद्यावर घेऊन जगणारा
ज्वलंत विद्रोह
व्यक्तिगत सुखदुःखांना कबरबंद करून
निष्ठेच्या सूक्ष्म टोकावर मूल्ये जगणारा तो जीवनसाथी
मागणार नाही आयुष्याच्या उन्हातान्हाचा हिशेब कधी
डोळ्यात असेल समूह संवेदनांचा गगनगामी ध्यास
रोमारोमात दरवळत असेल त्याच्या
माझा...फक्त माझाच श्वास
त्याला हरवू शकणार नाहीत काळाची कुटील आक्रमणे
मुक्तीची भूक मेंदूत घेऊन तो धावत असेल
काळाच्याही पुढे...पुढे
तो बाहू सरसावून उभा झाला की,

शेपूट घालून पळतील सारी संकटे
त्याचे निग्रही पाय चाटू लागतील
मुकाट्याने चवताळलेली वादळे
त्याच्या जगण्याचं नाव असेल युद्ध आणि डोळ्यात
निळ्या चिवरातला सम्यक् सम्बुद्ध
त्या प्रबुद्ध वणव्याशी मी बांधणार
माझ्या पदराची गाठ आहे!
मी आरक्त क्षितिजाच्या ओठांवर फुटलेली
क्रांतीची लखलखती पहाट आहे!
उसळत्या दर्याचा लगाम खेचून पाठीवर मांड ठोकणार्‍या
रक्तातली मी उन्मत्त लाट आहे!
त्याचं प्रलयंकारी प्रतिबिंब मी जपलंय
माझ्या काळजाच्या कोंदणात
तो दिसतोय मला लढतांना स्वत्त्वाचं प्रखर हत्यार घेऊन
रणांगणात
तो माझ्या स्वप्नात बंडाचा झेंडा घेऊन गर्जत येतो आणि
माझ्या समोरून असंख्य उघड्या नागड्या दुःखांचा
मोर्चा घेऊन जातो
तो रोज दिसतो मला स्वप्नात
मानवी मूल्यांसाठी शोषकांची नरडी फोडताना
स्वाभिमानासाठी अत्याचाराच्या संसदेवर
संघटित एल्गार करतांना
तो दिसतो मला भूमिहीनांच्या, भूमिपुत्रांच्या,
भीमपुत्रांच्या वादळी आक्रोशात
मला आकांताच्या अथांग लाटा दिसतात त्याच्या
डोळ्यातल्या ज्वालांच्या जल्लोषात
त्याच्या माथ्यावरील घाम टिपण्यासाठी
फडफडतो आहे माझा अधीर पदर
दुःखाच्या निखार्‍यावर होरपळतो आहे

माझा प्राणसखा प्रियकर

मी त्याला पाठविला आहे तातडीचा निरोप

माझा शब्द तो आतातरी टाळणार नाही

यापुढे तो उदासपणात आपली क्रांतदर्शी जिंदगी

जाळणार नाही

तो येईल, नक्कीच येईल, सागर भेदून येईल

काळोख छेदून येईल!

यावेळी तो येणार नाही धडधडत्या मशिनगनसारखा

अथवा

लालभडक आग ओकणाऱ्या ड्रॅगनसारखा

पण, येईल तेव्हा त्याच्या तळहातावर ही धरती असेल

तो येईल समतेच्या युद्धरथावर स्वार होऊन तेव्हा,

त्याच्या शिरावर सावली धरील बुध्द; आणि

भीम त्याचा सारथी असेल

म्हणूनच, त्याच्या स्वागतासाठी मी अंथरली

ही अग्निफुलांची वाट आहे

मी आरक्त क्षितिजाच्या ओठांवर फुटलेली

क्रांतीची लखलखती पहाट आहे

उसळत्या दर्याचा लगाम खेचून

पाठीवर मांड ठोकणाऱ्या रक्तातली

मी उन्मत्त लाट आहे!

(पृ. २४-२७)

कवी केतन पिंपळापुरे डॉ. बाबासाहेब आंबेडकरांना दिव्य पुरुष मानतात. डॉ. बाबासाहेब आंबेडकरांच्या डोळ्यात पाहिले की आपल्याला दिव्यत्वाचा भास होतो, असे कवी सांगतो. डॉ. बाबासाहेब आंबेडकरांच्या विचारांवर कवी नतमस्तक होतो. डॉ. बाबासाहेब आंबेडकरांच्या चेहऱ्यात कवीला शीलाचे तेज दिसते. डॉ. बाबासाहेब आंबेडकरांनी रोखलेले बोट कवीला संगिनीच्या पात्यासारखे चकाकतांना दिसते.

'रिकन्स्ट्रक्शन ऑफ सोसायटी' वरील डॉ. बाबासाहेब आंबेडकरांचे क्रिटिक्स वाचल्यानंतर जागतिक कीर्तींचे ब्रिटिश तत्त्वज्ञ, गणितज्ञ, वैज्ञानिक, शिक्षणतज्ञ, राजकीय विचारवंत, समाजशास्त्रज्ञ आणि लेखक बर्ट्रांड आर्थर विलियम रसेल यांना डॉ. बाबासाहेब आंबेडकरांची ब्रिटिश म्युझियममध्ये भेट घ्यायची होती, असा संदर्भ कवी कवितेत देतो. इंग्लंडचे पंतप्रधान, प्रखर वक्ते, इतिहासकार, लेखक, कलावंत विन्सटन चर्चिल यांच्या खाजगी डायरीत डॉ. बाबासाहेब आंबेडकर यांच्या नावाची, भेटीची नोंद असते, असा संदर्भ कवी कवितेत देतो. भारतामधील ब्रिटिश राजवटीचे शेवटचे व्हाईसरॉय लॉर्ड माऊंटबॅटन यांना देखील डॉ. बाबासाहेब आंबेडकर यांना पाहायची इच्छा होती, असे कवी कवितेत सांगतो. ब्रिटिश अर्थशास्त्रज्ञ, लेखक, राजकीय विचारवंत, ब्रिटनमधील लेबर पार्टीचे अध्यक्ष हेरॉल्ड जोसेफ लॉस्की हे डॉ. बाबासाहेब आंबेडकरांच्या विद्वत्तेने दिपून जातात, असे कवी कवितेत नमूद करतो. रशियन क्रांतीचे महान नायक ब्लादिमीर इलीइच लेनिन यांच्या कृतीवर देखील डॉ. बाबासाहेब आंबेडकर भाष्य करतात, असे कवी कवितेत सांगतो. वेल्श अभिनेता, माहितीपट निर्माता केनेथ रेगिनाल्ड ग्रिफिथ डॉ. बाबासाहेब आंबेडकरांचे संघर्षशील जीवनचरित्र वाचून प्रभावित होतो, मोहित होतो, असे कवी कवितेत कथन करतो. सोव्हिएत संघास जागतिक महाशक्ती म्हणून घडविणारे जोसेफ स्टॅलिन यांच्या मृत्यूवर डॉ. बाबासाहेब आंबेडकर अश्रू ढाळतात, शोक प्रकट करतात, असे कवी कवितेत सांगतो. डॉ. कॅनन आणि प्रा. एडविन सेलिंग्मन हे डॉ. बाबासाहेब आंबेडकरांचे गुरू होते. डॉ. बाबासाहेब आंबेडकरांनी डॉक्टर ऑफ सायन्स या पदवीसाठी लिहिलेला प्रबंध 'द प्रॉब्लेम ऑफ रुपी' याचे मार्गदर्शक अर्थशास्त्रज्ञ डॉ. कॅनन होते. डॉ. बाबासाहेब आंबेडकरांनी कोलंबिया विद्यापीठात असताना पीएचडी साठी 'द नॅशनल डिव्हीडंड ऑफ इंडिया अ हिस्टारिकल अँड ॲनालिटिकल स्टडी' नावाचा प्रबंध लिहिला. त्याचे ग्रंथ स्वरूप म्हणजे प्रस्तुत ग्रंथ होय. या ग्रंथाची प्रस्तावना त्यांचे कोलंबियातील मार्गदर्शक प्रा. एडविन सेलिंग्मन यांची

आहे. डॉ. कॅनन आणि सेलिंग्मन या दोनही गुरूंना डॉ. बाबासाहेब आंबेडकरांच्या तर्कशक्तीचा सार्थ अभिमान वाटत असल्याचा संदर्भ कवी कवितेत देतो. प्रो. जेंनिंग डॉ. बाबासाहेब आंबेडकरांच्या प्रकांड पांडित्याने भारावून जातात, असे कवी कवितेत नमूद करतो. पंडित जवाहरलाल नेहरू आणि सरदार वल्लभभाई पटेल, डॉ. राजेंद्रप्रसाद यांना डॉ. बाबासाहेब आंबेडकरांच्या बुद्धीमत्तेचा हेवा वाटतो, असे कवी कवितेत नमूद करतो. डॉ. बाबासाहेब आंबेडकर आणि महात्मा गांधी यांच्यात झालेल्या पुणे कराराचा संदर्भ कवी कवितेत देतो. डॉ. बाबासाहेब आंबेडकरांनी अथक परिश्रमातून भारताचे संविधान लिहिले, असे कवी कवितेत सांगतो. डॉ. बाबासाहेब आंबेडकरांना 'ज्ञानविश्वाचे सम्राट' या उपाधीने कवी कवितेत गौरवान्वित करतो. कोलंबियाने 'दी मोस्ट रिमार्केबल कोलंबियन' म्हणून डॉ. बाबासाहेब आंबेडकरांचा सन्मान केला, असे कवी कवितेत सांगतो. डॉ. बाबासाहेब आंबेडकरांनी संपूर्ण जगाचं लक्ष वेधून घेतले, भारताकडेही जगाची नजर वळली, असे कवी कवितेत कथन करतो.

ज्या मायभूमीने माणसाचे राजकीय, आर्थिक, सामाजिक आणि सांस्कृतिक अधिकार नाकारले त्या मातृभूमीत डॉ. बाबासाहेब आंबेडकरांनी 'वन मॅन वन व्होट वन व्हॅल्यू' ची प्रतिष्ठापना केली, असे कवी कवितेत सांगतो. 'वुई आर चोजन मेन ऑफ गॉड' म्हणून माणूस इथे पायदळी तुडविला जात आहे. माणसाच्या अधिकारावर, उत्थानावर धर्मशास्त्राचा पहारा आहे. आजही आमच्यावर अत्याचार सुरूच आहेत. ओठावर अहिंसा आणि पोटात हिंसा अशा दुहेरी भूमिकेत ते असतात. देश आपला वाटत नाही. डॉ. बाबासाहेब आंबेडकरांमुळे स्वातंत्र्य-गणराज्य दिनाला माथा उन्नत होत असल्याचे प्रतिपादन कवी कवितेत करतो.

डॉ. बाबासाहेब आंबेडकरांचा सगळीकडे जयजयकार होत आहे. डॉ. बाबासाहेब आंबेडकरांची प्रतिभा उत्तुंग आहे. डॉ. बाबासाहेब आंबेडकर नसते तर आपल्या दुःखांना कुणी जवळ केले असते?

कुणी पुसले असते आमचे अश्रू? आमचे स्वप्न कुणी साकार केले असते? आमच्या व्यथांना कुणी कुरवाळले असते? कुणी घातली असती आमच्या दुःखदग्ध काळजावर फुंकर? आमच्या उद्धाराचा मार्ग कुणी प्रशस्त केला असता? कुणी केले असते आम्हाला क्रांतिप्रवण? असे प्रश्न कवी कवितेत विचारतो.

डॉ. बाबासाहेब आंबेडकरांनी दाखविलेल्या मार्गावर आपण नजर ठेवून आहोत. आपण डॉ. बाबासाहेब आंबेडकरांनी उभारलेल्या छावणीत उध्वस्तता, कोलाहल, दारिद्र्य, अकुशल कर्म आणि नेत्यांनी केलेले आत्मघाती कृत्ये, पराभव, लाचारी, दुही, स्वार्थी नेतृत्व पाहत आहोत, असे कवी कवितेत सांगतो. इतकी बेइमानी? इतकी कृतघ्नता? आपल्याच छावणीत कशी? असा प्रश्न कवीला पडतो. कोणातही लढण्याची क्षमता कवीला दिसत नाही. निर्णायक युद्धापूर्वींच सैनिकांनी युद्धभूमीवरून पाठ फिरविली, असे मत कवी कवितेत व्यक्त करतो. एकही किंग ब्रूस या नागांच्या छावणीत नसल्याची खंत कवी कवितेत व्यक्त करतो. इथे कवी स्कॉटलँड या देशातील किंग रॉबर्ट ब्रूसचा संदर्भ देतो. किंग रॉबर्ट ब्रूसची कथा थोडक्यात अशी आहे. किंग ब्रूस हा चांगला राजा असतो. त्याची प्रजा समाधानी असते. एक दिवस इंग्लंड त्याच्या राज्यावर आक्रमण करते आणि युद्धात किंग ब्रूसचा पराभव होतो. किंग ब्रूस पुन्हा आपल्या सैनिकांना गोळा करतो आणि इंग्लंडवर आक्रमण करतो. पुन्हा पराभूत होतो. किंग ब्रूस चौदा वेळा इंग्लंडवर आक्रमण करतो आणि चौदाही वेळा युद्धात पराभूत होतो. आता त्याच्या सैनिकांचा देखील त्याच्यावरचा विश्वास उडतो. तो एका पहाडावर जाऊन राहतो. एक दिवस त्याला झाडावर एक कोळी कीटक जाळं विणतांना दिसतो. तो कीटक जाळं विणण्यासाठी झाडावर चढतो. खाली पडतो. पुन्हा झाडावर चढतो. चौदा वेळा तो कीटक खाली पडल्यानंतर, थकल्यानंतर आता तो झाडावर चढू शकणार नाही. जाळं पूर्ण करू शकणार नाही असे किंग ब्रूसला वाटते. पण तो कीटक उठतो. पुन्हा झाडावर चढतो. जाळे विणतो. एकविसाव्या प्रयत्नात तो जाळे पूर्ण करतो. किंग ब्रूस या कोळी किटकापासून

प्रेरणा घेतो. आपण तर चौदा वेळाच पराभूत झालोत. अजून सात प्रयत्न बाकी आहेत. पुन्हा सैनिक गोळा करून किंग ब्रूस इंग्लंडवर आक्रमण करतो. यावेळी तो इंग्लंडचा पराभव करतो आणि युद्धात विजयी होतो. आंबेडकरवादी छावणीतील कार्यकर्त्यांनी, नेत्यांनी आणि लोकांनी सतत किंग ब्रूससारखे प्रयत्नरत राहावे, असे आवाहन कवी कवितेत करतो.

डॉ. बाबासाहेब आंबेडकरांनी आपल्याला कर्मकांडविरहित, क्रांतिकारी बुध्द धम्म दिला. बावीस प्रतिज्ञा सांगितल्या. सृजन आणि संघर्ष हेच डॉ. बाबासाहेब आंबेडकरांच्या कृतिशील जीवनाचे शस्त्र होते. आपल्याला आपले हक्क देश सहज बहाल करील, विकासाच्या वाटा मोकळ्या करील, आपल्या मुलाबाळांप्रती जिव्हाळा दाखवील, मुक्त जीवन जगू देईल असे वाटत नाही. आमच्या हक्कांची पायमल्ली होत आहे. आक्रोश केला तर बंदुकीच्या गोळीला सामोरे जावे लागते. देश जळत आहे. मानवता होरपळत आहे. आणि इथे निरोसारखी फिडेल वाजविली जात आहे, असे गंभीर मत कवी कवितेत व्यक्त करतो. रोमचा सम्राट निरो याचा संदर्भ कवी कवितेत देतो. रोम जळत असताना निरो फिडेल वाजवीत होता, असा संदर्भ इथे आहे. अशा परिस्थितीत आपण स्वस्थ, प्रार्थनारत बसू शकत नाही, असे मत कवी कवितेत व्यक्त करतो.

डॉ. बाबासाहेब आंबेडकरांच्या तेजस्वी प्रतिमेत आपल्याला आदिविद्रोही स्पार्टाकसचा पुतळा दिसतो, असे कवी सांगतो. एका हाताने स्पार्टाकस निरागस बाळाला कुरवाळत आहे तर दुसऱ्या हातात उगारलेली तळपती तलवार आहे, असे कवी कवितेत नमूद करतो. कवी डॉ. बाबासाहेब आंबेडकरांना देवत्व बहाल करीत नाही परंतु डॉ. बाबासाहेब आंबेडकर कवीला दिव्यपुरुष वाटतात. डॉ. बाबासाहेब आंबेडकरांच्या डोळ्यात पाहिले की आपल्याला दिव्यत्वाचा भास होतो, असे प्रतिपादन कवी 'दी मोस्ट रिमार्केबल कोलंबियन' या कवितेतील पुढील ओळीत करतो आणि म्हणतो -

मी तुमच्या व्यक्तित्त्वाला खुदा अथवा प्रेषित
संबोधित नाही तरीही...
तुमच्या डोळ्यातल्या तेजाशी नजर भिडवितांना
दिव्यत्वाचा भास होतो, बाबासाहेब!
म्हणून माझे हृदय ओघळले आहे
तुमच्या पावलांवर फुलांसारखे अलगद
मी पाहतो तुमचा प्रदीप्त प्रज्ञांकित चेहरा तेव्हा
शीलाचे सूर्यतेज मला तुमच्या डोळ्यात
लकाकतांना दिसते
तुम्ही रोखलेले बोट मला संगिनीच्या पात्यासारखे
चकाकतांना दिसते!
बर्ट्रांड रसेल झाला होता तुमच्या भेटीसाठी आतुर
ब्रिटिश म्युझियममध्ये
'रिकन्स्ट्रक्शन ऑफ सोसायटी' वरील
तुमचे क्रिटीक्स वाचून
विन्स्टन चर्चिलच्या पर्सनल डायरीवर असते
तुमच्या समक्ष भेटीसाठीची नोंद
लॉर्ड माउंटबॅटनलाही होते
तुम्हाला बघण्याची अनावर इच्छा
हेरॉल्ड लॉस्की दिपून जातो
तुमच्या दैदिप्यमान विद्वत्तेने
लेनिनच्या कृतीवरही उठते तुमची सटीक लेखणी
केनेथ ग्रिफिथला मोहविते
तुमची संघर्षशील जीवनकहाणी
जोसेफ स्टॅलिनच्या मृत्यूवरही तरळते
तुमच्या डोळ्यात पाणी
तुमच्या अफाट तर्कशक्तीचा सार्थ अभिमान वाटतो
एडविन कॅनन व सेलिंग्मन या गुरुद्वयांना
प्रो. जेनिंग भारावून जातात तुमच्या प्रकांड पांडित्याने

नेहरू, पटेल, प्रसादांचे उडतात फ्यूज
तुमच्या बुद्धीच्या प्रखरतेपुढे
युद्धकैदी पोरसला द्यावे जीवदान सिकंदराने
तसे गांधींना तुम्ही दिले प्राणदान
एकेक रक्तथेंब जाळून घडविले
तुम्ही या देशाचे जनतांत्रिक संविधान
तुम्ही या ज्ञानविश्वाचे अद्वितीय सम्राट बाबासाहेब!
कोलंबियाने तुम्हाला केला मानाचा मुजरा
'दि मोस्ट रिमार्केबल कोलंबियन' म्हणून
आणि या देशाकडे वळली पुन्हा साऱ्या जगाची नजर
बाबासाहेब!
तुमच्या शब्दा शब्दात दिसतो मला विद्रोही व्हॉल्टेअर
जन्मदात्या मायभूने नाकारावा व्हिसा
इतकी असते जिथे भयाण शोकांतिका
त्या या देशात तुम्ही जारी केली
'वन मॅन वन व्होट वन व्हॅल्यू' ची श्वेतपत्रिका
'वुई आर चोजन मेन ऑफ गॉड' म्हणून
माणूस त्यांनी इथे पायदळी तुडविला आहे
सूर्य लॉक करून त्यांनी उत्थानाच्या वाटेवर
धर्मशास्त्राचा पहारा बसवला आहे
फिरत असतो आजही आमच्या भरल्या जिंदगीवरून
त्यांच्या अत्याचाराचा बुलडोझर
पोटात असतो त्यांच्या नाथूराम आणि
ओठात गांधीचा गजर
बाबासाहेब!
आपली म्हणून लावावी माथी, अशी इथे नाही माती
बाबासाहेब! देश माझा म्हणून भरून यावी छाती
अशी इथे नाही स्थिती
तरीही स्वातंत्र्य-गणराज्य दिनाला

तुमच्यामुळे माथा उन्नत होतो बाबासाहेब!
बाबासाहेब!
तुम्ही झाला आहात या देशाची अटळ मजबुरी
सगळीकडेच चाललाय जयजयकार तुमचा
दाईचाही दाटून आला आहे गळा आणि
वांझेलाही फुटताहेत कळा
तुमच्या नावाचं मोरपीस खोचून लांडोरही करताहे नाच
हिऱ्याच्या संपर्कात येणाऱ्या गारगोट्याही चकाकतात तसे
तुमच्या आजूबाजूला चुकार गारगोट्यांचे
स्टॉल्स लागतात
ते ढेकळांना हिमालय समजून
भक्तिभावाने करताहेत पूजा
तुम्ही प्रज्ञेचे माउंट एवरेस्ट बाबासाहेब!
तुमच्यासम कोई न दुजा
तुम्ही नसता तर कुणी दिला असता
आईचा पदर आमच्या पोरक्या दु:खांना?
कुणी दिला असता अर्थ आमच्या आसवांना?
कुणी आमच्या जिंदगीला स्वप्नांनी सजविले असते?
कुणी आमच्या व्यथांना पाळण्यात जोजविले असते?
कुणी घातली असती
आमच्या जळत्या काळजावर फुंकर?
कुणी उघडला असता हा उजेडाचा दरवाजा?
कुणी पेटविल्या असत्या
आमच्या मस्तकात क्रांतीच्या विजा?
बाबासाहेब! तुमच्या बोटाच्या दिशेने दौडत जाते
माझी नजर भाल्यासारखी
मी पाहतो या उद्ध्वस्त छावणीतला कर्मदरिद्री कोलाहल
आणि आमच्या रहनुमांनी केलेली सामुदायिक हाराकिरी
मी पाहतोय रोज इथल्या पराभूत इच्छांची

बेवारस लाचारी

ते दुहीचे पुजारी त्यांनी ऐक्याच्या भिंतीस पाडल्या भेगा

आयत्या पिठावरती आता ते ओढतात आपल्या रेषा

सारेच अश्रू बेईमान व्हावेत इतकी कशी ही कृतघ्नता?

कुठल्याच डोळ्यात मला तेजाब सळाळतांना दिसत नाही

निर्णायक युद्धापूर्वीच

सैनिकांनी युद्धभूमीवरून फिरवली पाठ

एकही किंग ब्रूस या नागांच्या छावणीत असू नये

अशी ही दुःखांतिका?

बाबासाहेब!

तुम्ही अडीच हजार वर्षाच्या फायलींमधला बुध्द शोधून

आमच्या हृदयावर नव्याने स्कॅन केला

कोटी कोटी काळजावर काढल्यात त्याच्या प्रिंटआउटस्

त्रिपिटकातल्या कर्मकांडांची वेस्ट कात्रणं जाळून

बावीस कमांडमेंटच्या अग्निदिव्यात

धम्म केला तुम्ही शुद्ध

तुमच्या युगंधर पावलांनी झेपावतांना पाहतो

मी क्रांतिकारी बुध्द

तुमच्या एका डोळ्यात अजिंठ्याचा शिल्पांकित पहाड

आणि दुसऱ्या डोळ्यात धगधगणारे महाड

बाबासाहेब! एका हाती सृजन आणि

दुसऱ्या हातात संघर्ष घेऊन चालणारा

तुमच्यातला कृतिशील बुध्द मला आज मोलाचा वाटतो

सहज द्यावे आपल्या पदरात हक्काचे दान

इतका झाला नाही आपला देश उदार

मुक्त कराव्या विकासाच्या वाटा

इतकी आली नाही त्यांना समज

आमच्या रोपट्यांना द्यावी त्यांनी भिनापासून माया

इतके झाले नाहीत इथले ऋतू प्रसन्न

त्यांनी द्यावा मुक्त हस्ते जीवनाचा गंध असा इथल्या

झाडांना अजून आला नाही बहर

या देशाने टांगली आहे सुळावरच

आमच्या हक्कांची पोळी

देश जळत असताना मानवता होरपळत असताना

जे वाजवीत आहे निरोसारखी आत्मकेंद्री सुखाची फिडेल

त्या संभ्रांत घुबडांना लखलाभ त्यांचे ध्यानस्त बुजगावणे

आम्ही बसू शकत नाही आपापल्या मुठी म्यान करून

गुहेत स्वस्थ प्रार्थनारत

बाबासाहेब! तुमच्या तेजस्वी प्रतिमेकडे बघताना

मला आठवतो नेहमीच

रोममधला आदिविद्रोही स्पार्टाकसचा युद्धरत पुतळा

ज्याचा एक हात कुरवाळत असतो निरागस बाळाला आणि

दुसऱ्या हातात असते तळपती तलवार त्वेषाने उगारलेली

तेव्हा तुमच्यातला मकाबी मला अधिक प्रिय वाटतो

मी तुमच्या व्यक्तित्वाला खुदा किंवा प्रेषित

संबोधित नाही तरीही

तुमच्या डोळ्यातल्या तेजाशी नजर भिडवतांना

मला दिव्यत्वाचा भास होतो बाबासाहेब!

(पृ. २८-३१)

आपला जन्म काटेरी वास्तवात झाला. बालवयातच आपल्याला या जगाचे रंगढंग कळायला लागलेत. जन्मापासूनच हे भणंग आयुष्य आपल्या वाट्याला आले. आता वेदना, दुःख, दारिद्र्य आणि आकांतासह अविरत जीवनप्रवास सुरू आहे, असे कवी केतन पिंपळापुरे कवितेत सांगतात. हे जग अगणित व्यथांनी तुडुंब भरले आहे. जिकडे- तिकडे दुःख, व्यथाच आहेत. आता या खाचखळग्यांच्या वाटा तुडवीत आपल्याला भगवान बुद्धाजवळ जायचे आहे, असे कवी कवितेत नमूद करतो.

हे संपूर्ण जग दुःख, यातनांनी व्याप्त आहे. यातनांचे ढीग जगभर साचले आहेत. इतिहासात झालेली हिंसा आणि प्राणहानी आपल्या पदरात पडली आहे. हिरोशिमा, व्हिएतनाम, जर्मनी, पोलंड, कॉन्सन्ट्रेशन कॅम्प, इराक, अफगाणिस्थान, बामियाना येथे झालेल्या हिंसेचे, प्राणहानीचे ऐतिहासिक संदर्भ कवी कवितेत देतो. काश्मीर, नेपाळ, लद्दाख, तिबेट मधील रक्तपाताचा उल्लेख कवी कवितेत करतो. जगभरातील हिंसा, रक्तपात, प्राणहानी पाहू जाता, सगळीकडेच भगवान बुद्धाच्या शांतीच्या, दुःख मुक्तीच्या मार्गाची गरज आहे, असे प्रतिपादन कवी कवितेत करतो. जगभरात या ना त्या कारणास्तव रक्तपात होत आहे.

रशियातील व्होल्गा नदीच्या किनाऱ्यावरील हुंदके, रशियातील समाजवाद नष्ट करणारी सुधारणावादी ग्लासनोस्त-पेरेस्त्रोईकानंतरची दुःखांतिका, यांगत्सीचा रक्तबंबाळ किनारा, चिनाबचा आक्रोश, ऑपरेशन ब्लू-स्टार मधून सांडलेले रक्त, असे जागतिक हिंसेचे, रक्तपाताचे, प्राणहानीचे ऐतिहासिक संदर्भ कवी कवितेत देतो. बुद्धकालीन साकेत नगरीचे उद्ध्वस्त अवशेष शरयू नदीत मिसळलेत, असे कवी सांगतो. रोहिणी नदीच्या पाणी वाटपावरून शाक्य-कोलियात उफाळलेला संघर्ष कवी कवितेत नमूद करतो. गोदावरी नदीच्या काठावरील काळाराम मंदिर प्रवेशासाठी आपले रक्त सांडविणारे आजही न्याय मागत आहेत, असे कवी कवितेत सांगतो.

जगभर हिंसा, रक्तपात, प्राणहानी होत आहे. कुठे राष्ट्रांच्या सीमांचे प्रश्न आहेत. कुठे संस्कृतीचे संघर्ष आहेत. कुठे रंगभेदाचे द्वेष आहेत. कुठे वर्णाच्या घृणा आहेत. कुठे कुटील राजनीतीचे डावपेच आहेत. कुठे धूर्त क्लृप्त्यांचे तह आहेत. कुठे आपसी अंतःकलह आहेत, असे कथन कवी कवितेत करतो. आपल्या पदरात पडलेल्या या दुःखांचा आता पॅसिफिक महासागर झाला आहे, वेदनांचे आक्रंदन संपता संपत नाही, असे प्रतिपादन कवी कवितेत करतो. हा अखंड रक्तपात पाहून प्राण थरथरतो आहे. असे असले तरी, आपण भगवान

बुद्धाच्या, शांतीच्या, दुःखमुक्तीच्या मार्गावरून चालत आहोत, असे कवी कवितेत सांगतो. रक्तपातातून मनुष्याचे उत्थान होत नाही, या भगवान बुद्धाच्या तत्त्वाने आपले मन व्यापले आहे, असे मत कवी कवितेत व्यक्त करतो. 'चरथं भिक्खवे चारिकं' हा भगवान बुध्दाचा उपदेश शिरोधार्य मानल्यामुळे जीवन जगत असताना आपण निराश होत नाही, असे कवी कवितेत सांगतो. स्वतःला दुःखमुक्त करण्यासाठी, जग दुःखमुक्त व्हावे यासाठी आपण भगवान बुद्धाच्या मार्गाने चालत आहोत, असे कवी कवितेत नमूद करतो. भगवान बुद्धांनी दाखविलेल्या मार्गावरून चालत असताना आपली दुःख, वेदनांपासून सुटका व्हावी, अशी अपेक्षा कवी तथागताजवळ 'या वेदनेचे तुझ्या पाऊली फूल व्हावे' या कवितेतील पुढील ओळीत व्यक्त करतो आणि म्हणतो -

दिशांचा दाह आणि मोसमांचे नकार चुकवीत
मी उगवलो वास्तवाच्या काटेरी देठावर
पावलांना लागणाऱ्या ठेचा चुकविण्याइतकी समज
आलेल्या वयातच
कळायला लागला दुनियेच्या बदलत्या रंगांचा लपंडाव
तेव्हापासून हे आयुष्याचे रिकामे दानपात्र हातात आले
आता मी भटकतो आहे अविरत
आकांताच्या अरण्यवाटांनी...
हाक दिलेल्या हरेक दारांनी ओतले
माझ्या आयुष्याच्या दानपात्रात
अगणित व्यथांनी भरलेले हृदयकलश
किती जपायचे? कसे जपायचे? तुडुंब भरले आहे दानपात्र
या खाचखळग्यांच्या वाटा अनवाणी पावलांनी तुडवीत
तुझ्याजवळ पोहचायचे आहे मला
डुचमळणाऱ्या दानपात्रासह...
या धरतीच्या एका टोकापासून दुसऱ्या टोकापर्यंत
साचले आहेत यातनांचे ढीग

हिरोशिमाच्या काळजाची झालेली राख
व्हिएतनामच्या चिवरावरील बुलेटच्या जखमा
दोस्त राष्ट्रांनी व्हर्सायच्या तहात कणा मोडलेला जर्मनी
पोलंडचे तोडलेले लचके/कॉन्सन्ट्रेशन कॅम्पमधील ज्यूंच्या
मरणयातना
खुणावताहेत मला वर्ल्ड ट्रेड सेंटरच्या
मलब्याखाली दबलेले प्राण
इराक-अफगाणिस्थानच्या चिरडलेल्या
हिरव्या धरतीचे हुंदके
आले आहेत माझ्या आश्रयाला...
मी बामियानला दिले अभय
इतिहासाने वाढून दिलेल्या मरणांची लागली आहे
माझ्या दानपात्रात रीघ
काश्मीरच्या बर्फाळ पायवाटांनी सांडणारे लालभडक अश्रू
बुलेटच्या वेगाने नाहक वाहणारे निरपराध रक्त
मिळाले आहे माझ्या दानपात्रात
अस्वस्थ चिवराखाली अस्तित्वशोध घेणारी
लद्दाखची अश्राप माती
नेपाळच्या वनराईत घुमणाऱ्या
काफिल्यांच्या कपाळावरील लाल घाम
मिळाला आहे मला दानात
'ओम मनी पद्मे हुंम' चा घोष करीत
स्वातंत्र्यासाठी सांडलेल्या
तिबेटच्या शुभ्र धरतीवरील काषाय रक्त टिपले आहे
या दानपात्रात
कुठे जाऊ? कुठे कुठे जाऊ?
सर्व दिशांची दारे पुकारताहेत मला...
व्होल्गाच्या किनाऱ्यावरील हुंदके मला सांगताहेत
ग्लासनोस्त-पेरेस्त्रोईकानंतरची दुःखांतिका

यांगत्सीचा रक्तबंबाळ किनारा

माझ्या खांद्यावर मान ठेवून रडतो आहे

चिनाब आक्रोशत आहे खळाळून

ऑपरेशन ब्लू-स्टार मधून सांडलेले रक्त

अजूनही निथळत आहे तिच्या डोळ्यातून

शरयूच्या प्रवाहात मिसळलेले

माझ्या साकेत नगरीचे उद्ध्वस्त अवशेष

रोहिणीचा टाहो अजूनही पाडतो माझ्या काळजाला घरे

न्याय मागताहेत मला गोदेच्या काठावर

काळ्या रामासाठी फुटलेली शिरे

बिहारची रक्तिम सकाळ मला रोज सांगते

आपली कर्मगाथा

कलिंगची माती रडते रोज माझ्या छातीवर ठेवून माथा

दार्जिलिंगच्या नक्सलबाडीतून उठलेली गन

घुमत असते रानोमाळ

व्हाया आंध्र - मप्र - उप्र - महाराष्ट्र - बिहार करीत

दंडकारण्यापर्यंत थेट

तिच्या नळीतून सांडलेली धार... उठवीत असते रान

सान्याच आरक्त दिशांनी दिले मला सढळ हस्ते रक्तदान

कुठे राष्ट्रांच्या सीमा... कुठे संस्कृतीचे संघर्ष

कुठे रंगाचे द्वेष... कुठे वर्णाच्या घृणा

कुठे कुटील राजनीतीचे डावपेच

कुठे धूर्त क्लृप्त्यांचे तह...कुठे आपसी अंत:कलह

हे दुःखाचे महादान सामावून

मी झालो आहे पॅसिफिक दुःखाचा

तरीही संपले नाही वेदनांचे आक्रंदन

या अखंड रक्तपातातून थिरथरतो प्राण चालतांना

पेलवत नाही हे दानपात्र या हातांना

तरीही चालतो आहे तुझ्याच दिशेने

रक्तपाताचा मार्ग हा
मनुष्योत्थानाचा मार्ग होऊ शकत नाही
हे तुझं तत्त्व दुमदुमतं माझ्या मनाच्या महाविहारात
'चरथं भिक्खवे चारिकं' हे तूच म्हणालास म्हणून
अथक चालतानाही मी निराश होत नाही
दुःखे वेचीतच चाललो आहे या धरतीवरून
तुझ्या डोळ्यातल्या सुंदर पहाटेसाठी
इतकेच अभयदान मज पामरास द्यावे
या वेदनांचे तुझ्या पाऊली फूल व्हावे!

(पृ. ३२-३४)

परिस्थिती कितीही दाहक असली, जीवन कितीही जळत असले तरी आपले हृदय करुणेने ओतप्रोत राहील, असे कवी केतन पिंपळापुरे आपल्या कवितेत सांगतात. प्रस्थापितांनी आमच्या भोवती वर्ण, जात, धर्मीय, राजकीय, आर्थिक, सामाजिक आणि सांस्कृतिक तटबंदी उभारली आहे. आमची विकासाची गती खुंटवली आहे. आम्हाला अभावाच्या पिंजऱ्यात कोंडले आहे. आम्ही जगण्यासाठी आक्रोश केला, टाहो फोडला, हात पसरले परंतु त्यांनी नकारचं दिला, असे कवी कवितेत सांगतो. कोणीच आमच्या दुःखावर मायेची फुंकर घालत नाही. कोणाचेच हृदय प्रेमाने गहिवरून येत नाही. जीवनातील प्रत्येक प्रहर काही ना काही संकटे घेऊन येतो. मनावर तीक्ष्ण आघात करतो. आपल्या वाट्याला आलेले वर्ण, जात, धर्मीय, राजकीय, आर्थिक, सामाजिक, सांस्कृतिक फाटलेपण आपण महत्प्रयासाने टाळण्याचा, दूर करण्याचा प्रयत्न करतो. परंतु सनातन प्रवृत्ती त्याला धर्म, जातीय दंगलीचे रुप देतात. धर्म, जातीय आणीबाणीजन्य परिस्थिती निर्माण करतात, असे कवी कवितेत नमूद करतो. आपण ही सनातन तटबंदी फोडून आपल्या स्वप्नांच्या दिशेने झेप घेऊ, असा आशावाद कवी कवितेत व्यक्त करतो.

'आपला तो बाब्या अन् दुसऱ्याचे ते कारटे ' या प्रवृत्तीने प्रस्थापित वागतात. इतरांना अज्ञान, अंधकारात ठेवतात. अधोगतीकडे नेतात. सत्य दडवून ठेवतात. सत्कामनांना सुखाने नांदू देत नाहीत. विचारांचे पाय कापून आपल्याच पिढ्यांचे मेंदू अधू करतात. माणसाचा मुक्तपणे विस्तार होऊ देत नाहीत. माणसा माणसात घृणा, भेद, भावनाभेद निर्माण करतात. सृजनशीलतेचा उगम रोखतात. करुणेला हृदयात थारा देत नाहीत. संकुचित मनप्रवृत्तीमुळे दंभ, दारिद्र्यात वाढ होत आहे. स्वार्थ, मोह आणि असत्याने ते आंधळे, चरित्रहीन झाले आहेत, असे एक ना अनेक आरोप कवी प्रस्थापितांवर करतो. प्रस्थापितांची दुटप्पी प्रवृत्ती कवितेत उघड करतो. आपण ही प्रस्थापितांची तटबंदी फोडून एक ना एक दिवस आपले स्वप्न साकार करू, असा आशावाद पुनश्च: कवी कवितेत व्यक्त करतो.

प्रत्येक माणसाला सुखी, मोहक जीवन हवे आहे. इथला प्रत्येक माणूस सुखी, मोहक जीवनाची आशा, इच्छा बाळगून आहे. परंतु जीवनात प्रश्नचं प्रश्न आहेत. जीवन आणि स्वप्नात सापेक्ष ओढाताण आहे. स्वप्नासाठी जीवन आणि जीवनासाठी स्वप्नं जगवावी लागत आहेत. जीवनातील वादळे रोखण्याचा प्रयत्न दुबळा ठरत आहे. काहीजण चिखलात रुतलेले जीवन बाहेर काढण्याचा प्रयत्न करीत आहेत. काहीजण मानवतेसाठी आटलेल्या आचळांना धडका देत आहेत. परंतु त्यांच्या पदरात अपयशच पडत आहे. आपण जीवनात चटके सोसत आहोत आणि आपली पाळीव स्वप्ने आपल्या पावलात घुटमळत आहेत, असे कवी कवितेत नमूद करतो. जीवनात कितीही दाहकता असली तरी माणसाने आपले जीवन भर उन्हात फुलणाऱ्या पळसफुलासारखे फुलवायचे असते, असे कवी सांगतो. जीवनात कितीही दुःख, निराशा असली तरी स्वप्नांना जिवंत ठेवायचे असते, असे कवी सांगतो. सृष्टीत सतत उत्पाद, व्यय सुरू असतो. जुनं नष्ट होते. नवीन उत्पन्न होते. पाऊस पडला की मातीही आपले रूप बदलते. सगळीकडे हिरवळ पसरते. ऋतू बदलले की पाखरंही आनंदाने गीत गातात. माणसानेही जुनी किल्मिषे झटकून नवे रूप धारण करायचे

असते. जीवनात चैतन्य ओतायचे असते. आनंदी व्हायचे असते. जीवनातील अस्वस्थता घालवायची असते, असे कवी कवितेत सांगतो.

भूक आहे. सर्जनशीलतेवर पाबंदी आहे. वस्तीतील माणसाचे जीवन आहे तसेच आहे. लक्तरलेले जीवन आपल्या अस्तित्वाचा शोध घेत आहे. बाजारू गरजांपुढे माणूस विवेकहीन झाला आहे. डोळ्यात उद्वेग आहे. ऊर काळवंडला आहे. एकूणच परिस्थिती दयनीय आहे. माणसाने पेटून उठावे अशी आहे. परंतु अद्याप आपण आपल्या हातात जाळ घेतला नाही, पेटता पलिता हातात घेतला नाही. जीवन इतके वेदनाग्रस्त असताना आपण अजूनही सकारात्मक आहोत, नकारात्मक नाहीत. आपल्या अंतर्मनात जाणिवांची उथलपुथल सुरू आहे. भगवान बुध्द आणि डॉ. बाबासाहेब आंबेडकर यांच्या विचारांनी संपूर्ण आसमंत दुमदुमत असल्याचा भास कवीला होत आहे. आणि आपल्या जळत्या जीवनातही आपले स्वप्न हसत आहे, असे कवी 'जळत्या पापणीत माझ्या अजुनी स्वप्न हासते' या कवितेतील पुढील ओळीत कथन करतो आणि म्हणतो -

सूर्याने कोसळावे माथ्यावर आणि जळून जावा
सृष्टीचा पर्णपिसारा
पावलांखाली आगीचा उफाळता लोळ, वणव्याने द्यावे
करकचून आलिंगन
तरीही जन्माला येतील माझ्या जळत्या हृदयातून
करुणेची हिरवीगर्द स्वप्ने
त्यांनी उभारली ही क्षितिजाची तटबंदी
माझे जखडलेत पंख अभावाच्या काटेरी पिंजऱ्यांनी
वाटांना मागावी मी माझ्या जगण्याची दिशा
मी पसरले हात
उगवले पावलापावलांवर नकाराचे सुळेदार दात
कुठलीच पहाट माझ्या दुःखावर
मायेने येत नाही गहिवरून

आयुष्याचा प्रत्येक प्रहर घेऊन येतो भयाण जहर
भर बहरातही दाटत नाही झाडांच्या काळजात
प्रेमाचा गहिवर
सूर्य रोज फेकतो किरणांचे तीक्ष्ण भाले मर्मावर
भलभलत्या जखमांसारखे वाहते झऱ्यांमधले गढूळ पाणी
मी टाळले माथ्यावरील फाटलेले ढग महत्प्रयासाने
तरीही त्यांच्या सनातन ऋतूंची सुरू असते
जीवनभर आणीबाणी
ते मोसमांना देतात दंगलीचे रंग
आपापल्या धर्मपताकांसारखे हिंसक
ते असतात सराईत कत्तलखोर बेदर्दी हंगामासारखे
पातकी विध्वंसक
माझ्या देठावरच त्यांनी लावला आहे
सायनाईडचा जालीम लेप
त्यांच्या सनातन क्षितिजाची तटबंदी फोडून घेईन मी
गगनझेप माझ्या स्वप्नांच्या दिशेने...
ते अधोगतीचे चिरंतन प्रवासी
अंधाराची शिदोरी माथ्यावर बांधूनच त्यांनी केलाय
जन्मारंभ
त्यांनी कधीच सन्मानाने जोजवला नाही
सत्याचा गर्भ आपल्या उदरात
आणि सत्कामनांना कधीच उरात सुखाने नांदू दिले नाही
विचारांचे पाय कापून अधू केला
आपल्याच पिढ्यांचा मेंदू
त्यांनी कधीच विस्तारू दिले नाही काळजांना मुक्तपणे
घृणेची केली सहज पेरणी
सृजनाला कधीच उगवू दिले नाही सरळ
हृदयाचे त्यांनी पाडले ले-आऊटस्
करूणेसाठी ठेवला नाही एकही इवलासा सुरक्षित कोपरा

दंभाच्या निवडुंगाचे चौफेर घातले घनदाट कुंपण
त्यांच्या फाटक्या मनाच्या झोळीतून
दारिद्र्य सांडतय टपटप
सडक्या हातांना भीकही स्वीकारता येत नाही
स्वार्थाच्या हाडकांसाठी वळवळते चरित्रहीन जीभ
डोळ्यांवर थापल्या आहेत टाईल्स असत्याच्या रंगीत
मोहाच्या झुळकीने हलताहेत पापण्यांची तोरणं
रिकाम्या कुंडीसारखे सत्य ठेवले आहे घराबाहेर टांगून
तरीही, मी उगवेन एखाद्या कुंडीतून
जीवनाचे स्वप्न होऊन

इथल्या हरेक जीवनाला हवा असतो सुखाचा गंध
थेंबाथेंबांनी भरणाऱ्या मधाच्या पोळ्यागत साचत असतो
एकेक मोहक क्षण काळजात
कुठे जळत असते कापरासारखी
एखादी हळवी आस तळ्याकाठी
कुठे जळत असते पाखरांसारखी
जीवनाची वेडी प्यास जळाकाठी
चाऱ्यासाठी धडपडणाऱ्या अश्राप जीवांसारख्या
पापण्या फडफडतात स्वैरभैर
वाटा चालून चालून थकलेल्या थव्यांसारख्या
इच्छा येतात पाणवठ्यावर
आयुष्याच्या दिवेलागणीला वाजत असतात
मनभर प्रश्नघंटा
दूर विहारांच्या दिशेने जाणाऱ्या थरथरत्या वातीसारखं
मन तेवत असतं संथ
वाऱ्याच्या झोताने विझू नये म्हणून
तळवा धरावा आडवा तसे
स्वप्ने जागविण्यासाठी आयुष्याला धरावे लागते
तरीही वादळे अडविण्याचा प्रयास ठरतो दुबळा

गाळात फसलेल्या बादलीसारखा
कुणी जीवनाला जोर लावीत असतो
कुणी उगाच आटलेल्या आचळाला धडका देत असतो
तरीही जीवन कुणाकुणासाठी सहज पान्हावत नाही
मी जीवनाला पिळून वाळवीत आहे भर उन्हात
आणि स्वप्ने घुटमळतात माझ्या पावलापावलात
पाळल्यासारखी
उन्हात भिजला आहे मातीचा दाह
ग्रीष्म पेटला आहे धडधड मनातल्या चितेसारखा
तरीही पळसफुलाने निखाऱ्यावर काळीज ठेवून
फुलायचं असतं
गळून गेलंय रानातलं पान आणि
सारा आसमंतच टाकतोय दुःखाचे उष्ण सुस्कारे
झाडे उभी नग्न उन्हाच्या झळात
तरीही पाखरांनी स्वप्नांच्या फांदीवर झुलायचं असतं
नव्या जीवनाच्या स्वागतासाठी सृष्टी ढाळत असते
जाणीवपूर्वक आपल्या अंतःकरणातली जुनी किल्मिष
मृग ओघळून आला की मातीही बदलून घेते
आपली त्वचा
कात टाकून मोसमही उठतात मोहरुन गंधाने आणि
मातीलाही पडतात हिरवी हिरवी स्वप्ने
तसचं आपणही मातीसारखं चैतन्याने हुंकारायचं असतं
ऋतू बदलतात पाखरंही गातात स्वप्नांची भन्नाट गाणी
आपणही आपल्या दगडी ओठांनी दळायची असते
जिंदगीची अस्वस्थ विराणी...
मातीत घुसळलेला भुकेला देह पडला आहे
पहाडाच्या पायथ्याशी
कुठे अंधाराच्या खाईत कोसळला आहे सृजनाचा प्रवासी
अजून जन्मला नाही कुण्या वस्त्यांच्या गर्भातला दिवस

लक्तरलेल्या जीवनाचा सुरू आहे
माळरानावर अस्तित्वशोध
बलात्कारीत यातनांनी भररस्त्यावर सुरू केला आहे
प्रतिशोध
पाहतोय मी गरजांनी मांडलाय बाजारात
विवेक माणसांचा
पापण्यांमधून गळत आहे उद्वेग
धुराने काळवंडलाहे ऊर तरीही
मी अजून जाळ पकडला नाही
अजून वेदनांनी जीवनाचा नकार स्वीकारला नाही
माझ्या अंतर्मनात चेतनांचे ढोल नगारे वाजत आहेत
पेटला आहे आसमंत निळ्या ज्वाळांनी
असे सारखे सारखे भासत आहे
माझ्या जळत्या पापणीत अजून स्वप्न हासत आहे...

(पृ. ३५-३८)

कवी केतन पिंपळापुरे यांच्या कवितेतील प्रत्येक ओळ स्वतंत्र अर्थाची आहे. त्यामुळे त्यांच्या कवितेचे आकलन करण्याकरिता प्रत्येक ओळीचा स्वतंत्र अर्थ समजून घ्यावा लागतो. पुढील कवितेतून कवीने भगवान बुद्धाच्या मनोगतातून धरतीमातेजवळ आपल्या भावना व विचार व्यक्त केले आहेत. हे जग अनित्य आहे. मृत्यू शाश्वत आहे. संपूर्ण मानवजातीला दुःखमुक्तीचे तत्त्वज्ञान आपण सांगितले आहे. करुणा, मैत्री, सांगितली आहे. कुशल कर्म, कर्मफळ सांगितले आहे. भिक्षू, उपासकांना संघाचे अनुकरण करायला सांगितले आहे.

कवी पुढे समाजस्थितीचे, मानवी जीवनाचे वर्णन कवितेत करतो. सनातन जीवनपद्धतीमुळे जीवन अस्ताव्यस्त झाले आहे. प्राण गांजून आहे. जीवनमार्ग सरळ नाही, गुंतागुंतीचा आहे. समस्यांचा सांजसकाळ कल्लोळ आहे. इतरांना आनंदी, सुखी करण्यासाठी, हसविण्यासाठी

कुणीही जगत नाही. कोसळलेले आयुष्य उभे करण्यासाठी कोणी आधार देत नाही. साध्या सदिच्छा देत नाहीत. मायेचा ओलावा आटला आहे. क्षुद्र स्वार्थ बोकाळला आहे. तृष्णेमुळे करुणा निष्प्रभ झाली आहे. उदात्ततेची जागा द्वेषाने, विकृतीने घेतली आहे. कपट, कारस्थानात वाढ झाली आहे, असे कवी कवितेत नमूद करतो.

किती‌ही गुलामी लादली तरी स्वातंत्र्याचे महत्त्व कमी होत नाही. असत्याचा कितीही गाजावाजा होत असला तरी सत्य लपत नाही. स्वप्नं कितीही पायदळी तुडविले तरी स्वप्नं साकार करण्याची धडपड थांबणार नाही. कुणी निराश झाला असेल तर पुन्हा आपला जीवनोद्धार करू शकतो, असे कथन कवी कवितेत करतो. कवी पुढे धरतीमातेला उद्देशून जीवनाची व्याख्या करतो. जन्म-मृत्यूचा, वेदनांचा सृष्टीत सतत उदय-व्यय सुरू असतो, असे सांगतो. जीवन निरागस, साधे-सरळ नसते. प्रत्येकजण भक्ष्य आणि भक्षकाच्या सापेक्ष भूमिकेत जगत असते. जीवन अंतःकलहाने ग्रस्त असते. जीवनातील अंतःकलह दूर केले, तृष्णेचे चक्रव्यूह भेदले की जीवन दुःखमुक्त, निर्मळ होते. परंतु मानवतेला कलंकित करणारे नवनवे षडयंत्र रचले जातात. सृजनशीलतेची कोंडी होते तेव्हा जाणीवप्रगल्भ माणूस स्वस्थ बसू शकत नाही, अशावेळी असंतोषाचा स्फोट अटळ असतो, असे कवी कवितेत सांगतो.

सनातनी, दुःखदग्ध मार्गाचा त्याग कर, भगवान बुद्धांनी सांगितलेल्या आर्य अष्टांगिक मार्गाचा अवलंब करून दुःखमुक्त हो, असे आवाहन कवी धरतीमातेला अर्थात मानवजातीला करतो. जीवनातील उदात्तता समर्पणाअभावी नष्ट झाली आहे. त्यागाचीही नाणेतुला होत आहे. जीवनाचे सगळे संदर्भ, सौंदर्य बदलले आहेत. मनाची सात्त्विकता लोप पावली आहे, असे कवी कवितेत कथन करतो.

कितीही संकटे आली तरी माणसाने आपले शील जपायचे असते. शीलाशिवाय जीवन अर्थहीन आहे. शील मजबूत, सिद्धांतनिष्ठ असावे,

हळवे असू नये, असे मत कवी कवितेत व्यक्त करतो. शील माणसाला धैर्य, शौर्य प्रदान करते. अंगावर चिवर नसले तरी शीलामुळे जीवन पूजनीय बनते, असे शीलाचे महत्त्व कवी कवितेत विशद करतो. निर्वाण प्राप्तीसाठी पारमितांची पूर्तता करावी लागते, असे मत कवी 'माझ्या नव्या सृजनासाठी मी कूस शोधतो आहे' या कवितेतील पुढील ओळीत व्यक्त करतो आणि म्हणतो -

हे धरतीमाते!

माझ्यासाठी चाललेला हा तुझा मातृसुलभ अट्टाहास

सृष्टीचक्राच्या विरुद्ध आहे

मी सत्य किशागौतमीला सांगितलेलं...

मी अनित्य... मृत्यू शाश्वत

मी कधीच दिले नाही

माझ्या पुनर्जन्माचे अभिवचन कुणाला

मी सिद्धार्थ! माता महामाया आणि पिता शुद्धोधनाच्या

कुशीतून जन्मलेला

चेतना, ऊर्जेचे रसायन होऊन

या सृष्टीच्या कणाकणात मिसळलेला

मी झालो आहे मूर्त तत्त्वज्ञान!

समस्त चराचरांच्या मुक्तीसाठी मी नवे उर्जायन!

मी इथेच असतो पृथ्वी आप तेज वायूच्या वर्तुळात

मी असतो अव्यक्त फुलातील गंधासारखा... अवतीभवती

... कणाकणात

मी व्यक्त होतो मधाच्या थेंबासारखा...

करुणेने ओतप्रोत... अंतःकरणात

मी असतो व्यक्तीच्या शीलाचरणात...

जीवनात... मनामनात

मी असतो चिरंतन सत्यासारखा सचेतनात

माझं सत्व, ऊर्जा आणि जडतत्त्व

सृष्टीच्या चराचरात पेरून

मी निघालो आहे चेतनेच्या महाप्रवासाला
मी संपलो नाही... मी संपणार नाही
मी उगवेन पुन:पुन्हा मनुष्यत्वाच्या देठावर
मला नाही अंत-आरंभ... मी अविरत!...
मी शुद्ध प्रवाही जळ
निस्सिमतेच्या अंतरात दरवळणारा मी कृतार्थ परिमळ
जे दुःखांच्या कपाळावरील स्वेदबिंदू
प्राशून घेतात ओठांनी
मी त्या कुशल कर्माच्या फळात
स्निग्ध स्वादासारखा निर्मळ
माझ्यासाठी आकांतून काळाची पावलं
कुणालाच थोपविता येणार नाही
मी आहे संघाच्या अस्तित्वात
त्याला अनुसरल्याशिवाय पुढे जाता येणार नाही
मी वाहतो आहे माझ्या खांद्यावरून
तुझ्याच वेदनांचा हा प्रचंड क्रूस!
मी शोधतो आहे माझ्या नव्या सृजनासाठी
एखादी जन्मव्याकूळ कूस
आयुष्ये आहेत पसरलेली चिरगुटांसारखी
इथं तिथं अस्ताव्यस्त
गांजून गेलाहे प्राण
या सनातन जीवनधारणांच्या गदारोळात
कुठलाच मार्ग सरळ जात नाही हमरस्त्यासारखा
जीवनाच्या सत्याकडे
ही प्रश्नांची गुंतागुंत... ही समस्यांची लांडगेतोड चाललेली
सांजसकाळ
या अटीतटीच्या जगण्यातला एकही श्वास कुणी कुणाच्या
हसण्यासाठी उधार देत नाही
मी पाहतोय हृदयातला ममत्वाचा ओलावा

हळूहळू सुकतोय
मनाच्या तराजूचा काटा क्षुद्र स्वार्थाच्या दिशेने
अधिकाधिक झुकतोय
अरे! आपल्या हृदयांना झाले तरी काय?
तृष्णेमुळे करुणेचे अधू झाले पाय
द्वेषाने पांघरली आहे उदात्ततेवर विकृतीची काळी
सावली
आणि कपटाची दलदल वाढली आहे पावलोपावली
मी पंचशीलांच्या पानापानांत दडलेले
हिरवे जीवनद्रव्य नीतीचे
मी अज्ञ पामरांना कळलेले, जीवनार्थ गतीचे
ऊठ!... आपल्याच पदराने आपले डोळे पूस!
मी वाहतो आहे माझ्या खांद्यावरून
तुझ्याच वेदनांचा हा प्रचंड क्रूस
आणि शोधतो आहे माझ्या नव्या सृजनासाठी
एखादी जन्मव्याकूळ कूस
दिवाभीताने बंदिस्त केले स्वतःला काळोखाच्या पोकळीत
म्हणून प्रकाशाची महत्ता कुणाला नाकारता येत नसते
दंभाचा काककल्लोळ सुरू आहे असत्याच्या फांदीफांदीवर
तेव्हा
सत्याचे कोकीळकूजन कुणालाच धिक्कारता येत नसते
शिशिराने स्वीकारली आहे स्वप्नांची पानगळ
आता वसंताने कधी फुलू नये असे कुणी म्हणणार नाही
बहर नाकारून कुणी भरून घेतली असेल
काळजात विराणता
म्हणून वठलेल्या जीवनाने पुन्हा अंकुरू नये
असे कुणी कण्हणार नाही
हे धरतीमाते!
तुझ्या तप्त धुळीतच मीही खेळलो मनसोक्त

मीही अनुभवले आहे जीवनाचे हे ऊनसावलीचे ऋतूचक्र
जन्म-मृत्यू सारखाच सुरू असतो
वेदनांचा उदय-व्यय सृष्टीच्या सारीपाटावर
जीवन नसते : धगधगत्या रणभूमीवरील
सोयीचा युद्धतह
जीवन नसते : शक्य अशक्यतांच्या संभ्रमात गुंतलेला
अंत:कलह
जीवनाला भेदावाच लागतो सुखदुःखाच्या आवर्ताचा
तृष्णाव्यूह
तेव्हा जीवन लहरत असतं रणभूमीवरील ध्वजवाहकाच्या
बलदंड खांद्यावर
डोळे मिटून दूध प्यावे इतके नसते जीवन निर्व्याज
आणि निरागस
निष्पाप प्राणांच्या सभोवती हिंस्त्र श्वापदांनी
घातला आहे घेराव
वृक्षाच्या ढोलीत घुसावा जहरी नाग
तसे वळवळताहेत काळजात षडयंत्र नवे आणि
सृजनाचा गर्भ खाऊन ढेकर देताहेत
आत्मभोगी गिधाडांचे थवे
अशावेळी हातांची घडी आणि तोंडावर बोट ठेवून
विधायक चेतनेला मौन पाळता येत नसते
शहामृगाने घातले आहे वाळूत आपले शीर
वादळाच्या भीतीने
म्हणून तुफानाचे येणे कुणालाच टाळता येत नसते
धरतीमाते!
इथल्या दिशांच्या भिंतीभिंतीवर लटकविले आहे मी
सम्यक जीवनाच्या अष्टांग मार्गाचे महावस्त्र
ऊठ! या सनातन उन्हात अशी हुंदक्यांनी नको जळूस
मी वाहतो आहे खांद्यावरून

तुझ्याच वेदनांचा हा प्रचंड क्रूस
आणि शोधतो आहे माझ्या नव्या सृजनासाठी
एखादी जन्मव्याकूळ कूस
समर्पणाच्या अभावी विझले आहेत
जीवनाच्या विहारातील उदात्ततेचे स्वयंदीप
या दांभिकांच्या जन्मोत्सवात त्यागाचीही होते आहे
घाऊक नाणेतुला
बदलले आहे जीवनाचे सगळे तेजस्वी संदर्भ-सौंदर्य
आणि मनाच्या सात्विकतेचेही झाले आहे
अनन्वित शीलहरण
हे धरतीमाते!
जळती ज्योत घेऊन जावं तुफानातून
तसं जपायचं असतं शील
गंधाशिवाय फुलांचं अस्तित्व शून्य!
तसं शीलाशिवाय जीवन अर्थहीन
वाऱ्याच्या झुळकीने क्षणात ओघळून जावेत
तृणपात्यावरील दवबिंदू तसं इचमळणारं नसावं
हळवं शील
सत्यासाठी लढतांना तुटलेल्या हातांनी
घट्ट जखडावी शस्त्रावरील मूठ
तसं सिद्धांतनिष्ठ असावं शील
शौर्यही लकाकत असतं तेज:पुंज वज्रासारखं
शीलाच्या वर्खाने
चिवरहीन आयुष्यही पूजनीय ठरत असतं
परिव्राजकासारखं शीलाच्या रक्षणाने
हे धरतीमाते!
इथल्या जीवनवाटांवर जळत आहेत अजूनही
माझ्या पारमितांचे पथदीप म्हणून
काळोखाच्या जाणिवेने नको अशी हळहळूस

मी वाहतो खांद्यावरून तुझ्याच वेदनांचा हा प्रचंड क्रूस
आणि शोधतो आहे माझ्या नव्या सृजनासाठी
एखादी नवी जन्मव्याकूळ कूस!

(पृ. ३९-४२)

कवी केतन पिंपळापुरे यांनी गावातील शेतकरी बापाने आपल्या शहरी मुलाजवळ व्यक्त केलेले मनोगत कविताबद्ध केले आहे. बाप मुलाची आतुरतेने वाट पाहतो. खूप दिवसानंतर मुलगा गावाकडे फिरकतो, असा उल्लेख कवी कवितेत करतो. कवीने बापाच्या तोंडून घरातील, गावातील, शेतातील समस्यांचे विदारक वर्णन कवितेत केले आहे. गावातील शेतीची कोरडी स्थिती कवीने कवितेत विशद केली आहे. पेरणीनंतर पाऊस परागंदा झाला. शेतकऱ्यांवर दुबार पेरणीची वेळ आली. बापानेही दुबार पेरणीसाठी मुलाच्या मनिऑर्डरची वाट पाहत पाहत प्राण सोडला. धन्याच्या निधनाने गुराढोरांना दुःख झाले, असे कवी कवितेत सांगतो.

पावसाचा भरवसा नाही. शेतकऱ्याच्या अपेक्षेप्रमाणे तो कधीच पडत नाही. पाऊस शेतकऱ्यांबरोबर लपंडाव खेळतो. शेतकऱ्यांची पिके बुडवितो. कितीही निंदन केले तरी गवत पुनःपुन्हा उगवतच राहते. शेतकऱ्यांना कोरड्या दुष्काळाला सामोरे जावे लागते. कोरड्या दुष्काळामुळे जनावरांना हिरवा चारा मिळत नाही. शेतकरीही कसेबसे पोट भरतात. कणगीतले धान्य संपले आहे. विहिरीचे पाणी आटले आहे. घराच्या भिंतींना पोपडे धरले आहेत. मोडकळीस आलेल्या घराला बेगण्या लावल्या आहेत, असे घर, शेती आणि गावाचे चित्रण कवी कवितेत करतो. बाप कर्ज काढून घर चालवत असल्याचे कवी कवितेत नमूद करतो. कोरड्या दुष्काळामुळे गावावर आलेल्या संकटाचे वास्तव वर्णन कवीने कवितेत केले आहे.

मुलगा गावात, घरी येईल. आपल्या कुटुंबाला सावरील. बापाला मदत करील. या बापाच्या मुलाकडून असलेल्या अपेक्षांचा चुराडा

होतो. शेवटी, मुलगा काही गावाकडे फिरकत नाही. मुलाकडून काही मदत होईल ही बापाची आशा मावळते, असे कथन कवी कवितेत करतो. ग्रामीण भागातील आई-वडिलांच्या शहरी मुलांकडून असलेल्या अपेक्षांचे भावनिक वर्णन कवीने कवितेत केले आहे. महागाईमुळे 'मिळकत आणि खर्चाची' तोंडमिळवणी करता येत नाही. मुलीच्या लग्नासाठी काढलेल्या कर्जाची परतफेड केली नाही म्हणून सावकार शेत गिळंकृत करण्याच्या तयारीत आहे. पोटाची खळगी भरण्यासाठी हडकुळे बैलही कसायाला विकले आहेत. माय रोजमजुरीला जात आहे. तिच्याच रोजमजुरीवर चूल पेटत आहे. लहान भाऊ शहरात काम शोधण्यासाठी रोज जात आहे. चिंतेत आहे. बहीण रोजगार हमीच्या कामावर जात आहे. आनंदी नाही. तिच्याही स्वप्नांचा चुराडा झाला आहे. मुलाची घर, गावाकडे फिरकण्याची खूप वाट बापाने पाहिली. परंतु मुलगा गावाकडे फिरकलाच नाही, असे कवी कवितेत विशद करतो.

आता गाव भकास झाले आहे. पोट भरण्यासाठी माणसे गाव सोडून जात आहेत. गावात आपुलकी राहिली नाही. गावातील आनंदी आनंद गायब झाला आहे. पाणवठे शांत आहेत. गायीच्या गळ्यातील घंटांचा आवाज ऐकू येत नाही. मुलींच्या फुगड्या, उखाणे बंद आहेत. पोळा भरला नाही. कुणी झडत्या म्हटल्या नाहीत. पळसाच्या खोडाचे वाकं करताना कोणी दिसत नाही. दमणी आवाराच्या कोपऱ्यात पडून आहे. बैलाच्या पाठीवरील झुली उंदरांनी कुरतडून टाकल्या आहेत. चुलीच्या जागेवर आता सिलेंडर आले आहे. टीव्ही पण आहे, असे घर, गावगाडा आणि शेतीवाडीचे वर्णन कवी कवितेत करतो. आता गावगाडा पूर्वीसारखा राहिला नाही, बदलला आहे. कोंबड्यांच्या बागेला जागा होत नाही. दिवस उजाडल्यावरही पेंगत असतो. सडा-सारवण होतांना दिसत नाही. काचारही क्वचितच गावात फिरकतो. मणी, बिऱ्या, टापसं, शिकेकाई विकणाऱ्या बायाही फारशा येत नाहीत. अस्वल-माकडवाल्यांच्या पाठीमागे दिवसभर आता कोणी फिरत नाही. दान मागणारे गोंधळी दिसत नाहीत. भरभरुन दान करणारेही दिसत

नाहीत. गवताचे भारे डोक्यावर आणावे लागतात. नळ, हापशीमुळे विहिरीवर आता स्त्रियांची पूर्वीसारखी वर्दळ दिसत नाही. भाकर, भरीत, पुरणपोळीपासून लोकं दूर जात आहेत. इन्स्टंट फूड, टोस्ट-ब्रेड, थम्सअप, कोकाकोलाचा जमाना आहे. सायंकाळी गुरेढोरे रानातून परत येतात. सूर्य मावळतो. बाप गुत्त्यावर अन् माय लेकरासहित घरात उपाशी. गावभर अवकळा पसरली आहे. दारूच्या नादाने संसार उद्ध्वस्त होत आहेत. गावात आता लाठीकाठी फिरवताना, कसरत करताना कोणी दिसत नाही. माणसं उदास, चिलीम फुकत पारावर बसून राहतात. जात्यावर आता कोणी ओवी गात नाही. गाव शहरामागे धावत आहे. सासू-सून मोबाईलने एकमेकींच्या संपर्कात आहे, असे कवी सांगतो. ग्रामीण जीवनात काळानुरूप घडून आलेले बदल कवी कवितेत कथन करतो.

आता चावडीवर कुणी बसत नाही. पूर्वीसारख्या शेतीवाडीच्या, पावसाच्या झडीच्या, महापुराच्या गप्पा रंगत नाहीत, असे कवी सांगतो. आता पोरंही पूर्वीसारखी नदीतिरावर जाऊन खेळत नाहीत. पोटासाठी वृक्षतोड केली आहे. डोह आटला आहे. बौद्धवस्तीत पिंपळपारावर कुणी बसत नाही. चिऊ काऊची गाणी मुलं म्हणताना दिसत नाहीत. पंचशील झेंडा एकटाच विहारात लहरताना दिसतो. कव्वाल्या, भजनं पूर्वीसारखी होत नाहीत. लोकं आता संयमी, निष्ठावान, विश्वासू राहिली नाहीत. माणसांची मने दुभंगून आहेत. दुहीने भेगाळली आहेत. अराजक उन्मत्तपणे नाचत असल्याचे कवी कवितेत सांगतो. मुलगा गावी, घरी येत असल्याचे पत्र वाचून बापाचे काळवंडलेले काळीज पुलकीत झाले आहे, असे कवी कवितेत नमूद करतो. मुलाने आहे त्या स्थितीत घरी यावे, अशी बापाची इच्छा आहे. आपल्या मुलाने बालपणीच दीनबंधू साप्ताहिकाचे प्रकट वाचन ऐकले आहे. प्रल्हाद शिंदे, कृष्णा शिंदे, विठ्ठल शिंदे, नागोराव पाटणकर आणि वामनदादा कर्डक यांची गाणी ऐकून तो लहानाचा मोठा झाला आहे. डॉ. बाबासाहेब आंबेडकरांच्या विचारांचे बोट धरून चालायला शिकला आहे. बालपणीचे संस्कार न विसरता मुलाने घरी यावे अशी अपेक्षा बाप व्यक्त करतो.

मुलाच्या व्यवहारात लुडबुड करण्याची इच्छा नसल्याचे बाप सांगतो. कवी बहुजन या संकल्पनेला गदारोळ समजतो. बहुजन संकल्पनेच्या गदारोळात खरा आंबेडकरवाद हरवल्याचे प्रतिपादन कवी कवितेत करतो.

खूप दिवसानंतर मुलाला गावाची, घराची आठवण आली आहे. मुलगा गावी, घरी परतत आहे. आईशी तुटलेली नाळ गावची माती जपते. म्हणून माणसाचे मातीशी असलेले नाते कधीच तुटत नसते, असे वक्तव्य कवी कवितेत करतो. मातीच माणसाला मायेने जवळ करते. माती मनाला धीर देते, मनगटांना बळ देते. जन्मापासून-मृत्यूपर्यंत माती सोबत असते. मातीत करुणा, मातृत्व असते. माती आईसारखी थोर असते, असे मत कवी कवितेत व्यक्त करतो. गावच्या मातीशी जुळलेली नाळच मुलाला गावी, घरी परत आणत आहे. आपणही गावची माती मुलाच्या कपाळी लावून मुलाचे स्वागत करू, असे वक्तव्य बाप 'उजाड मातीचे मनोगत' या कवितेतील पुढील ओळीत करतो आणि म्हणतो -

मृग कोसळावा धरतीवर
चुकार पावसात व्हावी स्वप्नांची पेरणी आणि
ऐन भरात पावसाने द्यावा दगा
तसे तुझ्या येण्याचे आश्वासन!
किती दिवसांनी फिरकलास या ओसाड माळरानाकडे
हल्ली तुला मिळत नसेल फारसा वेळ
या उदास मातीकडे बघायला
वाट पाहून पाहून फाटून जावे मायचे डोळे
तसा दुभंगला आहे मातीचा ऊर
बीजं ढेकळाआड रडताहेत
पाखरांच्या डोळ्यातून ओघळत आहे पूर
दुबार पेरणीसाठी कुठे पसरावा पदर म्हणून
मातीने झाकून घेतलाहे चेहरा

बापू रे! तुझ्या न केलेल्या मनीऑर्डरची

वाट पाहता पाहता बापाने प्राण सोडला आणि

धुऱ्यावरच्या मुक्या गुराढोरांनीही

व्याकूळ हंबरडा फोडला...!

विजेच्या लोडशेडींगसारखा

पाऊस नेहमीच खेळतोय लपंडाव मातीशी

खुडून घ्यावे डोळ्यातले हिरवेपण तशी हरवते

मातीच्या चेहऱ्यावरून हिरवळ

कर्जात बुडल्यागत पिके जातात बुडून

उदासपणात गळाभर

निंदून टाकलीत कितीदा तरी

उफाळून येतात दुःखांसारखी गवताची पाती

ग्रेडरसारखा भुवया ताणत उभ्या पिकांवर मनमानी करतो

कोरडा दुष्काळ

बिचारी मुकी वासरंही अलीकडे हिरव्या चाऱ्यासाठी

रुसत नाहीत

आम्हीही घशाखाली कसाबसा ढकलतो

भाकरीचा ओलासुका तुकडा

कणगीतले धान्य कधीचेच सरले आहे

विहिरीतले पाणीही कधीचेच आटले आहे

घराच्या भिंतींनीही मायच्या चेहऱ्यासारखे

पोपडे धरले आहेत

बेगण्या लावून सावरावं मोडकळीस आलेलं घराचं आडं

तसा कर्जाच्या ठुण्या लावून सावरला आहे

लक्तरलेला आपला संसार

बापू रे! कापसाच्या चुकाऱ्यासारखी

तुझी खूप वाट पाहिली होती

शेवटी आसवांनीच भिजवल्यात दिव्याच्या वाती

महागाईने घातला आहे धुडगूस

पिसाळळ्या कुत्र्यासारखा गल्लीबोळात

मोठीच्या लग्नाचं कर्ज फेडलं नाही म्हणून

सावकार उभा झाला दंडा घेऊन वावरात

हडकुळे बैलही विकले कसायाला बाजारात

माय हिंडतेय मजुरीसाठी वणवण रानोमाळ

तिच्याच थकलेल्या हाडांवर पेटतो आहे

भुकेल्या पोटातला जाळ

लहाना घासतोय टांचा शहराच्या डांबररस्त्यावरून

अहोरात्र

त्याच्या गालांवर खोदले आहेत चिंतांनी खोल खोल खड्डे

बहीण जाते रोजगार हमीवर तरीही चूल कधी हसत नाही

मनमुराद

यावर्षी तिच्या डोळ्यातला वसंत

पळसासारखा फुलारलाच नाही

बिचारीच्या हळव्या स्वप्नांवरून फिरून गेला

वेदनांचा दग्ध उन्हाळा

गरिबांच्या झोपड्यांवरून फिरणाऱ्या

मनपाच्या बुलडोझरसारखा

बापू रे! खूप दिवस तुझी इंटरव्ह्यूच्या कॉलसारखी

वाट पाहिली घरी

पण, शेवटी गळ्यावरून फिरून गेली डोनेशनची सुरी...

बापू रे! गाव झालं आहे भकास पूरग्रस्तांसारखं

पोटं पाठीवर बांधून माणसं पांगली आहेत गावोगावी

पहिल्यासारखं गजबजत नाही आता

माणसांनी गावाचं आखर

कुणी वाटून घेत नाही आपुलकीने

भाकरीतली अर्धी भाकर

पांदीवरून ऐकू येत नाही

गायीच्या गळ्यातल्या घुंगरांचा गलबला

पाणवठ्यावर धुणी धुतांना खिदळत नाही
गावचं खळाळतं पाणी
अश्विनीला रमत नाही फुगड्या
हरवलीत घोळातली आंबटचिंबट उखाणी
पोळ्याच्या दिवशी गुढीसह घुमत नाही
कुणाची खारट-तुरट झडती
झडीत कुणी पळसाच्या वाकाचे पोड
आटतांना दिसत नाही
वारतीला तेल माखणारे हात आता फिरकीवर
घुमताना दिसत नाही
पहिल्या दिवाळीला लेकीला घ्यायला गेलेली
चाफेची दमणी
बहिऱ्या बुढीसारखी बसली आहे आवाराच्या कोपऱ्यात
उंदरांनी कुरतडून टाकल्या आहेत
बैलांच्या पाठीवरील झुली
डोळे चोळत बसल्या आहेत
मृत्यूपंथावरील म्हाताऱ्या चुली
टीव्हीच्या इश्काची इंगळी गावालाही मस्त डसली आहे
सिलेंडरचा हात धरून शेगडीही घरात धसली आहे...!
बापू रे! आता सकाळ उगवत नाही
पहाडांवरील बाभळींच्या काट्यांमधून
कोंबड्याच्या पहिल्या हाकेला ओ देणारा गाव
झाकटीतही असतो पेंगत
सूर्य येत नाही तळ्यावर बाळासारखा रांगत रांगत
चाफ्याखाली फुलं वेचणाऱ्या काळ्या सावल्या
कुठं उडून गेल्यात भुर्र
बशीने सोडचिठ्ठी घेतल्यापासून
कप एकटाच करीत असतो फुर्र फुर्र
कौलारू वळचणीखाली सांडत नाही आता

कुण्या अल्हड परकरातल्या गारा
भर पावसात चिंबाड भिजतांनाही आता चढत नाही
कुण्या तापट बापाचा पारा
पातेल्यात पिळलेल्या आचळाची उडत नाही
चिरकांडी अंगभर
रिमझिम रिमझिम सड्याचा शेणाळ वास आता
दरवळत नाही अंगणात
सारवणाचा मातकट वास आता नाही
घुटमळत घरा-घरात
रंगी-बेरंगी स्वप्ने घेऊन काचार क्वचितच येतो
पाहुण्यासारखा
मणी, बिन्या, टापसं, शिकेकाई विकणारीचा येत नाही
किंगरीसारखा नादमय आवाज
अस्वल-माकडवाल्यांच्या पाठीमागं दिवसभर आता
कुणी हिंडतांना दिसत नाही
'दान करा माऊल्यांनो!' सुपाच्या कोनानं... भाग्यवंतांच्या
सुनांनो...'
असा दान मागणारा दिसत नाही आता गोंधळी
कुण्या पामराच्या झोळीत रिकाम्या होत नाही आता
भरल्या मनाच्या ओंजळी
तू बांधावरून सांजवेळी आणलेला गवताचा भारा आता
बसत नाही मानेच्या मणक्यात
विहिरीवरील बादल्यांचा कलकलाट दबला आहे
शासकीय हापशीच्या दणक्यात
भाकरीसंगे भरीताची जिभेवरून हरवली आहे लज्जत
खानदानी पुरणपोळीची धोक्यात आली आहे इज्जत
इन्स्टंट फास्टफूडच्या जमान्यात उल्हासनगरचा टोस्ट-
ब्रेड इथंही येऊन धडकला आहे
आणि बघता बघता आपला गाव

थम्सअप-कोकाकोलाच्या बाटलीत अडकला आहे...!
बापू रे! गुरांच्या खुरांसोबत धुराळा उडवीत
अंधार येतो रानातून भन्नाट
थकलेला सूर्य बुडून जातो झोकांड्या खात नारंगी
तळ्यात
जळजळता कडवट घोट अलगद उतरतो सवयीने गळ्यात
रात्र घालते अंगाला विळखा
तशी चढत जाते ही 'अंगूर की बेटी'
उदास घरट्यात पाखरांसह उपाशी असते माय एकटी
निसवलेल्या कणसांवर पडावी रोगाची काजळी तशी
पसरली आहे गावांवर अवकळा जीवघेणी
हिच्या नादाने लाखोंच्या इस्टेटी
धडाधड कोसळल्या आहेत
आणि उन्मत्त गढ्याही थेंबाथेंबाने ढासळल्या आहेत
या मातीत पिकत नाही आता मर्दानगी
बुढ्या मिशीवरचा पीळही तुटला आहे
लाठीकाठी सोबत कमरेचा लंगोटही सुटला आहे
बंद गिरणीसारखी चिलीम आता पारावरच
उदास बसली आहे आणि
जात्यावरची ओवीही जात्यावरच रुसली आहे...!
बाईकवर बसून आपला गावही शहरामागं धावत आहे
म्हातारी सासू शहरच्या सुनबाईला
मोबाईलवर नंबर लावत आहे...!
बापू रे! आता चावडीवर कुणीच बसत नाही
रंगत नाही गप्पा शेतीवाडीच्या
कुणी सांगत नाही आठवणी महापुराच्या...
पावसाच्या झडीच्या
नदीतिरावरील आमराईत पोरं खेळत नाही
पाठशिवणीचा खेळ

पोटासाठी झाडंही कापून खाल्ली आहेत
भुकाळल्या माणसांनी
मायच्या डोळ्यासारखा खोल खोल गेला आहे डोह
आटले आहे पाणी
पिंपळपारावर पाखरांची भरत नाही शाळा
उडाली चिऊ काऊची गाणी
विहाराच्या आवारातला पंचशील झेंडा
एकटाच असतो लहरत
पहिल्यासारखी कव्वालीही नाही मनापासून बहरत
बापू रे! तू गेलास आणि तुझ्या सोबतच गेली निघून
भजनातली झांज
गच्च भरून येते गळ्यामध्ये
तुझ्या आठवणीची भीमवेडी सांज
बांध फुटले आहेत संयमाचे
वाहून चालले आहे निष्ठेचे सगळे सत्व
खचली आहेत दगडं विश्वासाची
पडली आहेत मनाला भगदाडं अनेक प्रश्नांची
दुहीने भेगाळली आहे भुई...
अराजकाचे लांडोर नाचते आहे थुइथुइ
तू येणार आहेस म्हणुन
परवा तुझे पावसाच्या सरीसारखे पत्र आले
अन् काळवंडलेल्या काळजाचे हिरवे हिरवे आभाळ झाले
बापू रे! जसाही असशील तसाच ये!
जातांना जसा गेलास तसा ये!
इवलासा होतास
तेव्हा दीनबंधूच्या पाळण्यात निजायचास रे
प्रल्हाद, कृष्णा, विठ्ठल आणि श्रावणच्या स्वरांची दोरी
तुझ्या पाळण्याला द्यायची हळूवार झोका
भिमाईचं बोट धरून एकेक पाऊल उचलायचास

तेव्हा सुरू असायचा तुझ्या पदचापावर
नागोरावच्या कव्वालीनं धरलेला कलंदर ठेका
माझा वामन तुझ्यासाठी पायाला बांधून गायचा गाणी
आणि सोबतीला साजिंद हरेन्द्राच्या
झुळझुळ झऱ्याचं मंजूळ पाणी
हे सारं एकदा स्मरणात ठेऊन ये!
जसा असशील तसा ये!
आम्ही तुला मागणार नाही तुझ्या अकाउंटमधला हिशेब
आम्ही तुला मागणार नाही
तुझ्या बंगल्याच्या ले-आऊटचा नकाशा
आम्ही तुला सांगणार नाही
आमच्या आरक्षणाच्या अडचणी
आम्ही तुला सांगणार नाही
आमच्यावरील अत्याचाराची गाऱ्हाणी पण
बापू रे! आम्ही फक्त एकच मागतो तुला
काल गावच्या जत्रेत गोंधळ झाला आणि
बहुजनांच्या गदारोळात बाबासाहेबांचा फोटो हरवला रे
येतांना तेवढा फोटो सोबत घेऊन ये...!
जसा असशील तसा ये!
बापू रे! बरे झाले तुला आपल्या गावची
आठवण झाली म्हणून
खूप दिवसांनी फिरकतो आहेस या उजाड मातीकडे
जन्मदात्या आईपासून तुटलेली नाळ जोडून ठेवते
ही माती आपल्या उदरात
म्हणूनच माणसाचे मातीशी असलेले नाते तुटत नसते
माती घेत असते मायेने माणसाला हृदयाजवळ
माती देत असते मनाला धीर आणि मनगटांना बळ
माती उदंड असते जीवनाइतकीच...
माती मृत्यूलाही देते दिशा

माती जुळवित असते
माणसांच्या मनात मातृत्वाची भाषा
माती अशी काळजातल्या करुणेच्या डोहासारखी
घनघोर असते
खरंच माती आईसारखी थोर असते...
तुझ्या पावलांशी जुळलेली मातीची नाळ
तुला गावाकडे ओढीत आहे
बापू रे! या मातीच्याच अष्टगंधाने
मी तुझे स्वागत करीत आहे...

(पृ. ४३-५०)

कवी केतन पिंपळापुरे यांनी मानवाला सृष्टीचे प्राणतत्त्व संबोधले आहे. मनुष्यत्व आणि चैतन्याला कवितेतून अभिवादन केले आहे. वेदना नवनिर्मितीची प्रेरक असते. दुःख सुखाकडे तर सुख दुःखाकडे धाव घेत असते. सुखदुःख सापेक्ष आहे. लक्षावधी शोषितांच्या व्यथा, वेदनांनी मानवता कलंकित होत आहे. शोषणमुक्तीसाठी लढणाऱ्या लढवय्यांकरिता मन गहिवरून येत असल्याच्या भावना कवी कवितेत विशद करतो. भगवान बुद्धामुळेच मानवजातीला शुद्ध सत्य लाभले आहे. दुःखमुक्तीचे तत्त्वज्ञान आणि मार्ग मिळाला आहे, असे प्रतिपादन कवी कवितेत करतो. मानवी जीवन अज्ञान, अंधकारात खितपत पडले होते. गुलामीच्या बेड्या हातापायात होत्या. प्राणांतिक भीती होती. जगण्याच्या इच्छा मृत झाल्या होत्या. दैववादाच्या फेऱ्यात माणसांची मने कलुषित झाली होती. अशावेळी भगवान बुध्दाचा या पृथ्वीतलावर मानव कल्याणासाठी जन्म झाला, असे कवी कवितेत सांगतो. भगवान बुद्धाच्या आगमनामुळे जगला नवीन तत्त्वज्ञान, नवीन ज्ञानमार्ग मिळाला. भगवान बुद्धाच्या तत्त्वज्ञानाने पारंपरिक ज्ञानमूल्यांना छेद दिला. समाज विकासाचा, प्रगतीचा मार्ग मोकळा केला. चेतनेच्या सर्वोच्च विकासाला गती मिळाली. भगवान बुद्धाचे तत्त्वज्ञान आणि बोधिमार्ग आपल्याला मिळाला,

असे कवी कवितेत विशद करतो. भगवान बुद्धांनी सांगितलेल्या दान पारमितेमुळे कोणाची झोळी रिकामी राहत नाही. संपूर्ण मानवजात तृष्णाग्रस्त, दुःखत्रस्त आहे. भगवान बुद्धांनी दुःखाची बारा कारणे सांगितली आहेत. त्यातील तृष्णा हे एक दुःखाचे महत्वाचे कारण आहे. दुःखमुक्तीच्या मार्गावरून चालताना आपण तृष्णा हे कारण दूर करू शकू का? असा प्रश्न कवीच्या मनात निर्माण होतो. स्वार्थ, भोग आपल्या सभोवती वावरत आहे, जगत आहे. आपल्याला दंश करीत आहे. दुबळे असूनही आपण या अंतर्बाह्य स्वार्थभोगाशी लढत आहोत, असे कवी कवितेत नमूद करतो. भगवान बुध्दाचा वैज्ञानिक दृष्टिकोन, प्रज्ञामार्गचं मानवाला बंधमुक्ती, दुःखमुक्ती, शोषणमुक्ती देऊ शकतो, असे मत कवी कवितेत व्यक्त करतो. ईश्वरभक्ती, कर्मकांड, यज्ञयाग, मंत्रतंत्र यावर कवी कवितेत ताशेरे ओढतो. शस्त्रे, अहंकार, क्रौर्य जिथे विनम्र, गर्भगळीत होतात त्या भगवान बुद्धाच्या प्रज्ञामय, सत्याधारित, विश्वस्त मार्गावरून स्वतः चालण्याची व इतरांना सोबत घेऊन जाण्याची इच्छा कवी कवितेत व्यक्त करतो. भगवान बुद्धांनी सांगितलेल्या जीवन मार्गावरून चालत असताना जे मागे फिरतात त्यांना कवी नाकारतो. न्यायासाठी युद्धभूमीवर जे लढतात त्यांना कवी स्वीकारतो. भगवान बुद्धाचे प्रेरक, प्रेरणादायी विचारच आपण अभिव्यक्त करतो, असे कवी सांगतो. भगवान बुद्धांनी सांगितलेल्या शीलाच्या बळावरच आपण आंतरिक व बाह्य मुक्तियुद्ध जिंकू, असा आशावाद कवी कवितेत व्यक्त करतो. कवी भौतिक सुखदुःख, भौतिक विपुलता आणि अभाव यातून निर्माण झालेले सुखदुःख याची मांडणी आपल्या कवितेत करतो. भगवान बुद्धाच्या तत्त्वज्ञानाच्या आधारे आपण अंतर्बाह्य मुक्तीचे युद्ध पुकारले आहे, असे कवी कवितेत नमूद करतो. छळलेल्यांनी, पोळलेल्यांनी, पिळलेल्यांनी न्यायासाठी हे युद्ध लढावे, या युद्धात सहभागी व्हावे, असे आवाहन कवी कवितेत करतो. या कर्मधर्म युद्धातून समतेची समाजात प्रतिष्ठापना व्हावी, विश्वशांती नांदावी, असे मत कवी कवितेत व्यक्त करतो. भगवान बुद्धाच्या

धम्ममार्गावरून, मुक्तिमार्गावरून आपण चालू, असे वक्तव्य कवी कवितेत करतो.

कुणाच्या स्वातंत्र्यावर गदा येऊ नये. कुणी उपाशी राहू नये. दहशतीखाली जगू नये. सर्वांना मुक्तपणे, निर्विरोध जीवन जगता यावे. आपले स्वप्न पूर्ण करण्याची संधी मिळावी, म्हणून आम्ही भगवान बुद्धाचा करुणेचा मार्ग अनुसरत आहोत. भगवान बुद्धाच्या विचारांतून जीवनप्रेरणा घेत आहोत, असे कवी कवितेत विशद करतो. दुःखमुक्तीचा मार्ग दाखविणारे सम्यक संबुद्ध आपले प्रेरणास्रोत आहे, असे कवी सांगतो. भगवान बुद्ध म्हणजे सृष्टीचा अत्युच्च मनुष्याविष्कार होय, असे कवी कथन करतो. भगवान बुद्धाचे जन्मस्थळ लुंबिनी व शालवनाचा उल्लेख कवी कवितेत करतो. रोहिणी नदीच्या वादावरून होऊ घातलेले युद्ध भगवान बुद्धामुळे टळल्याचा संदर्भ कवी कवितेत देतो. गुलामीच्या बेड्यातून आपणही मुक्त होत आहोत. भगवान बुद्धांनी दाखविलेल्या मार्गावरून आपण चालत आहोत, असे प्रतिपादन कवी कवितेत करतो. भगवान बुद्धांनी राजवैभवाचा त्याग केला. राजहंसाच्या जखमेने ते करुणाद्र झाले. रोहिणी नदीच्या पाणीवादाने ते व्यथित झाले. शाक्य-कोलियात होऊ घातलेले संभाव्य युद्ध नाकारून सन्यस्त जीवनाचा त्यांनी स्वीकार केला. यशोधरेच्या व्याकूळतेचा, पुत्र राहुलच्या निरागसतेचा त्यांना त्याग करावा लागला. भगवान बुध्दाचा गृहत्यागाचा निर्धारच पुढे मानवजातीच्या कल्याणाचा, करुणेचा आधार बनला, असे कवी सांगतो. ज्या भारत भूमीवर भगवान बुद्धांनी तप केले, ज्ञान, निर्वाण प्राप्त केले, त्या भूमीत आजही बुध्द धम्म दीप तेवत आहे, असे कथन कवी कवितेत करतो. 'वैर जिंकावे प्रेमाने, युद्धाने वाढते युद्ध", या प्रसिद्ध वचनाचा संदर्भ कवी कवितेत देतो. दुःखमुक्तीचे तत्त्वज्ञान आणि मार्ग शोधून काढणारे भगवान बुध्द पहिले तत्त्वज्ञ होत. आजही भारतभूमीत भगवान बुद्धाच्या विचारांचा, मार्गाचा सुगंध दरवळत आहे, असे कथन कवी कवितेत करतो. 'उत्पाद-व्यय-उत्पाद' या नियमानुसार सृष्टी संचालित होत असल्याचे दाखले कवी कवितेत देतो. भगवान बुद्धांनी

सृष्टीचा सखोल अभ्यास केला. भगवान बुद्धांनी सांगितलेली करुणाच हिंसेला रोखू शकते. भगवान बुध्द स्वयं करुणेचे महाकाव्य, महासागर होते, असे कवी सांगतो. भगवान बुद्धांनी मोह, माया, लोभ, मत्सर, द्वेष, घृणा आणि वैराला आपल्या संबोधीद्वारे समतेत ठेवले. मारांवर विजय मिळविला. कर्मकांड, ईश्वरतत्त्वापासून स्वतःला दूर ठेवले, असे कवी कवितेत नमूद करतो. भगवान बुद्धांनी शेवटपर्यंत आपला धम्ममार्ग, दुःखमुक्तीचामार्ग दुःखितांना सांगितला. भगवान बुद्धाचे तत्त्वज्ञान आणि मार्ग कधी आवर्तात सापडला नाही. अकुशलाला कुशल, दुःखितांना सुखी करण्याचा सम्यक संबुद्धाचा मार्ग आहे, असे कथन कवी कवितेत करतो.

गरीब, शोषित, पीडित, कष्टकऱ्यांचे श्रम भगवान बुद्धाच्या क्रांतिकारी मार्गाने सुसह्य केले. श्रमिकांच्या पायातील बेड्या भगवान बुद्धाच्या क्रांतिकारी कृतीने गळून पडल्या. बहुजन हिताय - बहुजन सुखायचा महामंत्र भगवान बुद्धांनी दिला, असे वक्तव्य कवी कवितेत करतो. सरंजामी शोषणातून राजमहल, ताजमहल, पिरॅमिडस्, ऐय्याशीचे वैभवशाली बागबगीचे, कुतुबमिनार आणि राजनीतीचे रंगेल जनानखाने उभे करण्यात आले, असा उल्लेख कवी कवितेत करतो. भगवान बुद्धाच्या तत्त्वज्ञानाने समाजाला नवीन दिशा दाखविली, समाजाला गतिमान केले. अनेकांचे आयुष्य दुःखमुक्त झाले. राजा अजातशत्रू, राजा प्रसेनजित भगवान बुद्धाचे अनुयायी बनलेत. अनाथपिंडक, अंगुलीमाल, आम्रपाली यांनी भगवान बुद्धाचा ज्ञानमार्ग स्वीकारला, असे कवी कवितेत नमूद करतो. कलिंगयुद्धानंतर पश्चातापदग्ध सम्राट अशोकाने चिवर पांघरूण काबूल, कंदहार, बामियान, पॅलेस्टाईन, अलेक्झांड्रिया पर्यंत बौध्द धम्माचा प्रचार व प्रसार केला, असे कवी कवितेत सांगतो. आजही श्रीलंका, ब्रह्मदेश, नेपाळ, तिबेट, इंडोनेशिया, कंबोडिया, व्हिएतनाम, तायवान, जपान या ठिकाणी बौध्द धम्म असल्याचा उल्लेख कवी कवितेत करतो. आजही अजिंठा, वेरूळ, कार्ले, भाजे, अमरावती, नागार्जुनकोंडा, पवनी, भद्रावती, सांची, गया, कुशिनारा आणि मनसर या ठिकाणी बौध्द

धम्माचा कलात्मक इतिहास जिवंत असल्याचा संदर्भ कवी कवितेत देतो. जम्बुद्विपात आजही त्रिशरण, पंचशील, आर्य अष्टांगिक मार्गाचा निनाद सुरू आहे. चरित्रहीन संस्कारांना बुद्ध धम्माने मानवी सभ्यता प्रदान केली, असे कथन कवी कवितेत करतो.

भगवान बुद्धाचे तत्त्वज्ञान विश्वव्यापी झाले. भगवान बुद्धानंतर जगात मानवी कल्याणासाठी जी तत्त्वज्ञाने उदयाला आली, त्या सर्व तत्त्वज्ञानाचा उगम बुध्द तत्त्वज्ञानात आढळतो. हेगेलच्या द्वंद्वात्मकतेचे मूळही बुध्द तत्त्वज्ञानात आहे, असे प्रतिपादन कवी कवितेत करतो. मानवी कल्याणासाठी, सभ्यतेसाठी जे स्वयंप्रज्ञ तत्त्वज्ञ आपले आयुष्य जाळतात, प्रसंगी विषही प्राशन करतात ते भगवान बुद्धाचे कार्यच पुढे नेत असतात, असे कवीला वाटते. कवी मध्ययुगीन कालखंडातील गुलामीचे, रोम मधील गुलामांच्या खरेदी विक्रीचे, स्पार्टाकसच्या बंडखोरीचे जागतिक संदर्भ कवितेत देतो. शोषित, पीडित, गुलामांच्या मुक्तीसाठी लढणारा प्रत्येक ऐतिहासिक वीरपुरूष, स्पार्टाकसही कवीला आपला वाटतो. आपल्याही माणसांनी स्पार्टाकस, जुडस् सायमन या ऐतिहासिक वीरपुरुषांप्रमाणे शोषण, गुलामीतून स्वतःला, समाजाला मुक्त करण्यासाठी लढावे, संघर्ष करावा, असे कवीला वाटते. कार्ल मार्क्स, लेनिनलाही कामगारांच्या मुक्तीसाठी याच अग्निदिव्यातून जावे लागले, असे कवी सांगतो. अर्नेस्टो चे गव्हेरा, फिडेल कॅस्ट्रो यांनी क्युबा मधील शोषितांच्या मुक्तीसाठी क्रांतिकारी मार्ग स्वीकारला, असे कवी कवितेत कथन करतो. चीनमधील सांस्कृतिक क्रांतीचा संदर्भ कवी कवितेत देतो. मार्टीन ल्युथर किंग आणि अब्राहम लिंकन यांच्या बलिदानातून मानवता उंचावल्याचे कवी कवितेत सांगतो. डॉ. बाबासाहेब आंबेडकरांनी शस्त्राशिवाय अस्पृश्यतेचे युद्ध जिंकले, असे कवी कवितेत नमूद करतो. भगवान बुद्ध आणि डॉ. बाबासाहेब आंबेडकर यांनी भौतिक शोषण आणि मानसिक दुःख दूर करण्यावर अधिक भर दिला. त्यामुळे त्यांनी दाखविलेला मुक्तिमार्ग परिपूर्ण आहे, असे कवी सांगतो.

अस्पृश्यतेने, चौफेर शोषणाने आमच्या आयुष्याची राखरांगोळी झाली होती. अशावेळी डॉ. बाबासाहेब आंबेडकरांनी आमच्या चेतना चेतविल्या. आम्हाला जागृत केले. आमच्या स्वप्नांना दिशा दाखविली, असे प्रतिपादन कवी कवितेत करतो. डॉ. बाबासाहेब आंबेडकर आमच्यासाठी युगपुरुष आहेत, असे कवी कवितेत नमूद करतो. यापुढे संस्कृतीच्या नावाखाली माणसांचे माणूसपण नाकारले जावू नये, माणसावर अमानुषता लादली जाऊ नये, माणसाची सावली अपवित्र ठरवून माणसाचा जन्म यापुढे बदनाम केला जावू नये म्हणून डॉ. बाबासाहेब आंबेडकरांनी मानवी हक्कांसाठी हे युद्ध केले, असे कवी कवितेत सांगतो. थुंकीने बाटणारे भूदेव झाले. सत्य पायदळी तुडवून आमच्या अस्पृश्य, गुलाम जीवनावर प्रभुत्व गाजवू लागले, असे मत कवी कवितेत व्यक्त करतो. गुलामी पेरणाऱ्या या सांस्कृतिक दंभावर डॉ. बाबासाहेब आंबेडकरांनी घणाघाती प्रहार केला, करुण अंत:करणाने आम्हाला भगवान बुद्धाचा धम्म दिला, असे कवी कवितेत नमूद करतो. वास्तविक जीवनातील विखार आपण नित्य प्राशन करीत आहोत. आपल्या माणसांचा अस्वस्थ कोलाहल पाहून जळत आहोत, असे कवी कवितेत सांगतो. डॉ. बाबासाहेब आंबेडकरांना आपला आदर्श मानणारी माणसे क्षुद्र, क्षणिक वावटळीत का हरवलीत? असा प्रश्न कवी विचारतो. आता समाजाला दिशा दाखविणारे असंख्य नेते समाजात निर्माण झालेत. परंतु डॉ. बाबासाहेब आंबेडकरांप्रमाणे समाजाला दिशा दाखविणारे एकही नेतृत्व नाही, असे मत कवी कवितेत व्यक्त करतो. समाजाच्या व्यथा, वेदना मांडणारे, समाजाचे प्रश्न सोडविण्यासाठी भांडणारे कुणीही दिसत नाही, असे कवी सांगतो. शोषित, पीडित गुलामांचा मुक्तिलढा आजही आपण लढत आहोत. त्यासाठी आपल्याला शोषितांची, पीडितांची साथ हवी आहे, असे कवी कवितेत सांगतो. शोषित, पीडित, गुलामांच्या मनात आपण इमान जागवू. अविचारी दहशतीतून त्यांना बाहेर काढू. सत्य कथनास प्रवृत्त करू. प्रस्थापितांचे धूर्त, कुटील डाव उधळून लावण्यासाठी आपण स्वकेंद्री, स्वार्थी समाजबांधवांना प्रेरित करू, प्रवाहात आणू, असे

कथन कवी कवितेत करतो. शोषित, पीडित, गुलामांच्या जीवनातील अज्ञान, अंधकार, कुतर्क आपण त्यांच्याच प्रतिभेने दूर करू. त्यांना मुक्त करू. खुले विश्व दाखवू, कुशल कर्माला प्रोत्साहन देऊ. दुःख, दैन्य, दमनग्रस्त वेदनांना आपण कल्याणकारी मार्गावर आणू, असा आशावादी निर्धार कवी कवितेत व्यक्त करतो. शोषित, पीडित, गुलामांचे जीवन उज्ज्वल करण्यासाठी आपण शीलाचे निग्रही पालन करू, असे कवी कवितेत सांगतो.

कवी स्वतःच्या उद्ध्वस्त जीवनाकडे पाहून, तडफडतो, कासावीस होतो. परंतु आपल्या लोकांची काळजी घेण्याकरिता अविरत सामाजिक कार्यात स्वतःला झोकून देतो. झोपडपट्टीतील स्त्रियांच्या अब्रूची तमा बाळगतो. स्त्रियांना सुरक्षितता लाभावी, एकट्या-दुकट्या स्त्रीला रस्त्याने चालतांना भीती वाटू नये, असे प्रतिपादन कवी कवितेत करतो. जिथे मुलगा बापाचा गळा दाबतो. जिथे भाऊच भावाचा घात करतो. जिथे मित्रच मित्राचा घातपात करतो. जिथे आपल्याच माणसांच्या रक्तासाठी आत्मघाती डावपेच आखले जातात. जिथे सत्ता, संपत्तीसाठी माणुसकीचा सर्वनाश केला जातो. जिथे आपल्या सुखासाठी इतरांचे सुख हिरावून घेतले जाते, ते सगळे स्वार्थी मनसुबे, इरादे राख होवोत, असे मंतव्य कवी कवितेत करतो. जिथे जीवनाची शाश्वती आहे. विकास आहे. मैत्री आहे असे जीवन आपण स्वीकारतो, असे कवी कवितेत नमूद करतो. कपिलवस्तू, कलिंग, महूच्या मातीतून, निरंजना नदीच्या झुळझुळत्या पाण्यातून आपण प्रेरणा घेतली आहे, असे कवी कवितेत सांगतो. भगवान बुद्धांनी संबोधी प्राप्तीसाठी केलेला कठोर मनोनिग्रह, महेंद्र-संघमित्राला धम्म कार्यात सहभागी करताना सम्राट अशोकाने दाखविलेली अविचल तटस्थता, बडोद्याच्या बागेत वृक्षाखाली ओथंबून आलेली डॉ. बाबासाहेब आंबेडकरांची करुणा आपल्या अंगी बाणावी, आपला दृष्टिकोन व्यापक व्हावा, इतरांचे दुःख, वेदना दूर करण्याइतपत अफाट ज्ञान आपल्याला प्राप्त व्हावे, आपली सांस्कृतिक मातृभूमी... दीक्षाभूमी सर्वांची प्रेरणाभूमी व्हावी, अशी अपेक्षा कवी कवितेत व्यक्त करतो. भगवान बुद्धाजवळ मानवी

जीवनातील दुःख, दैन्य, दारिद्र्य दूर व्हावे, संपूर्ण मानवजात सुखी व्हावी अशी आळवणी कवी 'माझ्या ओंजळीतील आसवांची लाख लाख फुले होवोत' या कवितेतील पुढील ओळीत करतो आणि म्हणतो -

तू धरतीच्या प्रारंभाचा आरंभबिंदू
तुझ्याशिवाय चंद्र, सूर्य, तारे, ग्रह, दिशा, आरंभ, अंत,
भूत, वर्तमान, भविष्य, आणि आकाश-पाताळ शून्य
तुझ्यामुळे धरती म्हणजे प्राणाशिवाय देह
तुझ्यामुळे सृष्टी धन्य
तू सृष्टीचे परमप्रिय सृजन
सर्वार्थाने चार महातत्त्वांचे संमिश्र रसायन
तू सत्य, शील, विवेक आणि उदात्त, उन्नत, उत्तुंग
मनुष्यत्व
हे मानवा!
तुझ्यातल्या चैतन्याला माझे विनम्र अभिवादन!
वेदना... सृजनाचे चिरस्थायी प्राणतत्त्व
काळोखग्रस्त युगांनी दुःखाच्या जन्मवेणा भोगल्याशिवाय
प्रकाशत नसतो जीवनस्रोत
लक्ष लक्ष शोषितांच्या प्राणांतिक व्यथांनी
मानवता होत असते अंतर्बाह्य घायाळ
बंधमुक्तीसाठी तडफडणाऱ्या श्वासांच्या आक्रंदनाने
गदगदून उठतो प्राण
दुःखाने आकांतून उठणाऱ्या प्राणाची हाक
प्रदान करीत असते सृष्टीला सृजनपीडा
वेदनादग्ध जीवनसृष्टीच्या आर्तरवाने धरतीला फुटतात
जन्मव्याकूळ वेणा
आणि प्रस्फुटीत होतो गर्भातून चेतनेचा तेजस्वी कोंभ
हे महामायेच्या प्राणदिप्तीतून प्रसूतलेल्या सृजनसूर्या
तुझ्यामुळेच लाभला मानवी सभ्यतेच्या युगाला
शुद्ध सत्याचा सर्वांगसुंदर चेहरा!

सूर्य उगवत नव्हता सहज आणि
काळोख लपेटलेला आयुष्याला पायघोळ
धारदार खिळ्यांनी विणलेले गालिचे
पावलांखाली अंथरलेले अखंड
डोळ्यात प्राणांतिक थरार साचलेला आणि
श्वासांचे भग्न कल्लोळ
दैववादाच्या कुष्ठरोगाने मनांचे ऋतू सडून गेलेले
जगण्याच्या इच्छांचे कोंभ आतल्या आत झडून गेलेले
अशा मरणासन्न जीवनाच्या दर्दनाक प्रातःकाळी तू
तेजाळून उठलेला ऊर्जेचा अग्निलोळ...
तगमगत्या इच्छांच्या आर्ततेतून
तू गायिलीस रे मनुष्याच्या महत्तेची शीलसुक्ते
हे या अनाथ पामरांच्या डोईवरील
मातृत्वाच्या विशाल हृदयवृक्षा!
कसा आलास कुठून आलास?
काळालाही कळली नाही
तुझ्या अनाहूत आगमनाची वार्ता
त्यांच्या हाडांच्या पोकळीतला अस्वस्थ थरकाप आणि
आधीच घामेजल्या रक्तपेशींची वाढली स्पंदने
तुझ्या पदरवाने
तुझे येणे, जसे उन्मत्तांच्या छातीवरील वज्र-टाचा
आणि कागदांच्या महाली पाहुणा यावा जाळ
घुबडांचे फुटावेत डोळे, कावळ्यांच्या झडून जाव्यात जिभा
टिटवीचा सडून जावा गळा
जळून जाव्यात दग्ध उन्हाच्या झळा
तुझे येणे : माझ्या जन्मगावी शांतीचा श्रावणशिरवा
तुझे स्वर : माझ्या आर्जवांच्या ओंजळीतला
व्याकूळ गारवा
हे महाकारुणिका!

कसा आलास कुठून आलास?
काळालाही कळली नाही
तुझ्या आगमनाची अनाहूत वार्ता
पण जसा आलास तशी फुटतील
आयुष्यातून उठलेल्या इच्छांना चैतन्याची बोधिपर्णे
इतकेही नव्हते मागितले की
या भुईच्या फाटक्या पदरातून तुझे औदार्य ओसंडून जावे
प्राशून घ्यावेत तृप्तपणे लोचनांनी
उजेडाचे चारदोन किरण
तुझ्या पापण्यांच्या अर्धोन्मिलित झरोक्यातून उधळलेले
आणि प्रकाशाने न्हाऊ घालावे तसे तुझे दानपात्र
माझ्या डोईवर रिते केलेस रे करूणादित्या!
या मोडक्या हातांना पेलवू नये भार झोळीचा
इतकी तुझी अथांग दान पारमिता
कशी रे मी मनाच्या गर्भगृहात उजळून घेऊ?
तुझ्या अपार पारदर्शी लोचनांसारखी
इथे तर तृष्णेच्या भगभगत्या दिवणालींचा असतो
देहाच्या हरेक दालनात मुक्त वावर
तुझी ही तृष्णामुक्त ज्योत पेलवेल कारे
माझ्या अंतर्मनाला?
ज्या फांदीवर मी काढून ठेवले आहे काळीज त्याच
फांदीवर बसला आहे भोगाचा प्यासा थवा
सभोवती स्वार्थाच्या वळवळत्या जिभांचे विषारी आवर्तन
बंद डोळ्यांनी मला टाळता येत नाही
उठलेल्या दंशांना मला क्षमादान देता येत नाही
हे माझे दुबळेपण मान्य करूनही
मी लढतो इथे आभाळभूत...!
त्यांच्या पांगळ्या तत्त्वज्ञानाची ईश्वर नावाची कुबडी
तोडून फेकलीस तेव्हाच झालास तू

आमच्या बंधमुक्तीचा चिरंतन ध्यास
हे सर्व अतार्किकांच्या षडयंत्रकारी पोथ्यापुराणांच्या
उशाखाली पेटलेल्या वैज्ञानिक जाळा!
ही अध्यात्मिक चिंतनाच्या पुरातन उकिरड्यावर वाढलेली
धर्म-अर्थ-कामाची त्रिसूत्री
ही मोक्षाच्या नसलेल्या तुकड्यांसाठी भांडणारी
जिवा-शिवाची जुळी जन्मांध कुत्री
ह्या लूतभरल्या ईश्वराच्या प्राप्तीसाठी
आसुसलेल्या विकृत-चमत्कृत आराधना
हे अगणित प्रेरणांची राख करणारे भगभगते अग्निकुंड
हे त्यांच्या कपटकारस्थानांनी जागलेले
मंत्रतंत्र-योगभक्तीचे बिभत्स स्मशान
हे सत्य-सृजका!
तुझ्या प्रजेचा सत्यानील
अजून इथल्या दिशांवर वाहतोय नित्य...!
माझ्या कुठल्याच अतृप्त जाणिवांच्या पूर्ततेसाठी मी
तुझ्या गौरवाचे धुपदीप जाळत नाही
अहोरात्र माझ्या अंतराच्या विहारात
मला नाही मांडायचे कृतिहीन रडगाणे
तुझ्या कृतिशील अविरत चारिकेपुढे
मी आलो आहे माझ्या तळपत्या इच्छेला
तुझ्या प्रज्ञाग्नीवर धार लावायला
शस्त्रे विनम्र होतात जिथे आणि
अहंकारी क्रौर्य होते गर्भगळीत ज्यापुढे
हे लढवय्या!
ही सनातन रणांगणे
तुझ्या वादळी गतीने चिटोन्यांसारखी उडतात आसमंती
मी तुझ्या पराक्रमाचा इतिहास लिहितो आहे
मी पुकारतो आहे त्या समस्त चेतनांना

ज्यांच्या गर्भात दडली आहे ही आश्वस्तता
मी हाकारतो आहे हा जत्था त्या दिशेने
जिथे नांदत आहे सत्यावरील विश्वस्तता
मी नाकारतो आहे, जीवनाच्या पेटट्या रणांगणाकडे
निघालेल्या या शूर इच्छांचे मागे वळून पाहणे
मी स्वीकारतो आहे माझ्या भावंडांचे न्यायासाठी
युद्धभूमीवर पाय रोवून उभे राहणे
माझ्या दरेक सृजन कृतीतून अभिव्यक्त होतात
तुझीच प्रेरणामूल्ये
हे मार्गदात्या!

तुझ्या शीलाची ढाल घेऊनच
आम्ही जिंकू हे अटळ युद्ध...!
तृष्णेच्या तृप्तीसाठीच येथे
मनामनांच्या मातीवर उगवतात तळपती शस्त्रे
दुःखे अनाथ होऊन हंबरतात अहोरात्र
भरल्या कोषागारांच्या मखमली गालिच्यांवरून
सुखे चालतात ऐटीने राजसिंहासनाच्या दिशेने आणि
दुःखे अनवाणी पावलांनी आक्रोशतात
हातात घेऊन भणंग आयुष्याचे दानपात्र
हे तुझे दुःखाचे दर्शनशास्त्र घेऊनच
आम्ही पुकारले आहे महायुद्ध
कुणी यावे घेऊन येथे मर्मांवरचे भळभळते घाव
कुणी यावे घेऊन येथे हल्ल्यात जळालेले गाव
कुणी द्यावे या युद्धाला वर्णसंगराचे नाव
छळलेल्यांनी यावे, पोळलेल्यांनी यावे, पिळलेल्यांनी यावे
आणि हे न्याययुद्ध अपुल्या मनामनात घेऊन जावे
हे धर्मयुद्ध व्हावे जीवनाचे सत्यविधान
हे कर्मयुद्ध व्हावे समतेचे मूल्यनिदान
हा विश्वशांतीचा कल्याणकारी युद्धनामा घोषित करून
हे शांतिरक्षका!

तुझ्या सावलीतूनच चालू आम्ही
तुझ्या मुक्तियात्रेचे धम्मपथीक...!
श्वास होऊ नयेत मोहताज
स्वातंत्र्याच्या मुक्त सुगंधासाठी
घास कुणाचा अडू नये घशात ओलाव्यासाठी
निष्पाप लोचनांतली दहशत पुसून काढण्यासाठी
तुझ्या करुणेचा पदर घेऊन
आम्ही जपत आहोत जीवनाच्या प्रत्येक वळणावर
या रचनेने दिलेले अमीट व्रण
या करपलेल्या जीवनांना यावा बहर म्हणून
स्वीकारली ही तुझीच अविरत वणवण
बांधता यावं निर्विरोध प्रत्येक इच्छांना
आपल्या स्वप्नांचं एक निरागस घरकूल
यासाठीच या ज्वाळातही आम्ही झालोत तुझ्या
बोधिवृक्षाची एकेक हळवी, कोवळी पालवी
हे महाकारुणिका!
या दग्धतेतून चालतांनाही
तुझ्या ओठांवरील मंद स्मित होते माझी जीवनप्रेरणा!
अखिल दुःखाच्या समारोपासाठी निघालेला तू
आमचा सम्यक संबुद्ध प्रेरणास्रोत
सृष्टीच्या अगाध सृजनाचा तू अत्युच्च मनुष्याविष्कार
तू धरतीवर पाऊल ठेवताच शहारले असेल
लुंबिनीचे शालवन
तुझ्या लडिवाळ किलकारीने खळाळून हसले असेल
रोहिणीचे मुग्ध शीतल जळ
कंप सुटला असेल शस्त्रागारातील शस्त्रांना आणि टाकले
असतील अश्वांनी सुटकेचे श्वास
मी अनुभवली माझ्याही गळ्यातल्या शृंखलांची
तुटण्यासाठी चाललेली खळखळ

तेव्हाही मी तुझ्याच पावलांचा घेतला होता
निशिदिन ध्यास!
राज-वैभवात मखमलीच्या पायघड्यांवरून
हिरे-माणिकांशी खेळण्याच्या वयात
राजहंसाच्या व्यथेने द्रवीत होणारा तू
रोहिणीच्या कलहाने घायाळ झालास
"न ही वेरेन वेरानि सम्मन्तीध कुदाचनं,
अवेरेन च सम्मन्ति एस् धम्मो सनन्तनो"
असे निर्णायकपणे संथागारात वदलास तू तेव्हा इथल्या
युद्धशास्त्राने फर्माविला राजद्रोहाचा दंड
तू निग्रहाने स्वीकारलास सहर्ष देशनिकाला...
युद्धनिषेधाच्या मोबदल्यात
अडवू शकली नाही तुला यशोधरेच्या नेत्रांतली व्याकूळता
अथवा निजलेल्या राहुलची निरागसता
तुझा हा पोलादी निर्धारच समष्टीसाठी ठरला
करुणेचा आधार
तू जाळलेस जिथे आयुष्य त्या धरतीवर जळतो आहे
अजूनही तुझा धम्मप्रदीप
तू चाललास ज्या वाटांनी तिथल्या मातीतून
दरवळतो आहे तुझा सुगंध
रोहिणीच्या जळातही तुझेच रूप दिसते अजून
हे तथागता!
या धरतीच्या सर्वकष वेदनांसाठी
अग्निदिव्यातून निघालेला पहिला आदिविद्रोही तू!
जुन्याचा त्याग आणि नव्याचा स्वीकार
हाच असतो प्रचलित सृष्टीधर्म
शिशिराची पानगळ संपली की
वसंत येतो बहर घेऊन नवा
ग्रीष्मात फुटणारी नवी पालवी देत असते

मनाला सृजनाचे अर्थ-संदर्भ

वैशाखी पौर्णिमेच्या वाऱ्याची शीतल झुळूक तुझ्या

करूणारम्य डोळ्यातल्या विश्वव्यापी स्मितासारखी

आणि धरतीच्या ओठांवर फुटतात

स्वर...सुखाचे... परमशांतीचे

तुझ्या डोळ्यातून ओघळतो वर्षेचा गारवा

हिंसेने काहिली झालेल्या मनावर पसरतो

तुझ्या करुणेचा श्रावण हिरवा

हे सृष्टीपूजका!

तू धरतीच्या ओठांवर उमटलेलं करुणेचं महाकाव्य!

तुझ्यात दिसतो मला वेदना प्राशून घेणारा

विराट अश्वत्थ

तुझ्या विचरणात पाहतो मी जीवनदायी प्रकाश-पांथस्थ

तुझ्या प्रदीप्त चेहऱ्यावर दिसतात चैतन्याचे भावतरंग

आणि सृष्टीच्या मांगल्याचे गर्दगहिरे सत्वरंग

तुझ्या जगण्यातून खळाळत असतो

नीतीच्या निरंजनेचा ओघ

तुझ्यात उठले जेव्हा संबोधीचे तेज:पुंज झंकार, तू

थांबला नाहीस व्यष्टीच्या सुखलालसेजवळ

ओवाळून घेतली नाहीस कधी

स्व च्या गौरवाची महाआरती

सदैव विहरत राहिलास मोह, माया, लोभ, मत्सर, द्वेष,

घृणा आणि वैराला जिंकण्यासाठी

जगज्जेता महायोद्धा मला तुझ्या आचरणात दिसतो

तू वाकला नाहीस कुण्या कर्मकांडापुढे

तू चिंतनस्थ असतोस तेव्हा त्यांच्या थोतांडातून उभा

झालेला विराट ईश्वर तुझ्या गुडघ्याखालीच रांगतांना

दिसतो...

तुझ्यानंतर आलेली आत्मरत तत्त्वज्ञानाची परंपरा

या मातीवरच झुळझुळत राहिली
त्यांनी व्यष्टीच्या सुखानंदाची वाजवली मधुर बासरी
ते गात राहिले व्यक्तिमहात्म्याची महाकाव्ये-
अभंग-ओव्या
त्यांचे झाले पंथ-संप्रदाय डबके!
तू लावली नाहीस ब्रह्मानंदी टाळी कधीच
तू दुःखाच्या हृदयाजवळ जाऊन समजावीत राहिलास
माणसांच्या विश्वात, त्यांच्या त्यागात, त्यांच्या रागात,
त्यांच्या दुःखात, त्यांच्या सुखात
मृत्यूपर्यंतही त्यांच्यातच मिसळून राहिलास
तू झालास सीमापार तरून महासागर
निघालास ज्या वाटांनी त्या वाटेचे जीव
सुखविभोर व्हायचे
सृष्टी पुलकीत होऊन जायची
अकुशलांना होई पश्चाताप, कुशलता विनम्र होऊन उठे
साऱ्या अनाथ यातनांचे तू झालास धम्मालय
हे सम्यक सम्बुद्धा!
जिथे उभे होतात जित्या जागत्या माणसांच्या कबरींवर
राजमहल, ताजमहल आणि पिरॅमिडस्
श्रमणाऱ्यांच्या रक्तबिंदूंनी सिंचले जातात
ऐय्याशीचे वैभवशाली बाग बगिचे
पोसले जातात गरिबांच्या परिश्रमाने भरलेल्या
कोषागारावर रंगेल राजनीतीचे जनानखाने
लक्ष लक्ष बळींच्या उतरंडीवर रचले जातात
सोनेरी राजसत्तांचे गगनचुंबी कुतुबमिनार
बेहिशेबी रक्तपाताने हुकूमशाहीचे
आसुडांच्या फटकाऱ्यावर चालतात
कष्टकऱ्यांचे श्वास जिथे अहोरात्र अथक
तू टिपलास करुणेच्या महावस्त्राने

त्यांच्या कपाळावरील युगायुगांचा घाम
तुझा शब्द झाला वाऱ्याची शीतल झुळूक
तू शिंपीलेस जळ
हे क्रांतीपथिका!
तुझ्याच पाऊल खुणांवरून गेला पुढे 'बहुजन हिताय
बहुजन सुखाय' चा कल्याणकारी राजमार्ग!
या धरतीच्या धुळीवर उमटलेल्या तुझ्या पाऊलखुणांवरून
झालीत नंतरची युगे गतिमान
तुझ्या करूणेच्या अमोघ शस्त्रापुढे साम्राज्यांनी झुकविली
मान आणि आयुष्ये झालीत प्रकाशमान
अजातशत्रू, प्रसेनजित, अनाथपिंडक, अंगुलीमाल,
आम्रपाली
आणखी किती किती प्राणांच्या कोंदणात
तू झालास विराजमान!
तुझीच पायधूळ घेऊन चिवरात काबूल, कंदहार,
बामियान, पॅलेस्टाईन, अलेक्झांड्रिया पर्यंत गेलेला
प्रियदर्शी राजा अशोक
कलिंगच्या धरतीवरील रक्तपात पुसून काढण्यासाठी
आयुष्यभर करीत राहिला सर्वस्वाचं महादान
तुझा निनाद अजूनही घुमतो आहे श्रीलंका, ब्रह्मदेश,
नेपाळ, तिबेट, इंडोनेशिया, कंबोडिया, व्हिएतनाम,
तायवान, जपानच्या भूमीत
तुझे गीत गात आहे इथला प्रत्येक वसंत
तुझी साक्ष देत आहे नित्य अजिंठा, वेरूळ, कार्ले, भाजे,
अमरावती, नागार्जुनकोंडा, पवनी, भद्रावती, साँची, गया,
कुशिनारा आणि मनसरचा आसमंत...
तुझ्या जन्मदात्या जम्बुद्वीपाच्या कणांकणातून झिरपतो
आहे आजही
त्रिसरण पंचशील... अष्टांगमार्गाचे जीवनद्रव्य

हे महाअर्हता!

इथल्या चरित्रहीन संस्कारांना तुझ्यामुळेच लाभला मानवी
सभ्यतेचा सर्वांगसुंदर चेहरा!!

तू झालास विश्वात्मक

तुझ्यानंतरही तुझ्याच सावलीत वावरलीत

शतकांना प्रभावित करणारी जीवनचिंतने

रोमन, ग्रीक, युनानी, ज्युडियन, सॉफिस्ट, फ्रॉन्सिसी

चिंतनाचा सूर मानव्याचीच उधळण करीत होता

सॉक्रेटिस, प्लेटो, ॲरिस्टॉटलच्या हृदयामधूनही सत्याचाच

गंध दरवळत होता आणि

हेगेलच्याही द्वंद्वात्मक तत्त्वज्ञानातून तुझाच आवाज

शतकांच्या दारावर आदळत होता

त्यांनीही जाळले रे आयुष्य तुझ्यासमान अग्नीवरच

त्यांनीही घेतले सत्यासाठी हेमलॉकचे घोट

आपल्या प्रिय अथेन्ससाठी सिकंदर निघाला सीमापार

अशोकही उतरला धम्मघोष करीत युरोपच्या धरतीवर

मानवी सभ्यतेच्या सृजनासाठी जे जे जळतात स्वयंप्रज्ञ

त्यांच्या कृतीत, चिंतनात, प्रेरणेत आणि

चेतनेत मला तुझाच ध्यास दिसतो

हे महाप्रज्ञावंता!

ज्यांच्या तनामनात उठतात करूणेच्या कळा तिथेच

पिकत असतो तुझ्या भव्यतेचा मळा...!

मध्ययुगीन राजसत्तांच्या दरबारात सोलून काढली गेली

पाठ आसुडाने स्वातंत्र्य

मागणाऱ्या गुलामांची

विकले गेलेत माझ्याच भावंडांचे काळे गर्भ मुठभर

अन्नासाठी, रोमन साम्राज्याच्या सरहद्दीत

यहुद्यांच्या खरेदी-विक्रीवर उभारले गेलेत युनानी

राजमहाल, जनानखाने आणि कल्लागार

टांगले गेलेत सलीबवर साम्राज्यवादी सत्तांच्या विरोधात
उठलेले बंडखोर श्वास
कापुआच्या हमरस्त्यावर मारला गेला
स्पार्टाकसही असाच एक दिवस
आपल्या गुलाम भावंडांच्या बंधमुक्तीसाठी लढतांना
अग्निदिव्यातून निघालेला हा यहुदी आंबेडकर
मला माझ्याच संगराचा सेनापती वाटला
माझ्याही प्राणात त्यांच्या बलिदानासाठी
आपुलकीचा गहीवर दाटला
अजूनही त्या वधस्तंभाभावरील रक्तातून
बंधमुक्तीचा आकांत मला ऐकू येत आहे
मला इफ्रेमच्या अरण्यातूनही त्या आकांतांचे
प्रतिध्वनी पुकारत आहेत
हे महानायका!
मला माझ्या माणसांच्या रक्तात पेटलेले
लाख लाख जुडस्-सायमन हवे आहेत
याच अग्निदिव्यातून चालावे लागले मार्क्सलाही
आयुष्यभर भूक पाठीवर घेऊन
यंत्राच्या चक्रात पिळल्या जाणाऱ्या कामगारांच्या
बंधमुक्तीसाठी लेनिनही जळत होता अविरत
अर्नेस्टो चे गव्हेरा, फिडेल कॅस्ट्रोनेही गाईले
बंदुकीच्या रिदमवर मुक्तीचे समरगाणे
सांस्कृतिक क्रांतीचे स्वप्न घेऊन चालत होता
यांगत्सीच्या किनाऱ्यावरून एक माथेफिरू जाळ
मार्टीन ल्युथर किंग, अब्राहम लिंकनच्या बलिदानातून
उंचावले मानवतेचे उन्नत भाळ
या समस्त चिंतनाच्याही पुढे
ज्ञानयात्रेचा प्रवासी होऊन निघाला होता तुझ्याकडे
आम्हा शोषितांचा प्राणसूर्य

डॉ. बाबासाहेब आंबेडकर... शस्त्राशिवाय युद्ध जिंकणारा
महायोध्दा
भूक आणि भौतिक सुखाच्याही पुढे सुरू होणाऱ्या
अनाकलनीय विश्वाची
तिथल्या वेदनांची, तिथल्या मानाची, अपमानाची आणि
मनुष्यत्वच नाकारलेल्या मनांची
यापूर्वी कुणीच केली नव्हती चिंता आणि
सम्यक चिकित्सा
श्रमशोषणाच्या आर्थिक चिंतनविश्वातही असलेली ही
तूट त्याने सव्याज भरून काढली आणि तो झाला
विश्वविजेता
हे प्रेरणापुरुषा!
अग्निदिव्यातून गेल्यावाचून मिळत नसतो
कुणालाच वेदनांचा मुक्तिमार्ग!
तो आला तेव्हाही असाच लागलेला होता वणवा आमच्या
लक्तरलेल्या आयुष्यांना चहूबाजूंनी
राख झालेल्या इच्छांच्या कबरीतून तो उठला
फिनिक्ससारखा चेतनेची लखलखती शलाका होऊन
आपल्या विराट ज्ञानपंखांच्या विळख्यात
सारा वणवा कवटाळून
निखाऱ्यांचे पर्वत तुडवीत
तो झाला आमच्यासाठी युगदर्शी तुफान
वाटा हरवलेल्या स्वप्नांना दाखविला त्याने सूर्यपथ
भव्योदात्त ऊर्जास्त्रोत घेऊन
तो प्रतिभेचा महासूर्य आला तेव्हा
त्यांच्या पदस्पर्शानं थरारली माती
शहारला समुद्र, दिशा मोहरल्या आणि
वठलेल्या आयुष्यांना फुटल्या
तेजाच्या प्रकाशकंच पालव्या!

हे विश्वशांतीसूर्या!
तो तुझ्याच विश्वव्यापी वेदनेचा
नवसृजीत आविष्कार होता... प्रतिबद्ध... प्रतिबुद्ध
जिथे माणसाचं माणूसपण कुजवून
बुद्धीचं शेणखत झालं
त्या संस्कृतीच्या रौरवात

पुन्हा इथला भविष्यकाळ सडविला जाऊ नये
पुन्हा कुणी इथे अमानुषतेच्या गर्तेत गाडला जाऊ नये
पुन्हा कुणाच्या सावलीचा स्पर्श अपवित्र ठरवून
जन्म बदनाम केला जाऊ नये
यासाठीच तो महासेनानी समरभूमीवर होता तैनात
मानवी हक्कासाठी उभे आयुष्य ज्याने जाळले
भर उन्हात
थुंकीने बाटणारे शहाजोग ठरलेत भूदेव
या गुलामखान्यात
त्यांच्या अंगुलीनिर्देशावर ठरली आमची दिशा आणि
निषिद्ध ठरविला त्यांनी गर्भ उजेडाचा
इथेच चेंदामेंदा केला त्यांनी सत्याचा
या सांस्कृतिक दंभाच्या माथ्यावर
तो झाला अखंड वज्राघात
आणि तुझ्याच लोचनातली अपार करुणा
अंत:करणाच्या कलशात भरून
ओतीत गेला आमच्या दानपात्रात तो धम्माचं महादान
हे संघनायका!
शोधतो आहे मी कधीपासून या अरण्यावर उमटलेल्या
त्या धम्म सेनानींच्या युगसाक्षी पाऊलखुणा!
प्राशितो आहे मी नित्य हे वास्तवाचे विखारी हलाहल
जाळतो आहे मला दररोज
हा माझ्या माणसांचा अस्वस्थ कोलाहल

वादळाचं बोट धरून चालणारी माणसं का हरवली आहेत
या क्षुद्र क्षणिक वावटळीत
या फसव्या हातांच्या निबीड अरण्यात
मी शोधतो आहे या असंख्य बोटांच्या बाभूळबनात
दिशादर्शक बोट
तुझ्याकडे स्पष्ट निर्देश करणारं एकही बोट दिसत नाही
इथला एकही स्वर माझ्या आकांताचा अर्थ मांडत नाही
इथला एकही श्वास माझ्या वेदनांसाठी भांडत नाही
या दगाबाज माणसांच्या दरबारात सत्याचा आक्रोश
मांडणारी निष्ठावान प्रज्ञा हवी आहे मला
अजून नाकारले नाही मी युद्ध
अजून म्यान केले नाही मी माझे हात
अजून जळत आहे वेदनांचा पलिता माझ्या उरात
कडेकपारीत दडले आहेत माझे धुमसते श्वास
अजून माझ्या मस्तकात उठत आहेत विजांचे आभास
मला हवे आहे माझ्या जखमांसाठी ज्वालांचे सळसळणे
मला हवे आहे आकांतासाठी
इच्छांचे मनापासून जळजळणे
मी हाक देईन तेव्हा उठले पाहिजे रान
सळसळले पाहिजे बोधिवृक्षाचे पान न् पान
असे युगंधर जथ्थे सळसळून आले पाहिजेत
एका पुकाऱ्यावर
हे सत्यसुगता!
या विझलेल्या प्राणांच्या मशालींसाठी
मला हवे आहे आणखी एक अग्निवादळ!
सत्य सांगतांनाही जिभांचा होतो थरकाप
टांगली आहे मानेवर अविचाराची दहशत
मी जागवेन इमान त्यांच्या मनातले
जिथे दबा धरून बसली आहे धूर्तता, कुटीलता

मी पुसून काढीन गंज त्या बोथट पात्यांवरचा

ज्याचे पाणी गेले आहे आटून स्व-केंद्रीत स्वार्थसाधनेत

मी उघडेन ती सर्व दारे

जिथे काळोख साचला आहे घनघोर आणि

मेंदूला लागली आहेत जळमटं

कुतर्कांच्या झुरळांनी कुरतडून खाल्ली आहेत बुबुळं

मी त्यांच्या प्रज्ञेची खिडकी उघडून दाखवेन खुले विश्व

मी सोडून देईन विकृतीच्या खुंट्यांशी बांधलेले

कुशल कर्माचे अश्व

या दैन्य, दुःख, दमनग्रस्त वेदनांना जुळवून आणेन मी

कल्याणाच्या खुल्या माळावर

हे शीलरक्षिता!

त्याच्या भूत वर्तमान भविष्यासाठी मी माझे शील

प्रज्वलीत ठेवेन निग्रहाच्या जाळावर!!

या उद्ध्वस्त आयुष्यांच्या माळरानावरून भटकतांना

कासावीस होतो माझा प्राण, तडफडतात जाणिवांचे पक्षी

नाहक कुणी जाळू नये उभ्या पिकांवरचा मोहोर

कुणीच फिरवू नये कुणाच्या भरल्या घरावरून

इर्षेचा नांगर

वयात आलेल्या स्वप्नांच्या फुलोऱ्यावर

कुणी हळूवार झाकून घ्यावे पंख

कुणी लावू नये निरागस डोळ्यांच्या वातीला

वाऱ्याचा जहरी डंख

विझुविझु झालेल्या या प्राणांसाठी

कुणी व्हावे प्रेरणेचा हळूवार हात

हे स्वप्नद्रष्ट्या!

मी अशाच काळजांच्या बागेसाठी जाळतो आहे

माझी मौलिक रात

छळून गेला असेल एखादा घुसखोर वारा

साता ठिगळांच्या अनाथ झोपडीला
धुवाँधार कोसळणाऱ्या प्रश्नांच्या पावसात गळणाऱ्या
छताखाली उभी असेल चिंब ओली असेल लाज
गाठी मारलेल्या आयुष्याची करून गोळाबेरीज
भिजत असेल एखादी तुटकी बाज
तुणवलेल्या लक्तरांच्या सांदी कोपऱ्यातून
ओघळणाऱ्या थरथरत्या स्त्रीत्वासाठी
कुण्या पुरुषी डोळ्यांनी झाकून घ्यावे स्वतःला आदराने
संयमाच्या पापण्याखाली
घनदाट काळोखातून चालतानाही वाटू नये एकटीला भीती
सोबतच्या अनोळखी सावल्यांची
हे शीलसूर्या!
मनाच्या आंतरिक सौंदर्याची अशी उगवावी
या मन क्षितिजावर प्रत्येकच सोनसकाळ!
जिथे फिरत असतील जन्मदात्यांच्या गळ्यावरून
लेकरांचे जालीम हात
जिथे रक्तच करीत असेल सख्ख्या भावाचा घात
मैत्रीचे निर्मळ नाते पार करून
मित्रत्वाच्या उरात घुसले असेल घाताचे पाते
जिथे डूख धरून बसली असेल पाळीव हिंसा
आपल्याच माणसांच्या रक्तासाठी
आखले जात असतील आत्मघाती डावपेच
ताज अथवा तख्तासाठी
माणुसकीचा होत असेल सर्वनाश
त्या सर्वच स्वार्थाचे मनसुबे राख होवोत
जाळली असेल ज्यांनी आपल्या सुखासाठी
इतरांची लोभस दुनिया
त्याचे सर्व इरादे खाक होवोत
जिथे नाही जीवनाची हमी असे सर्व जहरी संकल्प मी
मनापासून धिक्कारतो आहे आणि

हे दुःखविजेत्या!
जिथे जीवन आले असेल पिसारा फुलवून नव्याने
बरसत असतील मैत्रीच्या श्रावणधारा अशा मोसमांचे
विकल्प मी मनापासून स्वीकारतो आहे
कपिलवस्तूच्या धुळीतून, कलिंगच्या रक्तमाखल्या
मातीतून, महूच्या कृतार्थ धरतीतून
मी वेचले आहेत माझ्या पापण्यांनी
तुझ्या पावलांना लागलेले हे तेजाचे कण
मी प्राशितो मुक्त कंठाने निरंजनेच्या हृदयातले
झुळझुळते जीवनदर्शन
संबोधीसाठी कठोर देहदंडण करतांनाचा
तुझा वज्रदेही मनोनिग्रह
महेंद्र-संघमित्राला धम्मासाठी दान देतांना उदात्ततेने
ओथंबलेल्या धम्मसम्राटाची अविचल तटस्थता आणि
बडोद्याच्या बागेतल्या वृक्षाखाली
ओथंबून आलेली युगंधराची करुणा
या सर्व चेतनांचे व्हावे माझ्याच रोमारोमात समग्र
सिंचन
आणि मी व्हावे इतके विराट की विश्वातल्या साऱ्याच
दुःखितांच्या वेदनांनी यावे माझ्याच काळजात आश्रयाला
मी इतके व्हावे अफाट आणि
माझी सांस्कृतिक मातृभूमी...दीक्षाभूमी
ठरावी सकल सृष्टीच्या यातनांसाठी प्रेरणाभूमी
हे महाकारूणिका!
या प्रिय धरतीसाठी
माझ्या ओंजळीतील आसवांची लाख लाख फुले होवोत!!

(पृ. ५१-७४)

कवी केतन पिंपळापुरे यांनी मध्ययुगीन सरंजामशाहीची आधुनिक भांडवलशाहीकडे झालेली वाटचाल बेकन या प्रतीकातून आपल्या कवितेत टिपली आहे. बेलगाम सरंजामशाहीने, सरंजामी उदारमतवादाने मानवी सभ्यतेला आपल्या पायाखाली तुडविल्याचे कवी कवितेत सांगतो. सरंजामी उदारमतवादाने सर्वत्र आपले पाय रोवले आहेत. सरंजामी उदारमतवाद काळावर स्वार झाला आहे. सरंजामशाहीत भोगवाद वाढला आहे. धर्मवर्चस्व वाढले आहे. राजदरबारही भोगविलासी, मद्यधुंद झाले आहेत, असे कवी कवितेत नमूद करतो. आता हळूहळू सरंजामशाहीचे साम्राज्यवादात, भांडवलशाहीत रूपांतर झाल्याचे चित्र कवी कवितेत रंगवितो. शेअर मार्केट, रेसकोर्सचे संदर्भ कवी कवितेत देतो. साम्राज्यवाद सगळीकडे पसरला आहे. माणसाचे दैनंदिन जीवन साम्राज्यवादी भांडवलशाहीने संचालित होत असल्याचे कवी कवितेत सांगतो. आता ही साम्राज्यवादी भांडवलशाही आमच्या नसांनसात भिनली असून क्रयवस्तूंच्या जाहिरातीतून तिचा मारा जनमानसावर सुरू आहे, असे प्रतिपादन कवी कवितेत करतो.

आता पांढरपेशी माणसाचे जीवन आत्मकेंद्री झाले असून त्याच्या संवेदना बोथट झाल्या आहेत. तो आयसोलेटेड लाईफ जगतो आहे. त्याच्या सामाजिक संवेदना कुंठित झाल्या आहेत. माध्यमातील भोगासक्त जीवनवादाच्या आहारी तो जात आहे. अनुकरणातून त्याची विचार करण्याची क्षमता नष्ट होत आहे. अविचारी भावी पिढ्या जन्माला घालत आहे. मध्यमवर्गीय माणसाच्या जीवनात सेक्स वर्कर्सने सुद्धा शिरकाव केला आहे, अशी माहिती कवी कवितेत देतो. या भोगवादी गलबल्यात मानवी जीवनाचा खरा अर्थ हरवला आहे. माणसाची जीवनवाट चुकली आहे. तृष्णा वाढली आहे. शीलभंग होत आहे. नीतिनैतिकतेवर आधारित स्वप्नांचा चुराडा होत आहे. मानवी सभ्यता पायदळी तुडविली जात असल्याचे कथन कवी कवितेत करतो. या भौतिकवादी चंगळवादाला सृजनशील, वैज्ञानिक वळण लावले तरच मानवी जीवन सुंदर होईल, शेक्सपिअर आणि बेकनही बुद्धचरणी लीन

होईल, असे प्रतिपादन कवी 'बेकनचा चौखूर उधळलेला घोडा...' या कवितेतील पुढील ओळीत करतो आणि म्हणतो -

मध्ययुगीन भौतिकवादाच्या सरंजामी किल्ल्यावरून
चौखूर उधळलेला बेकनचा बेलगाम घोडा
आधुनिक सभ्यतेच्या माळरानावरून निघालाहे
विकासवादाच्या टापांखाली तुडवीत हिरवंकच पीक
अखंड...अविरत...अथक सुरू आहे बेकनची घोडदौड
उदारमतवादाच्या सप्तरंगी क्षितिजाच्या दिशेने
झेपावत वादळगतीने
आता काळातही नाहीय चौखूर उधळलेल्या दिग्विजयी
घोड्याचा लगाम खेचण्याची हिंमत
(काळच आला आहे घोड्याचा मस्तवाल टापांखाली)
क्षितिजाच्या पलीकडील किल्ल्याचे दरवाजे
सताड उघडून बसला आहे भोगवाद
त्याच्या कोषागाराचे पहारेकरी निजले आहेत
धर्माची अफू घेऊन
क्षितिज घोड्यासाठी मोकळे आहे आणि
सप्तरंगी सुखांच्या झुंबराखाली सजले आहे
बेकनचे राजसिंहासन
त्याच्या एका हातात आहे मदिरेचा उसळता ग्लास आणि
दुसऱ्या हातात आहे रिमोट
आधुनिक अप्सरांची अर्धनग्न झुंबड
खळाळत्या रंगीन ग्लासांची महफिल आणि
डोळ्यात गच्च दाटून आली आहे
उन्मादाने बिथरलेली धुंदी
हातातल्या रिमोटचे बटण स्थिरावले आहे
शेअर मार्केटच्या रेसकोर्सवर
बेकन टॅली करताहे घोड्याचे बाजारभाव
त्याला बांधायचा आहे आपल्या लाडक्या घोड्यासाठी

माउंट एव्हरेस्टच्या शिखरावर एअर कंडीशन्ड तबेला
सान्या खंडावर पसरले आहे बेकनचे सार्वभौम साम्राज्य
आणि
बेकन होताहे आता आमच्या दैनंदिन जिंदगीवर हावी
त्याच्या निर्देशाशिवाय होत नाही
आमच्या रक्ताचं अभिसरण किंवा मेंदूचे क्रियान्वयन
तो दाखवतो स्क्रीनवर आपल्या डेलीनीडस्ची फाईल
दात घासण्याच्या पेस्टपासून तर
मासिक पाळीच्या सॅनिटरी नॅपकिन्सपर्यंत
सोप, शाम्पू, ड्रग्स, आणि इम्पोर्टेड कंडोम्समधून
टाटा, बाटा, रेमंड, दिग्जाम, होंडा, सॅन्त्रो, बॉलेरो,
कालिस, एक्सेट्रा...
बाळाच्या ग्राईफ वाटरपासून सलाईन पर्यंत बेकन वाहत
असतो आमच्या नसांनसातून...!
आता आमच्या सोफिस्टिकेटेड मेंदूवर विणले आहे
भौतिक विकासवादाने आत्मकेंद्री संभ्रमाचे जाळे
स्टेटसच्या फ्रीजमध्ये संवेदनांना सुरक्षित पुरून आम्ही
जगत असतो आयसोलेटेड लाईफ
आम्ही आमचा सोशल सेन्स बोन्साय करून
कुंडीत सजवित असतो
मिडनाईट चॅनलवर आम्ही इंटरेस्टनी पाहत असतो
मॉडर्न मटेरिअॅलिझमचे रिअल प्रॅक्टिकल
आणि पेरून घेतो आपल्या भोगासक्त मेंदूत अनैतिक
सम्भोगातून मिळालेला एड्सग्रस्त जीवनवाद
किंवा अनुकरणाच्या हस्तमैथुनात गमावतो
प्रगल्भ जीवनमूल्यांचे शुक्राणू आणि
प्रसवितो पिढ्यांच्या गर्भातून
पोलिओग्रस्त विचाराची दुबळी अपत्ये
कल्पकतेच्या भांडवली ब्युटी पार्लरमधून

सजून येतात रोज
कॉस्मेटिक संकल्पनांच्या कॉलगर्ल्स
(अथवा एन. जी. ओजच्या जागतिक डिक्शनरीतल्या
सेक्स वर्कर्स)
आणि चाळवितात जीवनाच्या रूटीन पार्कवरील
मध्यमवर्गीय ऋतू
बेकनच्या घोड्यावर बसून पुंजीवाद करतो
मागणी तसा पुरवठा
पुरुषांसाठी क्रिमी बायका
बायकांसाठी स्मूथ पुरुषांचा मुबलक साठा
जीवन हरवले आहे
या दैहिक सुखांच्या गजबजलेल्या भोगयात्रेत
संभ्रमांच्या कोलाहलात वाट चुकले आहेत
हृदयातले सृजनपक्षी
तृष्णा ठाण मांडून बसली आहे
माणसांच्या मनाच्या गाभाऱ्यात
आसक्तीच्या काजळीने करपली आहेत
डोळ्यातली शीलवंत स्वप्ने
आणि उन्मादाच्या रिकिबीत पाय रोवून
बेकन झाला आहे टाच मारण्यासाठी बेचैन
एकदा टाच मारली की, सभ्यतेचे बाग बगीचे तुडवीत
उधळणाराहे बेकनचा मस्तवाल घोडा
म्हणून भौतिक विकासवादाच्या पाठीवर
वैज्ञानिक जीवनवादाची मांड ठोकून
जेव्हा बलदंड बळाने वळविली जाईल बेकनची घोडदौड
सृजनाच्या दिशेला
तेव्हाच जीवन शाश्वत सुंदर होईल; आणि
शेक्सपिअरसह बेकनही बुद्धचरणी लीन होईल!!

(पृ. ७५-७८)

कवी केतन पिंपळापुरे यांनी लोकशाहीचा उद्गम, लोकशाहीप्रती लोकांच्या आशा-निराशा आणि लोकशाहीची अधोगती आपल्या कवितेत स्पष्ट केली आहे. अब्राहम लिंकनच्या नेतृत्वात मानवी मूल्याधारित लोकशाही अमेरिकेत अस्तित्वात आल्याचा संदर्भ कवी कवितेत देतो. जागतिक लोकशाहीचे वारे आपल्याही देशात येऊन धडकले. आपणही रक्तपातरहित लोकशाहीचे जंगी स्वागत केले. लोकशाहीचे आपण उपासक झालो, असे कवी कवितेत विशद करतो. भगवान बुध्दाचा भिक्षू संघ हा लोकशाहीवादी होता. त्यामुळे भारतात लोकशाहीला ऐतिहासिक वारसा असल्याचे कवी कवितेत सांगतो.

आज बहुतांश देशात लोकशाही शासनप्रणाली असल्याचे कवी सांगतो. भारतात लोकशाही येण्यापूर्वी भारत आपल्यासाठी विशेषतः अस्पृश्यांसाठी दुःखदायी, यातनादायी कर्दनकाळ ठरला होता. डॉ. बाबासाहेब आंबेडकरांनी सतरा डिसेंबर एकोणवीसशे शेहेचाळीसच्या संविधान सभेत भारतीयांना मानवी अधिकार बहाल करणारे संविधान देशापुढे सादर केल्याचा ऐतिहासिक संदर्भ कवी कवितेत देतो. बुद्धगया, साँची, दीक्षाभूमी इतकाच श्रद्धाभाव आपल्या मनात लोकशाहीविषयी निर्माण झाल्याचे कवी कवितेत स्पष्ट करतो. लोकशाहीच्या आगमनामुळे भुकेकंगालांचे जीवन सुखद होईल असे कवीला वाटले होते. परंतु ही समाजवादी लोकशाही भुकेकंगालांसाठी स्वप्नवत ठरली. लोकशाहीचा, हरितक्रांतीचा, गरिबी हटावचा अंशमात्र वाटा शोषित, पीडित, गरिबांच्या पदरात पडल्याचे कवी कवितेत नमूद करतो. कुठलीही सत्ता देशातील गरिबी दूर करू शकली नाही, असे प्रतिपादन कवी कवितेत करतो. उलट भूक भुकेकंगालांना दिवसरात्र सतावत होती. मिलो ज्वारी खाण्याची वेळ आली होती. संपूर्ण क्रांतीची भाषा बोलली जात होती. पण क्रांती होत नव्हती. जीवन उदासीन झाले होते, असे कवी कवितेत नमूद करतो. लोकशाहीचा हा चढउतारमय प्रवास आपण पाहिला, अनुभवला असे कवी कवितेत सांगतो.

आज जनतेच्या मूलभूत विकासासाठी काम करणारे नेते आढळत नाहीत. भ्रष्टाचार शिखरावर आहे. लोकशाही मूल्यांची घोर विटंबना होत आहे. पंचवार्षिक योजनाही जनतेला निराश करणाऱ्याच असतात. त्यातून जनतेचे फारसे कल्याण होतांना दिसत नाही. देशात प्रायव्हेट सेक्टरला ऊत आला आहे. नेत्यांत हुकूमशाही प्रवृत्ती वाढीस लागत आहे. आणि जनतेच्या हक्काची, अधिकारांची पायमल्ली होत आहे. संविधानातही सोयीनुसार बदल केले जात आहेत. देशापेक्षा धर्मस्थळांना आणि संविधानापेक्षा धर्मग्रंथांना अधिक महत्त्व दिले जात आहे. भारतीय संविधान आपल्याला कोणत्याही धर्मग्रंथापेक्षा अधिक प्रिय असल्याचे कवी कवितेत सांगतो. भारतीय संविधानातील कल्याणकारी राज्याची संकल्पना कवीला प्रत्यक्षात उतरतांना दिसत नाही. स्वातंत्र्य, समता, बंधुता आणि न्यायाची सर्वसमावेशकता कुठेच आढळत नाही. धर्मनिरपेक्ष समाजवाद कुठेच दिसत नाही. लोकशाहीत आपल्याला सन्मानजनक जीवन जगता येईल असे आता कवीला वाटत नाही. कवी लोकशाहीविषयी कवितेत शंका उपस्थित करतो. लोकशाहीत रक्तपात का होत आहे? लोकांच्या वाट्याला भुकेकंगाल जीवन का आले आहे? बकाल झोपडपट्ट्यात गोरगरिबांचे जीवन का सडत आहे? जातीय दंगली का होत आहेत? माणसाचे आक्रोश का दडपले जात आहेत? स्त्रियांवर अत्याचार का होत आहेत? असे एक ना अनेक मानवीय प्रश्न कवी कवितेत विचारतो. लोकशाहीत आईची माया आणि बापाचं पालकत्व असायला पाहिजे. परंतु ही लोकशाही आपल्या कोणत्याच दुःखावर मायेची फुंकर घालत नसल्याची खंत कवी कवितेत व्यक्त करतो. आपण ज्या लोकशाहीची अपेक्षा बाळगून होतो ती लोकशाही ही नाही आहे. या लोकशाहीचा चेहरा भयावह, हिटलरी असल्याचे प्रतिपादन कवी कवितेत करतो. चुकीच्या लोकशाहीची पूजा आपण करीत आहोत असे मत 'वर्शिपिंग फॉल्स डेमॉक्रसी?' या कवितेतील पुढील ओळीत कवी व्यक्त करतो आणि म्हणतो -

प्रॉक्झी वार संपवून विजयी झालेल्या वीरांचा
गौरव करतांना
गेटीसबर्गच्या रणभूमीवर अब्राहम लिंकनच्या काळजातून
उस्फूर्तपणे आविष्कारलीत
मानवी मूल्यांचे उदात्त लेणे होऊन आणि
जिंदगीच्या घेटो मध्ये कैदी झालेल्या श्वासांसाठी
तू झालीस मुक्तिप्रेरणा!
टेनिस कोर्टच्या दीपस्तंभावरील जळती ज्योत घेऊन
पेरीस कम्यून, ऑक्टोबर क्रांती ओलांडीत
तू आलीस आपल्या माहेरी
तेव्हा लक्ष लक्ष प्राणांचे दीप ओवाळून
आम्ही केले तुझे भव्य स्वागत
आणि तुझ्या हातात रक्तपातरहित क्रांतीचा परचम देऊन
आम्ही झालो तुझे उपासक
तशी तू याच भुईची लेक
शाक्य संघाच्या गणराज्य प्रणालीत तू होतीस वंदनीय
आजही अर्ध जग विसावले आहे तुझ्या पदराखाली
तुझ्या पुनरागमनापूर्वी हा देश ठरला होता
यातनांचा कॉन्सन्ट्रेशन कॅम्प
तुझ्या पावलांवर संविधानपुष्प अर्पितांना ओथंबला होता
या देशाच्या शिल्पकाराचा प्राण
सतरा डिसेंबर एकोणवीसशे शेहेचाळीसच्या
संविधान सभेत आम्ही पाहिला गदगदल्या हृदयाने
शतकांचे दबलेले मानवी अधिकार मांडणारा
आम्हा भारतीयांचा मुक्तिसूर्य
तेव्हा तुझी पावलं ठरली माझ्यासाठी बुद्धगया, साँची,
दीक्षाभूमी
तू आलीस आणि माझ्या भुकेल्या डोळ्यांत सुखावला
नेहरूंच्या कोटावरचा प्रसन्न गुलाब

अर्धपोटी उघड्या नागड्या पिकांवरून बरसून गेला
लोकतांत्रिक समाजवादाचा स्वप्नाळू शिरवा
ओसाड माळावरून शीळ घालीत फिरून गेली
हरितक्रांतीची सुखगर्द आश्वासने
हुरड्यावर आलेल्या विकासाच्या कणसांना टोचणारी
दारिद्र्याची रानपाखरं सोकारण्यासाठी
गरिबी हटावच्या वेधक घोषणांची गोफण गरागरा फिरू
लागली शिवाराशिवारातून आणि समृद्धीचा पावा वाजवीत
स्वप्ने खळ्यातील सुखांच्या राशीवरून हात फिरवीत
झोपी गेलीत
परंतु कुठल्याच सत्तेचा राजकीय हंगाम आम्हा
पामरांच्या जिंदगीवर मेहरबान झाला नाही
रिकाम्या दवडीखाली भूक झाकून
रात्र उदासपणात टळून गेली
'मिलो' च्या मोलाने बेमोल जगत होतो आम्ही
आणि संपूर्ण क्रांतीच्या कुशीवर कड बदलत होता
आकाशवाणीवरून कृषिप्रधान कंगाल भारत
सांसदीय राज्यप्रणालीच्या महामार्गावरून जातांना
आम्ही पाहिली तुझ्या सुवर्ण जयंतीची अशी महायात्रा...!
आता वर्तमानाच्या स्क्रीनवर आम्ही पाहतोय रोज
एकमेकांच्या धडावर पेस्ट केलेले राजकीय चेहरे
एकही चेहरा ओरिजनल वाटत नाही
सगळ्याच चेहऱ्यावरून निथळते एअर कंडीशन्ड लाली
या पोट सुटलेल्या अवाढव्य इमारती आणि नसांनसांतून
वाहणारे हे 'ब्लॅक अँड व्हाईट' रक्त
बोफोर्स, सिमेंट, चारा, हवाला, युरिया, पेट्रोलपंप, स्टॅम्प,
ताबूत, तहलका आदी-अनादी कांडांच्या गदारोळात
त्यांनी तुझ्याही संवैधानिक मूल्यांचे बनविले
'रेट लाईट मार्केट'

ते तुझ्या 'राईट टू लिव्ह विथ डिग्निटी' ची
रोजच करताहेत क्रूर हत्या
त्यांच्या पंचवार्षिक बर्थ-डेच्या बफेसाठी
माणसांचा बनवितात ते सलाद
हा देशच झाला आहे त्यांच्यासाठी प्रायव्हेट सेक्टर
झेड प्लस सिक्युरिटीत सलामत असते त्यांची
क्रिमिनल डिक्टेटरशीप आणि आम्ही फाडून फेकले जातो
वजन नसलेल्या एफ. आय. आर. सारखे
सेंट्रल जेलच्या डस्टबिन मध्ये ते तुझ्या संविधानाची
पाने अल्बमसारखी हवी तशी उलटतात... पालटतात...
बदलतात
त्यांना प्रिय आहे देशापेक्षा मंदिर आणि संविधानापेक्षा
त्यांचे धर्मग्रंथ...
मला प्रिय आहे माझ्या देशाचे संविधान धर्मग्रंथापेक्षा
म्हणून मी शोधतोय माझ्या हृदयात जपलेला
प्रास्ताविकेतला तुझा कल्याणकारी चेहरा
मला दिसत नाही तुझ्या चेहऱ्यावर आता समता,
स्वातंत्र्य, बंधुत्वाची उदात्त शालीनता
मला जाणवत नाही तुझ्या डोळ्यातली न्याय्यशील ...
सर्वसमावेशक आश्वासकता
मला दिसत नाही तुझ्या ओठांवर
धर्मनिरपेक्ष समाजवादाचं सोज्वळ लाघव
खरंच सांग कोण आहेस तू?
तुझ्या ओठांवर ही रक्तबंबाळ लाली का?
ही तुझी आक्राळ-विक्राळ जिव्हा कुठल्या बलीवेदीवरील
रक्त प्राशून तृप्त झाली आहे?
ही तुझ्या गळ्यात भुकेकंगाल नरमुंडांची माळ
कुणी अडकविली?
ही तुझ्या कमरेला बकाल झोपड्यांची बरबटलेली लक्तरं
कुणी लपेटली?

तुझ्या हातात हा जातीय दंगलीचा दावानल कुणी दिला?

हा तुझ्या पायाखाली चिरडलेला आक्रोश

कुठल्या गावकुसाचा आहे?

तुझ्या पायाजवळ

कुठल्या बांगड्यांचा इतका खच साचला?

सांग...तू माझ्या कुठल्या दुःखांच्या आकांतासाठी

झालीस आई?

आज तुझ्या पुजेसाठी फुले वाहतांना माझी नजर वळली

तुझ्या उलट्या पावलांकडे तेव्हा

मी पाहिला लोकशाहीच्या बुरख्याआड

तुझा हॉरिबल हिटलरी चेहरा

आणि लक्षात आलं की, जिच्यासाठी ओवाळलीत आम्ही

प्राणांची निरांजने

ती नाहीस तू...तू आहेस तिची छाया

वुई हॅव नाऊ रिअलाईज्ड दैट

वुई आर वर्शीपिंग फॉल्स डेमॉक्रसी!

(पृ. ७९-८४)

कवी केतन पिंपळापुरे यांनी झोपडपट्टीतील भकास, अंधकारमय, दरिद्री, कुपोषित, अमानवीय, असुरक्षित जीवनाचे चित्रण आपल्या कवितेत केले आहे. झोपडपट्टीत विजेची सोय नाही. जागेअभावी झोपड्यांना अंगण नाही. झोपड्यांच्या आजूबाजूला चिखल असतो. सगळ्या झोपड्या अस्ताव्यस्त, विस्कटलेल्या आहेत. गटाराचा वास सगळीकडे दरवळत असतो. बायाबापड्यांना पदराने नाक दाबून चुलीतला धूर डोळ्यांत साठवावा लागतो. एकूणच झोपडपट्टीतील जीवन मानवतेला कलंकित करणारे आहे. झोपडपट्टीतील स्त्रियांना कुटुंबाला हातभार लावण्यासाठी मोलकरणीसारखी कामे करावी लागतात. मोलकरणीची कामे आटोपून आई सायंकाळी परत येते तेव्हा झोपडीत दिवाबत्ती होते. चूल पेटते. चिलेपिले आईभोवती गोळा होतात. कधी

कधी दिव्यात टाकण्यासाठी तेलही नसते. बाप दारूच्या नशेत घरी येतो. आईच्या क्षीण देहावर मर्दानगी गाजवितो, असे कवी कवितेत सांगतो. एकीकडे रोजमजुरी करून संसाराला सांभाळणारी जबाबदार आई तर दुसरीकडे दारूच्या नशेत तुल्ल असणारे पुरुष असे विसंगत चित्र आज समाजात मोठ्या प्रमाणात पाहायला मिळते.

शेळ्यामेंढ्यांच्या कळपासारखी झोपडपट्टी दाटीवाटीने उभी आहे. डास आहेत. घाणीत वळवळणाऱ्या किड्यागत माणसे जगत आहेत. पुरुष हातभट्टीच्या, जुगाराच्या आहारी गेली आहेत. कुपोषणाने पोट-पाठ एकजीव झाले आहे. चिपाडागत देह झाले आहेत. जीवन संवेदनाहीन, बिमार आहे. शिळे, सुके, नासके अन्न खाऊन भूक भागवावी लागते. आरोग्याच्या सुविधा नाहीत. पण देशी दारू मात्र कधीही मिळते. अशाप्रकारे झोपडपट्टीतील दरिद्री जीवनचक्र बिनतक्रार घुमत असल्याचे कवी 'आंधळं दळतं कुत्रं पीठ खातं...' या कवितेतील पुढील ओळीत सांगतो आणि म्हणतो -

काळोखाच्या गोधडीत पेंगूळलेली ही झोपडपट्टी
अपंग...अस्ताव्यस्त...विस्कटलेली... पारोशी
चुरगाळलेल्या चेहऱ्याची अंगण हरवलेली
चिखलात रुतून बसलेली इथली घरं
भकास सकाळ उगवते ठरल्या वेळेवर
हातात हात घालून वाटा बेफिकीर बसतात
बारकी पोरं रस्त्याच्या कडेला बसून
राष्ट्राच्या विकासावर बिनधास्त ठप्पे मारत असतात
फाटक्या चुली पदराने नाक दाबून जगत असतात
गटारांचा वास आसमंतात भरून उरतो
भन्नाट वारा घरादारांतून मोकाट फिरतो
थकलेल्या मोलकरणीसारखी सांज
उसासा टाकीत येते दारात
मायच्या हस्तस्पर्शाने अंधाराला लागतो जाळ

भुकेल्या चार सावल्या खडबडून जाग्या होतात
सवयीनं भोवताली जमतात, चूलही सरसावून बसते
पातेली खडबडतात आपसातच बडबडतात
दिव्यात तेलही नसते... मायच्या देहात कळ येते
ओल्यासुक्या घासानं जगण्याचं बळ येते
बाप गुत्त्यातून व्होल्टेज चढवून येतो
अन् मायच्या क्षीण देहावर मर्दानगी गाजवून घेतो
शेळयामेंढ्यांच्या कळपागत असलेली ही झोपडपट्टी
डास चावताहेत... लाथा झाडताहेत
घाणीत वळवळणाऱ्या किड्यागत माणसं जगताहेत
हे बेकार हात हातभट्टीकडे गहाण
भुकेली भग्न मने थंड होतात थुंकीवर भागवीत तहान
बेवड्यांची मैफिल...जुगाराचे अड्डे
चिपाडागत देह...पोटाचे खड्डे
या झोपडीतली 'माधुरी' वस्त्रहरण झालेली
कधी वस्त्रासाठी...तर कधी पोटासाठी
भकास संवेदना मेलेलं इथलं बिमार चैतन्य
शिळं, सुकं, नासकं इथल्या भुकेचं अन्न
बिमारीला मिळणार नाहीत औषधं
पण सरकारचा देशी आशीर्वाद एनीटाईम असतो उपलब्ध
मर्क्युरी लॅम्पच्या प्रकाशात चालतंय कसं हे निर्विवाद?
बिनतक्रार फिरत असतं दारिद्र्याचं जातं
कारण आंधळं दळतं कुत्रं पीठ खातं!

(पृ. ९१-९२)

कवी केतन पिंपळापुरे चळवळीतील स्त्रियांचे, चळवळीत नव्याने येणाऱ्या स्त्रियांचे आपल्या कवितेत स्वागत करतात, स्त्रियांचे गुणगान गातात. स्त्री ममतेचं प्रतीक असली तरी ती पुरुषप्रधान व्यवस्थेची गुलाम आहे. परंपरांनी तिला दडपून टाकले आहे, असे प्रतिपादन

कवी कवितेत करतो. प्रतिगामी, निर्दयी अन्याय, अत्याचाराच्या विरोधात स्त्रियांना लढण्याचे आवाहन कवी कवितेत करतो. आपल्या मुक्तीसाठी स्त्रियांनी स्वयंप्रकाशित व्हावे, अशी इच्छा कवी कवितेत व्यक्त करतो. मुक्तीचा मार्ग खडतर असतो. त्यामुळे स्त्रियांनी प्रत्येक पाऊल जपून टाकावे, फसव्या आधारांपासून सावध राहावे, असा इशारा कवी कवितेत देतो. स्त्रिया असुरक्षित आहेत. संसाराचा आधार आहेत, असे कवी सांगतो.

कवी केतन पिंपळापुरे यांनी आपल्या पत्नीच्या मनातील भाव कवितेत विशद केले आहेत. पत्नीचे कष्ट आणि संसाराची ओढाताण कवितेत सांगितली आहे. आपला मोडकातोडका संसार पत्नीने मोठ्या कष्टाने उभा केला, असे कवी सांगतो. आता आजीवन आपण आपल्या पत्नीला बांधील असल्याचे कवी कवितेत सांगतो. घर चालवण्यासाठी दिवसभर उपसलेले कष्ट सोसून आणि संसाराचा भार सांभाळून पत्नी चळवळीत, आपल्या संघर्षात सामील झाली आहे. कवी पत्नीचे चळवळीत स्वागत करतो. अभिनंदन करतो. पत्नीने सामाजिक लढ्यात उडी घेतल्यामुळे पत्नीचा पुढील प्रवास अधिक कठीण, दुर्धर होणार असल्याची जाणीव कवी पत्नीला करून देतो. आता ही सामाजिक लढाई कितीही निकराची झाली तरी पत्नीने माघारी फिरू नये, पळ काढू नये. उलट या लढाईतून पत्नीने बोध घ्यावा. "सर्व प्रकारच्या शोषणातून मन मुक्त असेल अशी जीवनाची मूल्यप्रणाली म्हणजे मुक्ती होय." ही मुक्तीची परिभाषा समजून घ्यावी. जग यंत्राच्या गतीने धावत आहे, हे लक्षात घ्यावे. आपल्या इच्छा, आकांक्षा आणि वास्तविकता यांचा मेळ घालावा. स्त्रियांनी, पत्नीने स्वतःला भोग्य वस्तूत रूपांतरित होण्यापासून वाचवावे. मूल्याधारित जीवन जगावे, अशी मते कवी कवितेत नोंदवितो. स्त्रियांचे, पत्नीचे स्वत्त्व शाबूत राहावे. स्त्रियांच्या, पत्नीच्या अस्मितेने हे जग उजळून निघावे. मनुष्यत्व तेजस्वी व्हावे. समता स्थापित व्हावी. नवे युग यावे. बेड्याचे प्रतीक असलेल्या बिल्वरातून स्त्रियांचे हात मुक्त व्हावेत, अशी अपेक्षा कवी 'अर्ध्या विश्वाच्या

हुंदक्यासाठी' या कवितेतील पुढील ओळीत व्यक्त करतो आणि म्हणतो -

तू भावचंचल पहाटस्वप्न सृष्टीच्या पापणीवर बागडणारं
तू मानवतेच्या ओठांवर ओघळलेला मधाचा हळूवार थेंब
या पुरुषप्रधान व्यवस्थेच्या कारागृहातला
बंदिस्त आक्रोश तू
तू परंपरेने दडपलेला हुंदका
या प्रतिगामी वर्तमानाच्या चेहऱ्यावर विद्रोहाचे तेजाब हो!
निर्दयी जुलमांचा वज्रदेही जवाब हो!
ज्याला तू प्रकाश समजून काळोखातली वाट शोधतेस
तो आहे काजव्यांचा फसवा प्रकाशफुलोरा
त्यापेक्षा अत्त-दीप होऊन
रस्ता न्याहळलास तर बरे होईल
आयुष्याच्या दरीकाठांनी जाणारी तुझी वाट नागमोडी
थोडी चुकलीस तरी तोल जाईल
निघतांना विवेकाचा दीप प्रज्वलीत करायचा असतो
काळोखाच्या घनदाट अरण्यात दीप समजून
काजवा धरायचा नसतो
वेदनांच्या बनात दुःखमाखल्या कातरवेळी
आसवांनी फार काळ रेंगाळणे बरे नाही
शक्य तितक्या लवकर घरटं गाठायला हवं
कारण, अनाथ आसवांच्या एकाकी थव्याला
या अंधारबनातून वाट काढणं सोपं नसतं
काटे जरी बोचले तरी अशीच फुले उधळीत जा
असंख्य ग्रीष्म कोसळले तरी सावली देत जा
सारा जन्मच खाचखळग्यांवरून ओवाळीत जा
आयुष्याच्या सर्वस्वाचं करीत जा महादान संसारावर
साऱ्या कडू गोड आसवांचे जहर पचवीत
तू हो सगळ्यांची सावली!

आणि तरीही का हे यातनांचे दंश तुझ्या पावलोपावली!
मला ठाऊक आहे तुझ्या मनाचा तळतळाट
तुझी आक्रंदनं आणि श्वासांचं धगधगणं
कधी आयुष्य संपविण्याचे असहाय्य मनसुबे
मला कथन करीत असतो तुझ्या गावच्या विहिरीचा काठ
माझ्या परिचयाचे आहे तुझ्या श्वासांचे पराभूत जगणे
जीवनाची केविलवाणी धडपड आणि मनाची घुसमट
मी पाहतोय सांजसकाळ
पशूवत कष्टानंतरही ओठापर्यंत जाणारा घास
आयुष्याचा दोर अध्यातिच तुटून
विहिरीच्या तळाशी रुतलेल्या बादलीगत
कितीदा निघतेस मृत्यूच्या गाळातून
जगण्यासाठी कितीदा होतेस स्वप्नवेडी
तू आलीस आणि हे घर माणसात आलं
कणा मोडलेला संसार पेलून तू अंधार शिल्गावलास
माझ्या मुठीत तुझा विश्वास, माझा हुंकार तुझा श्वास
तू आलीस अन् हे वाळवंट पानीफुली आले
तुझ्या स्पर्शाने माळरानाचे मधुबन झाले
आज तू प्रथमच उघडलीस बंद ओठांची कवाडं आणि
एक युगवेदना स्फोटासारखी बाहेर आली
त्वेषानं आवळलेली मूठ अशी आदळली की,
न्यायालयाची इमारत मुळापासून हादरली
घराचा उंबरठा ओलांडून तू संघर्षात आलीस,
छान! तुझं त्रिवार अभिनंदन!! मन:पूर्वक स्वागत!!!
इथून यापुढे तुझा प्रवास अग्निवाटेवरून सुरू झालाय
हे ध्यानात ठेव!

अग्नीला भिऊन पळू नकोस
तिचा उपयोग कुठे आणि कसा करायचा
एवढं एक गुपीत ठेव!

वेळप्रसंगी फासा पलटवायला उपयोगी पडेल
मुक्तीची परिभाषा वेळीच समजून घ्यावी
मुक्ती नसतो चारचौघीत चघळायचा चवदार विषय
मुक्ती म्हणजे : जिथे मन सर्व शोषणातून मुक्त असेल
अशी जीवनाची मूल्यप्रणाली
बंधमुक्त जीवनाची आकाशभरारी
मुक्ती म्हणजे नव्हे उन्मुक्तता
मुक्ती म्हणजे मनुष्यत्वाची लढाई
मुक्ती म्हणजे मानवतेची करुणरम्य अंगाई
युग यंत्राच्या गतीनं दौडत आहे
तुझं युग समोरच्या दारातून घरात येत आहे
पण मागच्या दारातून काय काय घरात येत आहे
हे कदाचित तुला कळत, नकळत असेलही
पण, नव्या इराद्यांच्या भरात
वास्तव नाकारता येत नाही
फ्री सेक्सची नवी लाट येत आहे
भोगदासी बनविणाऱ्या भांडवली विकृतीची
नवी पहाट येत आहे
मान्य की, प्रत्येकाला मुक्त जगण्याचा पाहिजे अधिकार
पण त्याहीपेक्षा जगण्याला हवा मूल्यांचा आधार
बघ जरा पचलं तर!...आग्रह मुळीच नाही
तुझं स्वत्त्व पडू नये गहाण
तुझ्या अस्मितेच्या प्रकाशानं जग दिपून जाऊ दे!
स्वतःभोवती विणलेली नाजूक जाळी फाडून टाक
मनुष्यत्वाची तेजस्वी शाल पांघरूण घे;
आणि चल वादळाच्या गतीने
लखलखती प्रकाशवाट तुझ्याचसाठी अंथरली आहे!!
तुझी झेप : आकाशव्यापी गरुड भरारी!
तू नव्या युगाची ललकारी, तू वादळाचा हुंकार...

समतेचा झेपावणारा जुलूस
तुझ्या विजयाचा डंका झडत आहे
युगांना मागे टाकीत तुझा इतिहास दौडत आहे
नव्या युगाची युगगर्जना आभाळ भेदून जाऊ दे!
बिल्वरांचे हात मुक्त होऊ दे!!

(पृ. ९३-९६)

कवी केतन पिंपळापुरे यांनी आपल्या पिढीला समाजातील वास्तविक, विदारक, दाहक, निराशाजनक परिस्थितीची जाणीव आपल्या कवितेतून करून दिली आहे. सामाजिक, राजकीय, आर्थिक अभावात आपल्या पिढीला जीवन जगावे लागणार आहे. पावलोपावली नकाराला सामोरे जावे लागणार आहे. वैचारिक गोंधळ माजून आहे. अशा अटीतटीच्या वेळी जो परिस्थितीवर स्वार होतो, जीवनातील वादळं झेलतो तोच आपले जीवन घडवू शकतो, असे कथन कवी कवितेत करतो. समाजात आपल्या मनासारखे घडत नसते. उगीचच कुणी उदार होत नसते. स्नेह वाटत नसते. समाजात जे काही थोडेफार चांगले दिसते तेही आतून विषाने माखलेले असते. प्रस्थापितांचे सानिध्य, सावली, शब्द दाहक असतात. सरळ काळजावर आघात करतात. आपल्या भावनांचा ते विचारचं करीत नाहीत, असे मत कवी कवितेत व्यक्त करतो.

अगोदरची प्रेरक पिढी आता उन्मळून पडली आहे. लोकशाहीचा, समाजवादाचा विकास अवरुद्ध झाला आहे. समाजवादी क्रांतीचे स्वप्न साकार होताना दिसत नाही. देशात सुख, शांती आणण्यासाठी कुणी धडपडताना दिसत नाही. उलट महात्मा गांधी, पंडित जवाहरलाल नेहरू, सरदार वल्लभभाई पटेल, सुभाषचंद्र बोस, लोकमान्य टिळक, वि. दा. सावरकर, जयप्रकाश नारायण, राम मनोहर लोहिया, विनोबा भावे यांच्या त्यागाची अवहेलना करण्यात आली आहे. "क्रांती बंदुकीच्या गोळीतून होते", असे म्हणणारे नक्षलवादी चळवळीचे संस्थापक चारू

मुजुमदार यांना गजाआड ठेचून मारल्याचा संदर्भ कवी कवितेत देतो. ग्लासनोस्त, प्रेरेस्ट्रोईकाच्या सुधारणावादानंतर जगात गॅट आल्याचे कवी कवितेत सांगतो. रूढी, परंपरांच्या नावावर होत असलेली समाजाची दिशाभूल कवी कवितेत रेखांकित करतो. वर्ण-वंशवादाने देशाची अधोगती होत असल्याचे कवी कवितेत नमूद करतो. लोकशाही विरोधी कृत्यांना ऊत आला आहे. अनैतिकतेने नैतिकतेवर मात केली आहे. सांप्रदायिकता वाढीस लागली आहे. भिकाऱ्यांच्या संख्येत वाढ होत आहे. उद्योगधंदे बंद पडत आहेत. सुरक्षित रोजगार नाही. शहरात झोपडपट्ट्यांची वाढ होत आहे. माणसांबरोबर वस्ती, स्थळांचेही वर्णजातीय, श्रीमंत-गरीब असे विभाजन झाले आहे. गावं भकास, आर्थिक कुपोषित आहेत. वेश्याव्यवसायावर मंदीचे सावट असल्याचे कथन कवी कवितेत करतो.

प्रस्थापितांनी आपले, आपल्या भावी पिढ्यांचे भविष्य सुरक्षित केले आहे. प्रस्थापितांची सेवा, चाकरी करण्यातच वंचितवर्गाचे जीवन व्यतीत होणार आहे. प्रस्थापितांपुढे सत्ता, संपत्ती, यंत्रणा लोळण घेत आहे. आपले जीवन उपेक्षित होते, आहे आणि राहणार! अशी आशंका कविता वाचता वाचता निर्माण होते. विद्रोह निर्माण करणारी परिस्थिती आणि विद्रोह मारून टाकणारी यंत्रणा यात आपण सतत भरडत असतो. भगवान बुद्ध, डॉ. बाबासाहेब आंबेडकर आपले मार्गदाते आहेत. परिस्थिती कितीही कठीण असली तरी लाचारी पत्करू नका. भगवान बुध्द, डॉ. बाबासाहेब आंबेडकर यांच्या विचारांनी समाजाची उभारणी करण्यासाठी, समाजाला दुःखमुक्त, शोषणमुक्त करण्यासाठी सर्वांनी एकत्र यावे, असे आवाहन कवी कवितेत करतो. अडीच हजार वर्षापूर्वी बुद्धकाळात सुरू झालेली ही लढाई आपल्याला स्वबळावर लढायची आहे. समाजाला दुःखशोषणमुक्त करायचे आहे, असे प्रतिपादन कवी 'माझ्या युगाच्या क्षितिजावरील अस्वस्थ पाखरांनो!' या कवितेतील पुढील ओळीत करतो आणि म्हणतो -

माझ्या युगाच्या क्षितिजावरील अस्वस्थ पाखरांनो!

आता तुमच्या स्वप्नांना मुक्त हुंदडण्यासाठी

आकाशही राहिले नाही उदार

साचली आहे दिशादिशांच्या भिंतीवर

नकारांची काजळी आणि काळजावर थापले आहेत

वैचारिक प्रदूषणाचे घट्ट थर तरीही ज्यांच्या उरात असेल

जाळ्यासह उडण्याची जहाल जिद्द आणि

ज्यांच्या पंखात असेल वादळावर स्वार होऊन

जगण्याची प्रबळ उर्मी

त्यांनाच साकारता येईल

आपल्या मनासारखे समांतर विश्व इथे

इथल्या झाडांच्या वस्तीत आता कुठलाच ऋतू

मनासारखा हसताना दिसत नाही

कुठलाच उदार हात देत नाही स्नेहदान

बहरालाही येतो गंध जहराचा

त्यांच्या सावलीच्या दाहक स्पर्शाने करपून जातात

भावनांचे कोवळे पंख आणि काळीज पोखरत जाते

त्यांच्या मधाळ शब्दांचे डंख

गतशतकांच्या बांधावरील प्रेरणांची झाडे पडली आहेत

वादळात उन्मळून

त्यांच्या कुटील मनोवृत्तीने 'बोन्साय' केला

इथल्या लोकशाहीचा विशाल बोधिवृक्ष

वठला आहे कधीचाच सर्वकष समाजवादाचा

ऐतिहासिक वटवृक्ष

उरल्या आहेत केवळ कामचलाऊ समाजवादाच्या

शुष्क पारंब्या ज्याला धरून लोंबकळत आहे

सर्वहारा क्रांतीचे दुबळे स्वप्न

या मातीच्या शिरावर सावली धरताना दिसत नाही

एकही हिरवी फांदी

रहदारीच्या रस्त्यावरील अडचणीच्या झाडासारखा
त्यांनी कापून काढला गांधी
नेहरू, पटेल, बोस, टिळक, सावरकराचा
त्यांनी पाडला भुसा
जे. पी., लोहियांचाही त्यांनी पेपरवेटसारखा
गरजेपुरता वापर केला
'रिव्होल्यूशन कम्स थ्रू बॅरल ऑफ गन' चा
गजर करीत रानोमाळ घुमणारा
चारू मुजुमदार त्यांनी गजाआड ठेचून मारला
भूदानवाला भावे बिनकामाच्या गुडगुडीसारखा
अडगळीत टाकला आणि नवजनवादी क्रांतीचा कोंबडा
एनजीओच्या डालपाटीत झाकला
ते शासकीय खर्चाने पुसत आहेत आमट्यांची लाळ
विस्थापितांच्या नावाने उपसतात नर्मदेतला गाळ
ग्लासनोस्त प्रेरेस्त्रोईकाच्या नंतर
आपल्या प्रिय भूमीवर केले त्यांनी गॅटचे वृक्षारोपण
स्वदेशीच्या नावावर
त्यांनी एक्सपायर्ड विदेशी माल केला गोळा आणि
आपल्या डोक्यात घातला आहे आता
एलपीजीचा पालापाचोळा!
माझ्या युगाच्या क्षितिजावरील अस्वस्थ पाखरांनो!

...   .

वर्ण-वंशवादाने देश झालाहे पूर्ण बर्बाद
गुंडगिरीने ठोकला आहे कायद्याच्या तोंडाला
मजबूत टाला
लोकशाहीच्या पवित्र सदनात विराजमान झाली आहे
'बार बाला'
कुरुक्षेत्रावरील युद्धाचा क्लायमॅक्स सांगण्यासाठी
उरली नाही 'संजय' ची गरज

दूरदर्शनवरून घरीच दिसते संसदेतली 'फ्री स्टाईल'

उधळीने खाल्ली आहे

या देशाच्या मेंटल ट्रिटमेंटची फाईल

म्हणून अख्खा देशच झाला आहे साला

अफलातून पागलखाना

इथे छिनाल खाते तूपरोटी

अन् पतिव्रतेला मिळत नाही दाणा

माझ्या युगाच्या क्षितिजावरील अस्वस्थ पाखरांनो!

धर्म आणि ईश्वराचा आधार घेऊन

आता भांडवलशाहीने घातला आहे

जीवनाला ऑक्टोपसी विळखा

रोज येथे बाबा, बुवा, बापू, बाया आणि मातांच्या

मुखांतून वाहत असते सांप्रदायिक सांडपाणी

मंदिराच्या समोर लागल्याहेत भिकाऱ्यांच्या रांगा

बंद पडत आहेत कारखाने, कंपन्या, मिल, गिरण्या

डिग्रीचे भेंडोळे पोटाला बांधून भटकत आहेत वणवण

बेकरांचे मजबूर तांडे

वाढत आहेत उंचच उंच देवळांचे कळस

पाईल्सच्या कोंभासारखे

भणंग झोपडपट्ट्यांनी फुगले आहे शहराचे पोट

गावं ऑनिमियाच्या पेशंटसारखी दिसताहेत रक्तहीन

शहराच्या गजबजलेल्या चौकात उभे दिसताहेत रोज

'सफेदी' मारलेले चेहरे

ऑफिस संपल्यानंतरच्या ओव्हर टाईम ड्युटीमुळे घसरले

आहेत लाल दिव्याच्या वस्तीतले रेट

कुठे थिरकत असते 'कांटा लगावर' मस्त मदहोश

मजबूर जवानी

कुठे थकून आलेली असते फ्यूज उडालेली

भग्न जिंदगानी...!

माझ्या युगाच्या क्षितिजावरील अस्वस्थ पाखरांनो!
त्यांनी केले आहे आपल्या वस्तीतील सुप्त ऊर्जेला टार्गेट
त्यांनी पसरले आहे आपल्या मेंदूत
लक्झरीयस स्वप्नांचे सायबर जाळे
जीवनाला घातले आहे जीवघेण्या स्पर्धांचे घट्ट आळे
त्यांनी जीवन नासवून सडू घातले आहे
वाईफ-वाईन-वर्कच्या बंकर्समध्ये
त्यांनी आपल्या चिल्यापिल्यांचे भविष्य केले आहे जमा
बॅंक आणि पतसंस्थांच्या लॉकर्समध्ये
आपण आहोत ढकलगाड्यांचे टायरलेस चक्के मुर्दाड?
जीवन नसते आपल्यासाठी शिवाजीपार्क
जुहू, चौपाटी, नरीमन पॉईंट अथवा सेमिनरी हिल्स,
फुटाळा, अंबाझरी, देवडीया भवन, रेशीमबाग...
आपण असतो धारावी, कुर्ला, घाटकोपर, पांढराबोडी,
रिपब्लिकन, इंदोरा, डोबीनगर
इथली राजसत्ता असते रोजच त्यांची हमबिस्तर
माध्यमे आणून देतात त्यांना रोज फुलांचे गजरे
प्रशासनातील हुजरे रोज करतात त्यांना वाकून मुजरे
ते तुंबवितात आपले रक्त
त्यांच्या तकलादू तत्त्वव्यवहारात
ते संथवितात आपला प्रवाह त्यांच्या यूथ महोत्सवात
ते उभारतात आपली ऊर्जा सडविण्यासाठी
प्रायोजित प्रकल्प, स्टडी सर्कल
ते घेतात बळी आपल्या आतल्या विद्रोही सर्जनाचा
आणि आपण कुपोषित बालकांसारखे घेतो प्राशून
विदेशी दुधाचे चारदोन चुकार थेंब
त्यांच्या घशात जाते ब्रॉझिलची पूर्ण बॉटल
आणि आपण चोखत असतो डब्लू. एस. एफ. चे
कोरडेच निप्पल...!

माझ्या युगाच्या क्षितिजावरील अस्वस्थ पाखरांनो!

मागू नका रे, कुण्या उपऱ्या छतांना चार क्षणांचा

उधार निवारा

अथवा पसरू नका, चार दाण्यांच्या दानासाठी

आपली भणंग झोळी

तुम्ही यारे, या छावणीच्या दिशेने हातात हात घालून

कडेकपारी, दरीडोंगर, रानावनातून, शेतमळ्यातून, मिल,

कारखान्यातून, यंत्रांच्या हुंदक्यांमधून

ऑफिसच्या धपापणाऱ्या फायलींमधून

एम्प्लॉयमेंटच्या ताटकळणाऱ्या रांगेमधून

या असे जवळ या! पंखांना एकमेकांच्या जवळ घ्या!

आपणच उचलूया हे अंधाराचे जाळे आणि

आपणच होऊया मुक्तीच्या स्वप्नांचे

आभाळ निळे निळे...!

(पृ. ९७-१०४)

    कवी केतन पिंपळापुरे यांच्या कवितेतील प्रत्येक ओळ स्वतंत्र अर्थाची आहे. त्यामुळे त्यांच्या कवितेतील प्रत्येक ओळीचा अर्थ विचारात घेतला तरच अर्थ, आशयाचे धागेदोरे जुळतात. कविता समजते. कवी केतन पिंपळापुरे यांच्या कवितेत प्रतिमा, प्रतीकांची व विशेषणांची इतकी भरमार आहे की रसिक-वाचक या प्रतिमा, प्रतीकांच्या आणि विशेषणांच्या दाट जंगलात भरकटला तर नवल नाही. कवी केतन पिंपळापुरे हे शोषित, पीडित छावणीचे प्रतिनिधी आहेत. त्यामुळे साहजिकच त्यांची कविता सुद्धा शोषित, पीडित गुलामांचे प्रतिनिधित्व करते. शोषित, पीडित गुलामांच्या मुक्तीसाठी आपल्या विरोधी छावणीवर त्यांची कविता तुटून पडते. कवी केतन पिंपळापुरे यांच्या कवितेला भगवान बुद्ध आणि डॉ. बाबासाहेब आंबेडकर यांच्या तत्त्वज्ञानाचा आधार आहे. कवी केतन पिंपळापुरे यांची कविता लोकशाहीच्या प्रगतशील भूमिकेची समर्थक आहे. लोकशाहीला

प्रतिगामीत्व बहाल करणाऱ्यांवर ती तुटून पडते. सांप्रदायिकतेवर टीका करते. कवी केतन पिंपळापुरे यांची कविता समाजातील सर्व लहानसहान समस्यांची दखल घेते. व्यवस्थेला उघड (expose) करते.

भारताला लोकशाही राष्ट्र म्हणून उभे करण्याची ऐतिहासिक जबाबदारी जशी धार्मिक बहुसंख्यांकांची आहे तशीच ती धार्मिक अल्पसंख्यांकांची सुद्धा आहे. भारतीय लोकशाहीत लोकशाही मूल्ये प्रमुख आणि धार्मिक मूल्ये दुय्यम आहेत, हे सर्वांनी कायम लक्षात घेतले पाहिजे. इतिहासात जेव्हा जेव्हा भांडवलदारांनी प्रगतशील भूमिकेचा अंगीकार केला तेव्हा तेव्हा देशाचा, समाजाचा विकास झाला आहे. लोकशाही समृद्ध झाली आहे. परंतु इतिहास असेही सांगतो, भांडवलशाही जेव्हा आपल्या प्रगतशील भूमिकेपासून दूर जाते, प्रतिगामी बनते तेव्हा देश, समाज अधोगतीला जातो. शोषणात वाढ, वृद्धी होते. जनतेचे जगणे मुश्किल होते. म्हणून आंबेडकरवादी माणूस सतत लोकशाहीच्या प्रगतशील भूमिकेचा आग्रह धरत असतो. धार्मिक, राजकीय, आर्थिक व सांस्कृतिक प्रतिगामीत्वाला कडाडून विरोध करीत असतो. हा विरोध द्वेषमूलक, शत्रुभावी, धर्मद्वेषी नाही तर मानवतेच्या प्रतिष्ठापनेसाठी आहे. माणसाचे माणूसपण जिवंत ठेवण्यासाठी आहे. स्वातंत्र्य, समता, न्याय व बंधुतेसाठी आहे. देशाच्या भौगोलिक व मानसिक अखंडत्वासाठी आहे. दुःख, शोषण मुक्तीच्या मार्गावरून चालण्यासाठी आहे. मानवतेच्या कल्याणासाठी आहे. कवी केतन पिंपळापुरे यांची कविता आंबेडकरवादाचा नेमका हाच धागा पकडून साकार झाली आहे.

कवी केतन पिंपळापुरे यांच्या कवितेत मानवमुक्तीचा वैचारिक ध्यास आहे. कवी केतन पिंपळापुरे यांची कविता विद्रोही आहे. समाजाभिमुख आहे. प्रत्यक्ष जीवनानुभवाचे संदर्भ त्यांच्या कवितेत आहेत. कवी केतन पिंपळापुरे यांची कविता शोषित, पीडितांचा आवाज बुलंद करणारी आहे. कवी स्वतः शोषित, पीडित परंपरेचे वारसदार असल्यामुळे त्यांची कविता शोषितपीडितसापेक्ष होणे स्वाभाविक आहे.

कवी बुध्द धम्माचे अनुयायी असल्यामुळे त्यांची कविता धर्मसापेक्ष होणे स्वाभाविक आहे. परंतु ही स्वाभाविक सापेक्षता एकांगी नसून एकूणच माणसाच्या भल्यासाठी आहे, आणि हेच कवी केतन पिंपळापुरे यांच्या कवितेचे वैशिष्ट्य आहे. कवी केतन पिंपळापुरे यांची कविता चळवळीला प्रेरक आहे. मानवतेच्या मार्गावरील मैलाचा दगड आहे. कवी केतन पिंपळापुरे यांच्या कवितेने मराठी कवितेचे दालन समृद्ध केले आहे. मराठी कवितेची कलात्मक आणि सामाजिक बाजू कवी केतन पिंपळापुरे यांच्या कवितेने अधिक बळकट केली आहे. मराठी कवितेचे उदार दालन त्यांच्या कवितांचा योग्य तो गौरव, सन्मान केल्याशिवाय राहणार नाही, याचा मला सार्थ विश्वास आहे. कवी, मित्र केतन पिंपळापुरे यांच्या कवितांना त्यांच्या मरणोपरांत शुभेच्छा देतो आणि थांबतो!

हे असेच होत राहिले तर...

- संजय गोडघाटे

संजय गोडघाटे यांची कविता आंबेडकरी चळवळीची कविता आहे. 'हे असेच होत राहिले तर...' हा त्यांचा चवथा काव्यसंग्रह आहे. ठसा प्रकाशन गृह, नाशिक यांनी तो प्रकाशित केला आहे. कवितासंग्रह अत्यंत दर्जेदार आहे. कविता संग्रहातील रेखाटने सुद्धा अर्थपूर्ण आहेत. आंबेडकरी चळवळीतील एक कार्यकर्ता म्हणून समाजाचे व चळवळीचे जे अनुभव वाट्याला आलेत ते कवितेत कवीने शब्दबध्द केले आहेत.

आंबेडकरी कवितेने मराठी साहित्याचे दालन समृद्ध केले आहे, आजही करीत आहे. जागतिक साहित्य आवर्तात सापडल्याची ओरड होत असताना आंबेडकरी साहित्याचे सृजन सातत्याने होत आहे. मराठी साहित्याला प्रवाही ठेवण्यात आंबेडकरी कवितेचे योगदान आहेच... आहे! 'हे असेच होत राहिले तर...' या कवितासंग्रहाने या योगदानात आणखी भर टाकली आहे. 'हे असेच होत राहिले तर...' या कविता संग्रहातील कविता अगदी साध्या, सोप्या आहेत. सामाजिक गर्भितार्थ या कवितांचे वैशिष्ट्य आहे. या सामाजिक गर्भितार्थाची सौंदर्यसमीक्षा व्हावी यासाठी हा प्रामाणिक लेखनप्रपंच!

मानवाने आपल्या निर्मितीपासून जीवन जगण्याच्या अनेक पद्धतीचा अवलंब केला आहे. समाज जीवन, व्यक्तिगत जीवन, सार्वजनिक जीवन, राजकीय जीवन, सांसारिक जीवन, आर्थिक जीवन, कौटुंबिक जीवन, वर्ण-जातीय जीवन, धार्मिक जीवन, अध्यात्मिक जीवन, सांस्कृतिक जीवन हे प्रत्येक माणसाच्या जीवनाचे अभिन्न अंग आहे. मानवी जीवन पद्धतीचे हे सर्वच पैलू समाजाला गतिमान

ठेवतात. परिणामी समाजाला बरावाईट आकारही देतात. परंतु मानवी जीवन सतत प्रवाही असतेच असे नाही. ते कधीकधी अलिप्ततेच्या आवर्तात सापडते. मानवी जीवनातील हे अलिप्ततेचे आवर्त समाज विकासाची गती कुंठित करते. समाजाची प्रचंड हानी करते. अशावेळी समाज विरोधी शक्ती आपले डोके वर काढतात. मानवी मूल्यांची नासधूस करतात. मानवी समाजावर भौतिक विषमता लादतात. कवी संजय गोडघाटे यांची कविदृष्टी 'बंद दरवाजा' या कवितेतील पुढील ओळीतून वरील विचारांची मांडणी करते. ते म्हणतात -

'बंद खिडकीच्या आतून सारेच डोकावतात
दरवाजा उघडून कुणीच बाहेर येत नाही
प्रत्येकालाच वाटते 'तो' उघडेल
सांड येतो नि सारं शेतशिवार तुडवून जातो
दरवाजा बंदच असतो.

(पृ. १५)

कवी संजय गोडघाटे आंबेडकरी चळवळीत सक्रिय आहेत. जीवन जगताना ते जसे समाजाचे सूक्ष्म निरीक्षण करतात तसेच ते आंबेडकरी चळवळीचे ज्वलंत अवलोकनही करतात. आज आंबेडकरी चळवळ एकसंध नसल्याची खंत प्रत्येक आंबेडकरी कार्यकर्त्यात, लहान-थोर आंबेडकरी अनुयायात आहे. फुटीरतेमुळे समाजाची तद्वतच चळवळीची सुद्धा प्रचंड हानी होत आहे. आंबेडकरी चळवळीतील अंतर्गत मतभेद, अहंकार (ego-centrism), व्यक्तिगत स्वार्थ, तोलामोलाची आर्थिक स्थिती अशी एक ना अनेक कारणे फुटीरतेची आहेत. परंतु ही झाली एक बाजू. जग बदलण्याचा वेग आणि आपल्या आकलनाचा वेग यातील अंतर वाढत आहे. आज जागतिक पातळीवर राष्ट्राच्या शोषणाचे संदर्भ बदलले आहेत. समाजाच्या शोषणाचे आधुनिक डावपेच अमलात आलेले आहेत. धार्मिक शत्रुभावी विरोध तीव्रतर झाला आहे. धर्मांधता स्वार झाली आहे. देशाच्या आर्थिक व्यवस्थेचे स्वरूप

बदलले आहे. शोषणाधारित व्यवस्था स्वतःला जिवंत ठेवण्यासाठी वेळोवेळी तत्त्वज्ञानाची खांदेपालट करीत आहे. अधिकाधिक प्रतिगामी तत्त्वज्ञानाचा ती पुरस्कार करीत आहे. व्यक्तिवादामुळे (Indivisualism) माणसामाणसात दुरावा वाढत आहे. या सर्व बाबींचे गंभीर चिंतन, मनन व मांडणी करून समाजाला दिशा दाखवण्याची जबाबदारी चळवळीची, संघटनेची असते. परंतु आपल्या चळवळीचे, संघटनेचे मोजता न येणारे गटतट पडल्यामुळे समाज गोंधळून आहे. व्यक्तिपरत्वे चळवळीच्या वाताहतीचे मूल्यमापन होत आहे. कोणी स्वतःला दोष देत आहे. कोणी पुढाऱ्यांना दोष देत आहे. कोणी शिकल्या-सवरल्या शिक्षितांना दोष देत आहे. कवी संजय गोडघाटे 'आत्मपरीक्षण' या कवितेतील पुढील ओळीतून आंबेडकरी चळवळीच्या वाताहतीला मी स्वतः तर जबाबदार नाही ना? असा प्रश्न उपस्थित करतात. ते म्हणतात -

सारेच स्वतःला समजदार, हुशार समजतात
मग चळवळीचे तीन तेरा का झाले?
पक्षांचे गट
गटांचेही गट का झालेत?
माणसं माणसापासून का तुटलीत?
कोणी तरी नासमज असलाच पाहिजे
तो मी तर नाही?

(पृ. १६)

स्वाभाविक दुःख आणि श्रम शोषणातून निर्माण झालेल्या दुःखाच्या मुक्तीचा मार्ग भगवान बुद्धांनी सांगितला आहे. श्रमाला सुसह्य करणे आणि श्रमाचा योग्य मोबदला देणे हे सुदृढ समाजाचे लक्षण आहे. परंतु असह्य श्रम आणि श्रमाचा अयोग्य मोबदला ही वेठबिगारी आहे. वेठबिगारीच्या घामातून शोषकांच्या महाल-माड्या उभ्या झाल्याची नोंद कवी संजय गोडघाटे यांची 'चार पाय' ही कविता

करते. वेठबिगाराप्रती प्रस्थापितांच्या मनात असलेल्या तुच्छतेच्या भावनेची दखलही ही कविता घेते. ते म्हणतात -

आम्ही उन्हात राबणारी माणसं
आम्ही घाम गाळतो तेव्हा
उभे होतात तुमचे महालवाडे
आम्हाला कमी समजू नका

(पृ. १७)

कवी संजय गोडघाटे यांचा भारतीय संविधानावर अतोनात विश्वास आहे. बहिष्कृत समाजाला हजारो वर्षापासून नाकारलेले मानवी हक्क संविधानाने बहाल केले. जोपर्यंत या देशात डॉ. बाबासाहेब आंबेडकरांनी लिहिलेले संविधान आहे तोपर्यंत आपले हक्क कोणी कुलूपबंद केले तरी ते आपण पुन्हा मिळवू शकतो, हा आत्मविश्वास 'मास्टर-की' या कवितेतील पुढील ओळीतून व्यक्त होतो. ते म्हणतात -

बंदिस्त केलेत तुम्ही जरी आमचे हक्क
शेकडो कुलपात
तरी
आम्ही ते हिसकावून घेऊ शकतो
आमच्याजवळ सर्वच कुलपांची एक 'मास्टर की' आहे
संविधान!

(पृ. १८)

धार्मिक मूलतत्त्ववाद कोणते ना कोणते प्रतीक वापरून कट्टर होत असतो. कधी रंग तर कधी प्राणी, कधी पुस्तक तर कधी पुस्तकातील विचार. गाईच्या प्रतीकाने या देशात अनेकदा कट्टर स्वरूप धारण केले आहे. मुक्या प्राण्यांवर प्रेम करणे ही तर भारतीय संस्कृती आहे. परंतु मुक्या प्राण्यांवर प्रेम करीत असताना आपल्या जन्मदात्या आई

वडिलांवर सुद्धा आपण प्रेम केले पाहिजे, ही साधी सोपी संस्कृती आहे. परंतु मुक्या प्राण्यांवर प्रेम करायचे आणि स्वतःच्या आई वडिलांना वृद्धाश्रमात ठेवायचे, हे स्वतःच स्वतःच्या विचारांच्या विरोधात जाणे होय. 'गोठा' ही कवी संजय गोडघाटे यांची कविता यावर प्रखर प्रकाश टाकते. ते म्हणतात -

गाईवर प्रेम करणाऱ्याची आई
वृध्दाश्रमात पाहिली नी
त्याच्या घराचे नामकरण 'गोठा' करून
मी माघारी फिरलो

(पृ. १९)

आजही भारत देश श्रमण संस्कृती आणि वैदिक संस्कृती यात प्रत्यक्ष अप्रत्यक्षरीत्या विभक्त झालेला आहे. या दोन संस्कृतीत सतत प्रत्यक्ष अप्रत्यक्ष संघर्ष होत असतात. आता तर हा संघर्ष स्वाभाविक झाला की काय? असेही कधी कधी वाटते. समुद्राच्या खवळलेल्या लाटा आणि नावा यांच्यातील स्वाभाविक संघर्ष आणि या दोन संस्कृतीतील संघर्ष कधी कधी एकच वाटतो. श्रमण संस्कृती आणि वैदिक संस्कृती यातील विरोधी संघर्षाची प्रतीकात्मक मांडणी कवी संजय गोडघाटे यांनी 'युद्ध संपता संपेना' या कवितेतून केली आहे. ते म्हणतात -

एकाएकी सागर खवळून आला
अन् लाटा उफाळून आल्या
साऱ्या नावा डोलू लागल्या
लाटांच आणि नावांच युद्ध सुरू झालं
शतकं लोटलीत, नावाडी बदललेत
युद्ध मात्र सुरूच......

(पृ. २०)

डॉ. बाबासाहेब आंबेडकरांनी दाखविलेल्या मार्गाने समाजाची वाटचाल व्यवस्थित सुरू असताना, समाजात काही स्वार्थी भामटे उदयास आले. आंबेडकरी विचारांची पायमल्ली करून हे भामटे व्यक्तिगत जीवनात शिखरावर पोहचले. समाजाला दिशा दाखविण्याची जबाबदारी ज्यांच्या अंगाखांद्यावर होती त्यांनीच समाजाला दिशाहीन केल्याची खंत कवी संजय गोडघाटे यांच्या 'अद्भुत' या कवितेतून व्यक्त झाली आहे. ते म्हणतात -

सारेच बाबासाहेबांच्या दिशादर्शक बोटाकडे
धावू लागलेत
शिखर गाठणार तोच
भामट्यांनी दिशादर्शक बोटचं तोडलं
आता सारे दिशाहीन
तुटलेल्या बोटाच्या शोधात
तोडणारा शिखरावर!

(पृ. २१)

मूर्तिपूजक, मूर्तिभंजक (ईश्वरवादी आणि अनिश्वरवादी) लोक जगात असतात. धार्मिक मूलतत्त्ववाद इतर धर्माप्रती अनुयायात द्वेषभावनेची रुजवणूक करतो. ही मूलतत्त्ववादी द्वेषभावनाच इतर धर्माच्या शास्त्यांची, प्रतीकांची विटंबना करण्यास पुढे धजावते. राग, द्वेष मुक्त व्यक्तीच्या ठायी करुणा वास करते. करुणा हे बुध्दत्वाचे अंगभूत लक्षण आहे. भगवान बुध्द करुणेचे मूर्तिमंत प्रतीक होते. करुणेचे महासागर होते. सर्व प्राणिमात्रांप्रती त्यांचे मन करुणेने व्यापले होते. भगवान बुद्धाइतकी आत्यंतिक करुणा आजपर्यंत जन्मलेल्या प्राणिमात्रात पाहायला मिळत नाही. असे असताना सुद्धा भगवान बुद्धाच्या मूर्तीचे धार्मिक द्वेषभावनेतून भंजन केले जाते. माणूस प्राणी म्हणून जन्माला येतो. सुसंस्कृत मानवी संस्कृतीद्वारे त्याचे मानवात रूपांतर केले जाते. परंतु अलीकडच्या काळात जनावर आणि मानव या दोन्ही संकल्पनेत न बसणारा विचित्र, क्रूर, बलात्कारी, कुकृत्य

करणारा माणूस या व्यवस्थेने जन्माला घातला आहे. भगवान बुद्धाच्या मूर्तीचे भंजन हे मानवतेला कलंकित करणारे कृत्य आहे. असे कृत्य करणाऱ्याला जनावरही म्हणता येत नाही आणि माणूसही! धार्मिक द्वेषभावनेने ओतप्रोत भरलेले काळीजच असे अमानवीय कृत्य करू शकते. बुद्धमूर्ती तोडू पाहणाऱ्या काळजाचा ठाव घेण्याचा प्रयत्न कवी संजय गोडघाटे यांनी 'स्मित' या कवितेतील पुढील ओळीतून केला आहे. ते म्हणतात -

> बुद्धाच्या स्मित हास्याकडे पाहिले की
> काळजात करुणा दाटून येते
> ते काळीज कसे असेल जे
> बुद्धमूर्ती तोडू पाहते....

(पृ. २३)

स्वातंत्र्यपूर्वकाळात शूद्रातिशूद्र आणि स्त्रियांचे शिक्षणाचे अधिकार नाकारल्यामुळे ते अज्ञानी, अडाणी होते. या अज्ञानी शूद्रातिशूद्रांची आणि स्त्रियांची प्रस्थापितांकडून लुबाडणूक होत होती. तुटपुंजा व्यावहारिक ज्ञानावर ते स्वतःला कसेबसे जिवंत ठेवू शकले. कवी संजय गोडघाटे यांच्या आई वडिलांच्या वाट्याला सुद्धा हेच अंधारमय जीवन आले. परंतु डॉ. बाबासाहेब आंबेडकर आणि भगवान बुद्धाच्या विचारांची जीवनदृष्टी लाभल्यामुळे शूद्रातिशूद्रांच्या आणि स्त्रियांच्या जीवनाचे सारेच मार्ग उजळून निघाले. शूद्रातिशूद्रांच्या आणि स्त्रियांच्या श्वासावरील अधिकार संपुष्टात आले. स्वाभिमानी जीवनाची पहाट उगवली. आता उसन्या श्वासांची गरज भासत नसल्याचे प्रतिपादन 'पुरस्कार' ही कविता करते. ते म्हणतात -

> माय अडाणी होती
> तिले व्यवहार कळला नाही
> बाप नासमज होता
> लोकांनी त्याले समजून घेतलं नाही
> जगानं दोघालेबी लुबाडलं

अशा अंधारखाईत स्वतःले जपलं
एका बुबुळात बाबासाहेब
दुसऱ्या बुबुळात तथागत पेरला
अन् साऱ्याच वाटा उजळून निघाल्यात
छाती स्वाभिमानाने इतकी भरून आली की
उसन्या श्वासाची गरजच भासली नाही

(पृ. २५)

कवी संजय गोडघाटे यांनी अनेक विषयांना आपल्या कवितांमधून हात घातला आहे. आपल्या कवितेतून बेरोजगारीच्या समस्येवर प्रकाश टाकला आहे. काही अपवादात्मक राष्ट्र सोडले तर बेरोजगारी ही भारतातील तद्वतच जगातील फार मोठी समस्या आहे. सुरक्षित रोजगार आणि असुरक्षित रोजगार असे रोजगाराचे दोन ढोबळ प्रकार आहेत. दोन्ही प्रकारात श्रम शोषण आहे. आपल्याला सुरक्षित रोजगार मिळावा म्हणजे शासकीय नोकरी मिळावी यासाठी सुशिक्षित बेरोजगार मोर्चे काढत असतात. परंतु कवी संजय गोडघाटे यांनी या सुशिक्षित बेरोजगारांच्या सुशिक्षितपणावर शंका घेतली आहे. शिक्षण हे केवळ नोकरी मिळविण्यासाठी नसून एक परिपूर्ण माणूस घडविण्यासाठी असते, असा अप्रत्यक्ष आशय कवी संजय गोडघाटे यांची 'काय बोलणार' ही कविता व्यक्त करते. ते म्हणतात -

शिक्षित बेरोजगारांचा मोर्चा
शाळेसमोरून जात असताना
मुलाने मास्तरास विचारले -
सर, मोर्चा कशासाठी काढला?
सर म्हणाले, "नोकरीसाठी!"
'नोकरीसाठी?
सर, यांनी शिक्षण घेतले नाही का?
मास्तर एकदम गप्पगार!

(पृ. २६)

समाजात परिवर्तनवादी आणि परिवर्तनाला विरोध करणाऱ्या कृती कमी अधिक फरकाने सतत घडत असतात. आंबेडकरवादी आंदोलन सतत समाजात परिवर्तन घडवून आणण्यासाठी झटत असते. प्रबोधन करीत असते. परंतु समाजाला पुढे नेणाऱ्या शक्ती व मागे ओढणाऱ्या शक्ती सातत्याने कार्यरत असतात. समाजाला मागे ओढण्यात प्रस्थापितांचा स्वार्थ असतो. परिवर्तनवादी आणि परीवर्तन विरोधी दोन घटनांचा ऊहापोह कवी संजय गोडघाटे यांनी 'काय गंमत ना...' या कवितेतील पुढील ओळीतून केला आहे. ते म्हणतात -

बौध्द तत्त्वज्ञानाचे गाढे अभ्यासक आणि
प्रखर आंबेडकरवादी विचारवंत
जीव कंठात आणून
जुन्या रुढी परंपरा हाणून पाडण्यासंदर्भात
कळकळीनं बोलत होते
अन् शेजारच्या मैदानात
द्वेषग्रस्त माणसं 'रावण' जाळत होते

(पृ. २८)

भारतीय समाज अनेक समस्यांनी ग्रस्त आहे. संजय गोडघाटे यांनी आपल्या कवितांमधून बहुतेक समस्यांची मार्मिक मांडणी केली आहे. मानवी मन मानवाच्या अनेक समस्येला जबाबदार आहे. अज्ञान, रोजगाराचा अभाव, पराकोटीचे दारिद्र्य, अविकसित जीवन जाणिवा यातून 'भिकारी' या समस्येचा उदय होतो. धर्म ही संस्था आपल्या उदयापासून मानवी जीवनातील विविध समस्यांना सोडविण्याचा प्रयत्न करीत असते. परंतु मुक्त अर्थव्यवस्थेने निर्माण केलेल्या आधुनिक समस्यांची उकल करणे, सोडवणे धर्म व्यवस्थेला सुद्धा आज कठीण झाले आहे. मानवाचा नीतिनैतिकतेचा स्तर टिकवून ठेवण्यात धर्मव्यवस्था कमी पडत असल्यामुळे 'भिकारी' यासारख्या समस्यांचा उद्भव होत आहे. कवी संजय गोडघाटे यांनी 'भिकारी' या

समस्येवर धार्मिक दृष्टिकोनातून बोट ठेवले आहे. 'खेद' या कवितेत ते म्हणतात -

> मशिदीत मुल्ला अजान देत होता
> मंदिरात पुजारी भजन भजत होता
> बाहेर रस्त्याच्या कडेला काकुळतीला येवून
> भिकारी भीक मागत होता

(पृ. २९)

शोषित-पीडित, बहिष्कृत समाजाला भारतीय समाजप्रवाहात आणण्यासाठी महात्मा फुले, राजर्षी शाहू महाराज आणि डॉ. बाबासाहेब आंबेडकर यांनी आरक्षणाची तरतूद सुचविली. राजर्षी शाहू महाराजांनी त्याची अंमलबजावणी केली आणि डॉ. बाबासाहेब आंबेडकर यांच्या प्रयत्नाने त्याचे कायद्यातही रूपांतर झाले. आजकाल आरक्षण विरोधी शक्ती आरक्षणाला विरोध करीत असतातच तद्वतच आरक्षणावर सतत टांगती तलवारही असते. आरक्षणावरील या दुहेरी हल्ल्याची दखल कवी संजय गोडघाटे यांची 'आरक्षण' ही कविता घेते. ते म्हणतात -

> महात्मा फुलेंनी संकल्पना मांडली
> शाहू महाराजांनी ती अमलात आणली
> बाबासाहेबांनी दिले त्यास कायद्याचे स्वरूप
> उद्देश एकच
> पीडित-वंचित-मागासलेल्या लोकांनी मुख्य प्रवाहात यावं
> माणसाप्रमाणं जीवन जगावं
> पण तुम्ही तर त्यांचा जगण्याचा हक्कच
> छिनून घेत आहात
> तुम्हाला हे शोभत नाही सरकार...

(पृ. ३१)

माझ्या मनाप्रमाणे सर्वकाही घडले पाहिजे. माझ्या मनाप्रमाणे इतरांनी वागले पाहिजे. आजकाल या 'मनमर्जी' तत्त्वाला फार ऊत आला आहे. माणसाला मानसिक गुलाम करण्याचे विविधांगी प्रयत्न या ना त्या प्रकारे सुरूच असतात. मानसिक गुलामीच्या प्रयत्नांना नकार देणारा माणूस इथे वाईट ठरविला जातो, हे कवी संजय गोडघाटे यांची 'वाह रे न्याय!' ही कविता विशद करते. ते म्हणतात -

<blockquote>
तुमच्या हिताचं केलं तर धर्माचं काम
तुमच्या मताचं केलं तर पुण्याचं काम
आमच्या मताचं केलं तर साला हराम?
</blockquote>

(पृ. ३२)

सशक्तांकडून अशक्तांवर भूतकाळात अन्याय, अत्याचार होत होते. वर्तमान काळात होत आहेत. आणि भविष्यकाळात होणार आहेत. हे अन्याय अत्याचार थांबवायचे असतील तर अशक्तानी अहोरात्र जागृत असले पाहिजे. परंतु ही जागृतता विचारी असली पाहिजे. डॉ. बाबासाहेब आंबेडकर आणि भगवान बुद्ध यांच्या तत्त्वज्ञानाने सज्ज होऊन पीडितांनी आपले अज्ञान दूर केले तरच ही जागृती त्यांच्यात येऊ शकते. रस्ते-चौक-गाव-शहर सगळीकडेच अन्यायग्रस्तांची जागल असली पाहिजे, असे आवाहन कवी संजय गोडघाटे यांची 'जागल्या' ही कविता करते. ते म्हणतात -

<blockquote>
सारेच चौक-रस्ते डोळे मिटून बसलेत गप्पगार
म्हणूनच वाढलेत अत्याचार
रस्ते-चौक-गावं-शहर सान्यांनीच जागलं पाहिजे
'जागल्या' कोणी तरी झालंच पाहिजे
</blockquote>

(पृ. ३३)

मानवी जीवन क्षणभंगुर आहे. पाण्याचा बुडबुडा आहे. केव्हा फुटेल काहीच सांगता येत नाही. मानवी जीवनाचा भरवसा नाही.

असे असताना सुद्धा काही लोक या क्षणभंगुर जीवनाचा आव आणून वागतात. तावातावाने बोलतात. "जीवन समजून न घेता जगणे" हे कवी संजय गोडघाटे यांना रुचत नसल्याचे प्रतिपादन 'काय हे यार!' या कवितेत आहे. ते म्हणतात -

किती क्षुल्लक आहे जीवन
पाण्याचा बुडबुडा जणू
केव्हा फुटेल नेम नाही
तरीही तुम्ही वागता आव आणून
बोलता ताणून ताणून...
काय हे यार!

(पृ. ३६)

माणसातील माणूसपण टिकवून ठेवण्याचे सामर्थ्य भगवान बुद्धाच्या तत्त्वज्ञानात आहे. शस्त्राधारित हिंसेमुळे माणूस माणूस राहत नाही. सर्व प्रकारच्या हिंसेचा त्याग करून भगवान बुद्धाला ज्या पिंपळवृक्षाखाली बुद्धत्व प्राप्त झाले त्या पिंपळवृक्षाला अर्थात भगवान बुद्धाला शरण आल्यास जीवन फुलाप्रमाणे सुगंधित होते. माझ्यातील माणूसपण मला पिंपळवृक्षाप्रती अर्थात बुद्ध विचाराप्रती असलेल्या आत्यंतिक आदरामुळे जपता आले, असे कवी संजय गोडघाटे आपल्या 'पिंपळाच्या पायथ्याशी फुलचं उगवतील' या कवितेतून सांगतात. ते म्हणतात -

हाती बंदूक घेवून दहशत माजविणे कठीण
त्याहीपेक्षा कठीण माणुसकी जोपासत
माणूस म्हणून जगणे
काळीजओल वाळत चाललेल्या
माणसांच्या या दग्ध रानात
मी स्थिरावली आहे माझी नजर
हिरव्याकंच पिंपळपानावर

म्हणूनच दुरावल नाही माझ्यातील माणूसपण
तुम्हीही पुरून टाका तुमच्या बंदुका
पिंपळाच्या पायथ्याशी
बघा तिथं फुलचं उगवतील...

(पृ. ३७)

कवी संजय गोडघाटे स्वाभिमानी आहेत. व्यवस्था कोणत्या ना कोणत्या प्रकारे माणसाला गुलाम, लाचार बनविण्याची परिस्थिती निर्माण करीत असते. व्यवस्थेकडून होत असलेले सर्वव्यापी हल्ले परतवून लावून कवी संजय गोडगाटे स्वतःचे वैचारिक स्वातंत्र्य जपतात. ही फार मोठी गोष्ट आहे. परिस्थितीपासून पळून न जाता परिस्थितीवर ते स्वार होतात. जीवनविरक्ती न स्वीकारता जीवनसंघर्ष स्वीकारतात. थोडक्यात अध्यात्मिक जीवन न स्वीकारता ते भौतिक जीवनाचा अंगीकार करतात. स्वतःच्या वडिलाप्रती असलेली आदराची भावना सुद्धा 'हाईट' या कवितेतून व्यक्त करतात. ते म्हणतात -

ठेवलं नाही कोणत्याही व्यवस्थेपुढं डोकं गहाण
मांडलं नाही कोणत्याही मठात ठाण
बापाशिवाय कुणाहीपुढं झुकविली नाही मान
म्हणूनच ताठ मानेने चालतो
ठेंगणा असूनही उंच दिसतो...

(पृ. ३८)

मानवाने आजपर्यंत अनेक बऱ्यावाईट गोष्टींची निर्मिती केली आहे. या जगाला सुंदर बनविण्यासाठी चांगल्या गोष्टींची व विद्रूप करण्यासाठी वाईट गोष्टींची सुद्धा निर्मिती मानवाने केली आहे. परंतु निसर्गापुढे मानव शेवटी हतबल, दुबळा ठरतो, हे कवी संजय गोडघाटे 'दुबळा' या कवितेतून व्यक्त करतात. ते म्हणतात -

अनेक झेंडे, अनेक रंग
अनेक देव, अनेक नावं
अनेक भजनं, अनेक कवनं
अनेक धर्म, अनेक जाती
साऱ्यांचा जन्मदाता एकच - माणूस!
तरीही किती दुबळा माणूस!

(पृ. ३९)

कवी संजय गोडघाटे यांची कविता अधेमधे लढाईची भाषा बोलते. परंतु लढाईचे स्वरूप मात्र झाकून ठेवते. आंबेडकरी चळवळीने, समाजाने नेमकी कोणती लढाई लढावी, हे कोणीच स्पष्ट-स्पष्ट सांगत नाही. कोणी अहिंसेचं तत्त्व सांगते, कोणी विद्रोहाची मांडणी करते. कोणी क्रांतीची भाषा बोलते. कोणी संविधानाचा मार्ग सांगतो. कोणी राष्ट्रवाद शिकवतो. कोणी संधीसाधूवाद अंगिकारण्याचे आवाहन करतो. कोणी आरक्षण नको म्हणतो, कोणी आरक्षण हवे म्हणतो. या सर्व गोष्टीच्या परिणामाने आंबेडकरी समाज गोंधळला आहे. यात अजून नोकरी मिळालेल्या लोकांनी चळवळीकडे, समाजाकडे डोळेझाक करून भर घातली आहे. सामान्य माणसांच्या प्रश्नाकडे पाठ फिरविली आहे. या विदारक स्थितीचे वर्णन कवी संजय गोडघाटे यांनी आपल्या 'फ्यूज मित्रास पत्र' या कवितेत केले आहे. ते म्हणतात -

आता तू व्यस्त इयुटी आणि ब्युटीत
सामाजिक हित आणि सामान्य माणसाच्या
प्रश्नाकडे केलीस डोळेझाक
डोळस असूनही

*****
माझं सांगणं अगदी
साध्या आणि सोप्या शब्दात आहे यार!

आपल्याला मिळूनच लढायचं आहे युद्ध
आर या पार...

(पृ. ४०)

या देशातील शोषित, पीडित जनतेच्या वाट्याला आयुष्यभर
कष्टचं येतात. वर्ण-जाती, अर्थ-राज्य व्यवस्थेच्या जात्यात त्यांचे
जीवन भरडले जाते. कष्टाची भाकर खाणाऱ्यांना गाढ झोप येते.
खडतर परिस्थितीतही ते सुखी-समाधानी असतात. परंतु कष्टकऱ्यांच्या
श्रमशोषणावर जगणारे शोषक मात्र रोगग्रस्त होत असल्याचे वक्तव्य
कवी संजय गोडघाटे यांची 'साखर' ही कविता करते. ते म्हणतात -

आयुष्य भरडून घेतो आम्ही जात्याखाली
तेव्हा येतं सुखाचं पीठ
समाधानाची भाकर खाऊन
दगडालाच उशी मानून घेतो आम्ही साखरझोप
अन् आम्हाला पाहून शांत झोपलेले
त्यांची साखर होते कमी...

(पृ. ४१)

स्वातंत्र्यपूर्वकाळात मानवतेला कलंकित करणारे जीवन अस्पृश्यांच्या
वाट्याला आले होते. उच्चजातीयांच्या इशाऱ्याने अस्पृश्यांचे जीवन
संचालित होत होते. अविद्या हे तत्कालीन अस्पृश्य समाजाच्या
अधोगतीचे कारण आहे हे डॉ. बाबासाहेब आंबेडकरांनी ओळखले होते.
अस्पृश्य समाजाने डॉ. बाबासाहेब आंबेडकरांचा आदर्श डोळ्यापुढे ठेवून
शिक्षणाचा ध्यास घेतला आणि आपले जीवन उन्नत करण्यास सुरुवात
केली. आजही आंबेडकरी माणूस सर्वच आघाड्यांवर अस्तित्वाची लढाई
लढतो आहे. स्पर्धा करतो आहे. पूर्वी अस्पृश्य म्हणून आणि आज
अल्पसंख्यांक म्हणून त्याला लढावं लागत आहे. ही लढाई अशीच सुरू
राहणार आहे. काळानुरूप लढाईचे संदर्भ तेवढे बदलत जाणार आहेत.

डॉ. बाबासाहेब आंबेडकरांनी दाखविलेल्या ज्ञानमार्गानेच अस्पृश्यांच्या फाटक्या आभाळात क्रांतीचा सूर्य उगवला असल्याचे प्रतिपादन कवी संजय गोडघाटे यांची 'शर्यत' ही कविता करते. ते म्हणतात -

आम्ही धावायचो बैलबंडीमागं
त्यांच्या इशाऱ्यावर
धावायचो मैलोगणती
सांगावा धाडाया गावोगाव
बाबासाहेबांनी धावायला शिकवलं
शिक्षणामागं
अन् क्रांतीचा सूर्य उगवला
आमच्या फाटक्या आभाळात
आता ते आमच्याशी धावायची शर्यत लावतात
अन् तोंडघशी पडतात...

(पृ. ४२)

भारतीय समाजव्यवस्थेत जशी विविधता आहे तशी विषमतासुद्धा आहे. या विविधतेत समरसता व विषमतेत बंधुभाव प्रस्थापित करण्याचा अनैसर्गिक प्रयत्न अधूनमधून होत असतो. परंतु कवी संजय गोडघाटे यांना ही समरसता व बंधुभाव तकलादू वाटतो. म्हणून ते स्वमार्गाने जाऊ इच्छितात. समरसतावाद्यांनी, विषमतावाद्यांनी आपल्या जीवनमार्गात व्यत्यय आणू नये, अशी अपेक्षा 'डिस्टर्ब' या कवितेतून व्यक्त करतात. ते म्हणतात -

भाईचारा आणि समरसतेची फोडणी देऊन
विषमतेच्या चुलीवर शिजविलेली
तुमची आपुलकीची खिचडी सत्वरहित आहे
हेही कळळे आहे आम्हाला
तुम्हाला कसं जगायचं ते तुम्ही ठरवा
तुमच्यापुरतं

आम्ही आता कुठे
मोकळ्या हवेत श्वास घेत फिरतो आहोत
डोळ्यात सुंदर स्वप्न सजवून
प्लीज! आम्हाला डिस्टर्ब करू नका...

(पृ. ४४)

अस्पृश्य समाज हा पूर्वी गावकुसाबाहेर राहत होता. अस्पृश्यांकडे उपजीविकेची कोणतीही साधने नव्हती. मेलेले ढोर सोलने व त्याच्या मासावर कसेबसे पोट भरून अस्पृश्य जिवंत राहत होते. परंतु अत्यंत हलाखीच्या जीवनातही अस्पृश्य एकमेकांच्या सुखदुःखात सामील होत असत. डॉ. बाबासाहेब आंबेडकरांच्या आगमनाने अस्पृश्यांचे जीवनमान थोडेफार सुधारले. अस्पृश्य गावकुसाबाहेरून गावात आले. झोपडीतून घरात आले. परंतु पूर्वी एकमेकाप्रती असलेला मायेचा ओलावा आटला. सामाजिक दुःखाचे व्यक्तिगत दुःखात रूपांतर झाल्याचे दुःख कवी संजय गोडघाटे यांना सलत आहे. तुझे दुःख, माझे दुःख अशी दुःखाची वाटणी झाल्याची तक्रार 'अचानक काय झालं?' ही कविता नोंदवते. कवी म्हणतो -

तुझं दुःख हे माझं दुःख होतं
आपल्या दोघांचंही दुःख सारखंच होतं
सोबतच राहायचो वेशीबाहेर
सोबतच राहायचो उपाशी
सोबतच खायचो ढोर सोलूनही
एके दिवशी अंधाराला चिरून उगवला महासूर्य
अन् कायापालटच झाला
आयुष्य उजळून आलं निळ्याशार किरणांनी
आपण वेशीबाहेरून गावात
झोपडीतून घरात आलोत
चारच दिवस सुखात गेलेत मित्रा

अचानक काय झालं...
तुझं दुःख तुझं झालं
माझं दुःख माझं झालं

(पृ. ४५)

कवी संजय गोडघाटे 'मस्तमौला' या कवितेत निखळ भौतिकवादी विचार मांडतात. अनेकांचे व्यावहारिक जीवन प्रत्यक्ष अप्रत्यक्षरीत्या चार्वाकवादाने अधूनमधून प्रभावित झालेले असते. 'मस्तमौला' या कवितेतील पुढील ओळीतून चार्वाकीय जीवनशैलीचा प्रत्यय येतो.

मी मस्तमौला
दिवसभर राबतो
रात्रीला खातो चार घास
नि देतो ताणून
भूत-भविष्य-वर्तमानाची उशी
मानेखाली दाबून...

(पृ. ४६)

कवी संजय गोडघाटे यांचे व्यक्तिमत्त्व सत्ता संपत्तीमागे धावणारे नाही. पायचाटी वृत्तीची त्यांना प्रचंड चीड आहे. आपल्या माणसांच्या सहवासात ते सुख शोधतात. पायचाटी वृत्ती जोपासणाऱ्या आपल्या माणसांशी आपला दुरावा निर्माण होतो हे 'माझ्या माणसांच्या वस्तीत' ही कविता स्पष्टपणे सांगते. ते म्हणतात -

...तर हे असं आहे मित्रा!
मी सत्ता आणि खुर्चीच्या मोहात पडत नाही
रुपयांच्या जाळ्यात अडकत नाही
लाळघोटूपणा तर जमतच नाही
म्हणूनच तुझ्यापासूनच माझं अंतर वाढत गेलंय

तू सुखी असल्याच्या थापा मारतोस
परकियांच्या पंगतीत
मी मात्र खरंच सुखी आहे
माझ्या माणसांच्या वस्तीत...

(पृ. ४७)

मानवी जीवनाला 'वैज्ञानिक-अवैज्ञानिक' या दोन्ही गोष्टी चिपकून आहेत. धर्माच्या माध्यमातून कर्मकांडाने मानवी जीवनात प्रवेश केला. बुध्द धर्माच्या उदयानंतर भारतीय माणसाचे मानसिक व व्यावहारिक जीवन विभक्त झाले होते. मानसिक जीवन बुध्द धर्माने तर व्यावहारिक जीवन वैदिक धर्माने प्रभावित होते. माणसाचे मानसिक व व्यावहारिक जीवन एकरूप करण्यासाठी, बुध्द धर्मापासून बुद्धानुयायांना दूर करण्यासाठी वैदिक धर्माने कर्मकांडाची निर्मिती इसवीच्या पहिल्या शतकात केली. आज इच्छापूर्तीसाठी कर्मकांड केले जातात. कवी संजय गोडघाटे यांच्या 'अनाकलनीय' या कवितेतून विविध प्रसंगी करण्यात येत असलेले कर्मकांड सांगितले आहेत. आजच्या वैज्ञानिक, आधुनिक जगाशी कर्माकांडाचा ताळमेळ जुळत नसल्याचे पुढील ओळीतून व्यक्त होते. ते म्हणतात -

सोडलेलं अवकाशयान अपेक्षित स्थळी पोहचावं म्हणून
शास्त्रज्ञांनी केले 'होम हवन'
वर्ल्ड कप जिंकता यावा म्हणून
क्रिकेट चाहत्यांनी घातले देवाला 'साकडे'
काल तर 'सलमान' सुटावा निर्दोष म्हणून
देवालाच ठेवले पाण्यात फॅन्सनी
मला तर कळतच नाही
आपण कोणत्या जगात वावरतोय ते...

(पृ. ४८)

बुद्धकाळात श्रमण संस्कृतीचा वैदिक संस्कृतीसोबत सुरू झालेला शत्रुभावी संघर्ष आजतागायत सुरूच आहे. हा संघर्ष जसा वैचारिक आहे तसाच तो हिंसात्मक सुद्धा आहे. अनेक तत्त्वज्ञानी बौध्द भिक्खूंची इतिहासात क्रूर हत्या करण्यात आल्याचे दाखले आहेत. इतिहासात सुरू झालेले हे हत्याचक्र वर्तमानातही सुरूच आहे. दाभोळकर, पानसरे आणि कलबुर्गी यांच्या हत्या या हत्याचक्राचाच भाग आहे. पुरोगामी चळवळींवर या हत्यांचा तीव्र आघात झाला आहे. स्वतःला पुरोगामी म्हणविणारे काही महाभाग तर मृत्यूच्या धाकाने प्रतिगामी छावणीत दाखल झाल्याची नोंद 'कटूसत्य' या कवितेत संजय गोडघाटे करतात. ते म्हणतात -

चार्वाकापासून सुरू झालेलं हत्याचक्र
दाभोळकर-पानसरे-कलबुर्गीपर्यंत आलं
आता कोण?
या धाकानं ते पुरोगामित्वाचा चोला उतरवून
मठात जावून बसले
खूप दिवसांचा गुप्त शत्रू आयताच अडकलेला पाहून
मठाधिपती हसले...

(पृ. ४९)

सामान्य जनतेचे अनेक प्रश्न आहेत. अनेक समस्या आहेत. पोटाचे प्रश्न आहेत. आरोग्याचे प्रश्न आहेत. निवाऱ्याचे प्रश्न आहेत. शिक्षणाचे प्रश्न आहेत. रोजगाराचे प्रश्न आहेत. महिलांचे मूलभूत हक्क डावलले जात आहेत. मानवाधिकाराचे हनन होत आहे. अंधश्रद्धेची रुजवणूक होत आहे. आणि या सर्व प्रश्नांकडे जाणीवपूर्वक कानाडोळा केला जात आहे. केवळ धार्मिक, भावनिक प्रश्नावर वितंडवाद माजविला जात आहे. खोट्याचे खरे आणि खऱ्याचे खोटे केले जात आहे. कवी संजय गोडघाटे यांची 'उपटसुंभ' ही कविता या सर्व प्रश्नांना वाचा फोडते. कवी म्हणतो -

तुम्ही करता टीका आरक्षणावर
मुस्लिमांच्या गोमांस भक्षणावर
महिलांच्या मंदिर प्रवेशावर
धार्मिक मुद्‌द्यावर संसदेत करता गदारोळ
न उच्चारलेल्या शब्दांवर घालता वाद
सामाजिक स्वास्थ्य करता अत्यवस्थ
सहिष्णू असहिष्णूच्या वादात अडकवून
भाजून घेता स्वतःची पोळी
आम्ही सामान्यजन
रोजी रोटीसाठीच भटकत असतो
अर्धपोटी तर कधी उपाशी...

(पृ. ५०)

कवी संजय गोडघाटे यांची कविता आंबेडकरी समाजातील नोकरदारांवर टीकेची झोड उठविते. नोकरदारांच्या जीवनशैलीचा उपहास करते. नोकरदारांवर होत असलेली ही टीका व्यक्तिगत द्वेषातून नसून नोकरदार सामाजिक जबाबदारीपासून, चळवळीपासून दूर गेल्यामुळे होत आहे. आपला संसार कसाबसा पुढे रेटत सामान्य कार्यकर्ता चळवळीत राबतो आहे. मोर्चात सहभागी होत आहे. नारे देत आहे. रक्ताचे पाणी करत आहे. उलट नोकरदार मात्र खुशहाल, श्रीमंतीचे जीवन जगत आहे. आंबेडकरी समाजातील हे चित्र कवी संजय गोडघाटे प्रत्यक्ष पाहत आहेत, अनुभवत आहेत. त्यांची कविदृष्टी या सगळ्या गोष्टी टिपत आहे. आंबेडकरी चळवळीच्या इतिहासात समाजाला बेइमान होणाऱ्या नोकरदारांची नाही तर सामान्य कार्यकर्त्यांची नोंद होणार असे विधान 'एक मात्र नक्की' या कवितेतून कवी संजय गोडघाटे करतात. ते म्हणतात -

सकाळच्या चहाच्या घोटासोबत
पचवायच्या वर्तमानपत्रातील कडू-गोड बातम्या
घाईघाईतच आंघोळ, नाश्ताबिश्ता आटोपून

बॅग सावरत निघायचे ऑफिसला
दहा ते पाच ढकलायचा कसा तरी हा अवघड वेळ
ऑफिस सुटताच खूप दमलो यार म्हणत
रीचवायची पोटात व्हिस्की, रम नाही तर बिअर
सायंकाळी रमायचे 'डेली सोप' मध्ये
रात्रीला जेवण आटोपून झोपायचे बायकोच्या कुशीत
व्वा! काय झकास आयुष्य जगताहेत गणपतराव.
आणि सालं आम्ही अजूनही मोर्चेच काढतो, नारेच देतो
त्यांच्या चेहऱ्यावर श्रीमंतीचं पाणी
नि आम्ही रक्ताचे पाणी करतोय चळवळीसाठी
एक मात्र नक्की
तुम्ही जगलात की मेलात कुणीही विचारणार नाही
पण आम्हाला वगळून
या काळाचा इतिहास लिहिलाच जाणार नाही

(पृ. ५१)

भारतात वर्णव्यवस्था, जातीव्यवस्था, वर्गव्यवस्था सर्वच गुण्यागोविंदाने नांदत आहेत. सामान्य माणसाला लाचार, गुलाम करून सेवाचाकरीस जुंपणे हाच एकमेव उद्देश या व्यवस्थांनी जोपासला की काय, असे कधी कधी वाटते. या व्यवस्थांच्या प्रगतशील भूमिकांचा आजकाल काही ठावठिकाणा दिसत नाही. वर्णजातवर्गीय उच्चनीचतेच्या भावनेला ऊत आला आहे. कूटनितींच्या माध्यमातून माणसाचे माणूसपण हिरावून घेतले जात आहे. हे सगळे घडत असताना आपण आपल्या जगण्याचा अजेंडा बदलला पाहिजे असे आवाहन कवी संजय गोडघाटे यांची 'अस्वस्थ' ही कविता करते. ते म्हणतात -

तुमच्या हातातील वाळल्या पोळीवरही
कुत्र्यांची नजर आहे
खरं तर ते तुम्हाला जगू देऊ इच्छित नाही
जगायचं असेल तर आमची सेवाचाकरी करत जगायचं

असं त्यांच्यातील मनू म्हणतो
ते तुम्हाला संपवू इच्छितात उपोषणानं, कुपोषणानं
साम-दाम-दंड-भेदानं
त्यांच्यातील चाणक्य
तुमच्यातील माणूस उध्वस्त करू पाहतो आहे कूटनितीनं
आपण आता आपल्या जगण्याचा अजेंडा
बदलायला पाहिजे
तुमच्या गळ्यावर सुरा असताना तुम्ही गप्प कसे?
माझ्यातील कवी फारच अस्वस्थ आहे...

(पृ. ५२)

कवी संजय गोडघाटे यांनी आंबेडकरी चळवळीचा अत्यंत बारकाईने अभ्यास केला आहे. चळवळीत नेत्यांना मोठे, मंत्री होताना आणि सामान्य कार्यकर्त्याला बरबाद होताना त्यांनी पाहिले आहे. चळवळीत बरबाद झालेल्या एका कार्यकर्त्याची कैफियत कवी संजय गोडघाटे यांनी 'वेडा' या कवितेत मांडली आहे. ते म्हणतात -

तो नारे द्यायचा बेंबीच्या देठापासून मोर्चापुढं
चौकाचौकात सभेला सुरुवातही तोच करायचा
प्रसंगी सभा सांभाळून घ्यायचा
लीडर यायचा केव्हा तरी घोषणांच्या गर्जनेसह
नि टाळ्या घेऊन जायचा
या वेळी तो उभा असायचा कोपऱ्यात
अडगळीत पडल्यासारखा
लीडर आता मंत्री झालाय
फिरतोय लाल दिव्याच्या गाडीतून
तो अजूनही नारेचं देतो चौकाचौकात
लक्तरलेल्या अवस्थेत
लोक त्याला आता वेडा म्हणतात

(पृ. ५४)

भगवान बुद्धांनी संपूर्ण मानवजातीला दुःख मुक्तीचा, कल्याणाचा मार्ग दिला. बौध्द समाज डॉ. बाबासाहेब आंबेडकर आणि भगवान बुद्धाच्या मानवतावादी मार्गाने, अहिंसा-करुणेच्या मार्गाने, संवैधानिक मार्गाने जीवन जगत असताना विरोधी छावणीकडून बौध्द समाजावर धार्मिक विरोधातून सतत हल्ले होत असतात. हे हल्ले कधी छुपे तर कधी प्रकट असतात. बौध्द समाजाच्या विरोधात विरोधी छावणीत सतत कटकारस्थान शिजत असतात. वेळप्रसंगी आया बहिणींच्या अब्रूवर देखील घाला घातला जातो. दुःखतप्त माणसाने भगवान बुध्दाचा मार्ग स्वीकारावा व स्वतःला दुःखमुक्त करून घ्यावे, असे प्रत्येक बौध्द अनुयायाला वाटते. परंतु विरोधी छावणीकडून अहिंसा-करुणेला हिंसेने उत्तर मिळत असल्यामुळे अहिंसा-करुणा बाजूला ठेवून आपणही हिंसेला हिंसेने प्रत्युत्तर द्यावे, आपणही अंगुलीमाल व्हावे, असे कवी संजय गोडघाटे यांना वाटते. भगवान बुद्धांनी दाखविलेल्या दुःखमुक्तीच्या मार्गाने वाटचाल करीत पुढे अंगुलीमाल अर्हत झाले. कवी संजय गोडघाटे 'अंगुलीमाल व्हावेच लागेल...!' या कवितेत म्हणतात -

आम्हाला राहायला आवडतं
माणसांच्या मनात
विहाराच्या आवारात
आणि तुम्ही रचत असता मनसुबे
आमच्या वस्त्या जाळण्याचे
आम्ही तर पिंपळछाया वाटून द्यायला तयार आहोत
ग्रीष्मझळांनी तापलेल्यांना
आणि तुम्ही डोके लढवता
आमचा गळा कसा कापावा म्हणून
आम्ही नेहमीच पांघरत आलोय
करुणेची चादर सर्वांवर
आणि तुम्ही फेडता वस्त्रे
आमच्या आया-बहिणींची

का? कशासाठी?

मी आता विचारणार नाही तुम्हाला असे प्रश्न

माफ करा!

मायमाउल्यांच्या अस्मितेसाठी

मानवतेच्या रक्षणासाठी

मला आता अंगुलीमाल व्हावेच लागेल...

(पृ. ५५)

आंबेडकरी साहित्य चळवळीतील प्रत्येक कवीने डॉ. बाबासाहेब आंबेडकर यांच्यावर कविता लिहिली आहे. कवी संजय गोडघाटे यांनी 'बा भीमा' या कवितेतून डॉ. बाबासाहेब आंबेडकरांप्रती आदर व्यक्त केला आहे. ते म्हणतात -

तुझे येणे उजेडाचे येणे

तुझे जगणे क्रांतीची स्पंदने

तुझे येणे फुलांचे फुलणे

तुझे जगणे बाग बहरणे

तुझे येणे चांदण्याचे हसणे

तुझे जगणे नक्षत्रांचे सजणे

तुझे येणे जीवन नटणे

तुझे जाणे आभाळ फाटणे

(पृ. ५७)

तथागत भगवान बुद्धांनी दुःखमुक्तीचा आर्य अष्टांगिक मार्ग सांगितला आहे. 'सम्यक वाचा' हे त्यातील एक महत्त्वाचे तत्त्व आहे. वाणीच्या दुष्कर्मांतून दुःखाची निर्मिती होत असते. ती होऊ नये म्हणून 'सम्यक वाचा' या तत्त्वाचे पालन होणे आवश्यक आहे. परंतु 'सम्यक वाचा' या तत्त्वाचे पालन होताना कवी संजय गोडघाटे यांना दिसत नाही. ते व्हावे असे 'सम्यक' या कवितेतून त्यांना वाटते. ते म्हणतात -

इथे तलवारीपेक्षा जिव्हा जास्त हिंस्र झालीय
जो येतो तो वार करून जातो
तलवारीने जीभ छाटायची की जिभेने तलवार
काहीच कळत नाही
आपण सम्यक वाणीकडे का वळत नाही?

(पृ. ६०)

या पृथ्वीतलावर सर्वत्र सर्वकाही चांगले व्हावे असे कवी संजय गोडघाटे यांना वाटते. परंतु चांगले वाईट हे सापेक्ष आहे. वाईटाचा अंधार चांगल्याचा उजेड झाकून टाकतो. हा वाईटाचा अंधार नष्ट करण्यासाठी काहीतरी केले पाहिजे असे आवाहन कवी संजय गोडघाटे यांनी 'अंधार दूर सारण्या' या कवितेतून केले आहे. ते म्हणतात -

काळोखाचं साम्राज्य आलंय
दशदिशा-रस्ते-वाटा-वस्ती-खेडी-गावं-नगर
अंधकारमय
डोळ्यांच्या बुबुळात अंधार
मंजिल अंधकारमय
दूरदूरवर आशेचा किरण नदारद
सूर्यही फसलाय ढगांच्या चिखलात
एखादा तारा तोडून रोवूया का पृथ्वीवर
अंधार दूर सारण्या काहीतरी केलंच पाहिजे...

(पृ. ६१)

अन्यायाचा प्रतिकार करण्यासाठी, न्याय मिळविण्यासाठी, हक्कांचे संरक्षण करण्यासाठी सतत मोर्चे, आंदोलने करावी लागतात. विद्रोह सुद्धा करावा लागतो. परंतु समाजात असे काही महाभाग असतात जे केवळ स्टेजवर, पानटपरीवर, बिअरबार मध्येच विद्रोहाची भाषा बोलतात. प्रत्यक्ष मोर्चे, आंदोलने करण्याची वेळ आली की पळ

काढतात. कवी संजय गोडघाटे यांची 'राव' ही कविता अशा बेगळी विद्रोह्यांची दखल घेते. ते म्हणतात -

तुमचा विद्रोह दिसतो स्टेजवर,
पानटपरीवर, बिअरबारमध्ये
घरी बायको चिडली तर
तिच्या गालावर उमटलेल्या
तुमच्या बोटांच्या ठशांत
राव! एरवी तुम्ही
मोर्चे, आंदोलनात दिसत नाहीत...

(पृ. ६४)

कलावंत कोणत्याही धर्मपंथाचा असो, त्याने निर्माण केलेल्या कलाकृतीचा कलात्मक दृष्टिकोनातून विचार झाला पाहिजे, मग ती कलाकृती धार्मिक असो की अधार्मिक! कलावंताच्या अथक परिश्रमातून कलाकृतीचा, शिल्पाचा जन्म होत असतो. त्यामुळे कलावंताच्या परिश्रमाचा सन्मान झाला पाहिजे. सर्व कलाकृतीचे, शिल्पाचे ऐतिहासिक वारसा म्हणून जतन झाले पाहिजे, सर्व धार्मिक स्थळांचे अवशेष जपले पाहिजे, असे कवी संजय गोडघाटे यांना वाटते. ते 'मानवंदना' या कवितेतील पुढील ओळीतून सर्वधर्मसमभावाचे तत्त्व सांगतात. ते म्हणतात -

कोणत्याही धर्माचं धर्मस्थळ असो वा अवशेष
ते पाडू नये, खोडू नये
वाटलंच तर वाहावीत दोन फुलं
नम्रपणे झुकून करावं अभिवादन
आणि द्यावी मानवंदना त्यांना
ज्यांनी कोरलंय ते शिल्प परिश्रमानं...

(पृ. ६५)

धार्मिक मूलतत्त्ववाद विरोधी धर्मावर हल्ले तर करतोच शिवाय विरोधी धर्माची प्रतीकं सुद्धा उद्ध्वस्त करतो. अफगाणिस्तानात जगातील सर्वात मोठी बुद्धमूर्ती फोडणारा धार्मिक मूलतत्त्ववादच होता. धार्मिक मूलतत्त्ववाद प्रचंड ईश्वरवादी असतो. कणाकणात ईश्वर आहे असे मानतो. पण कणापासून बनलेली बुद्धमूर्ती का तोडतो? कणापासून बनलेली बाबरी मस्जिद का पाडतो? असा मर्मभेदी प्रश्न कवी संजय गोडघाटे आपल्या 'बाबरी' या कवितेत उपस्थित करतात. ते म्हणतात -

कणाकणात ईश्वर आहे
असे मानणाऱ्या लोकांनी
कणाकणापासून बनलेली
'बाबरी' का पाडली असावी?

(पृ. ६७)

कवी संजय गोडघाटे यांचे माणूसपणावर अतोनात प्रेम आहे. माणसाने माणुसकीला काळिमा फासणाऱ्या गोष्टी करण्याऐवजी माणूस बनण्यासाठी धडपडावे असे मत 'खूप सोप्पं आहे!' या कवितेत कवी व्यक्त करतो. कवी म्हणतो -

खूप सोप्प आहे अरे-तुरे करणं
मुजोरी करणं, मारामारी करणं
खूप सोप्प आहे हेवेदावे पाळणं
पायाला ओढणं, काड्या करणं
खूप सोप्प आहे दंगा करणं
वस्ती जाळणं, खुर्चीपुढं लाळ घोळणं
पण याहीपेक्षा सोप्प आहे
माणूस बनणं, माणूस म्हणून जगणं
पण आपण प्रयत्नच करत नाही...

(पृ. ६८)

डॉ. बाबासाहेब आंबेडकरांनी अस्पृश्यांसाठी मंदिर प्रवेशाचे लढे उभारले होते. नाशिक येथील काळाराम मंदिर प्रवेशाचा लढा सर्वज्ञात आहे. मानवी हक्क पायदळी तुडविणाऱ्या कुप्रथांच्या विरोधात असंख्य लढे इतिहासात लढले गेलेत, वर्तमानात लढले जात आहेत. भविष्यातही लढले जाणार आहेत. एकेकाळी आपल्याला मंदिर प्रवेश नाकारला होता याची सल कवी संजय गोडघाटे यांना आजही बोचत आहे. खऱ्या अर्थाने मानवी देहचं मंदिर आहे. मानवी मनचं देहमंदिरातील गाभारा आहे. मानवतेच्या प्रतिष्ठापनेसाठी आपण आपले देह-मन शुद्ध करूया, सजवूया असे प्रखर वक्तव्य 'जागर' या कवितेत कवी करतो. कवी म्हणतो -

मानवी क्रयशक्ती गुंतवून ठेवणारा गाभारा
त्यावर उभं केलेलं चुना-माती-गोट्यांच देऊळ
ज्यात नाकारला जातो हाडामासाच्या माणसाला प्रवेश
त्याचा वर्णवंश तपासून
मी दोन्हीवर हरताळ फासतो
मानवी देह हेच देऊळ
आपण आपल्याच देवळाला सजवूया
मानवतेचा जागर मांडूया...

(पृ. ६९)

भारतात पुरुषसत्ताक पद्धती आहे. काही ठिकाणी अपवादात्मक स्त्रिसत्ताक, मातृसत्ताक पद्धती असू शकतात. पुरुषवर्चस्वामुळे काहीअंशी स्त्रिया घरी-दारी, बाहेर असुरक्षित आहेत, हे नाकारता येत नाही. राष्ट्राच्या उभारणीवर, घडवणुकीवर स्त्रियांची सुरक्षितता अवलंबून असते. कवी संजय गोडघाटे यांनी स्त्रियांच्या असुरक्षिततेच्या प्रश्नाला 'नारी' या कवितेत हात घातला आहे. ते म्हणतात -

सुनसान वाटेनं काळोख्या रात्री चालताना
तुला भीती वाटत नसेल तरच तू म्हणावं

'भारत माझा देश आहे
सारे भारतीय माझे...'
देशाला घर मानणारी तू
तुला जर घरातीलच माणसं लुटत असतील
लुबाडत असतील
तर तू का म्हणावीस ती निरर्थक प्रार्थना?
तू तर म्हणावं 'I have no Motherland'
आणि थुंकून द्यावं...

(पृ. ७०)

भगवान बुध्द आणि डॉ. बाबासाहेब आंबेडकर यांनी दाखविलेल्या मार्गाने कवी संजय गोडघाटे आपले जीवनक्रमण करतात. भगवान बुध्दाचा करुणेचा, शांतीचा मार्ग अवलंबितात. परंतु त्यांच्या अस्तित्वावर हल्ला होत असेल तर ते करुणेचा त्याग करतात. 'अंतिम उत्तर' या कवितेतून कवी संजय गोडघाटे यांच्या अध्यात्मिक आणि भौतिक जगतातील मानसिक विरोधाची प्रचिती येते. ते म्हणतात -

खूपच असह्य झालं तर मी चिडून उठतो
मग कसलाही विचार न करता
माझ्या अस्तित्वावर उगारलेला लाठी धरला हात
उखडून फेकतो खांद्यापासून
एरवी मी बुद्धाची करुणा हृदयात जोपासून जगतोय
बाबानं सांगितल्याप्रमाणे...

(पृ. ७२)

विचाराला कृतीची आणि कृतीला विचाराची गरज असते. विचार आणि कृती परस्परसापेक्ष आहे. विचार क्रांतिकारी असेल तर बलिदानाची सुद्धा गरज पडते. कवी संजय गोडघाटे यांनी आपल्या जीवनात मानवतेला अत्युच्च स्थान दिले आहे. मानवतेच्या प्रतिष्ठापनेसाठी

समाज शोषकविरहित असावा लागतो. शोषकांमुळे मानवजात कलंकित झाली आहे. स्वतः बंदुकीची गोळी होऊन हा कलंक पुसून टाकावा, असे कवीला वाटते. तद्वतच भावी पिढ्यांनी आपल्या पिढीला निव्वळ भाषणबाज पिढी म्हणून हिणवू नये, असे कवीला वाटत असल्यामुळे कवी 'मित्रा' या कवितेत म्हणतो -

हे बघ मित्रा!
आपण कम्यूनिटीवर नंतर बोलू
जरा समजून घे
ही काळाची गरज आहे
तू भुकेल्यांची गोळी हो
मी शोषकांना उडविणारी गोळी होतो
या युद्धात तुझंमाझं बरं-वाईटही होऊ शकतं
होऊ दे, पर्वा नाही
निदान येणारी पिढी आरोप तर लावणार नाही ना
तुम्ही फक्त भाषणच देत राहिले म्हणून...

(पृ. ७४)

जीवनाच्या अनेकांनी अनेक व्याख्या केल्या आहेत. परंतु आजपर्यंतच्या इतिहासात समाजाला पुढे नेणारे जीवनच आदर्श जीवन ठरले आहे. हजारो वर्षापासून इथे शोषित, पीडितांचे जीवन मोडल्या, तोडल्या, अस्ताव्यस्त केल्या गेले आहे. शोषित-पीडितांच्या कित्येक पिढ्या बर्बाद करण्यात आल्या आहेत. अस्ताव्यस्त जीवनाची घडी बसविता-बसविताच जीवन कधी संपून जाते हे शोषित-पीडितांना कळत सुद्धा नाही. कवी संजय गोडघाटे यांनी शोषित-पीडितांच्या जीवनाचा वास्तववादी अर्थ 'ब्रोकन मॅन' या कवितेत मांडला आहे. ते म्हणतात -

आम्ही तुटलेले आहोत
आम्ही मोडलेले आहोत
अगदी छिन्नविछिन्न झालो आहोत

आमचे हात, पाय, डोळे, डोके, जिव्हा, मेंदू
अस्ताव्यस्त झाले आहेत
आमचे जीवन म्हणजे नेमकं तरी काय?
तर...
विखुरलेले अवयव जोडत राहणं निरंतर...

(पृ. ८२)

हिंसा-अहिंसा ही दोन तत्त्वे मानवी जीवनाचा सातत्याने पाठपुरावा करत आहेत. हिंसा हे दुःख निर्मितीचं प्रबळ कारण आहे. म्हणून भगवान बुद्धांनी हिंसेला सदा-सर्वकाळ वाईटच म्हटले आहे. कवी संजय गोडघाटे अहिंसेचे मर्यादित पालन करतात. हिंसेचा अतिरेक होत असेल तर हिंसेला हिंसेने प्रत्युत्तर देण्याची तयारी 'जशास तसे' या कवितेत दाखवितात. ते म्हणतात -

तू मला दगड फेकून मारलास तरी
मी तुझ्यावर रागावणार नाही
मी तुला बुद्धाची करुणा सांगेन
येशूचं प्रेम, बसवेश्वराचं ममत्व समजावून सांगेन
या उपरांतही तू मारलास पुन्हा दगड
तर मी तुला डोंगर फेकून मारीन
'टिट फॉर डबल टॅट'

(पृ. ८३)

आंबेडकरी समाजातील प्रत्येकाने चळवळीत, मोर्चात, आंदोलनात सहभागी झाले पाहिजे, असा आग्रह कवी संजय गोडघाटे यांचा असतो. चळवळीत आपापल्या कुवतीप्रमाणे प्रत्येकाने मोजक्या आघाड्यांवर काम करायचे असते. एकच व्यक्ती सर्वच आघाड्यांवर काम करत असेल तर चळवळीचा बट्ट्याबोळ होतो. चळवळीतील नेत्यांना, कार्यकर्त्यांना अधूनमधून स्वार्थाचे ग्रहण लागत असते. हा स्वार्थ कधी प्रसिद्धीचा असतो, कधी सत्तेचा तर कधी संपत्तीचा असतो. केवळ

प्रसिद्धीसाठी चळवळीत काम करणाऱ्यांची दखल कवी संजय गोडघाटे यांनी 'मान्यवर' या कवितेत घेतली आहे. ते म्हणतात -

तुम्ही नेहमीच प्रकाशित होत असता वर्तमानपत्रांत
मीडियाच्या हरेक पटलावर झळकत असता तुम्ही
मोर्चा निघतेवेळी तुम्ही कुठे गायब होता
तुमच्या दाराला असते कुलूप अन् घरात अंधार
मान्यवर...

(पृ. ८४)

पोटाची खळगी भरण्याकरिता प्रत्येकाला कोणता ना कोणता रोजगार, व्यवसाय करावा लागतो. परंतु काही रोजगार अत्यंत घृणास्पद असतात. शोषित-पीडितांच्या वाट्याला असे घृणास्पद रोजगार वर्षानुवर्षांपासून येत आहेत. कवी संजय गोडघाटे यांनी 'प्रश्न' या कवितेत रिक्षाचालक या रोजगाराच्या माध्यमातून घृणास्पद रोजगारांचा प्रतीकात्मक निषेध नोंदविला आहे. ते म्हणतात -

नाही, मी नाही बसणार रिक्षात
एका माणसाचं ओझं दुसऱ्या माणसानं ओढावं
डोईवरून मैला वाहण्यापेक्षाही घृणास्पद
मी नाहीच बसणार रिक्षात
रिक्षावाला म्हणाला,
"साहेब मग माझ्या पोटापाण्याचं काय?"

(पृ. ८६)

माणसाने व्यवस्था निर्माण केली. माणूस व्यवस्थेचा घटक आहे. व्यवस्था माणसांकरवी षडयंत्र रचत असेल, गुन्हे करीत असेल अथवा माणूस व्यवस्थेसाठी षडयंत्र रचत असेल, गुन्हे करीत असेल तर दोन्ही बाजूने माणूसच गुन्हेगार ठरत असल्याचे मत कवी संजय गोडघाटे यांची 'गुन्हेगार' ही कविता व्यक्त करते. ते म्हणतात -

लोकांना ठार मारण्याचे षडयंत्र ज्यांनी रचले
ते गुन्हेगार षडयंत्रकारी लोक
ज्या व्यवस्थेतून आलेत ती व्यवस्था गुन्हेगार
अशी षडयंत्रकारी व्यवस्था
ज्यांनी निर्माण केली तेही गुन्हेगार...
मीही व्यवस्थेचा एक भाग आहे आणि तुम्हीही
आपण सारे गुन्हेगार तर नाही...

(पृ. ८७)

भारतीय समाजात असलेल्या गंभीर समस्यांवर कवी संजय गोडघाटे यांनी आपल्या कवितेच्या माध्यमातून बोट ठेवले आहे. अंधश्रद्धा ही भारतीय समाजाचे कंबरडे मोडणारी समस्या आहे. समाजाच्या प्रगतीचा मार्ग अंधश्रद्धा अवरुद्ध करीत असते. ही अंधश्रद्धा भल्याभल्यांच्या अंगी वास करते. पुरोगामीत्वाचा आव आणणारे सुद्धा अंधश्रद्धेचे कसे पालन करतात हे कवी संजय गोडघाटे यांनी 'पुरोगामी' या कवितेतून व्यक्त केले आहे. कवितेतील कथन वास्तववादी वाटत असले तरी ते प्रतीकात्मक असावे असे वाटते. कवी म्हणतो -

अंधश्रद्धेवर प्रहार करणाऱ्या
सरांच्या जोरदार भाषणानंतर
सरांना घेऊन गेलो चहा प्यायला
चालता चालता वाटेतही सर भरभरून बोलले
चार्वाक, तुकाराम ते थेट दाभोळकर-पानसरेपर्यंत
चहाचे दुकान थोड्याच अंतरावर होते
आम्ही पोहचणार होतो काही वेळात
तोच आमच्यापुढून मांजर गेलं आडवं
सर थांबले, थोडे गांगरले, गोंधळून म्हणाले,
"अरे बेटा, माझा मोबाईल राहिला टेबलवर,
तेवढा घेऊन येतो"
'तू हो पुढे...'

माझे 'हो... नाही...' ऐकण्याच्या आधीच
सर निघून गेलेत झरझर
मी मूकपणे त्यांना पाहत राहिलो
नजरेच्या टप्प्याआड होईस्तोवर...

(पृ. ८८)

माणसात माणुसकी असणे अत्यंत महत्त्वाचे आहे. माणसात माणुसकी नसेल तर 'जनावरात आणि माणसात' काहीच फरक राहत नाही. माणुसकीचा पल्ला लांबदूर असतो. तो गाठणे हे प्रत्येक माणसाचे उद्दिष्ट असले पाहिजे. माणुसकीच्या पल्ल्यापासून दूर जरी असलो तरी तो गाठण्यासाठी आपण घाई करावी असे सर या प्रतीकातून संजय गोडघाटे इतरांना सांगतात. ते 'अंतर' या कवितेत म्हणतात -

आपण खूप दूर आले आहोत
पण आपण अजूनही खूप लांब आहोत
'माणुसकी' पासून
आपण हे अंतर कापूया
सर घाई करा
आपल्याला आधीच खूप उशीर झालाय...

(पृ. ८९)

विद्रोहाला जन्म देणाऱ्या आणि विद्रोहाला मारणाऱ्या दोन्ही शक्ती व्यवस्थेत उपस्थित असतात. रोजीरोटी नसेल, शिक्षण असेल तर माणूस विद्रोही बनू शकतो. परंतु एकदा का माणूस रोजीरोटीला लागला की त्याचा विद्रोह थांबतो. कवी संजय गोडघाटे यांनी आपल्यातील विद्रोह कसा थांबला याची प्रतीकात्मक मांडणी 'गौण प्रश्न' या कवितेत केली आहे. ते म्हणतात -

साहेब छोट्या छोट्या चुकांसाठी
शिव्या द्यायचा

मी माझे दोन्ही हात पाठीमागे बांधून

करकचून मुठी आवळायचो

तेव्हा तू माझ्या खांद्यावर

स्नेहपूर्वक हात ठेवायचास

आज निवृत्तीनंतर त्या घटनांचा विचार करतोय

आणि स्वतःलाच प्रश्न विचारतोय

माझ्यातील विद्रोहाला मारणारा

तुझा प्रेमळ हात होता की माझाच गांडूपणा?

माझंच मन मला उत्तर देतंय

जिथे रोजीरोटीचा प्रश्न असतो

तिथे बाकी सारे प्रश्न गौण ठरतात...

(पृ. ९०)

कवी संजय गोडघाटे आदर्श राज्याची, आदर्श समाजाची संकल्पना आपल्या कवितेतून वारंवार मांडतात. सुंदर जगाचे स्वप्न ते आपल्या कवितेतून पाहतात. आपले शरीर सुंदर नसले तरी जगाचे शरीर सुंदर असावे अशी स्वप्नरुपी आशा ते 'पुलवामा : दोन नोंदी' या कवितेत व्यक्त करतात. ते म्हणतात -

आम्ही दिसायला ऐंडबेंड असलो तरी

पाहत असतो सुंदर जगाची स्वप्नं

(पृ. ९१)

भारत देश विविध जाती, धर्म, पंथ, भाषांनी नटलेला आहे. माणसाच्या जीवनात धर्म महत्त्वाची भूमिका वठवीत असतो. माणसाचे बव्हंशी जीवन धर्माने संचालित होत असते. धर्मभेद, माणूसभेदही अप्रत्यक्षरीत्या धर्मातूनच आलेला असतो. धर्म माणसाच्या व्यक्तिगत आणि सार्वजनिक जीवनाला प्रभावित करतो. भारतातील विविध धर्मांच्या विविध भूमिकांचा भारतीय समाजस्वाथ्यावर होणारा दुष्परिणाम टाळण्यासाठी भारताने धर्मनिरपेक्ष राज्याची संकल्पना स्वीकारली.

भारत धार्मिक राष्ट्र म्हणून नव्हे तर 'एकसंध लोकशाही राष्ट्र' म्हणून उदयास यावे यासाठी धर्मनिरपेक्षता आहे. धर्माला व्यक्तिबंदिस्त, व्यक्तीसापेक्ष करण्यामागे हा महान हेतू आहे. कवी संजय गोडघाटे यांनी 'नियम' या कवितेत धर्मनिरपेक्षता या संकल्पनेची अगदी सोप्या भाषेत मांडणी केली आहे. ते म्हणतात -

धर्म कोणताही असो

ठेवावा त्यास चौकटी आत, घरात

अंगणात, चौकात मांडू नये प्रदर्शन

धर्म म्हणजे जगण्याचा नियम

जगावे ज्याचे त्याने त्या नियमाप्रमाणे

घरातल्या घरात

बाहेर जगाचे नियम चालतात...

(पृ. ९२)

अन्न, वस्त्र, निवारा, शिक्षण आणि आरोग्य या माणसाच्या मूलभूत गरजा आहेत. या गरजाही धर्माने थोडाफार बदल करून वाटून घेतल्या आहेत. तांत्रिक विज्ञान आणि अध्यात्माची सरमिसळ धर्माने केली आहे. रंगही धर्माने वाटून घेतले आहेत. हे सगळे प्रतिगामी, मरणोन्मुख व्यवस्थेला जिवंत ठेवण्यासाठी होत असते. किंवा प्रतिगामी, मरणोन्मुख व्यवस्था या सगळ्या धार्मिक गोष्टीचा फायदा घेऊन स्वतःला जिवंत ठेवत असते. माणसाची सर्वांगीण लूट करण्यासाठीच हा सगळा आटापिटा असतो. धर्मांधता आणि लोकशाही मूल्यातील परस्परविरोध कवी संजय गोडघाटे यांनी 'आचारसंहिता' या कवितेतून विशद केला आहे. ते म्हणतात -

अत्यंत परिश्रमातून,

जीवाला गांजून, मन मारून,

जमा केलेल्या पैशातून

उभं केलंय लहानसं घर

रंग कोणता द्यावा घराला?

भगवा की निळा
हिरवा की पांढरा
मित्राला विचारलं
तो म्हणाला, "जसं आहे तसंच राहू दे
सध्या आचारसंहिता आहे"

(पृ. ९३)

जगाने अनेक युद्धे पाहिली आहेत. युद्ध जगाला नवीन नाही. युद्धाची कारणेही जगाला नवीन नाहीत. इतिहासाची जशी नवीन संदर्भ घेवून पुनरावृत्ती होते तशीच युद्धाच्या कारणांची सुद्धा नवीन संदर्भ जोडून पुनरावृत्ती होत असते. युद्ध साहित्याची विक्री करणे, युद्ध सामग्रीची दलाली खाणे, या छोट्या-मोठ्या स्वार्थासाठी आजकाल जगात युद्धे लढली जातात. कवी संजय गोडघाटे यांनी युद्धाची नेमकी कारणे हेरली आहेत. 'युद्ध : दोन संदर्भ' या कवितेत त्यांनी ही कारणे शब्दबध्द केली आहेत. ते म्हणतात -

१.

युद्ध होण्यासाठी कारणच लागते असं कोण म्हणतंय?
विनाकारणही युद्ध घडविलं जातं
आणि नंतर घुसविली जातात युद्धाची कारणं
सकारण...
२.

शस्त्रांचा खप वाढावा म्हणून
युद्ध लादलं जातं किंवा घडविलं जातं
हे जगजाहीर असूनही
तुम्ही शोधताहात युद्धाची कारणं
आणि व्यर्थ वेळ वाया घालविता
जा यार! आधी शस्त्रांचे कारखाने बंद करा...

(पृ. ९५)

भूक ही सजीवांना निसर्गाने दिलेली देणगी होय. भुकेला विचार नसतो. अन्न भुकेची गरज आहे. अन्नावरूनही इथे माणूस बरा-वाईट ठरविला जातो. भूक-रोजी-रोटी या समीकरणाला कोणीही धक्का लावू नये. या समीकरणाला जो कोणी धक्का लावेल त्याच्या विरोधात भूक हिंस्र होवू शकते, असे मत कवी संजय गोडघाटे यांनी 'सरकार' या कवितेत व्यक्त केले आहे. ते म्हणतात -

भूक नाही करत विचार
पाप-पुण्याचा, चांगल्या-वाईटाचा
तिची जिद्द असते फक्त रोटी
मजुरांची रोटी हिसकावून घ्याल तर
तुमचा गळाही कापू शकते भूक
भूक काहीही करू शकते सरकार
काहीही...

(पृ. ९६)

मानवी जीवन क्षणभंगुर आहे. या जगात नित्य काही नाही. या पृथ्वीतलावरील माणसाचे जीवन क्षणिक आहे. माणूस जन्मतो आणि मरतो, हे निर्विवाद सत्य आहे. तो सोबत काही आणत नाही, सोबत काही नेत नाही. देहाने येतो आणि देहाने जातो. हा साधा सोपा विचार ज्याच्या डोक्यात येतो, तो बुद्धिवंत! ज्याच्या डोक्यात येत नाही तो महामूर्ख! असे परखड मत कवी संजय गोडघाटे 'प्रवासी' या कवितेतील पुढील ओळीत मांडतात. ते म्हणतात -

आपण पृथ्वीचे मालक नाही
इथले फक्त प्रवासी आहोत
प्रवास संपला की जावं लागेल हरेकाला
इथली माती इथेच टाकून
हा साधा विचार
आपल्या डोक्याला शिवत नसेल तर

कसले आपण बुद्धिवंत?
आपण तर महामूर्ख!
नाही काय?

(पृ. ९७)

चळवळीला संख्यात्मक आणि गुणात्मक माणसांची गरज असते. आंबेडकरी वस्ती चळवळीचा केंद्रबिंदू आहे. आंबेडकरी वस्त्यांचे अनुभवविश्व अत्यंत दांडगे आहे. परंतु अलीकडे वस्त्या उदासीन आहेत. चळवळीला, नेत्यांना फारसा प्रतिसाद देत नाहीत. सोयीनुसार, सोयीचे पाहत-पाहत वस्त्यांनी आता जगणे सुरू केले आहे. मुक्या बहिऱ्याच सोंग घेतले आहे. तशी वस्त्यांची अवस्था प्रगतीसापेक्ष ढासळूनच आहे. व्यवस्थेने माणसाला सामाजिकतेपासून, विद्रोहापासून, क्रांतिकार्यापासून अलगद दूर केले आहे. व्यक्तीला व्यक्तिगत जीवनात गुंतवून ठेवण्यात व्यवस्था यशस्वी झाली आहे. परिणामतः माणूस माणुसकीपासून दूर गेल्याची खंत कवी संजय गोडघाटे यांची 'औषध' ही कविता व्यक्त करते. 'औषध' या कवितेतील वस्तीचे चित्रण वास्तववादी वाटत असले तरी ते प्रतीकात्मक वर्णन असावे असे वाटते. कवी म्हणतो -

सर, आपण एक करू
आपण वस्ती फिरू, माणसं गोळा करू
वस्तीतील हरेक दार बंद पाहून मी दचकलोच
सर मात्र निर्विकारपणे म्हणाले,
वस्तीत माणसं नाहीत असं नाही
आहेत, पण दाराआड, आपापल्या कुंपणात
सर मी आवाज देऊ का?
येतील ते बाहेर
सर शांतच
आवाज देऊन माझ्या घशाला कोरड पडली

सर म्हणाले, असं समजू नको
ते बहिरे आहेत
ऐकतात ते सारं
पण त्यांच्या सोईनं, त्यांच्या सोयीचं
सर कदाचित आपली वेळ चुकली
आपण पुन्हा येऊ या का?
सर उसळलेच
म्हणाले, पोरा वेळ कधीच चुकत नसते
माणसं चुकलीत, माणुसकीला मुकलीत
पण सर...
चल पोरा, माझ्या औषधाची वेळ झाली
मी विवंचनेत
या मुक्या बहिऱ्या
ढासळलेल्या वस्तीला उभं करण्यासाठी
कुठलं औषध आणू?

(पृ. ९८-९९)

महिलांच्या सुरक्षिततेचा प्रश्न आजही कायम आहे. माणसाच्या नीतिनैतिकतेचा खालावलेला स्तर महिलांच्या अब्रूवर घाला घालत आहे. "ज्या कुटुंबात पुरुष संख्येने अधिक असतात, सक्षम असतात त्या कुटुंबातील स्त्रिया सुरक्षित असतात", असे भगवान बुद्ध एका प्रवचनात म्हणतात. स्त्रियांनी विशेषतः मुलींनी निर्भीड व्हावं, स्वतःच्या अब्रूवर होणाऱ्या हल्ल्याचा प्रतिकार करावा, असे मत कवी संजय गोडघाटे 'चौक : दोन नोंदी' या कवितेत व्यक्त करतात. परंतु दुखावलेला पुरुषी अहंकार परिणामी अत्यंत क्रूर असतो या भीतीपोटी स्त्रिया स्वतःवरील अन्यायाचा प्रतिकार करण्यास धजावत नाही. 'चौक : दोन नोंदी' या कवितेत सुद्धा कवी समाजातील स्त्रियांच्या वास्तविक समस्येची प्रतीकात्मक मांडणी करतो. कवी म्हणतो -

१.
तिच्या डोळ्यात तुफान होतं
पण ती काहीही बोलली नाही
तिला 'छपाक' ची भीती होती
२.
नजरेनं वारंवार बलात्कार आणि
अश्लील शेरेबाजी करणाऱ्याच्या
कानशिलात सनकावली तिनं
सारी हिंमत एकवटून
यापूर्वी ती रस्ता बदलण्याचा विचार करत होती
आता तर त्यानं शहरच बदललं...

(पृ. १००)

प्रियकर दरिद्री आणि प्रेयसी श्रीमंत असेल तर दोघात सामाजिक आणि आर्थिक अंतर असतेच... असते! आर्थिक अंतर समरुप करण्यासाठी, एकतर प्रियकराला श्रीमंत व्हावं लागेल किंवा प्रेयसीला गरीब! सामाजिक अंतराचे काय? प्रेयसीचा जातधर्म त्याग! कवी संजय गोडघाटे यांची 'मनोरा' ही प्रेमकविता दोन प्रियकरातील अंतराची लाक्षणिक अर्थाने मांडणी करते. इथे कवी स्वतःच प्रियकर बनतो आणि विषम अंतर दूर करण्याची भावनिक भाषा बोलतो. कवी म्हणतो -

उंच मनोऱ्यावर उभं राहून
दिसणार नाही तुला
माझ्या झोपडीत
दिवा आहे की नाही
उजेड आहे की नाही
त्यासाठी तुला जमिनीवर यावं लागेल
नाही तर

नाईलाजानं जमीनदोस्त करावा लागेल मला
तुझा तो उंच मनोरा...

(पृ. १०१)

वर्णजातीव्यवस्थेची आपल्या प्रारंभिक काळात प्रगतशील भूमिका होती. तत्कालीन समाजाला वर्णजातीव्यवस्थेने काही अंशी पुढे नेले. परंतु कालांतराने त्या प्रतिगामी (reactionary) बनल्या. मानवी समाजाला प्रगत करण्यासाठी वर्णजातीव्यवस्था अस्तित्वात आल्या आणि पुढे मानवी समाजाच्या अधोगतीचे कारण बनल्या. वर्णजातीव्यवस्थेच्या अधोगतीच्या कालखंडात मानवाचा जीवनस्तर अत्यंत खालावला. माणूसभेदाने अमानवीय रूप धारण केले. माणसाच्या वाट्याला पशुतुल्य जीवन आले. स्पृश्य-अस्पृश्य भेद शिखरावर होता. भारतात वर्णजातीव्यवस्थेने तर जगात रंगवंशभेदाने असह्य अमानवी धुमाकूळ घातला होता. माणसानेच माणसावर गुलामी लादली होती. आजही लादत आहे. "स्पृश्यांनी-अस्पृश्यांना रक्त आटेपर्यंत राबविले, गोऱ्यांनी काळ्यांचे श्वास गुदमरेपर्यंत दमन केले, निर्दोष जीवनाचा वध वधस्तंभावर या व्यवस्थांनी केला", असा आरोप कवी संजय गोडघाटे या व्यवस्थांवर करतात. आजही या व्यवस्था मानववधाचे ओझे आपल्या अंगाखांद्यावर वाहत असल्याचे प्रतिपादन कवी संजय गोडघाटे यांची 'खून : दोन घटना' ही कविता करते. ते म्हणतात -

१.
जात-धर्म-वर्ण-वंश या चार खांद्यांनी वाहिले
अनादिकाळापासून
निर्दोष माणसांचे शव आपल्या खांद्यावर
खून करून...
२.
गोऱ्याने दाबून धरले काळ्याला
श्वास गुदमरेपर्यंत

स्पृश्याने राबवून घेतले अस्पृश्य-शुद्राला
रक्त आटेपर्यंत
अनादिकाळापासून घडताहेत अशा कत्तली
नियम कायदा सारेच आहे हो!
पण कोण्या दगडाखाली
ते तर सांगा...

(पृ. १०३)

एकीकडे माणसाने विज्ञानाच्या जोरावर खूप प्रगती केली आहे. ग्रहगोलावर तो जात-येत आहे. तर दुसरीकडे माणूस जातीधर्माच्या विळख्यात सापडला आहे. मंदिर-मशिदीच्या वादात अडकला आहे. कवी संजय गोडघाटे यांना 'माणूस आणि माणुसकी' या दोन गोष्टी अत्यंत महत्त्वाच्या आहेत. या जगात माणसाला माणुसकीने जगता आले पाहिजे. माणूसच जर नसेल तर हे जग कुचकामी आहे. म्हणून माणूस जगला-वाचला पाहिजे, चांगले जीवन त्याच्या वाट्याला आले पाहिजे, अशी तळमळ त्यांच्या 'कुणाच्या काय कामाचं' या कवितेत व्यक्त झाली आहे. ते म्हणतात -

काहीही करा पण माणूस जगवा
माणूस आहे तर सर्व आहे
माणूसच नाही तर
चंद्र, मंगळ, अंतराळ, पृथ्वी,
मंदिर, मशीद कुणाच्या काय कामाचं
नाही का?

(पृ. १०४)

शेकडो वर्षे अस्पृश्य गावकुसाबाहेर गावबहिष्कृत होते. टाळेबंद होते. जातीधर्म बंदिस्तही होते. कोरोनाकाळात माणसं घरबंद झालीत. कवी संजय गोडघाटे यांना घर-गाव-जात-धर्मबंदी या

गोष्टीत फारसा फरक जाणवत नाही. म्हणून ते 'लॉकडाऊन' या कवितेत म्हणतात -

शेकडो वर्ष राहिलोत गावाबाहेर
नंतर जातीधर्मात झालोत बंदिस्त
आणि आता घरात
लॉकडाऊन आमच्यासाठी नवीन नाही, सर!

(पृ. १०५)

पूर्वी चळवळीच्या घडामोडी चौकातून चालत होत्या. चौकही जिवंत आणि चळवळही जिवंत वाटत होती. परंतु अलीकडे चौकातील चळवळीच्या घडामोडी थांबल्या आहेत. चौकातील चळवळीच्या घडामोडी विविध कारणांनी थांबल्या असाव्यात असे कवी संजय गोडघाटे यांना वाटते. चौक ही वास्तविक प्रतिमा वापरून आंबेडकरी चळवळीचे यथार्थ मूल्यमापन 'का उदास आहे हा चौक?' या कवितेत कवीने केले आहे. कवी म्हणतो -

काय हा चौक याकरिता उदास आहे की
काल इथे झाला एका निर्दोष माणसाचा खून
काय हा चौक याकरिता उदास आहे की
इथून आल्यापावली वापस गेला मोर्चा
पोलिसांच्या दंडुकेशाहीमुळे
काय हा चौक याकरिता उदास आहे की
परिवर्तन घडविण्याचा वादा करणाऱ्या लीडरनी
तोडून टाकलंय नातं कार्यकर्त्यांसोबत
आणि जाऊन मिळालेत त्या समूहात
ज्यांनी छळलं आपल्याला जन्मभर
काय हा चौक याकरिता उदास आहे की
आता इथे एकत्र येत नाहीत लोक
आपसी मतभेद विसरून

पुतळ्याला दोन वेळ अभिवादन करून
पुन्हा फिरकतही नाहीत ते चौकाकडे
काय हा चौक याकरिता उदास आहे की
आता लोकांना वाटते चौकात येणे, बसणे म्हणजे
आपला वेळ निव्वळ बरबाद करणे आहे
काय हा चौक याकरिता उदास आहे की
चौकाने जाणले आहे
माणसचं परिवर्तित झालीत
चालत्या-फिरत्या पुतळ्यांमध्ये
का बरं उदास आहे हा चौक?

(पृ. १०७)

कवी संजय गोडघाटे यांनी गोरगरीब जनतेच्या दैनंदिन समस्यांना आपल्या कवितांमधून वाचा फोडली आहे. महागाईचा प्रश्न, राशनात मिळत असलेल्या निकृष्ट धान्याचा प्रश्न त्यांनी आपल्या कवितेतून हाताळला आहे. तसे माणसाचे जीवन समस्यांनी ग्रस्तत्रस्त असतेच. समस्या पूर्वीही होत्या, आताही आहेत. समस्यांची निर्मिती होणे आणि त्यांची प्रभावी सोडवणूक करणे यावरच समाजाचे, माणसाचे भवितव्य अवलंबून आहे. समस्या भिजत ठेवल्या तर समाज आणि माणूस दोघेही कुजतात! आज अनेक समस्यांनी रौद्र रूप धारण केले आहे. गरिबांना जीवन जगणे कठीण झाले आहे. व्यवस्थेसाठी 'साहेब' हे प्रतीक वापरून कवीने या समस्यांचा ऊहापोह 'ठणक : चार जखमा' या कवितेत केला आहे. ते म्हणतात -

१.
जीवनावश्यक वस्तूंचे भाव वाढवून
असे तीळ तीळ का मारता साहेब
सायनाइडची गोळी देऊन
क्षणात करून टाका ना काम तमाम

२.

रात्रीचं शिळ अन्न हुंगून
जनावरही निघून जातं पुढं न खाता
इतक्या निकृष्ट दर्जाचं धान्य देता तुम्ही
रेशनच्या दुकानातून
साहेब! तुम्ही तर आम्हाला
माणूसच समजत नाही.

३.

तुमच्याआधी समस्या नव्हत्या
असं नाही साहेब
पण इतकी दाहकता नव्हती
तुम्ही आलात नि
हिरवं शिवार भरून गेलंय कॅक्टसनी
आता टोचताहेत काटे उठता-बसता
रक्तबंबाळ झालं शरीर
तुम्ही बदलता रोज नवीन कपडे
जेवता सुग्रास भोजन
आम्हाकडे दुर्लक्ष करून
साहेब तुमच्या रूपानं
डायनासोर जन्माला आलाय
हे आम्हाला कळलं कसं नाही...

(पृ. ११०-१११)

भगवान बुद्धाच्या शांती, अहिंसा या तत्त्वावर कवी संजय गोडघाटे यांचा अतूट विश्वास आहे. जगातील वैरभाव संपुष्टात यावा, युद्धे थांबावीत, माणूसभेदाच्या सीमा हद्दपार व्हाव्यात, शस्त्रांनी विश्रांती घ्यावी, जगभर शांती नांदावी अशी मनोकामना कवीने 'सैनिकांची कविता' या कवितेतून व्यक्त केली आहे. कवी म्हणतो -

वीर सैनिकांनो!
सरहद्द गळून का पडत नाही?
वैर मिटत का नाही?
जग युद्धाला नकार का देत नाही?
अमनचा झेंडा जगावर लहरावा
चला असे काही करू
काही दिवस बंदुकीवर गुलाब ठेवू...

(पृ. ११२)

कवी संजय गोडघाटे सुंदर जगाचे स्वप्न पाहत-पाहत जीवन जगत आहेत. 'माणूस आणि माणुसकीवर' त्यांचे अतूट प्रेम आहे. परंतु अलीकडच्या काळात माणसावर आणि माणुसकीवर जे चौफेर हल्ले होत आहेत, ते पाहून कवी आपल्या स्वप्नांप्रती चिंतातुर आहे. 'हे असेच होत राहिले तर... एक दिवस 'मनुष्यप्राणी' या शब्दातील मनुष्य वितळून जाईल, फक्त प्राणी तेवढा शिल्लक राहील, अशी भीती कवी 'हे असेच होत राहिले तर...' या कवितेतून व्यक्त करतो. माणसाच्या बाजारीकरणावर कवी आवर्जून प्रकाश टाकतो. कवी म्हणतो -

डोंगरमाथ्यावरून घरंगळत यावा दगड
अगदी त्याच गतीने
ढासळत चाललीय मानवी मूल्ये
कळत नकळत माणूस होत आहे
माणुसकीमुक्त
'मनुष्यप्राणी' या शब्दातून
'मनुष्य' वितळतोय हळूहळू
माणूस होत चाललाय वस्तू
गरजेतून लावली जात आहे त्याची बोली
गरजेनुसार ठरविला जातोय
त्याचा बाजारभाव

गरजेपुरता होतोय त्याचा वापर

गरज संपली की वस्तू भंगार

माणूस निघालाय भंगार होण्याच्या मार्गावर

मी कलावंत

माझे अतूट प्रेम आहे माणसावर

म्हणूनच माणुसकी डोळ्यात साठवून

मी बघत आलोय सुंदर जगाची स्वप्ने

पण आता माझी चिंता वाढत चाललीय

काय होईल माझ्या स्वप्नांचे

हे असेच होत राहिले तर...!

(पृ. ११३)

डॉ. बाबासाहेब आंबेडकरांनी संत कबीर यांना आपले गुरू मानले. माणसाच्या जीवन जाणिवांचा स्तर उंचावण्यासाठी संत कबीरांनी आपल्या दोह्यातून प्रबोधनाचे कार्य केले. परंतु आजही माणसाच्या निम्न जाणिवा 'नावावरून माणसाचा धर्म आणि कामावरून माणसाची जात' शोधत असल्याची खंत कवी संजय गोडघाटे संत कबीर यांच्या जवळ व्यक्त करतात. माणूस हा दुःखिकष्टी प्राणी आहे. अमानवी कृत्यातून त्याने स्वतःवर अनेक प्रकारचे दुःखकष्ट ओढवून घेतले आहेत. माणूस माणुसकीला धरून राहिला, सम्यक कर्म करीत राहिला तर त्याचे स्वनिर्मित दुःखकष्ट हलके होऊ शकते. तो दुःखमुक्तही होऊ शकतो. माणसाच्या माणूसपणातच दुःखमुक्ती दडलेली आहे. सोबत दुःखमुक्तीसाठी भगवान बुध्दाचा आर्य अष्टांगिक मार्गही आहे. संत कबीरांचे दोहेही आहेत. या सगळ्या गोष्टी विचारात घेऊन कवी 'कबीर' या कवितेत म्हणतो -

हे कसे लोक आहेत कबीर

जे अडकून पडले आहेत अजूनही

जीर्ण रुढी आणि परंपरेच्या जाळ्यात

हे कसे लोक आहेत कबीर
जे नावात धर्म
कामात जात शोधताहेत आजही

*****

कबीर!
डेरा किंवा कुटी बांधून
एका जागी तळ न ठोकता
तू फिरलास
शहर-नगर-गाव-वस्ती-गल्लीगल्ली
आणि गोळा केलेस ज्वलंत अनुभव
शिकलास जागोजागची बोली
सुंदर-सुंदर फुलं निवडून
माळ बनवावी अगदी तसंच
अर्थपूर्ण शब्द-न्-शब्द निवडून
तू विणत राहिलास दोहे
आणि शिकवत राहिलास माणसांना
'माणूस बना, माणूस बना!'

(पृ. ११५-११६)

'हे असेच होत राहिले तर...' या कवितासंग्रहातील कविता मुक्तछंदात आहेत. कवी संजय गोडघाटे यांची काव्यलेखनशैली संवादात्मक, वर्णनात्मक आहे. प्रतिमा आणि प्रतीकांचा जागर त्यांच्या कवितेत आहे. भारतीय समाजातील व आंबेडकरी चळवळीतील समस्या त्यांच्या कवितेचा विषय आहे. त्यांच्या कविता धर्मजाती-वर्णवंश भेदाचा निषेध नोंदवितात. माणसाने आपल्या जीवनात माणुसकीला खूप-खूप जपावे अशी आर्त हाक त्यांच्या कवितेत आहे. भगवान बुद्ध, डॉ. बाबासाहेब आंबेडकर, महात्मा फुले, संत कबीर, राजर्षी शाहू महाराज यांच्या विचारांची अभिव्यक्ती त्यांच्या कवितेत आहे. संवैधानिक मूल्यांच्या रुजवणुकीची मागणी त्यांच्या कवितेत आहे.

सुदृढ, सक्षम, माणुसकीवर आधारित सुंदर समाजाचे स्वप्न त्यांची कविता पाहते. समाज शोषणविरहित झाला पाहिजे. पीडितांची पीडा दूर झाली पाहिजे. माणूस सर्वदृष्टिने स्वतंत्र, दुःखमुक्त झाला पाहिजे. स्त्रियांची पुरुषसत्ताक, व्यवस्थात्मक गुलामी नष्ट झाली पाहिजे. स्त्री भयमुक्त, सुरक्षित असावी असा आग्रह त्यांच्या कवितेत आहे. थोडक्यात, आदर्श समाजाच्या निर्मितीचे प्रबोधन 'हे असेच होत राहिले तर...' या कवितासंग्रहात आहे.